II) (Sericulture I & II)   Pr

viii + 388

©TELUGU AKADEMI
Hyderabad

First Published 1996
Copies   1,000

Published by TELUGU AKADEMI, Hyderabad-500 029 (Andhra
Pradesh) under the Centrally Sponsored Scheme of Production of
Books and
of the Government of India in the Ministry of Human Resource
Delhi

Price Rs 60=00

Printed in India
Vijayawada
Printed at M/s Sri Vani Offset Printers Hyderabad
Andhra Pradesh

భూమిక

ఉన్నతస్థాయిలో తెలుగు బోధనాభాషగా తెలుగు అకాడమి నిర్వహిస్తున్న పాత్ర అందరికీ విశదమైనదే ఎన్నో రకాల ఇబ్బందులను అధిగమిస్తూ అత్యల్ప వ్యవధానంలో విస్తృతంగా పాఠ్య పఠనీయ అనువాద పరామర్శ గ్రంథాలను ప్రచురించి తెలుగు అకాడమి విద్యారంగానికి సముచితమైన సేవచేస్తూ ఉంది అకాడమి ప్రచురణలు ఎన్నో పునర్ముద్రణలు కూడా పొందాయి పొందుతున్నాయి

రాష్ట్రప్రభుత్వం వివిధ వృత్తివిద్యాకోర్సులను 1988-89 విద్యాసంవత్సరంలో జూనియర్ కళాశాల స్థాయిలో ప్రవేశపెట్టింది వీటిలో పట్టుపరిశ్రమ ఒకటి ఆ తరువాత డిగ్రీ స్థాయిలో కూడా ఎలక్టివ్ పేపరుగా పట్టుపరిశ్రమ ను ప్రవేశపెట్టడం జరిగింది ఇంటర్ డిగ్రీ విద్యార్థులకు ఇంకా పట్టుపరిశ్రమ రైతులకు అందరికీ ఉపయోగపడే విధంగా సమగ్రంగా ఈ గ్రంథాన్ని రూపొందించాము

ఈ పుస్తకాన్ని ఇంతకన్నా సమగ్రంగా తీర్చిదిద్దడానికి సహృదయంతో సూచనలిస్తే కృతజ్ఞతతో స్వీకరించగలం

ప్రవేశిక

ఆంధ్రప్రదేశ్ ప్రభుత్వం కేంద్రప్రభుత్వ సహకారంతోనూ వనరులతోనూ 1988-89 విద్యాసంవత్సరంలో వివిధ వృత్తివిద్యాకోర్సులను జూనియర్ కళాశాల స్థాయిలోప్రవేశపెట్టింది దీనికి ముందుగా రాష్ట్రప్రభుత్వం కొన్ని కళాశాలల్లో కొన్ని వృత్తి విద్యాకోర్సులను ప్రారంభించింది వీటిలో పట్టుపరిక్షమ ఒకటి ఈ కోర్సుకు సంబంధించిన పాఠ్యప్రణాళికను ఇంటర్మీడియట్ విద్యామండలి 1993లో నవీకరించారు ఆ తరువాత డిగ్రీస్థాయిలో కూడా పేపర్ IV-ఎలక్టివ్ పేపర్గా పట్టుపరిక్షమ ను ప్రవేశపెట్టడం జరిగింది ఇంటర్ డిగ్రీ విద్యార్థులందరికి ఉపయోగపడే విధంగానూ ఇంకా పట్టుపరిక్షమ రైతులకు అదనపు సమాచారం అందించే విధంగానూ ఈ గ్రంథాన్ని తయారు చేయడం జరిగింది

ఈ పుస్తకం రెండుభాగాలుగా ఉంది ప్రథమ భాగంలో మల్బరీ సాగుకు సంబంధించిన వివరాలు అంటే విస్తరణ వాతావరణం సాగుకు కావలసిన నేల తయారు చేయటం మల్బరీ ఉత్పత్తి నీటిపారుదల ఎరువులు మల్బరీ ఆకు కోసే పద్ధతులు అంతరకృషి విషయాలను గురించి విపులంగా ద్వితీయ భాగంలో మల్బరీ చీడల వ్యాధుల నివారణ క్షేత్రం లాభనష్టాల వివరాలు పట్టుపురుగు జనకతరాలు జీవితచరిత్ర గుడ్డు ఉత్పత్తి చేసే విధానం కావల్సిన పరికరాలు గుడ్డ నిలవను గురించి వివరించడం జరిగింది విషయ వివరణ కోసం ఎక్కడికక్కడ సంబంధిత పటాలను ఫొటోలను పొందుపరచడం జరిగింది

ఈ గ్రంథరచనలో భాష సరళంగానూ సూటిగను ఉండేవిధంగా జాగ్రత్త తీసుకున్నాం విద్యార్థుల స్థాయిని దృష్టిలో ఉంచుకొని విద్యా ప్రమాణాలు కాపాడుకొంటూ ప్రత్యేకశ్రద్ధ తీసుకొన్నాం ఇది విద్యార్థుల సమగ్ర విషయావగాహనకు సహకరిస్తుందనీ మార్గదర్శకంగా ఉంటుందని ఆశిస్తున్నాం

అనుభవజ్ఞులైన అధ్యాపకులు పట్టుపరిక్షమదారులు సహృదయంతో నిర్మాణాత్మకమైన సలహాలిచ్చినట్టైతే స్వీకరించి పునర్ముద్రణలో అమలుపరచగలమని సవినయంగా మనవి చేస్తున్నాం

విషయ సూచిక

ప్రథమభాగం

A మల్బరీ సాగు

B మల్బరీ క్షేత్ర పోషణ, గుడ్ల సాంకేతిక రంగం

ద్వితీయభాగం

A వట్టుపురుగుల పెంపకం

ప్రథమ భాగం

A. మల్బరీ సాగు

(MULBERRY CULTIVATION)

భారత దేశ పట్టు పరిశ్రమ

జమ్మూ-కాశ్మీర్

పంజాబ్

ఉత్తర ప్రదేశ్

కాలపూర్

గుజరాత్   మధ్యప్రదేశ్

మహా...

బంగాళా ఖాతం

శ్రీ కృ...

ముల్బరీ పట్టు
దసల పట్టు
ఎరి పట్టు
మూగా పట్టు
ట్రేజరీ పట్టు

అరేబియా
సముద్రం

కర్ణాటక

హిందూ మహా సముద్రం

పటం 13 భారతదేశ పట్టువర్తకము పటం

పటం 11 పట్టుదారి

ఇంగ్లాండ్ లో పట్టునేతస్థాపనం ఎడ్వర్డ్ 3 కాలంలో జరిగింది చరిత్రాధారంగా మన దేశంలో క్రీ పూ 140 లో చైనా నుంచి 'పట్టు దారి' లో కొటాన్ (టిబెట్) ద్వారా మల్బరీ వ్యాప్తి జరిగిందని తెలుస్తోంది ఋగ్వేదంలో 'యుర్న (అంటే పట్టు), మానుష్ర్మట్ (అంటే పట్టుచే నేయబడిన బట్ట) అనే పదజాలం ఉన్నట్లు గుర్తించారు

పట్టు పరిశ్రమ మనదేశంలో రెండవ ప్రపంచ యుద్ధకాలంలో ఎక్కువ ముందంజవేసి ప్రాముఖ్యతను సంతరించుకొంది ఈ కాలంలో ప్యారాచూట్ తయారీక పట్టువాడకం వలన పెరిగిన డిమాండుకు అనుగుణంగా పట్టు ఉత్పత్తిచేసే ఫిలేచర్ 300 నుంచి 2013కు, పట్టు ఉత్పత్తి 5000 పౌండ్ల మండి 300 000 పౌండ్ల కు పెరిగింది ఈ ఆదరణలో మైసూర్ పరిసరాలలో మల్బరీ విసరణ రెండింతలు అయింది ఇది గమనించిన ప్రభుత్వం పట్టు పరిశ్రమ అభివృద్ధికై "కేంద్ర పట్టు సంస్థను" 1949లో నెలకొల్పింది కర్ణాటక రాష్ట్రంనుంచి మన రాష్ట్రానికి మల్బరీ, రాయలసీమ జిల్లాల ద్వారా 1948లో వ్యాప్తి చెందింది ఈ పరిశ్రమ అభివృద్ధికి 1950లో ప్రభుత్వం మూడు సిల్క్ ఫారంలను రాయలసీమలోని 'హిందూపురం', 'స్తాలోని చింతపల్లి లో స్థాపించింది

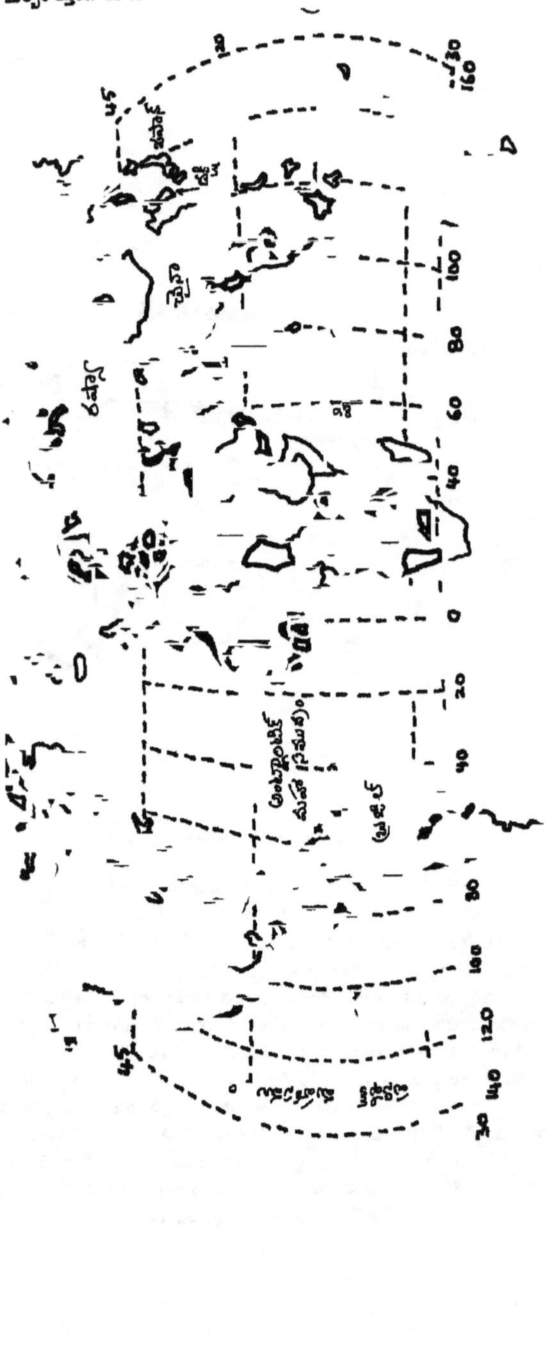

౧ పంపకము ప్రపంచ పటం

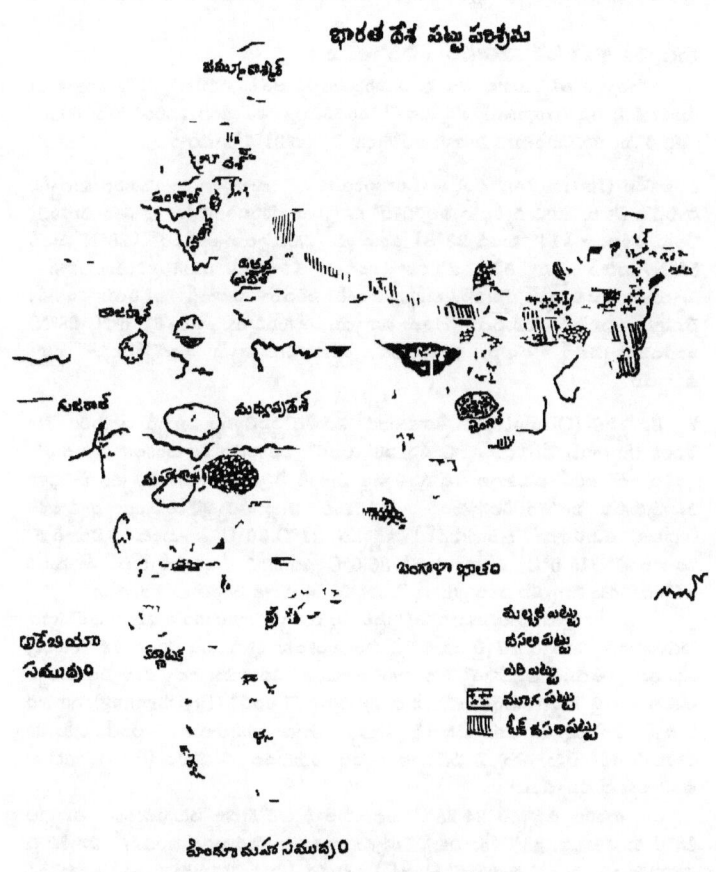

భారత దేశ పట్టు పరిశ్రమ

పటం 1 3 భారతదేశ పట్టుపరిశ్రమ పటం

విస్తరణ • ప్రపంచంలో మొత్తంమీద దాదాపుగా 29 దేశాలు మల్బరీని సాగుచేస్తున్నాయి అవి జపాన్, చైనా కొరియా, రష్యా, ఇండియా, బ్రెజిల్, ఇటలీ, ఫ్రాన్స్, స్పెయిన్ గ్రీస్ యుగోస్లావియా, టర్కీ, శ్రీలంక, హంగరీ, ఈజిప్ట్ సిరియా పోలాండ్ బల్గేరియా ఇరాన్ లెబనాన్ థాయిలాండ్ బర్మా బంగ్లాదేశ్ ఆ నిస్తాన్, సైప్రస్ వియత్నామ్ ఇండొనేషియా రుమానియా, కంబోడియా మొదలైన దేశాలు పటం 1 2)

ఇండియాలో కర్ణాటక, తమిళనాడు ఆంధ్ర దేశ్ వెస్ట్‌బెంగాల్ జమ్మూ-కాశ్మీర్ రాష్ట్రాలన్నీ కలిసి దేశంలోని మొత్తం మల్బరీ పట్టు ఉ ్తిలో 98% సాధిం యి మల్బరీ పెరుగుదలకు అనువైన పరిస్థితులు ఉన్న మహారాష్ట్ర కే ళ గుజరాత్, ఉత్తర దేశ్ రాజస్తాన్ పంజాబ్, బీహార్ ఒరిస్సా రాష్ట్రాలలో కూడా ఈ పరిశ్రమ ప్రారంభమైనది (టం 1 3)

మల్బరీకి కావలసిన వాతావరణ పరిస్థితులు :

మల్బరీని అన్ని రకాల వాతావరణ పరిస్థితులలో అంటే సమశీతోష్ణ (Temperate) మొదలుకొని ఉష్ణ (tropical) పరిస్థితులలో పెంచవచ్చు ఈ కింద వివరించిన వాతావరణ ఇతర భౌమ్య జీవనపరిస్థితులు మల్బరీ ఆరోగ్యంగా పెరగటానికి తోడ్పడతాయి

1 అక్షరేఖ (Latitude), ధీర్ఘరేఖ (Longitude) భూగోళశాస్త్రం ప్రకారం మల్బరీని సాగుచేసే దేశాలు భూమధ్యరేఖకు ఉత్తరదిశలో ఉన్నాయి కేవలం బ్రెజిల్ మాత్రం భూమధ్య రేఖకు దక్షిణంగా (14° నుండి 23°S) ఉంటుంది ఎగువస్థాయి అక్షరేఖలో (28°N నుండి 55°N) జపాన్ చైనా రష్యా కొరియా ఇండియా (కాశ్మీర్) యుగోస్లావియా ఫ్రాన్స్ స్పెయిన్ ఇటలీ, గ్రీస్ సైప్రస్, టర్కీ, హంగరీ సిరియా పోలాండ్ బల్గేరియా ఇరాన్, లెబనాన్ అఫ్ఘనిస్తాన్ రుమేనియా దేశాలు ఉన్నాయి దిగువస్థాయి అక్షరేఖలో (5°N 28°N) ఇండియా, బ్రెజిల్ ఈజిప్ట్, థాయిలాండ్, దక్షిణ వియత్నామ్ ఇండొనేషియా బర్మా ఉన్నాయి

2 శీతోష్ణస్థితి (Climate) శీతాకాలంలో సమశీతోష్ణస్థితి వల్ల మల్బరీ అంకురం లేదా మొలక (Sprout) వేయదు కాని ఉష్ణ పరిస్థితులలో పెరుగుదల నిరాటంకంగా సాగుతుంది ఇండియాలో ఉండే అనుకూల శీతోష్ణస్థితి వల్ల మల్బరీ ఏపుగా పెరిగి సంవత్సరం పొడవునా పట్టుపురుగుల పెంపకం వీలవుతుంది మనదేశంలో పట్టు ఉత్పత్తిచేసే ముఖ్య రాష్ట్రాలలో (కర్ణాటక, తమిళనాడు ఆంధ్రప్రదేశ్) ఉష్ణోగ్రత 21°C 30°C ఉంటుంది బెంగాల్‌లో శీతాకాలంలో 15 5°C ఎండాకాలంలో 36 6°C ఉంటుంది ఇక కాశ్మీర్‌లో మే నుంచి అక్టోబర్ వరకు మాత్రమే పట్టుపురుగుల పెంపకానికి అనుకూల పరిస్థితులు ఉంటాయి

ఉష్ణ దేశాల్లో ఉండే అనుకూల శీతోష్ణస్థితి వల్ల మల్బరీ సంవత్సరం పొడవునా ఆరోగ్యంగా పెరుగుతుంది మల్బరీ ఉత్పత్తి సమశీతోష్ణ మండలంకంటే ఉష్ణమండల ప్రాంతాలలో రెట్టింపు ఉంటుంది అయితే ఉష్ణదేశాల్లో నీరు సాగుచేయటంలో ఎదురయ్యే ఇబ్బందుల వల్ల మల్బరీ ఆకుల ఉత్పత్తి కొద్దిగా తగ్గుతుంది పొడి వ్యవసాయ క్షేత్రంలో (Dry farming) వర్షాధార మల్బరీ పెంచినపుడు ఆకు దిగుబడి నాణ్యత కూడా తగ్గుతాయి అంతే కాకుండా వాతావరణంలో తేమ తక్కువై పరోక్షంగా ఆకుల పెరుగుదల రసభరితం (Succulent) గా ఉండే లక్షణం దెబ్బతింటాయి

వాతావరణ ఉష్ణోగ్రత 24 28°C మధ్య మల్బరీ ఆరోగ్యంగా పెరుగుతుంది ఉష్ణోగ్రత 13°C కు తక్కువ, 38°C కు ఎక్కువైనపుడు అంకురణ, పెరుగుదల ఉండవు సమశీతోష్ణ వాతావరణంలో వసంత ఋతువులో (ఏప్రిల్) ఉష్ణోగ్రత 13°C చేరినపుడు మల్బరీ అంకురించి ఆకురాలు కాలం (అక్టోబర్) వరకు పెరుగుతుంది ఈ మొక్కలు నవంబర్ నుంచి మార్చి

వరకు ని| వస్థలో ఉంటాయి అందువల్ల సమశీతోష్ణ ప్రాంతాలలో మల్బరీ ఆకులు మే నుంచి ఆ బర్ వరకు మాత్రమే పట్టుపురుగుల పెంపకానికి లభ్యమవుతాయి ఇందుకు విరుద్ధంగా . ప్రాంతాలలో మల్బరీ సంవత్సరమంతా పెరుగుతుంది

3 వర్షపాతం (Rainfall) వర్షపాతం 600 మి మీ నుంచి 2500 మి మీ వరకు ఉండే ప్రాంతాల్లో మల్బరీని చక్కగా పెంచవచ్చు వర్షపాతం తక్కువైతే నేలలో తేమ తక్కువై ఆకు ఉత్పత్తి తగ్గుతుంది ప్రతీ 10 రోజులకు ఒకసారి 50 మి మీ వర్షం మల్బరీ ఏపుగా పెరుగుటకు తోడ్పడుతుంది ఇండియాలో మల్బరీ పెంపక ప్రాంతాలలో వర్షపాతం 400 750 మి మీ కర్ణాటకలో , 1500 మి మీ కంటే ఎక్కువగా బెంగాల్ లో ఉంది ఏదిఏమైనా ఎండాకాలంలో కరువువల్ల ఆకు నాణ్యత దెబ్బతింటుంది

4 తేమ (Humidity) గాలిలో తేమ 65 80 శాతం ఉన్నపుడు మల్బరీకి అనుకూలంగా ఉంటుంది వర్షాధార మల్బరీఉన్న ప్రాంతాల్లో నేలలోను వాతావరణంలోను తేమ ఎక్కువై వర్షాకాలంలో పెరిగిన మల్బరీ ఆకుల నాణ్యత ఇతర కాలాల్లో పెంచిన మొక్కలకంటే చాలా బాగుంటుంది

5 సూర్యరశ్మి (Sunshine) ఇది కూడా మల్బరీ పెరుగుదలపై ప్రభావం చూపెడుతుంది సమశీతోష్ణప్రాంతాల్లో మల్బరీకి 5 10 గంటలు ఉష్ణ ప్రాంతాల్లో 9 13 గంటల సూర్యరశ్మి అవసరం

6 ఊర్ధ్వం (Elevation) జపాన్ లో మల్బరీని సముద్రమట్టానికి (MSL) 22 1735మీ ఎత్తులో రష్యాలో 400 2000 మీ ఎత్తులో పెంచుతారు ఇండియాలో 300 800 మీ ఎత్తులో పెంచుతున్నారు ఏదిఏమైనా సముద్రమట్టానికి 700 మీ ఎత్తులో మల్బరీ సమృద్ధిగా పెరుగుతుంది

ఇండియాలో పెంచే మల్బరీ రకాలు :

మల్బరీ చాలా వేగంగాపెరిగే ఆకురాల్చు (Deciduous) వృక్షం ఇందులో అనేక రకాలున్నా కొన్నిమాత్రం అధిక ప్రాచుర్యంపొందాయి మల్బరీలో వివిధ ప్రజాతులకు చెందిన మొక్కలు వివిధ దేశాల్లోనివి అన్నీ కలిపి వెయ్యికంటే ఎక్కువ ఉన్నాయి మన దేశంలో మొత్తం 559 రకాల్లో 363 దేశీయ 196 విదేశీయ రకాలున్నాయి ఇవి మనదేశంలోని కేంద్ర పట్టుసంస్థ ఆధీనంలోని వివిధ శాఖలలో ఉన్నాయి ఈ శాఖలు దేశీయ అవసరాలకు ఆయా ప్రాంతాల భౌగోళిక స్థితులను అనుసరించి తగిన రీతిలో సలహాలను అందిస్తూ, తగిన మొక్కల ఎంపికలో సహకరిస్తాయి మనదేశంలో ఉన్న మొక్కలు ఎక్కువగా మోరస్ ఇండికా *(M indica)* కు చెందినవైనా మోరస్ ఆల్బా *(M alba)*, మోరస్ సెర్రాట *(M serrata)*, మోరస్ లావిగేటా *(M laevigata)* లు కూడా ఉన్నాయి ఇందులో మోరస్ సెర్రాట హిమాలయాల్లో వన్యంగా పెరిగే మొక్క ఇవికాక ఇండియాలో మోరస్ నైగ్రా *(M nigra)* మోరస్ మల్టికాలస్ మోరస్ సైనెన్సిస్ *(M sinensis)*, మోరస్ ఫిలిప్పినెన్సిస్ కూడా పెంచుతున్నారు ఇతర దేశాల్లో మాదిరిగా ఇండియాలో మల్బరీ వర్గీకరణ కలవరపెడుతుంది బ్రాండిస్ (1906) మోరస్ ఆల్బా, మోరస్ లావిగేటా, మోరస్ ఇండికా, మోరస్ సెర్రాట అనే నాలుగు ప్రజాతులు గుర్తించాడు హుకర్ (1885) మోరస్ ఆల్బా కు బదులుగా మోరస్ అట్రోపర్ప్యూరియా *(M atropurpurea)* ను చేర్చాడు ముఖర్జీ (1899) ఈ మొక్కల రకాల ౧ మోరస్ ఆల్బా నుంచి వచ్చినవని తెలిపాడు కాదంబి (1949) ఈ మల్బరీ రకాలు ఇండియా యూరప్, చైనా, జపాన్ లేదా ఫిలిప్పైన్స్

నుంచి వచ్చాయని చెప్పాడు గురురాజన్ (1960) మొత్తం సాగుచేసే మల్బరీ రకాలను మూడు సమూహాలుగా చేశాడు అవి - మోరస్ అల్బా (మైసూర్, తమిళనాడులో) మోరస్ బాంబిసిస్ ***(M bombysis)*** (బెరహాంపూర్ రకం) ***మోరస్ లాటిఫోలియ (M latifolia)*** (కాశ్మీర్ ఉత్తరప్రదేశ్‌లో) ఇతని వర్గీకరణ హెూట్ట (1954) వర్గీకరణ సూత్రాలపై ఆధారపడింది

1 మోరస్ ఇండికా ఇండియాలో ఎక్కువ రకాలు ఈ ప్రజాతికే చెందుతాయి ఇది హిమాలయాల్లో కాశ్మీర్ నుంచి సిక్కిమ్ వరకు 2500 మీ ఎత్తులో కూడా పెరుగుతుంది ఇక బెంగాల్ అస్సాం, కర్ణాటక, తమిళనాడుల్లో 1500 మీ ఎత్తులో పెరుగుతుంది ఇది కాశ్మీర్ లోయల్లో కనిపించే పురాతన దేశీయ రకం దీనిని వివిధ సాగుపద్ధతులలో పొదలుగా వృక్షాలుగా (కాశ్మీర్) పెంచుతున్నారు ఈ మొక్కపత్రాలు చిన్నగా విచ్ఛేదింపబడిన (Dissected), పలురకాల లంబికలతో (Lobes), చిన్న వృంతం (Petiole) తో పలుచగా కాగితంలాగా మాసిన ఆకుపచ్చ రంగుతో ఉంటాయి (పటం 1 4) ముదిరిన ఆకులు పెళుసుగా (Brittle) ఉంటాయి లేత కొమ్మలు (6 8 నెలల వయస్సువి) నూనెవంటి గోధుమవర్ణం నుంచి లేత గోధుమవర్ణంలో ఉంటాయి ఇవి పెరుగుదల లేని, ఎదగని మొక్కలు ఈ ప్రజాతిలో అస్సాంబొలా, జతినుని , సుజాన్‌పూర్ 1 , సుజాన్‌పూర్ 2 , సుజాన్‌పూర్ 3 , సుజాన్‌పూర్ 4 , సుజాన్‌పూర్ 5 , కలియకుతాహ , ధర్‌లోకల్ , మైసూర్‌లోకల్, బెరహాంపూర్ లోకల్ , బ్రెంటుల్ , బొటటల్ , టరిటుర్ , కన్వా - 2 (M_5) , జంగ్లీటల్, కల్లీటల్ , S, అనే రకాలు సాగులో ఉన్నాయి

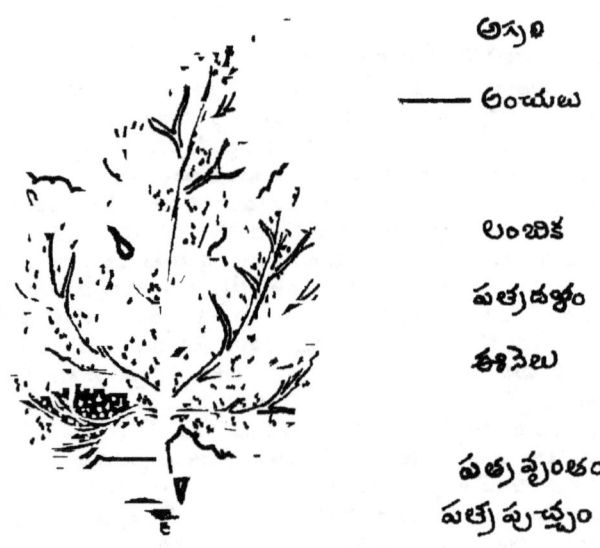

అంచులు
లంబిక
పత్రదళం
ఈనెలు
పత్రవృంతం
పత్రపుచ్ఛం

పటం 1 4 మల్బరీ పత్రం

2 మోరస్ అల్బా : ఇది సమశీతోష్ణ దేశాల్లోని రకాన్ని పోలి ఉంటుంది ఇది ఇండియాలో అన్ని ప్రాంతాలతోపాటు 11,000 అడుగుల ఎత్తు ప్రాంతంలో కూడా పెరుగుతుంది మనదేశంలో పంజాబు ఉత్తర పశ్చిమ హిమాలయాల్లో కూడా ఉంది దీని పత్రాలు మందంగా మెరుస్తూ (Glossy), పొడవైన వృంతంతో, నూనెవంటి ముదురు ఆకుపచ్చ వర్ణంతో లంబికలతో లేదా పూర్తి పత్రంగా ఉంటాయి కాండం గోధుమవర్ణంతో కొన్ని వాయ రంధ్రాలు (Lenticells), కొన్ని వేర్లతో నెమ్మదిగా పెరిగే వృక్షం ఈ వన్యవృక్షాన్ని కల కోసం ఫలాలకోసం పెంచుతారు ఇది 10 15 మీ ఎత్తు పెరుగుతుంది

3 మోరస్ సెర్రాట ఇది రాజోరి-పూంచ్ ప్రాంత హిమాలయాల్లో 3000 మీ ఎత్తువరకు కనిపిస్తుంది ఇది 20 25 మీ ఎత్తుగా దాదాపు 9మీ కాండం చుట్టుకొలత ఉండే మహావృక్షంగా పెరుగుతుంది దీని పత్రాలు రంపపుటంచులతో (Pubescent serrated) ఉంటాయి ఇ పట్టుపురుగుల పెంపకానికి ఉపయోగపడవు ఈ వృక్షాన్ని ఎక్కువగా కలపకు ఉపయోగిస్తారు

4 మోరస్ లావిగేట ఇది ఉష్ణమండల ప్రాంతం నుంచి ఉపఉష్ణమండల ప్రాంతంలో (ఇండస్ లోయనుంచి అస్సాం వరకు) 1500 మీ ఎత్తువరకు వ్యాపించిన వన్య వృక్షం దీని పత్రాలు అండాకారం లేదా హృదయాకారంగా (Cordate), చిన్న రంపపుటంచుతో నునుపుగా (Glabrous) ఉంటాయి దీని చిరుఫలాలు (Spiklet) వంగి (Drooping), ఫలాలు పసుపు రంగుతో చాలాపొడవుగా ఉంటాయి పత్రాలు బాగా ముదిరి ఉంటాయి కాబట్ట పట్టుపురుగులకు

5 మోరస్ నైగ్రా దీనిని నలుపు మల్బరీగా పిలుస్తారు ఇది ఇరాన్ నుంచి మనదేశానికి చేరింది దీని పత్రాలు పెద్దగా లంబికా రహితంగా, కేశభరితమై (Hairy) ఉంటాయి ఈ పత్రాలను అప్పుడప్పుడు పట్టుపురుగులకు ఆహారంగా వాడతారు ఈ ప్రజాతికి చెందిన షెతుల్ వృక్షాలు 60 80 సం॥ వయస్సు కలవి అనేకం కాశ్మీర్ లోయలో కనిపిస్తాయి వీటి ఫలాలు చాలా పొడవుగా రక్తపువన్నెతో పుల్లని రుచితో ఉంటాయి

పైన తెలిపిన వివిధ ప్రజాతులకు చెందిన అనేక సంకర జాతులతో పాటుగా కొన్ని లోకల్ రకాలు కూడా పట్టుపరిశ్రమలో అధిక ప్రాచుర్యం పొందాయి ఇందులో ఎక్కువగా M_5, S_{30}, S_{54}, S_{36} మైసూర్ లోకల్ మొదలైనవి వివిధ ప్రాంతాలలో కనిపిస్తాయి సంకరజాతి మల్బరీ ఆకులలో సేంద్రియ పదార్థాల నిష్పత్తి ఎక్కువగా ఉండి పట్టుపురుగుల పోషణకు అధిక లాభసాటిగా ఉంటుంది ఈ మల్బరీ మొక్కల పెంపకం నీటిపారుదల ఎక్కువగా ఉండి సాగుబడిచేసే ప్రాంతాలకు మాత్రమే అనువుగా ఉంటుంది నీరు తక్కువగా ఉండే వర్షాధార ప్రాంతాలకు ఈ రకం మొక్కలు సరిపడవు

కాబట్టి తగిన మల్బరీ విజ్ఞానాన్ని ఉపయోగిస్తూ తగురీతిలో పట్టుపురుగుల పోషణచేస్తే అధిక లాభాలను ఆర్జించటానికి వీలవుతుంది

మల్బరీ ఆకుల రకాలు – పోషక పదార్థాల స్థాయి : ఆకుల నాణ్యత ఉపయుక్తత వాటి పోషక పదార్థాలపై ఆధారపడి ఉంటాయి ఆకులలోని ఆహార పదార్థాల స్థాయిని బట్టి పట్టుపురుగులు ఆకుల రకాలవైపు ఆకర్షితమవుతాయి అందువల్లనే హైబ్రిడ్ ఆకులను ఎక్కువగా తినడం లోకల్ ఆకులను తక్కువగా తినడం పట్టుపురుగుల పెంపకంలో గమనించవచ్చు పట్టుపురుగుల పెంపకం అవి తినే ఆకుల నాణ్యతపై ఆధారపడి ఉంటుంది ఏరకం పట్టుపురుగులైనా ఆకులలోని పోషక పదార్థాల స్థాయిపై ఆధారపడి పెరుగుదలను పట్టుగూళ్ళ ఉత్పత్తిని సాధిస్తాయి అందువల్ల పురుగుల పెంపకంలో పోషక పదార్థాలే ఎక్కువ

పాత్ర వహిస్తాయి మేలుజాతి పురుగులు తక్కువస్థాయి పోషకపదార్థాలతో మంచి పెరుగుదల గూళ్ళ ఉత్పత్తిని చూపలేవు ఆకులలోని తేమ ప్రోటీన్లు పిండి పదార్థాలు, క్రొవ్వులను పురుగులు సద్వినియోగపరచుకొని పట్టును ఉత్పత్తి చేస్తాయి ఈ పదార్థాలు ఆకుల్లో తక్కువైనట్లయితే పురుగుల పెరుగుదల ఆశించిన మేరకు ఉండదు ఆకులలో ఆహార పదార్థాలస్థాయి ఆకు దశపైకూడా ఆధారపడి ఉంటాయి లేతరకం మధ్యరకం, ముదురు రకం ఆకులలో పోషక పదార్థాల స్థాయి భిన్నంగా ఉంటుంది లేతఆకులలో నీటి శాతం అధికంగా ముదురు ఆకులలో తక్కువగా ఉంటుంది పిండి పదార్థాలు, కొవ్వులు ముదురు ఆకులలో ఎక్కువగా ఉంటాయి

మల్బరీ సంకర రకాలు :

1 కన్వ 2 లేదా M_5 : ఇది అధిక దిగుబడినిచ్చే వంగడం ఇది ఎర్రరేగడి, బంకమట్టి నేలల్లో బాగా పెరుగుతుంది ఇది ప్రతికూల వాతావరణంలో కూడా జీవిస్తుంది దీని ఆకులు పెద్దవిగా, వెడల్పుగా, మృదువుగా, నిగనిగలాడుతుంటాయి ఈ మొక్క ఎక్కువ కొమ్మలతో బాగా గుబురుగా ఉంటుంది నీటిపారుదల గల భూములలో హెక్టారుకు/ సం || రానికి 30 35 టన్నులు ఆకు దిగుబడి ఇస్తుంది

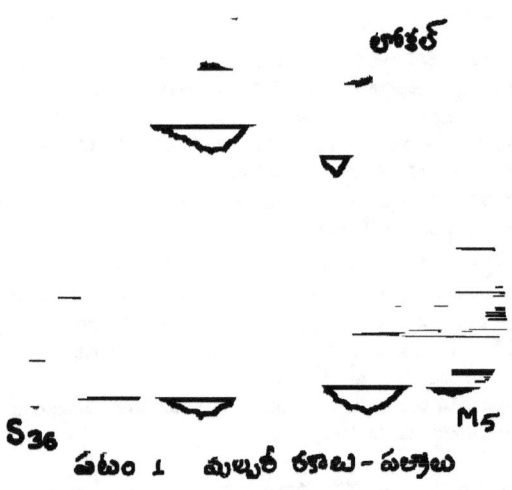

పటం 1 మల్బరీ రకాల - పత్రాలు

2 S 30 ఇది అన్నిరకాల నేలల్లో పెరుగుతుంది ఆకులు పడగ ఆకారంతో వెడల్పుగా పుష్టిగా, నాణ్యతతో ఉంటాయి మొక్కకు మొక్కకు వరుసకు వరుసకు మధ్య 2 × 3 లేదా 3 × 3 అడుగుల దూరంగా నాటుట వల్ల ఆకులు మందంగాపెరిగి, ఎక్కువ కొమ్మలతో గుబురుగా పెరుగుతాయి ఇది హెక్టారుకు / సంవత్సరానికి 35 - 38 టన్నుల ఆకు దిగుబడినిస్తుంది

3 S 36 ఆకులు వెడల్పుగా హృదయాకారంగా ఉంటాయి ఇది ఎక్కువ కొమ్మలతో గుబురుగా పెరుగుతుంది ఆకులు మందంగా, అధిక నాణ్యతతో ఉంటాయి హెక్టారుకు సంవత్సరానికి 35 40 టన్నుల ఆకు దిగుబడి ఉంటుంది

4 S 54 ఇది కన్వా 2 కంటే ఎక్కువ దిగుబడినిస్తుంది దీని ఆకులు విభిన్నమైనవై చాలా వెడల్పుగా ఉంటాయి ఎక్కువ కొమ్మలతో బాగా గుబురుగా ఉంటుంది కాండం కణుపుకు కణుపుకు మధ్య దూరం తక్కువగా ఉండటంవల్ల ఎక్కువ ఆకులు ఉత్పత్తి అవుతాయి హెక్టారుకు సంవత్సరానికి 37 42 టన్నుల ఆకు దిగుబడినిస్తుంది

5 S 13 ఇది నీటిఎద్దడిని తట్టుకొనే వంగడం ఇది తొందరగా పెరిగి అధిక దిగుబడి నిస్తుంది ఆకులు మందంగా రసయుతంగా, మృదువుగా ఉంటాయి ఆకులు కోసిన తర్వాత ఎక్కువ సమయం తేమను నిలుపుకొంటాయి ప్రతికూల పరిస్థితులలో అంటే వేసవిలో నీరు తక్కువైనా తట్టుకొని నాణ్యమైన ఆకులనిస్తుంది అందువల్ల నాణ్యమైన, గట్టి పట్టుగూళ్ళను ఉత్పత్తి చేయవచ్చు ఇది నీటిఎద్దడిలో హెక్టారుకు సంవత్సరానికి 15 18 టన్నులు నీటిసాగులో 30 35 టన్నుల ఆకు దిగుబడినిస్తుంది

ఈ విషయాలన్ని దృష్టిలో ఉంచుకొని మల్బరీ సాగుకు ముందుగా తగిన సమాచారాన్ని సంబంధిత అధికార అనధికార (రైతులు) వ్యక్తుల నుండేకాక విద్యావేత్తల సహాయ సలహాలను సేకరించి సరియైన నిర్ణయాలను తీసుకోవాలి ఎందుకంటే మల్బరీ నాణ్యత పురుగుల ఆరోగ్యాన్ని పెంచి మంచిగూళ్ళ ఉత్పత్తికి తద్వారా అధిక దిగుబడికి కారణమవుతుంది దీనివల్ల అధిక లాభార్జనకు వీలు కలుగుతుంది

ప్రశ్నలు

I ఈ క్రింది అంశాలకు లఘుటీక రాయండి

1 పట్టు అంటే ఏమిటి ?
2 పట్టు కీటకాల తల్లిదేవత ఎవరు ?
3 మనదేశంలో మల్బరీ వ్యాప్తి ఎప్పుడు జరిగింది ?
4 కేంద్ర పట్టుసంస్థను ఎవరు ఎప్పుడు స్థాపించారు ?
5 మన రాష్ట్రంలో ప్రప్రథమంగా సిల్క్‌ఫారంలను ఎక్కడ స్థాపించారు ?
6 మల్బరీకి అనువైన ఉష్ణోగ్రత, తేమ పరిస్థితులను తెలపండి
7 మల్బరీ శాస్త్రీయనామం తెలపండి
8 మల్బరీ ఎత్రం పటంగీచి భాగాలను గుర్తించండి
9 మల్బరీ సంకర మొక్కల పేర్లు తెలపండి
10 మల్బరీలోని వివిధ ప్రజాతులు ఏవి ?

II ఈ క్రింది వాటిపై వ్యాసాలు రాయండి

1 మల్బరీ పెరుగుదలకు కావలసిన వాతావరణ పరిస్థితులను వివరించండి
2 భారతదేశంలో పెంచే మల్బరీ రకాలను తెలపండి
3 సంకరజాతి మొక్కలలో అధికపోషక విలువలు ఉంటాయి' చర్చించండి
4 మల్బరీలో ప్రస్తుతం సాగుచేస్తున్న సంకర రకాలను గురించి వివరించండి

2.
వాతావరణ శాస్త్రం
(Meteorology)

వ్యవసాయ సాగుకు ముఖ్యంగా తోడ్పడే అంశాలు ఉష్ణం నీరు, సూర్యరశ్మి నేల మొదటి మూడు అంశాలు వాతావరణంపై ఆధారపడటం వల్ల హెచ్చుతగ్గులు కనిపిస్తాయి కాబట్టి ఆ ప్రాంతంలో శీతోష్ణస్థితి (Climate) అన్నది అతి ముఖ్యమైంది వాతావరణం దాని చర్యలు లేదా యలను గురించి తెలియచేసే శాస్త్రాన్ని వాతావరణ శాస్త్రం అంటారు ఇది భౌతిక అభివృ వల్ల వాతావరణస్థితిని (Weather) ఏర్పరచే వాతావరణాన్ని (Atmosphere) గురిం తెలియజేస్తుంది ఇది భూభౌతిక శాస్త్రంలోని (Geophysics) ఒక శాఖ ఇందులోని వివిధ అంశాలను ఈ కింద వివరించడమైంది

1 **వాతావరణ స్థితి (Weather)** ఇది ఏరోజుకారోజు వాతావరణాన్ని గురించి అంటే వాతావరణ ఉష్ణం, తేమ, గాలి వేగం, ఇతర వాతావరణ పరిస్థితులను గురించి తెలియచేస్తుంది ఇది ఒక సమయంలో, ఒక స్థలంలో ఉండే పరిస్థితులను గురించి తెలుపుతుంది

2 **శీతోష్ణస్థితి (Climate)** ఎక్కువ కాలం వరకు ఒక ప్రాంతంలో ఉండే వాతావరణ స్థితిని తెలియ చేస్తుంది

3 **వాతావరణం (Atmosphere)** భూమిపై కొన్ని వందల కిలోమీటర్ల (1600) ఎత్తువరకు వ్యాపించిన రంగు, రుచి, వాసనలేని వాయువుల మిశ్రమాన్నే 'వాతావరణం అంటారు ఇందులో ఉండే వాయువుల మిశ్రమాలమధ్య ఘర్షణ ఏర్పడదు ఇది బరువును వత్తిడిని కలిగిస్తుంది ఇందులో ఉండే వాయువులు

వాయువులు	పరిమాణ శాతం	బరువు శాతం
నత్రజని	78 088	75 527
ఆక్సిజన్	20 948	23 143
ఆర్గాన్	0 930	1 282
కార్బన్‌డైఆక్సైడ్	0 033	0 0456

ఇవి కాకుండా కొద్ది పరిమాణంలో హీలియం క్రిప్టాన్ నైట్రస్ ఆక్సైడ్, హైడ్రోజన్, ఓజోన్, గ్జినాన్ లు నియాన్, మీథేన్ మొదలైనవి ఉన్నాయి కార్బన్ డై ఆక్సైడ్ కొద్దిగా ఉన్నా కిరణ జన్య సంయోగక్రియకు అతి ముఖ్యమైనది వాతావరణం కింది భాగంలో 0 4 శాతం బరువు నీటి ఆవిరులు ఉంటాయి అన్నిటికంటే వాతావరణంలో దిగువుగా దుమ్ము రేణువులు, లవణ స్ఫటికాలు బాక్టీరియా, పుప్పొడి మొదలైనవి ఉంటాయి

వాతావరణంలో ఉన్న ఉష్ణ వ్యత్యాసాలను అనుసరించి ఈ కింది పొరలు ఉంటాయి

1 **ట్రోపోస్ఫియర్ (Troposphere)** ఇది నేల ఉపరితలం నుంచి 8 18 కిలోమీటర్ల ఎత్తు వరకు ఉంటుంది ఇది ధృవాల కంటే భూమధ్యరేఖవద్ద మందంగా ఉంటుంది ఇందులో వాతావరణ స్థితి అంశాలన్నీ ఉంటాయి ఈ పొర సరిహద్దులో దాదాపు 60° సెంటిగ్రేడు ఉష్ణోగ్రత ఉంటుంది

2 స్ట్రాటోస్ఫియర్ (Stratosphere) ఇది ట్రోపోస్ఫియర్‌కి పైన ఉంటుంది ఇది 8-18 కి మీ తరవాత నుంచి 50 కిలోమీటర్ల వరకు వ్యాపిస్తుంది ఇది వెచ్చగా మేఘాలు, దుమ్ము రేణువులు లేకుండా ఉంటుంది దీనినే 'ఓజోన్ పొర' అంటారు ఇది సూర్యుడు నుంచి వచ్చే అతినీలకాంతి కిరణాలు భూమిని చేరకుండా ఆపివేస్తుంది అందువల్లనే ఈ పొరను ఓజోనోస్ఫియర్ (Ozonosphere) అని కూడా అంటారు

3 మీసోస్ఫియర్ (Mesosphere) ఇది । టోసి యర్ పైన ఉంటుంది స్ట్రాటో స్ఫియర్, మీసో సి యర్‌ల మధ్యలో ఇరుకైన ్ర టోపా (Stratopause) పొర ఉంటుంది ఇది స్ట్రాటోస్ఫియ తర్వాత 30 కి మీ వరకు వా ంచి ఉంటుంది

4 థర్మోసి -ఫర్ (Thermosphere) ఇది మిసోస్ఫియర్ తర్వాత పొర థర్మోస్ఫియర్, మిసోస్ఫియ ల మధ్య మిసోపాజ్ (Mesopause) అన్న పొర ఉంటుంది దీని ఎత్తు పెరిగే కొద్దీ ఉష్ణోగ్రత పెరుగుతుంది దూరప్రాంత రేడియోప్రసారాలన్నీ ఈ పొర ద్వారా ప్రయాణిస్తాయి

వాతావరణ స్థితిలో ఉన్న మూల పదార్థాలలో సూర్యరశ్మి కిరణజన సంయోగక్రియకు మొక్కల పెరుగుదల ఉత్పత్తి పెరగటానికి మొక్కలలో పిండిప‾ విలువలు అధికం కావటానికి, మొక్కలు పుష్పించటానికి, కాండం పెరుగుదలను అరిక వేరు పెరగటానికి తోడ్పడుతుంది

వాతావరణంలో వాయువు ఉష్ణోగ్రత పెరగటానికి అనేక కారణాలు ఉన్నాయి అందులో అక్షరేఖ దీర్ఘరేఖలలో తేడాలు నీటకి దగ్గరగా ఉండటం పవనం, మేఘాలు, వర్షం, సముద్ర ప్రవాహానికి దగ్గరవడం, పర్వతాలు, నేలలో ఎత్తువంపులు, వాతావరణ స్థితి మొదలైన కారణాలున్నాయి

సాపేక్షతేమ ఇది వాతావరణంలో ఉన్న నీటి ఆవిరిని (Vapour) తెలియ జేస్తుంది నీరు ఇగిరిపోయి ఆవిరిగా మారి వాతావరణంలో విస్తరిస్తుంది నీటి ఆవిరికి రంగు రుచి, వాసన లేవు ఇది పవనం (Wind), ఉష్ణంపై ఆధారపడుతుంది పవనంవల్ల నీటి ఆవిరి వాతావరణంలో అధికంగా విస్తరిస్తుంది ఉష్ణం అధికమైతే నీటిఆవిరి పరిమాణం ఎక్కువగుతుంది అందువల్లనే సాపేక్షతేమ ఎండాకాలంలో ఎక్కువగా, శీతాకాలంలో తక్కువగా ఉంటుంది

ఒక ఉష్ణోగ్రతలో నీటి ఆవిరి పరిమాణం అధికంగా వాతావరణంలో ఉంటే ఆస్థితిని సంతృప్తం (Saturation) అంటారు ఉష్ణం అధికమయినపుడు వాతావరణం సంతృప్తంగా ఉండదు కాని ఎక్కువ నీటిని సర్దుబాటు చేసుకొంటుంది సాపేక్షతేమను సైక్రోమీటర్ (Psychrometer) నుపయోగించి కొలుస్తారు రెండు థర్మామీటర్లలోని రీడింగ్ చూసి వాటి వ్యత్యాసాన్ని సాపేక్షతేమ పట్టిక సహాయంలో కనుగొనవచ్చు దీనిని హైగ్రోమీటర్ (Hygrometer), హెయిర్ హైగ్రాఫ్ (Hair hygraph) లతో కూడా కొలవవచ్చు దీనిని లెక్క కట్టటానికి ఈ క్రింది సూత్రం అవసరం

సాపేక్ష తేమ = సంతృప్త నీటి ×100

వర్షపాతం

వివిధ పరిమాణంలో ఉన్న నీటి బిందువులు నేల ఉపరితలంపై పడటాన్ని వర్షపాతం అంటారు దీనినే అవక్షేపం (Precipitation) అనికూడా అంటారు ఈ నీటి బిందువులు 0 5 మి మీ వ్యాసంకంటే పెద్దవిగా ఉంటాయి

అవక్షేపాల వివిధ రూపాలు :

1 వర్షం (Rain) ఇది $\frac{1}{50}$ వ్యాసం ఉన్న ద్రవబిందువులతో ఏర్పడిన అవక్షేపరూపం మేఘాలలో నీటి బిందువుల పరిమాణం పెరిగి బరువయినపుడు వర్షంగా నేలను చేరుతుంది సాధారణ వర్షపు బిందువులు 0 5 4 మి మీ వ్యాసంతో ఉంటాయి వర్షం రావడానికి తుఫాను పర్వతాలు కారణాలు

2 వర్షం తుంపర (Drizzle) వర్షం తక్కువ తీవ్రతలో పడుతూ ఒకే రకమైన 0 5 మి మీ వ్యాసం కంటే తక్కువ పరిమాణం ఉండే నీటి బిందువులను కలిగి ఉంటుంది పొగమంచులోని నీటి బిందువుల పరిమాణం పెరిగి తుంపరగా మారుతుంది తుంపర తక్కువ వర్షాన్ని తెలియజేస్తుంది

3 పలుచని పొగమంచు (Mist) నీటి బిందువులు నేలను చేరటానికి ముందే ఇగిరిపోయి నట్లయితే దానిని 'పలుచని పొగమంచు' అంటారు ఇది పొగమంచు (Fog) లాగానే ఉంటుంది కాని నీటి బిందువుల పరిమాణం కొంచెం పెద్దదిగా ఉంటుంది

4 గ్లేజ్ (Glaze) నేలపై లేదా దేనా వస్తువులకు ఘనీభవన ఉష్ణోగ్రత కంటే తక్కువ (Subfreezing temperature) ఉ పుడు వాటిపై వర్షం నీరు పడితే ఆ నీరంతా గడ్డకట్టి పలక మాదిరిగా (Sheet) లేదా మం మాదిరిగా ఏర్పడి, 32°F ఉష్ణోగ్రతకు తక్కువగా ఉంటుంది

5 రైమ్ (Rime) రైమ్ అంటే గడ్డకట్టడం పొగమంచు ఏదైన వస్తువులపై గడ్డకట్టినట్లయితే దానిని 'రైమ్' అంటారు

6 మంచు (Snow) అతిశీతల ఉష్ణోగ్రత వద్ద నీటి ఆవిరి కూడలి ఏర్పడుతుంది ఇది నీటియొక్క ఘనీభవించిన రూపం ఇది మంచుముక్కలు లేదా మంచు ఫలకాలవలె ఏర్పడుతుంది వాతావరణంలోని ఉష్ణోగ్రత పూర్తిగా తగ్గినపుడు నీటి ఆవిరి ఘనీభవిస్తుంది అంటే నీరు ఆవిరి రూపం నుంచి ఘనరూపంలోకి మారుతుంది

7 వడగండ్ల వాన (Sleet) ఇది కూడా నీటి ఆవిరి ఘనీభవించిన రూపం ఇది చిన్న చిన్న మంచు ముక్కల రూపంలో ఉంటుంది అయితే ఇది మొదట వర్షపు బిందువుల రూపంలో ఏర్పడి, భూమిని చేరువపుడు అతిచల్లని వాయువు పొరనుండి క్రిందికి చేరటంవల్ల ఘనీభవించి చిన్న చిన్న మంచుముక్కలవుతుంది

8 వడగండ్లు (Hail) ఇది వడగండ్ల వానవలె ఉంటుంది కాని, మంచుముక్కల పరిమాణం పెద్దదిగా ఉంటుంది వడగండ్లలో గుండ్రటి దృఢమైన మంచుముక్కలు మంచు ఉంటాయి ఇవి క్యూములోనింబస్ (Cumulonimbus) మేఘాల నుంచి ఉరుములు మెరుపులతో పెద్ద తుఫానుతో నేలపై పడుతుంది వర్షపు బిందువులు నేలపై పడేటపుడు గాలి ఉధృతంగా నిలువుగా వీచటం వల్ల నీటి బిందువులు పైకి తీసుకుపోబడి మేఘాలను చేరుతాయి అక్కడ ఈ నీటి బిందువులు ఘనీభవనం చెంది నీరు మంచుగడ్డల రూపంలో మారి నేలను చేరతాయి

ఘనీభవనం

నీటి ఆవిరి ద్రవస్థితికి మారుతుంది ఈ మార్పు అతిశీతల ఉష్ణోగ్రత వ జరుగుతుంది 'అందులో నీటి ఆవిరి ఒక్కొసారి ద్రవస్థితికి రాకుండానే నేరుగా మంచు మారుతుంది సాంకేతికంగా నీరు ఆవిరినుంచి ఘనరూపంగా మారటాన్ని 'ఉత్పాతనం (ublimation) అంటారు ఏ ఉష్ణోగ్రత వద్దనైతే నీటిఆవిరి ద్రవస్థితికి మారుతుందో దానిని 'డ్యు పాయింట్ (Dew point) అంటారు

ఘనీభవనం – రకాలు :

1 మంచు (Dew) పగటిపూట నీరు ఆవిరై వాతావరణంలో తేమ ఎక్కువవుతుంది రాత్రులలో చల్లదనం వల్ల వాయువు ఎక్కువ తడిగా మారి నీటిఆవిరులు ఘనీభవనం చెంది చల్లగా ఉండే వస్తువలపై లేదా తలంపై మంచుగా ఏర్పడుతుంది నేల ఉపరితలంలోని తేమ పైకి వచ్చి మొక్కల ఆకులపై ఘనీభవనం చెందుతుంది

2 పొగమంచు (Fog) నేల ఉపరితలానికి దగ్గరగా ఉన్న గాలిలో అతి చిన్న నీటి బిందువులు చేరినపుడు పొగమంచు ఏర్పడుతుంది ఇవి భూమి ఉపరితలానికి దగ్గరగా ఉండే మేఘాలు (Low clouds) వాయువు చల్లబడినకొద్దీ ఎక్కువ చల్లదనమేర్పడి కింది పొరలలో ఘనీభవనం జరుగుతుంది ఈ ప్రక్రియలో ఘనీభవనం చెందిన కొన్ని నీటి ఆవిరులు మంచు (Dew) గా మారగా వాతావరణంలో మిగిలిన ఆవిరులు పొగమంచును ఏర్పరుస్తాయి

3 పొగమబ్బు (Haze) కేవలం ఘనీభవనం వలనేకాకుండా పొగ, దుమ్ము – ధూళి వలన వస్తువులు స్పష్టంగా కన్పించని స్థితి నీటి ఆవిరితో కలిసి పొగమబ్బును ఏర్పరుస్తుంది

4 తుహినం (Frost) ఘనీభవనంలో తుషారం (Dew), తుహినం (Frost) అన్నవి దాదాపు ఒక్కటే తుషారం అన్నది గడ్డకట్టే ఉష్ణోగ్రత కంటే ఎక్కువ ఉష్ణోగ్రతలో చల్లని తలంపై ఘనీభవనం వల్ల ఏర్పడుతుంది తుహినం అనేది గడ్డకట్టే ఉష్ణోగ్రతకు తక్కువ ఉష్ణోగ్రతలో ఘనీభవనం వల్ల ఏర్పడుతుంది ఈ విధంగా మంచు ముక్కలు చల్లని తలంపై ఏర్పడటాన్ని తుహినం లేదా 'పేరుకొన్న మంచు (Frost) అనికూడా అంటారు

5 మేఘాలు (Clouds) వాయువులో ఉండే అతిచిన్న నీటి బిందువులు ఒక దగ్గరగా చేరితే మేఘం ఏర్పడుతుంది వాయువు అతి ఎత్తైన స్థితిలో డ్యూ పాయింట్ వల్ల చల్లబడి మేఘమేర్పడుతుంది

మేఘాలు ఏర్పడే విధానం

గాలిలో నీటి ఆవిరి ఎక్కువగా లేదా తక్కువగా ఉంటుంది ఆవిరి పరిమాణం ఉష్ణోగ్రత పెరిగే కొద్దీ పెరుగుతుంది ఉష్ణోగ్రత పెరిగినపుడు వాయు ప్రవాహం పైకి ప్రయాణిస్తుంది అయితే అక్కడ వత్తిడి తక్కువగా ఉండటం వల్ల అన్ని దిక్కులా వ్యాపించి ఉష్ణోగ్రత సమానమయ్యేవరకు చల్లబడుతుంది ఈ దశలో చల్లబడటం ఎక్కువై నీటి ఆవిరి ఘనీభవించి మేఘాలు ఏర్పడతాయి వాయుప్రవాహం పెరగటంవల్ల మేఘాలు అతిసూక్ష్మ నీటిబిందువులతో కూడుకొని కిందికి రాకుండా నిరోధించబడతాయి ఒక్కొక్కసారి ప్రవాహం లేదా ఉష్ణ వాయువులు చల్లని వాటిని తాకినపుడు కూడా మేఘాలు ఏర్పడతాయి ఎక్కువగా సముద్రపు వాయువులు చల్లని నేలను తాకినపుడు మేఘాలు ఏర్పడుతాయి

మేఘాల వర్గీకరణ

మేఘాలను ఆకారం రంగు అవి ఉండే ఎత్తు, కాంతి ప్రతిబింబం (Reflection of light) ఆధారంగా మూడు రకాలుగా విభజించవచ్చు అవి సిర్రస్ (Cirrus) క్యుములస్ (Cumulus) స్ట్రాటస్ (Stratus) అన్నవి మిగిలిన ఇతర మేఘాలన్నీ వీటిలో కొద్ది మార్పులతో వీటి కలయిక వల్ల ఏర్పడతాయి

మేఘం దాని సాధారణ ఎత్తుకు ఎగువగా (Low cloud ఎత్తు 6500 అడుగుల కంటే తక్కువ) ఏర్పడితే, అది పలుచగా ఉంటుంది దీని పేరు ముందు ఆల్టో (Alto) అన్న పదాన్ని వాడాలి

ఒకవేళ మేఘాలు చల్లని అవక్షేపంతో కలిసి ఉన్నట్లయితే నింబస్ (Nimbus) అన్న పదాన్ని మేఘం పేరుముందు వాడాలి International Cloud Atlas of World 1956 ప్రకారం మేఘాలను 10 రకాలుగా గుర్తించారు

I ఎత్తైన మేఘాలు (High clouds) (ఎత్తు 20,000 60,000 అడుగులు) వీటి అధిక మధ్యమ ఎత్తు 12 కి మీ దిగువ మధ్యమ ఎత్తు 7 కి మీ ఇది 20,000 అడుగుల ఎత్తులో ఉంటాయి వీటి నుంచి సూర్య కిరణాలు ప్రసరిస్తాయి ఇవి మూడు రకాలు -

1 సిర్రస్ (Cirrus) ఇవి ఎత్తుగా మృదువుగా, తంతువులవలె వేరువరచిన మేఘాలు ఇవి పట్టువలె మెరుస్తాయి ఇవి సూర్యోదయం ముందు, సూర్యాస్తమయం తర్వాత ఎర్రని ఎరుపు లేదా నారింజరంగులో కనిపిస్తాయి ఈ మేఘాలలో స్ఫటికాలుంటాయి, నీటి బిందువులుండవు వీటి వలన వర్షం రాదు

2 సిర్రో క్యురులై (Cirro curuluy) ఇవి చిన్నగా, తెలుపురంగులో ఆకాశాన్ని ఎక్కువగా కప్పివేస్తాయి ఇవి అలలవలె లేదా పట్టీవలె ఉంటాయి

3 సిర్రోస్ట్రాటస్ (Cirro stratus) ఇవి పలుచని తెల్లని మేఘాలు ఇవి కూడా ఆకాశాన్ని ఎక్కువగా కప్పుతాయి వీటి వల్ల ఆకాశం కొద్దిగా పాలవలె స్వచ్ఛంగా కనిపిస్తుంది

II మధ్యస్థ మేఘాలు (Middle clouds) (6500 - 2000 అడుగుల ఎత్తు) వీటి అధిక మధ్యమ ఎత్తు 7 కి మీ తక్కువ మధ్యమ ఎత్తు 3 కి మీ ఉంటుంది ఇవి నీలిరంగు లేదా బూడిద రంగులో ఉంటాయి

1 ఆల్టో క్యుములస్ (Alto cumulus) ఇవి లంబికల వంటి పెద్ద నిర్మాణాలతో ఉంటాయి వీటికి Sheep back లేదా Flock మేఘాలు అనే పేర్లు ఉన్నాయి

2 ఆల్టో స్ట్రాటస్ (Alto stratus) ఇవి ఒకేరకంగా నీలి లేదా బూడిద తెలుపులో ఫలకాల వలె ఆకాశాన్ని ఆ। మిస్తాయి వీటివల్ల సూర్యుడు అస్పష్టంగా కనిపిస్తాడు ఇవి దాదాపుగా సిర్రో స్ట్రాటస్ లాగా ఉ ప్పటికీ ప్రభ అద్భుతం (Holo phenomenon) లేకుండా ఉంటాయి వీటివల్ల ఆకాశం కాళవంతంగా ఉంటుంది ఈ మేఘాలు వర్షాన్నిస్తాయి

III తక్కువ ఎత్తైన మేఘాలు (Low clouds) (6500 అడుగుల ఎత్తు) వీటి అధిక మధ్యమ ఎత్తు 4 కి మీ, తక్కువ మధ్యమ ఎత్తు భూమికి దగ్గరగా ఉంటుంది ఇవి మూడు రకాలు

1 స్ట్రాటస్ (Stratus) ఇవి బూడిద తెలుపు వర్ణ ఫలకంలాగా ఉంటాయి ఇవి సాధారణంగా ఆకాశాన్నంతటిని కప్పివేస్తాయి కొన్నిసార్లు నేలపై పరచుకొని పొగమంచుగా పిలవబడతాయి వీటి వల్ల నీటి తుంపర ఏర్పడుతుంది

2 నింబో స్ట్రాటస్ (Nimbo stratus) ఇవి మందంగా బూడిదరంగులో, ఆకారంలేని మేఘాల ఫలకాలు ఇందులో అనేక మేఘాల ముక్కలుంటాయి వీటితో తొందరగా వర్షం కురుస్తుంది వీటివల్ల వెలుతురు తగ్గుతుంది

3 స్ట్రాటస్ కు ములస్ (Stratus cumulus) ఇవి పెద్దగా, సాడిగించబడిన లంబికలలాగా బూడిదవర్ణ వ కలలాగా ఉంది ఆకాశాన్ని కప్పివేస్తాయి మృదువుగా కనిపిస్తూ అతి తక్కువ ఎత్తులో, బరు గా ఉంటాయి

IV నిలువుగా అభివృద్ధి చెందిన మేఘాలు
(1600 అడుగుల నుంచి సిర్రస్ మేఘాల వరకు) : వీటి అధిక మధ్యమ ఎత్తు 10 12 కి మీ తక్కువ మధ్యమ ఎత్తు 0 5 కి మీ

ఇవి రెండు రకాలు -

1 క్యుములస్ (Cumulus) ఇవి ఎండాకాలంలో కనిపించే అతి తెల్లని మేఘాలు ఇవి బల్ల పరుపు ఆధారంతో నిలువుగా పెరిగి ఎక్కువ మందంతో కాలీఫ్లవర్ మాదిరిగా కనిపిస్తాయి వీటిని Weed pack మేఘాలు అని కూడా అంటారు

2 క్యుములో నింబస్ (Cumulo nimbus) ఇవి అధిక ఎత్తువరకు పెరుగుతాయి మేఘం పెరిగి సిర్రస్ వరకు చేరినట్లయితే మేఘశిఖరం అతిపెద్ద తంతువులాగా, సాలెపురుగు గూడులాగా ఏర్పడుతుంది వీటివల్ల వర్షం లేదా మెరుపులతో కూడిన తుఫాను సంభవిస్తుంది

ఇండియాలో మల్బరీ పెంపక ప్రాంతాలలో వర్షపాతం – విస్తరణ

వర్షపాతం 600 2500 మి మీ కల ప్రాంతాలలో మల్బరీని పెంచవచ్చు అయితే ప్రతీ పది రోజులకు 50 మి మీ వర్షం మల్బరీకి చాలా లాభదాయకం కర్ణాటకలో సంవత్సర ఉంటుంది బెంగాల్ రాష్ట్రంలో సంవత్సరానికి 1500 3400 మి మీ ఉంటుంది అంతేకాకుండా మే - అక్టోబర్ మాసాలలో 110 280 మి మీ వర్షం కురియటం వల్ల అధికంగా నీరు నిలుస్తుంది కొండప్రాంతమైన కలింపాంగ్‌లో సాలుకు 2190 వర్షం పడుతుంది ఇక్కడ జూన్-సెప్టెంబర్ లలో 300 600 మి మీ వర్షం కురుస్తుంది ఆంధ్ర ప్రదేశ్ కోస్తా ంతంలో సాలుకు 1000 మి మీ రాయలసీమలో 677 మి మీ తెలంగాణాలో 925 మి మీ వ ం కురుస్తుంది

మల్బరీ పూర్తిగా వర్షాధారంగా కాకుండా సాగునీటితో పెంచినట్లయితే అధిక లాభాలుంటాయి

ప్రశ్నలు

I ఈ కింది అంశాలపై లఘుటీక రాయండి

1 వాతావరణ శాస్త్రం అంటే ఏమిటి ?

2 శీతోష్ణస్థితిని నిర్వచించండి

3 వాతావరణ స్థితి అంటే ఏమిటి ?
4 వాతావరణం అంటే ఏమిటి ?
5 వాతావరణంలోని పొరలను తెలపండి
6 వర్షం అంటే ఏమిటి ?
7 గ్లేజ్ అంటే ఏమిటి ?
8 వర్షంలోని కొన్ని రూపాలను తెలపండి
9 ఘనీభవన రకాలను తెలపండి
10 మేఘం అంటే ఏమిటి ?
11 మీకు తెల్సిన కొన్ని మేఘాల పేర్లను రాయండి
12 ఉత్పాతనం అంటే ఏమిటి ?

II ఈ కింది వాటిపై వ్యాసాలు రాయండి
1. వాతావరణం అంటే ఏమిటి ? వివరించండి
2 వర్షం వివిధ రూపాలను వివరించండి
3 మేఘాల వర్గీకరణ గురించి తెలపండి

3.
నేలలు
(Soils)

భూమి ఉపరితలంపై ఉండే, మొక్కల పెరుగుదలకు సహజ సిద్ధమైన యానకంగా (Natural medium) తోడ్పడే పలుచని పొరను నేల అంటారు నేల మూడు రకాల శిలల నుంచి ఏర్పడింది అవి - (1) అగ్నిశిలలు (Igneous rocks) (2) అవక్షేపశిలలు (Sedimentary rocks) (3) రూపాంతర ప్రాప్తశిలలు (Metamorphic rocks)

నేలలో ఉండే మూలపదార్థాలు మాతృశిలల లక్షణాలపై ఆధారపడి ఉంటాయి కాబట్టి నేలల స్వరూపం భౌతిక రసాయనిక జీవసంబంధ లక్షణాలు ఒకేరకంగా ఉండవు వాతావరణ పరిస్థితులను బట్టి నేలల్లో ఈ లక్షణాలు అన్నీ లేదా కొన్ని వేరువేరుగా ఉంటాయి అందువల్ల నేలలు ఎరుపు - నలుపుగా , కొన్ని లోతుగా - కొన్ని లోతు తక్కువగా , కొన్ని ముతకగా (Coarse) కొన్ని నునుపుగా (Fine) ఉంటాయి ఇందులో మొక్కలు పెరగటానికి కావలసిన పోషక పదార్థాలు, నీరు ఉంటాయి అంతేకాకుండా నేలలో సరైన నీటి నిలవలు, గాలి ఊతనిచ్చే లక్షణం ఉండాలి పోషకపదార్థాలలో కర్బన అకర్బన పదార్థాలు (Organic and inorganic substances) ఉండటం మొక్కల పెరుగుదలకు మంచిది

భారతదేశంలోని నేలల రకాలు :

మన దేశంలో 9 రకాల నేలలున్నాయి అవి -

(1) ఒండ్రుమట్టి లేదా నదుల ఒండలి నేలలు
(Alluvial soils or Indogangetic alluvials)

(2) నల్లనేలలు (Black soils)

(3) ఎర్రనేలలు (Red soils)

(4) లాటరైట్ నేలలు (Lateritic soils)

(5) లవణీయ క్షార నేలలు (Saline and Alkaline soils)

(6) ఆమ్లనేలలు (Acidic soils)

(7) అటవీ కొండనేలలు (Forest and Hilly soils)

(8) శుష్క, ఎడారినేలలు (Arid and Desert soils)

(9) పీట్‌తో కూడిన నేలలు సేంద్రియనేలలు (Peaty organic soils)

1 నదుల ఒండలి నేలలు

నదీ ప్రవాహంలో కొట్టుకు వచ్చిన బురద (Silt) పేరుకుపోయి ఈ రకం నేలలు ఏర్పడతాయి ఇందులో అధికంగా ఉండే పోషకపదార్థాల వల్ల మనదేశంలో ఈ నేలలనుంచి పంట ఉత్పత్తులు అధికంగా లభిస్తున్నాయి భారతదేశంలో ఇవి ముఖ్యమైన నేలలు ఇవి సింధు (Indus), గంగ (Ganges), బ్రహ్మపుత్ర నదుల నుంచి ఏర్ప చిన్న కాలువలవల్ల ఏర్పడ్డాయి ఈ నేలలు బూడిద లేదా బూడిద గోధుమరంగులో ఉంటాయి వీటిలో

ఒండ్రు-ఇసుక బంకమన్ను (Clay), ఎక్కువగా కంకర ఉంటాయి ఈ నేల వయనం (Texture) ఇసుక బంకమన్ను నుంచి బంకమన్నులాగా (Sandy loam to clay loam) ఉంటుంది ఈనేల ఉదజని సూచిక (pH) 7-8 ఉంటుంది వీటిలో అధికంగా కాల్షియమ్ ఉంటుంది ఉత్తరప్రదేశ్, పశ్చిమబెంగాల్ నేలల్లో ఎక్కువగా కంకరపొరలు కనిపిస్తాయి బెంగాల్‌లోని నేలల్లో పొరల్లోను నేలవయనం, రంగు, రసాయన యాంత్రిక లక్షణాలలోను తేడాలు కనిపిస్తాయి ఈ నేలలో ఐరన్ ఆక్సైడుల వల్ల దృఢత్వం వస్తుంది

అస్సాంలోని నేలల్లో ఆమ్లత్వం ఎక్కువ బ్రహ్మపుత్ర లోయలో ఇసుక ఎక్కువగా ఉంటుంది ఇందులో ఫాస్ఫరస్, నైట్రోజన్, పొటాషియమ్ విలువలు ఉన్నాయి ఒరిస్సా నేలల్లో ఫాస్ఫరస్ తక్కువగానూ పొటాషియమ్ సరిపడునంతగానూ ఉన్నాయి బీహార్‌లో ఇసుక నుంచి బంకమన్ను తటస్థ లక్షణం నుంచి క్షారలక్షణాలు ఉండే నేలలు ఉంటాయి వీటిలో ఎక్కువ పొటాషియమ్, చాలా తక్కువ ఫాస్ఫరస్ (లోపం) ఉన్నాయి తమిళనాడు తీరం వెంబడి డెల్టానేలలు ఉన్నాయి ఇవి బంకమన్ను నుంచి అధిక బంకమన్ను, బురదతో కూడి ఉన్నాయి గుజరాత్‌లో బాగా లోతుగా చాలా తక్కువ సేంద్రియ పదార్థాలతో నత్రజనితో, ఎక్కువ పొటాష్, ఫాస్ఫరస్‌లతో ఉన్నాయి మధ్యప్రదేశ్ నేలలు ఎరుపు ఇసుక రంగునుంచి పసుపు రంగులో ఉంటాయి పంజాబ్ నేలల్లో హెచ్చుతగ్గులు ఎక్కువగా కనిపిస్తాయి ఇవి బంకమన్ను లేదా ఇసుక బంకమన్ను నేలలు ఇందులో సోడియం ఇతర లవణాలు కరిగి ఉండటం వల్ల నేలకు క్షారలక్షణం కనిపిస్తుంది వీటిలో ఫాస్ఫరస్ పొటాష్‌లు తగినంతగా, నత్రజని లోపాన్ని కలిగి ఉంటాయి ఆంధ్రప్రదేశ్‌లో గోదావరి కృష్ణాజిల్లాల్లో తీరాలవెంబడి నలుపు బంకమన్ను నేలలు ఉన్నాయి ఇవి మిక్కిలి సారవంతమైనవి

2 నల్ల నేలలు •

ఇవి తక్కువలోతు నుంచి ఎక్కువ లోతుగా నలుపు నుంచి ముదురు గోధుమరంగుగా ఉండి కొన్ని అంగుళాల నుంచి 20 అడుగుల లోతువరకు వ్యాపిస్తాయి ఇవి ఎక్కువ బంకమన్ను ఇసుక బంకమన్నుతో ఏర్పడ్డాయి ఇందులో 65-80 శాతం సన్నని రేణువులు (మట్టి ఇసుక) ఉన్నాయి ఈ నేలల్లో కాల్షియం మెగ్నీషియం కార్బొనేట్లు 30 శాతం ఇనుము ఎక్కువ కాల్షియం మెగ్నీషియం అల్యూమినియమ్‌లు ఉన్నాయి వీటిలో ఫాస్ఫరస్, నత్రజని సేంద్రియ ఎరువులు చాలా తక్కువ పొటాష్ తగినంత ఉంటుంది వీటి ఉదజని సూచిక 7 5 నుంచి 8 5 వరకు ఉంటుంది వీటినుంచి బంకమన్ను నేలలు ఏర్పడ్డాయి ఇందులో ఇసుక చాలా తక్కువగా ఉంటుంది ఈ నేల నీటికి ఉబ్బి, ఎండకు కుచించుకుపోవడం వల్ల ఎండాకాలంలో పగుళ్ళను చూపిస్తుంది

మహారాష్ట్రలో ఇవి ఎత్తైన ఏటవాలు ప్రాంతాల్లో ఉన్నాయి ఈ నేలలు లేతరంగులో పలుచగా తక్కువ పోషక పదార్థాలతో ఉన్నాయి లోయల్లో వంపుల క్రింద నేలలు బాగా లోతుగా బంకమన్ను నలుపురంగులో ఉంటాయి మధ్యప్రదేశ్‌లోని తపతి నర్మదా లోయలు ఆంధ్రప్రదేశ్‌లోని గోదావరి కృష్ణా నదులలో ఆరుమీటర్ల లోతువరకు ఈనేలలు ఉన్నాయి కర్ణాటక నేలల్లో లవణాలు భిన్నంగా ఉంటాయి

3 ఎర్రనేలలు •

ఈ నేలల్లో రంధ్రాలుండి (Porous) నలిపినపుడు పొడిపొడిగా మారే లక్షణాలున్నాయి ఈ నేలల్లో ఇనుము యొక్క అనేక ఆక్సైడులుండడం వల్ల ఎరుపురంగులో (తుప్పురంగు) ఉంటుంది ఈ ఆక్సైడులు నేలల్లో ఉండే రాళ్ళవల్ల లేదా నేలలోనే ఏర్పడతాయి ఈ నేలలను ఎర్రని సారవంతమైన నేల ఎర్రని ఇసుకనేల లేదా ఎర్రని ఒండలినేల అంటారు ఇవి గ్రానైట్లు, షేల్స్ (Shales) క్వార్ట్జైట్ (Quartzite) రాళ్ళనుంచి ఏర్పడ్డాయి ఈ నేలల్లో

[illegible] ండటం. నత్రజని, పొటాష్, ఫాస్ఫరస్ [illegible], గోవా, డామన్, డ్యు, దక్షిణ తూర్పు మహారాష్ట్ర [illegible], బీహార్, బెంగాల్ లోని బిర్ బం జిల్లాలో, ఉత్తరప్రదేశ్ [illegible]

[illegible] అవి (1) ఎర్ర బంకమన్ను నేలలు (2) ఎర్ర నేలలు [illegible] జన్ సూచిక 6 6-8 0 ఉంటుంది ఇవి తక్కువ లోతుగా, తక్కువ [illegible] యి. కర్ణాటకలో తూర్పు ప్రాంతమంతా ఎర్రనేలతో. షిమోగా, హసన్ జిల్లాల్లో [illegible] మన్ను నేలలున్నాయి ఇందులో పొటాష్ ఫాస్ఫరస్ [illegible] తక్కువగా [illegible] యి ఇనుము, అల్యూమినియం 30-40 శాతం [illegible] న్నాయి. వీటి ఉదజని సూచిక 5 0-6 8 ఉంటుంది [illegible] నుంచి తరలివచ్చిన ఎర్ర నేలలున్నాయి ఆంధ్రప్రదేశ్ లో తెలంగాణ [illegible] న్ను నేలలు ఉన్నాయి

[illegible]

[illegible] రాళ్ళనుంచి ఏర్పడి ఆమ్ల, క్షార లక్షణాలతో [illegible] ఇనుము, అల్యూమినియం, మెగ్నీషియం [illegible] (Texture) ఉంటాయి నీటి, తేమ [illegible] 5-6 [illegible] ఉంటుంది. ఇవి కర్ణాటక, కేరళ, మధ్యప్రదేశ్, ఒరిస్సా [illegible] బెంగాల్, తమిళనాడు, అస్సాంలలో ఉన్నాయి. [illegible]

[illegible] (Laterite) [illegible] ప్రదేశాల్లో, వెలిసిన ఎరుపురంగుతో, [illegible] తక్కువ ఎత్తులో ఏర్పడిన నేలలు ముదురురంగులో అధిక హ్యూమస్ (Humus) [illegible], నీటిని నిలవచేయక, మంచి వయసంతో ఉంటాయి ఇవి మహారాష్ట్ర [illegible] లో, [illegible], కేరళ, దక్కన్ పీఠభూమి, మధ్యప్రదేశ్, ఒరిస్సాలలో ఉన్నాయి.

5. లవణీయ క్షారనేలలు :

మూలవ్యవస్థ ప్రాంతంలో [illegible] లు అధికంగా చేరటంవల్ల లవణీయనేలలు ఏర్పడతాయి వీటిలో సోడియం (Na), [illegible] (Ca), మెగ్నీషియం (Mg) లవణాలుంటాయి ఈ నేలలు [illegible] (దక్షిణ మరియు పడమర) సింధూ - గంగానది ఒండలి కల ఉత్తర తీరప్రాంతాలలో, [illegible] కప్పిస్తాయి ఈ నేలల ఉదజని సూచిక 8 5 ఉంటుంది నేలలో [illegible] తెల్లని కుప్పలు ఏర్పడిన నేలను తెల్ల క్షారం (White alkali) అంటారు [illegible] సోడియం లవణాలు ఉంటే క్షారనేలలు (Alkaline soils) అంటారు [illegible] ర్పు 15 శాతం వరకు ఉంటుంది. ఉదజని సూచిక [illegible] లు పెంకవు కాబట్టి భౌతిక లక్షణం సాగుకు అనుకూలించ [illegible] నల్లగా మారి నల్లక్షారం (Black alkali) ఏర్పడుతుంది [illegible] లు (Non - saline alkaline soils) అంటారు. ఈ నేలయ [illegible] కల ప్రాంతాలల్లో ఏర్పడతాయి ఇవి తక్కువ పంట ఉత్పత్తుల ద్వారా [illegible] నష్టాన్ని కలుగచేస్తాయి నీరు నేలలో ఇంకకపోవడం వల్ల పంటనష్టం [illegible] లేదా క్షారం ఎక్కువైనా, పంటలు పండవు

నేలలో సారాన్ని సరిదిద్దటం (Reclamation)

1 వేరు వ్యవస్థలో పేరుకుపోయిన లవణాలను దూరంగా నేల పొరలలోనికి తరలించాలి
2 కాల్షియం లవణాలున్నపుడు జిప్సమ్ (Gypsum) వాడాలి క్షార లక్షణం తీవ్రతను అనుసరించి ఒక హెక్టారుకు 10 మెట్రిక్ టన్నుల జిప్సమ్‌ను చల్లి పొలాన్ని బాగా దున్నిన తర్వాత నీరు పెట్టాలి
3 హరిత ఎరువులను పెంచటం లేదా హరిత ఎరువులను వాడి నేలను బాగా లోతుగా దున్ని క్షారత్వాన్ని కొంతవరకు తగ్గించాలి
4 కాల్షియం కార్బొనేట్ ఉండే నేలలో హెక్టారుకు $2\frac{1}{2}$ 4 టన్నుల సల్ఫర్ వాడాలి

6 ఆమ్లనేలలు

ఈ నేలల ఉదజని సూచిక 7 0 కు తక్కువగా ఉంటుంది ఇవి ఎక్కువగా హిమాలయాల్లో గంగా డెల్టా తీరాల్లో ఉన్నాయి బాగా తేమఉన్న ప్రాంతాల్లో వర్షం ఎక్కువగా కురిసినపుడు నేలలో ఉండే నీటిలో కరిగే క్షారాలు పల్లంవైపు వరదనీటిలో కొట్టుకుపోతాయి తరచుగా ఈ చర్య జరగటంవ హైడ్రోజన్ అయాన్‌లు కాల్షియం మెగ్నీషియం పొటాషియం సోడియం అయాన్ల నంలోచేరి ఉదజని సూచికను తగ్గిస్తాయి నేలలో ఆమ్ల లక్షణం అధికమై మొక్కలను పెర నీయవు నేలలో ఫాస్పరస్ కాల్షియం మెగ్నీషియం పోషకాలు తక్కువై ఆమ్లలక్షణం పెరుగుతుంది సూక్ష్మజీవసంబంధ చర్యలు బాగా దెబ్బ తింటాయి ఈ నేలలో సాగుకు కావల్సిన చర్యలను చేపట్టాలి

సరిదిద్దటం

సున్నం కలపటం (Liming of soil) ఆమ్లనేలలను తటస్థీకరణం చేసి నేలకు సహజ లక్షణాలను కలిగించాలి నేలలో కాల్షియం కొరత ఏర్పడినపుడు శాఖలు వేళ్ల చివరలు తొందరగా నష్టపోతాయి కాబట్టి నేలలో సున్నాన్ని హెక్టారుకు 100 కిలోల కంటే ఎక్కువగా చల్లాలి అప్పుడు ఉదజని సూచిక 6 5 7 0 కు చేరుతుంది పొలంలో ఆమ్ల ఎరువులు - అమ్మోనియమ్ సల్ఫేట్‌లను వాడకూడదు వర్షంవల్ల నేలలో కాల్షియం, మెగ్నీషియం పొటాష్ మొదలైనవి కొట్టుకుపోయి నేల ఆమ్లత్వం అవుతుంది కాబట్టి కాల్షియంవాడి తటస్థీకరణ చేయాలి

7 అడవినేలలు, కొండనేలలు

ఇందులో రెండు రకాలున్నాయి ఆమ్ల హ్యూమస్ వలన ఏర్పడిన ఆమ్లస్థితి నేలలు తటస్థస్థితి కల నేలలు అన్ని అడవులలో ఈ నేలలు కనిపిస్తాయి అస్సాంలోని కొండ ప్రాంతాల నేలలో అధికంగా సేంద్రియ పదార్థాలు, నత్రజని ఉన్నాయి గూర్గ్ (Goorg) కొండ నేలలు లోతుగా అధికసారంతో ఉన్నాయి డార్జిలింగ్‌లో నేల ఉపరితలం పొరలలో బాగా కుళ్లిన హ్యూమస్, లవణాలు ఉన్నాయి ఈ నేలలు ఆమ్ల లక్షణాలను కలిగి ఉంటాయి ఈ నేలలు గోధుమరంగులో ఉండి తేమ ఉష్ణం అధికంగా ఉంటాయి

8 శుష్కనేలలు, ఎడారినేలలు :

రాజస్థాన్‌లోని) విస్తరించాయి వీటిలో ఇసుక ఎక్కువ నీటిలో కరిగే లవణాలు అధికంగా ఉంటాయి ఉదజని సూచిక 7 2 9 2 ఉంటుంది నేలలో సేంద్రియ పదార్థం చాలా తక్కువ నీరుండదు ఈ ఎడారిలో పడమర నుంచి ఉత్తరం పడమర నుంచి తూర్పు, ఉత్తరం నుంచి తూర్పువైపు నేలపారం పెరగటానికి అవకాశం ఉంది ఈ నేలలకు సరియైన నీటి సదుపాయం కలిగించి సాగుకు తేవచ్చు

9 ఎట్‌లోక్యూ[illegible] నేలలు

వర్షాకాలంలో నేలంతా నీటిలో మునిగి ఉంటుంది వీటిలో అధికశాతం సేంద్రియ పదార్థాలు ఎక్కువగా ఉంటాయి ఈ రకం నేలలు తేమకల ప్రాంతాలలో ఏర్పడతాయి [illegible] ఆమ్లంలో 40% సేంద్రియ పదార్థాలతో ఉంటాయి సున్నం చాలా తక్కువ [illegible] ప్రదేశాలలో తీరప్రాంత తటాకాలలో ఒక్కొక్కసారి నీరు [illegible] (Anaerobic) కలుగుతుంది ఈ రకం నేలలో వివిధ రకాలుగా సేంద్రియ పదార్థముంటుంది [illegible] ఒరిస్సా తీరంలో దక్షిణతూర్పు తమిళనాడులో కనిపిస్తాయి

ఆంధ్రప్రదేశ్‌లోని నేలలు

పైన వివరించిన అన్ని రకాల నేలలు ఆంధ్రప్రదేశ్‌లో ఉన్నాయి అందులో ఒండలి నల్ల ఎర్ర నేలలు అధికంగా ఉన్నాయి ఇక మిగిలిన నేలలు పరిమితంగా ఉన్నాయి

I ఎర్రనేలలు

సాగులో ఉన్న నేలల్లో 65 శాతం ఈ నేలలోనిదే ఇందులో ఐదు రకాలున్నాయి

1 దుబ్బనేలలు ఇవి ముతక గ్రానైట్ నుంచి ఏర్పడినవి చాలాలోతుగా ఉరడి ఇసుక బంకమన్ను సుంఎ బా ముతక ఇసుకబంకమన్నుతో ఉంటాయి నేలలోతు పెరిగినకొద్దీ బంకమన్ను ఎక్కువవుతుంది దీనివల్ల నీటి రవాణా పెరుగుతుంది ఈ నేలల్లో నత్రజని, సేంద్రియ కార్బన్ చాలా తక్కువగా పొటాషియం ఎక్కువగా ఉంటాయి

2 చెల్కనేలలు ఇవి చాలా ఎఱుపుగా ఇసుక బంకమన్నుతో తక్కువ లోతుగా ఉండి ఉపరితలంపై గిట్టిపొరను ఏర్పరచుకొంటాయి నేలలో 10 సెం మీ మందం చిన్నచిన్న రాళ్ళు గులకరాళ్ళుంటాయి నేల పొడిపొడిగా ఉంటుంది వీటిలో తక్కువ నత్రజని మధ్యస్థంగా ఫాస్ఫరస్ ఎక్కువగా పొటాష్ ఉంటయి

3 ఇసుక బంకమన్ను నేలలు వీటిలో బంకమన్ను చాలా ఎక్కువగా ఉంటుంది ఇవి పల్లపు ప్రాంతాలలో కల నేలలు నేలలో నీరు ఎక్కువగా నిలుస్తుంది ఉపనేలలో కొద్దిగా బంకమన్ను, కాల్కేరియస్ రాళ్లు (Calcarious gravel) సున్నంముద్దలు ఉంటాయి వీటిలో నత్రజని ఫాస్ఫరస్ తక్కువగా పొటాష్ సరిపోవునంతగా ఉన్నాయి

4 లోతైన బంకమన్ను నేలలు ఇవి దాదాపుగా ఇసుక బంకమన్ను నేలమాదిరిగా ఉంటాయి కాని లోతు 90 180 సెం మీ ఉంటుంది నేల గుల్లగా ఉంటుంది కాబట్టి పదార్థాల రవాణా సులువుగా వేగంగా జరుగుతుంది ఉపరితలంలో ఎక్కువ బంకమన్నుండుటవల్ల రవాణా కష్టమవుతుంది ఇవి కరీంనగర్ అడవులలో తూర్పు పశ్చిమ గోదావరి జిల్లాల్లో అరకు లోయలో ఉన్నాయి

5 చాలా లోతైన ఇసుక బంకమన్ను నేలలు ఇవి కరీంనగర్ మెదక్ కృష్ణా గోదావరి జిల్లాల్లో కన్పిస్తాయి ఇవి 120 సెం మీ కంటే ఎక్కువ లోతుగా ఉంటాయి లోతు పెరిగిన కొద్దీ బంకమన్ను శాతం పెరుగుతుంది వీటిలో నీరు నిలవచేసుకునే లక్షణముంది ఇందులో నత్రజని తక్కువగా ఫాస్ఫరస్ మధ్య రకంగా పొటాష్ అధికంగా ఉంటాయి

II లాటరైట్, లాటరైటిక్ నేలలు

ఇవి వెచ్చని తేమ శీతోష్ణస్థితి మంచి వర్షపాతం, డ్రెయినేజ్ కల ప్రాంతంలలో ఏర్పడే ఎర్రనేలలు ఇవి మెదక్ రంగారెడ్డి నెల్లూరు ప్రకాశం విశాఖపట్నం జిల్లాల్లో కొద్దిగా కనిపిస్తాయి వీటి పయనం తేలికగా ఉండి లోతుపెరిగిన కొద్దీ బాగా నుందం అవుతుంది ఇవి కొంచెం ఆమ్లనేలలు సున్నంతో సరిదిద్దాలి నత్రజని, ఫాస్ఫరస్ చాలా తక్కువ ఇవి మంచి ఉత్పత్తినిస్తాయి

III నల్లనేలలు

సాగులో కల నేలల్లో 25 శాతం ఈ నేలలే వీటి వయనం ఇసుక ఒండ్రుమన్ను నుంచి బంకమన్నులో ఉంటుంది ఉదజని సూచిక 7 5 9 0 ఉంటుంది నీటి లోతుననుసరించి తక్కువ లోతు మధ్యరకం అధికలోతు (Shalio, meaium, deep black soils) నల్ల నేలలుగా విభజించవచ్చు నీటి నిలవ అధికం కాల్షియం అధికంగా ఉంటుంది నీరు ఇంకటం రవాణా, డ్రెయినేజ్ చాలా తక్కువ నత్రజని, పొటాష్, ఫాస్ఫరస్‌లు ఉంటాయి ఇవి రాష్ట్రమంతటా ఉన్నాయి

కలిసి ఉన్న ఎర్ర, నల్లనేలలు ఇవి తెలంగాణాలో కన్పిస్తాయి ఇందులో నేల ఎత్తు పల్లాలున్న ప్రాంతాలలో గట్లపై ఉన్నవి ఎర్రనేలలు వీటి నుంచి చిన్న మట్టిరేణువులు పల్లంవైపు ప్రయాణించి వంపులో నిలుస్తాయి ఏటవాలుగ ఉన్న నేలలో ఎర్రనేలలు నల్లనేలలు ఉంటాయి వీటి లక్షణాలు ఎర్ర నల్ల నేలను పోలి ఉంటాయి

IV ఒండలి నేలలు

ఇవి కృష్ణా గోదావరి నదులు వాటి పాయల వెంబడి ఉన్నాయి ఈనేల ధర్మాలన్నిటికి దీనిలోని ఒండలి ఆధారం వీటి వయనం బురదలాగా ఉంటుంది ఇవి తటస్థస్థితి నుంచి క్షార లక్షణాలను కలిగి ఉంటాయి ఈ నేలల్లో తక్కువగా నత్రజని మాధ్యమికంగా ఫాస్ఫరస్ ఎక్కువగా పొటాష్ ఉంటాయి

V డెల్టా ఒండలినేలలు

ఇవి కృష్ణా గోదావరి నదులు సముద్రంలో కలిసే ప్రాంతంలో ఉన్నాయి ఇవి అధిక బంకమన్నుతో క్షార లక్షణాలతో ఉంటాయి వీటిలో డ్రెయినేజ్ చాలా తక్కువ వీటిలో నిల్చిన నీటిని సరిగా బయటికిపంపి (డ్రెయినేజ్) సాగుచేయాలి ఇవి అధిక ఉత్పత్తులను ఇస్తాయి

VI లవణీయ క్షారనేలలు

ఇవి సముద్ర తీరంవెంబడి ఉన్నాయి సాగుకు పనికిరావు

VII తీరప్రాంతపు ఇసుక నేలలు

ఇవి సముద్రతీరం వెంబడి కనిపిస్తాయి ఈ రకం నేలల్లో పెద్ద రంధ్రాలున్న అంతరస్థలం (Macropore space) ఉంటుంది వీటిలో నీరుండదు పోషకాలు లేవు ఉప్పునేలలో ఉప్పుకయ్యలు (Brackish) ఉంటాయి

మల్బరీ పెంపకానికి తగిన నేలలు

పట్టుపరిశ్రమలో మల్బరీని కేవలం ఆకులకోసం సాగుచేస్తారు ఆకు ఉత్పత్తి నేల లక్షణాలు ధర్మాలు అందులోని పోషకపదార్థాలపై ఆధారపడుతుంది కాబట్టి మల్బరీ

పెంపకానికై నేలలో స్థూల సూక్ష్మ పోషకాలుండాలి నేల పొరలలో ఆక్సిజన్ ఉన్నపుడు వేర్లు బాగా అభివృద్ధి చెందుతాయి నేలకు నీటిని తేమను నిలవచేసే లక్షణం ఉండాలి అయితే నీరు అధికంగా నిలవ ఉండకూడదు పెరిగే మొక్కకు ఊతనివ్వాలి బంకమన్ను బురద లేదా బంకమన్ను నేలల్లో ఏపుగా పెరుగుతుంది నేలలు చాలా లోతుగా ఉండి పొడిపొడిగా ఉండాలి

మల్బరీని కాశ్మీర్ పశ్చిమబెంగాల్‌లలోని ఒండలి నేలల్లో కర్ణాటకలో ఎర్ర బంకమన్ను నుంచి ఎర్ర ఇసుకబంకమన్ను నేలల్లో, కొన్ని ప్రాంతాలలో నల్లనేలల్లో సాగు చేస్తారు మైసూర్ అస్సాం కొండ ప్రాంతాలలో లాటరైట్ లాటరైటిక్ నేలల్లో మల్బరీ పెంపకం చేస్తారు ఆంధ్రప్రదేశ్ తమిళనాడులలో మల్బరీని ఎక్కువగా గ్రానైట్లు, నైస్‌లు (Gneisses) నుంచి ఏర్పడిన ఎర్ర నేలల్లో సాగుచేస్తారు అంతేకాకుండ నల్లనేలలు, బంకమన్ను నేలల్లో కూడా పెంచుతారు సాగుకు ఉదజని సూచిక 6 2 6 8 ఉండాలి కొద్దిగా ఆమ్ల నేలలు అంటే 6 5 ఉదజని సూచికకు రగా ఉండి హానికర లవణాలులేని నేలలు మల్బరీకి మంచివి లవణీయ క్షార నేలలు అధిక నేలలు మల్బరీకి ఏమాత్రం పనికిరావు ఒకవేళ తప్పనిసరి అయినపుడు ఈ నేలలకు జిప్సమ్ దా సల్ఫర్ లేదా ఆవుపేడ వేసి వాడవచ్చు నేల ఉదజని సూచికనుబట్టి, లవణాల స్థాయిననుసరించి జిప్సమ్‌ను హెక్టారుకు ఎంతవాడాలో నిర్ణయించాలి నేలను వృద్ధిచేయటానికి జిప్సమ్ వాడినపుడు కంపోస్ట్ లేదా పెంటను ఎక్కువ మోతాదులో వాడి నీరు అధికంగా పెట్టి, లవణీయ క్షారనేలలను బాగా సారవంతం చేయవచ్చు ఆమ్ల నేల సాగుకు సున్నం వాడాలి ఏది ఏమైనా నేలరకం మల్బరీ ఆకుల ఉత్పత్తిపైనా నాణ్యతపైనా ప్రభావం చూపెడుతుంది కాబట్టి చివరగా నేల స్వభావం పట్టుపురుగుల పెరుగుదల కాయల నాణ్యత, పరిమాణంపైన పరోక్షంగా ప్రభావాన్ని చూపెడుతుంది పైనతెల్పిన విషయాలను బట్టి మల్బరీ సాగుకు నేల ఎంపిక అతిముఖ్యం అని గమనించాలి

నేల ధర్మాలు

1 నేల వయనం (Soil texture) ఇది నేలలో ముతక (Coarse) మరియు నునుపు (Fine) రేణువుల శాతం తెలుపుతుంది ఈ రేణువుల పరిమాణం ఆకారం వివిధ రకాలుగా ఉంటుంది రేణువుల పరిమాణం ఆధారంగా ఈ క్రింది విధంగా వర్గీకరించవచ్చు

క్రమ సంఖ్య	వర్గీకరణ	రేణువు పరిమాణం (వ్యాసం మి మీ లలో)
1	రాళ్ళు (Stone)	10 100 లేదా ఇంకా ఎక్కువ
2	గులకరాళ్ళు (Gravel)	2 10
3	చిన్న గులకరాళ్ళు (Fine gravel)	1 2
4	ముతక ఇసుక (Coarse sand)	0 5 1
5	మధ్యరకం ఇసుక (Medium sand)	0 25 0 5
6	నునుపు ఇసుక (Fine sand)	0 02 0 2
7	చాలా చిన్నపరిమాణం ఇసుక (Very fine)	0 05 0 1
8	బురద (Silt)	0 002 0 05
9	బంకమన్ను (Clay)	0 002 కంటే తక్కువ

వయనం ఆధారంగా తేలిక, [illegible] Moo[illegible], [illegible]
గుర్తించవచ్చు మంచినేలలో [illegible]

2. నేల రంగు (Soil colo[illegible]) : [illegible]
ఉండటం వల్ల నేలకు రంగు [illegible]
(Muncell Colou[illegible] Cha[illegible]) [illegible]
చిప్స్ (Chips) ఉంటాయి

3. నేల ఉష్ణోగ్రత (Soil tem[illegible]) [illegible]
ముదురురంగు నేలలు ఎక్కు[illegible]
పెరుగుదలకు తోడ్పడుతుంది [illegible]
Thermocuples) కొలవవచ్చు

4. నేల తేమ (Soil mois[illegible]) : [illegible]
ఉపరితలంపై నీటిపొర కూడా ఉంటా[illegible], [illegible] నీటి [illegible]
ప్రభావితం చేస్తాయి. పొలంలో [illegible] ఎట
శాతాన్ని క్షేత్ర ఆర్ద్రత (Field [illegible] కింది సూత్రంతో
లెక్కించాలి.

తేమ శాతం = $\frac{\text{తాజానేల బరువు [illegible]}}{\text{పొడి నేల [illegible]}}$ [illegible]

5. నేలలోని గాలి (Soil ai[illegible] [illegible]
గాలిలో నత్రజని. ఆక్సిజన్ [illegible]
వాయుమార్పిడి, వ్యాపనంవల్ల [illegible]

6. నేల సాంద్రత, రంధ్రాల [illegible]
రంధ్రాలలో గాలి, నీరు ఉంటాయి [illegible]

7. నేల ఉదజనిసూచిక (Soil [illegible]) : [illegible]
ఉంటాయి ఒకవేళ OH^- [illegible] ; లేదా H^+ కంటే OH^-
ఎక్కువైనపుడు క్షారంగా మార[illegible] పెరుగుదల, జీవించే లక్షణం,
పోషక పదార్థాలు అందించట[illegible] సూచిక 3 ఉన్నపుడు వేరుకణాల
జీవపదార్థం అధికంగా నష్ట[illegible] ఎక్కువైనపుడు ఆకులు ప్రత్యేక
లక్షణాలను ప్రదర్శిస్తాయి [illegible] సరిదిద్దవచ్చు. ఈ ఉదజని సూచిక
నేలరసాయన లక్షణాలను, [illegible]

8. నేలలోని సేంద్రియ పదా[illegible] ([illegible]) : ఇవి నేల సామర్థ్యాన్ని
పెంచుతాయి ఇవి నేలలో[illegible] పనిచేయడం వల్ల, ఈ
సూక్ష్మజీవులు నేలలోని క్లిష్టమైన [illegible]స్తాయి. వీటిని
మొక్కలు గ్రహిస్తాయి. [illegible] నేల
భౌతికస్థితిని పెంచుతాయి. నేల[illegible], శీతోష్ణస్థితి,
జీవసంబంధ చర్యలపై ఆధారపడుతుం[illegible]

వివిధ నేలల్లో సేంద్రియ పదార్థం విలువలు :

లోతైన నల్లనేల (Deep black soil)	0 34 0 77 శాతం
ఎర్రవి లాటరైట్ నేలలు	0 68-6 53 శాతం
ఒండలి నేలలు	0 28 1 10 శాతం

హ్యూమస్ నందలి పదార్థాల శాతం

కార్బన్	— 50%
ఆక్సిజన్	— 35%
నైట్రోజన్	— 5%
హైడ్రోజన్	— 5%

బూడిద 5% ఉన్నాయి

పొటాష్, ఫాస్ఫరస్ సల్ఫర్ మొదలైనవి 5% ఉన్నాయి

మల్బరీపాగుకు నేలలో కావలసిన పోషకపదార్థాలు – వాటి స్థాయి

ఉదజని సూచిక	6 2 6 8
నైట్రోజన్	0 15 శాతం
తేమ	1 05 శాతం
ఫాస్ఫరస్	0 65 శాతం
పొటాష్	0 70 శాతం
కాల్షియం ఆక్సైడు	1 53 శాతం
మెగ్నీషియం ఆక్సైడు	0 61 శాతం
Al_2O_3	7 03 శాతం
Fe_2O_3	4 90 శాతం

నేల లోతుగా ఉండి, బంకమన్ను బురద (loam), మంచి తేమ నీటి వసరులు, డ్రెయినేజ్ మొదలైనవి ఉండాలి

ప్రశ్నలు

I. ఈ కింది అంశాలకు లఘుటీక రాయండి

1 మీకు తెలిసిన నేలల రకాలను రాయండి

2 నేల ఎర్రగా ఎందుకుంటుంది ?

3 తెల్ల క్షారమంటే ఏమిటి ?

4 క్షారనేలలు అంటే ఏమిటి ?

5 నల్లక్షారం అంటే ఏమిటి ?

6 మల్బరీకి కావల్సిన ఉదజని సూచిక తెలపండి

7 మీకు తెల్సిన నేల ధర్మాలను తెలపండి

8 నేలరంగు దేనిపై ఆధారపడుతుంది

9 నేల ఉష్ణోగ్రతను కొలిచే సాధనం ఏది?

0 క్షేత్ర ఆర్ద్రతను నిర్వచించండి

ఈ కింది వాటికి వ్యాసాలు రాయండి

1 భారతదేశంలో కల వివిధ నేలల గురించి రాయండి

2 ఆంధ్రప్రదేశ్ నేలల గురించి తెలపండి

3 లవణీయ క్షారనేలలు, ఆమ్లనేలలను గురించి వివరించండి

4 ఆంధ్రప్రదేశ్ లోని ఎర్రనేలల రకాలను వివరించండి

5 మల్బరీ పెంపకానికి తగిన నేలల గురించి రాయండి

6 నేల ధర్మాలను వివరించండి

4. మల్బరీ సాగుకు నేల ఎంపిక

పంటల పెరుగుదల వైవాయస, నేల స్థితులపై ఆధారపడుతుంది వైవాయసస్థితి ప్రకృతిపై ఆధారపడి ఉంటుంది నేలను మొక్కల పెంపకానికి అనువుగా మార్చటానికి అవకాశం ఉంది అంటే అందులోని పోషక విలువలను ఎరువుల వినియోగంతో పెంచి సరియైన నీటి పారుదలపద్ధతిని ఆచరించి నేలలో తేమనిలవను పెంచినట్లైతే మొక్కల పెరుగుదలకు ఉపయుక్తంగా తయారుచేయవచ్చు అయితే ఏ రకంగాను పనికిరాని నేలను సాగులోకి తేవటం వీలుకాదు మంచి నిర్మాణం వయనం (Texture) నేలలో గాలి, నీటి నిలవలు, ఊతనిచ్చే లక్షణాలు పోషక విలువలు ఉన్న నేల మొక్కల పెరుగుదలకు తోడ్పడుతుంది మొక్కకు అవసరమైన పోషక పదార్థాలు నీరు లవణాలు నేలనుంచి లభ్యంకావాలి అప్పుడే అది ఏపుగా పెరిగి మంచి ఉత్పత్తిని ఇస్తుంది మల్బరీలో పురుగుల పెంపకానికి వినియోగించే ఆకుల నాణ్యత పట్టుకాయల నాణ్యతను ప్రభావితం చేస్తుంది కాబట్టి దీనికి తగిన విధంగా

నేల ఎంపిక

1 ఉనికి ఆకు నాణ్యత దృష్ట్యా మల్బరీ తోటలోనే (క్షేత్రం) పురుగుల పెంపకగృహం (Rearing room) ఉండాలి ఈ విధంగా వీలుకాకపోతే సాధ్యమైనంత దగ్గరగా పెంపక గృహం ఉండేటట్లు చూడాలి దీని వలన ఎక్కువదూరం నుంచి ఆకులను తేవడంలో అంటే రవాణా, కూలీల నిర్వహణలో ఆకు నాణ్యత కాపాడుటలో ఇబ్బందులు ఉండవు ఆకులను కోయగానే నీటిని నష్టపోవడంవల్ల వాడిపోయి మేతకు పనికిరావు ఈ విధమైన నష్టం ఎండాకాలంలో ఎక్కువ అందువల్ల నేలను ఎంపిక చేసేటపుడు ఈ విషయాలను దృష్టిలో ఉంచుకోవాలి

2 నేల నేల సారవంతమై నీరు నిలవకుండా మంచి వయనంలో (Texture), రంధ్రాలతో తేమను బాగా నిలవచేసే సామర్థ్యంతో, కొంచెం ఆమ్లత్వంతో (6 2 6 8 pH) ఊతనిచ్చే లక్షణాలతో ఉండాలి మొక్కలకు హానికలిగించే లవణాలు లేని నేలలు మల్బరీ పెరుగుదలకు బాగా తోడ్పడతాయి లవణీయ క్షార నేలలను (Saline and alkaline soils) జిప్సమ్ హరిత ఎరువులను వినియోగించి సాగు చేయవచ్చు నేల pH ను బట్టి లవణాలను బట్టి జిప్సమ్‌ను హెక్టారుకు ఎంతవాడాలో నిర్ణయించాలి ఆమ్లనేల సాగుకు సున్నం వాడాలి మల్బరీ ఎర్రనేలలు నల్లనేలలు నదుల ఒండలి నేలలు బంకమన్ను సారంఉన్న నేలల్లో పెరుగుతుంది

3 స్థలాకృతి (Topography) చదునైన సారమైన నేలల్లో మల్బరీ ఏపుగా పెరుగుతుంది కొన్ని ప్రాంతాల్లో వ్యవసాయానికి తోటపనికి అవసరమయ్యే నేలను మల్బరీ సాగుకు వినియోగించటానికి వీలుకాని పక్షంలో పల్లపు ప్రాంతాల్లో లేదా కొండల అంచులవెంబడి మల్బరీని పెంచవచ్చు పల్లం 15° కంటే తక్కువగా ఉన్నపుడు మల్బరీని వరుసల ఆకారంలోను బాగా ఎక్కువ పల్లాల్లో లేదా ఏటవాలుల్లో (15° 30°) వేదికలను (Terraces)

తయారుచేసి నాట్లు వేయాలి నేలను అనేక వేదికలుగా చేయటంవల్ల నేల సంరక్షణం (Soil conservation) చేసి తేమ నష్టంలేకుండా నిరోధించవచ్చు అంతేకాకుండ పొలంలో మందంగా గట్లను తయారుచేసి గట్లవెంబడి మొక్కలను నాటితే మంచి ఫలితాలు ఉంటాయి నేలలో క్రమం తప్పకుండా అవసరమైన కంపోస్ట్ పెంట సున్నం వాడి సారవంతం చేయాలి మల్బరీ కొద్ది మోతాదు సారంకల నేలలనుంచి అధిక మోతాదుసారం గల నేలల్లో పెరుగుతుంది దీని పెరుగుదల కేవలం నేలలో లభించే సారంపైన కాకుండా రైతులు అందించే ఎరువులపై ఆధారపడుతుంది ప్రకృతిసిద్ధమైన నేలకు అనుబంధంగాచేరిన అధిక పోషకపదార్థాలు నీరు మల్బరీ ఏపుగా పెరగటానికి తోడ్పడతాయి మల్బరీసాగుకు నేల ఎంపికలో ముఖ్య లక్ష్యం - కనీసం ఎకరానికి 20 టన్నుల ఆకు ఉత్పత్తి చేయటం ఈ ఉత్పత్తిని తరవాతి పంటలలో 30 టన్నులకు పెంచటానికి తగిన చర్యలు తీసుకోవాలి

నీరు ఎక్కువగా నిలవ ఉన్న నేలలో మల్బరీ సరిగా పెరగదు ఈ నేలల్లో మొక్కలను కొద్దిగా మట్టి ఎత్తుగా చేసి నాటినట్లైతే నీటి ప్రభావం తక్కువై మొక్క సరిగా పెరుగుతుంది అంతేకాకుండ నీరు నిలవకుండా తగిన చర్యలు చేపట్టాలి

4 మల్బరీతోట – పరిసరాలు పొగాకు మిరప ప్రత్తి మొదలగు పంటలకు దగ్గరగా మల్బరీ పెంచకూడదు తోట పరిసరాలలో భవనాలు పరిశ్రమలు ఎత్తైన వృక్షాలు పైన తెల్పిన పైర్లు ఉంటే అవి మల్బరీ ఆకుల నాణ్యతను మొక్కల పెరుగుదలను నిరోధిస్తాయి శీతోష్ణ ప్రాంతం కాశ్మీర్ మొదలైన ప్రాంతాల్లో వృక్షాలు భవనాలు తోటకు ఉత్తరంలో ఉన్నపుడు మొగ్గలు తొందరగా వృద్ధిచెందుతాయి ఒకవేళ తూర్పు - దక్షిణంగా లేదా దక్షిణ - పడమరగా ఉంటే మొక్కలకు కావలసిన సూర్యరశ్మి అడ్డగించబడి సరిగా పెరగవు పరిశ్రమలపొగ ఆకు నాణ్యతకు నష్టం కలుగచేస్తుంది మురికి నీరు హాని చేస్తుంది పొగాకుతోటల నికోటిన్ మల్బరీ ఆకుల ద్వారా పట్టుపురుగులోకి ప్రవేశించి హాని కలిగిస్తుంది కాబట్టి పొగాకుతోటకు 100 మీ దూరంగా మల్బరీని పెంచాలి పంట ఉత్పత్తులను పెంచే ఉద్దేశ్యంతో, చీడల నివారణ వ్యాధుల నియంత్రణకోసం వివిధ రకాల క్రిమిసంహారక మందులను వినియోగిస్తున్నారు ఈ రకం మందులు మల్బరీకి పట్టుపురుగులకు హానిచేస్తాయి కాబట్టి మల్బరీతోట పరిసరాలలో ఈ రసాయనాలను చల్లేటపుడు అధిక జాగ్రత్తను తీసుకోవాలి

నేలను తయారుచేయటం

పైన వివరించిన విషయాలను గుర్తుంచుకొని మల్బరీసాగుకు స్థలాన్ని ఎంపికచేసి సాగుకు అనువుగా తయారుచేయాలి మొట్టమొదటగా ఆస్థలంలోని చిన్నచిన్న పొదలను వృక్షాలను, బండరాళ్ళను పూర్తిగా తొలగించాలి తర్వాత నేలను చదునుచేయాలి చదునుచేయటం స్థలం ఎంపికపై ఆధారపడి ఉంటుంది ఎందుకంటే బల్లపరుపైన వేదికలను పల్లపు నేలలను చదునుచేయటం కష్టం, ఖర్చుతో కూడిన పని వీటిని చదును చేసేటపుడు భూగర్భజలాలను దృష్టిలో ఉంచుకోవాలి ఒకవేళ నీరు తక్కువ లోతులో ఉన్నపుడు పొలంలోని నీరు సరిగా వెలుపలకు వెళ్ళటానికి తగిన ఏర్పాటు చేయాలి

మల్బరీ సంవత్సరమంతా పెరిగే వృక్షం కాని శాస్త్రీయప్రగతివల్ల మల్బరీని పొద మొక్కగా వివిధరకాల సాగుపద్ధతులలో పెంచటానికి వీలైంది ఇది అన్ని రకాల వాతావరణ పరిస్థితులలో పెరుగుతుంది అయితే దీనిని కేవలం పత్రాల ఉత్పత్తికే పెంచడం వల్ల దీని పెరుగుదల అంతా నేలలో లభించే నీరు ఎరువులపై ఆధారపడి ఉంటుంది నేలలో పోషకపదార్థాలు నీరు తగ్గినపుడు మొక్క పెరగక పత్రాల ఉత్పత్తి తగ్గుతుంది

మల్బరీ వేర్లు విశాలంగా లోతుగా నేలలోకి పెరుగుతాయి ఇందుకు అనుగుణంగా నేలను లోతుగా దున్నాలి మల్బరీని వర్షాధార లేదా సాగునీటితో పెంచినా నేలను మాత్రం సరిగా దున్నాలి వర్షాకాలం ఆరంభంలో నేలను 30 50 సెం మీ లోతువరకు ట్రాక్టరు లేదా నాగలితో దున్నాలి పొలంలోని పెద్దపెద్ద మట్టి పెళ్లలను గాలికి ఆరనీయాలి తర్వాత వీటిని చితకకొట్టాలి మొత్తం మట్టి అంతా ఒ మాదిరిగా చిన్నచిన్న నూకల మాదిరిగా తయారవటానికి నాగలితో లేదా ట్రాక్టరుతో ఒకటి రెండు సార్లు బాగా కలియదున్నాలి పొలాన్ని బాగా లోతుగా దున్నినట్లైతే మొక్కల వేర్లు సజావుగా నేలలోతుకు వెళ్ళి, కావలసిన లవణాలను, నీటిని, పోషక పదా లను భూమిలోపలి పొరలనుంచి గ్రహించటానికి వీలవుతుంది నేలను బాగా దున్నటంవల్ల మ తిరగవేయబడి నేల సారం పెరుగుతుంది తర్వాత మొదటి దఫా సేంద్రియ ఎరువులను (పశువుల పెంట కంపోస్టు) వర్షాధార మల్బరీకి హెక్టారుకు 10 టన్నులు సాగునీటి మల్బరీకి 20 25 టన్నులు వాడాలి ఈ మోతాదు మించినా లాభమే ఈ ఎరువులు వేర్లు ఏర్పడటానికి, మొక్కలు సక్రమంగా పెరగటానికి తోడ్పడతాయి మొదటగా మల్బరీ కటింగ్స్ నాటినపుడు నేలలో సేం ియ ఎరువులు తగిన మోతాదులో లోపిస్తే మొలక లేదా అంకురించటం (Sprouting) త నష్టం కలుగుతుంది ఒక్కొక్కసారి తప్పనిసరి పరిస్థితులలో మల్బరీ నర్సరీని తయారు తర్వాత పిలకలను పొలంలో నాటటం మంచిది ఈ పద్ధతి వలన రైతుకు ఖర్చు పెరుగుతుంది కాబ పొలంలో తగినంత సేంద్రియ ఎరువులను చేర్చి నేరుగా మల్బరీ కటింగ్స్‌ను నాటటం అ విధాల లాభదాయకం ఇందులో చక్కగా మొలకవేయటం, వేర్లు ఏ ్డటం కనిపిస్తాయి ర్సరీలో పెంచిన కొన్ని పిలకలను పొలంలో మొలకవేయని కటింగ్స్ ంలో నాటవచ్చు పొలంలో సేంద్రియ ఎరువులను వేసి అవి నేలలో పూర్తిగా కలియటా బాగా దున్ని చదునుచేయాలి ఇక తర్వాత పొలాన్ని అనుకూలంగా అంటే నీరు పెట్టడానికి, ఎరువులు చల్లటానికి, పొలాన్ని పరిశీలించటానికి వీలుగా అనేక భాగాలుగా విభజించాలి నీరు పెట్టటానికి ఏర్పరచిన కాలువలకు అనుగుణంగా పొలాన్ని 30 సెం మీ పొడవు, 60 సెం మీ వెడల్పు, 15 సెం మీ ఎత్తు ఉండేగట్లు ఏర్పరచాలి వర్షాలు ఆరంభం కాగానే మొక్కల కటింగ్స్‌ను సేకరించి వీలైన పద్ధతిలో నాటువేయాలి

నేల క్రమక్షయం (Soil erosion)

భూ ఉపరితలంపై ఉండే నేల పొరలు లేదా మట్టి, ప్రకృతి ప్రతినిధులైన నీరు గాలి వల్ల దూరంగా తరలించబడటాన్ని నేల క్రమక్షయం అంటారు దీనివ పోషక పదార్థాల నష్టం తద్వార పంటదిగుబడి తగ్గటం, ప్రతి సంవత్సరం నేలవనరుల న ~ జరుగుతుంది నేల క్రమక్షయాన్ని అరికట్టటం అదేపనిగా కొనసాగితే, నేల సంరక్షణ, నీ నిర్వహణ కాకుండా నేల పునరుద్ధరణకు (Soil reclamation) చర్యలు చేపట్టాలి నేల క్రమక్షయం దేశం అంతటా ఉంది మనదేశంలో దీనిని హిమాలయ, గంగా మైదానం (Gangatic plains), పెనిన్సులార్ (Peninsular) ప్రాంతాలుగా విభజించవచ్చు భూ ఉపరితలంలోని వదులైన విడిపోవులకు వీలైన పొరను 'నేల' అంటారు ఈ పొర 6 -12 లోతువరకు ఉండి మొక్కల పెరుగుదలకు తోడ్పడుతుంది కాబట్టి ఈ పొర మందాన్ని సారాన్ని రక్షించాలి

నేల క్రమక్షయంలోని రకాలు :

I. సాధారణ లేదా భౌమ క్రమక్షయం సాధారణంగా ప్రకృతిలో మట్టి (మృత్తిక) నెమ్మదిగా ఒక ప్రదేశం నుంచి తరలుతుంది అయితే దీని స్థానంలో

కొత్తమట్టి తిరిగి నేల పొరలనుంచి ఏర్పడుతుంది కాబట్టి ఈ మార్పును గ్రహించలేము ఈ రకమైన తరలింపు వల్ల నష్టంలేదు

II త్వరణ నేలక్రమక్షయం (Accelerated soil erosion) నేలఉపరితలానికి ప్రకృతి పరమైన రక్షణలేక మానవులు జంతువుల వల్ల అధిక పరిమాణంలో నేల క్రమక్షయం జరిగినపుడు ప్రకృతి పరంగా ఈ నష్టాన్ని పూరించటం సాధ్యంకాదు ఈ రకం చాలా హానికరం

III నీటివలన క్రమక్షయం (Water erosion) నీరు నేలపై ప్రవహిస్తూ మట్టిని నెమ్మదిగా తొలగిస్తుంది

ఇందులో ఉండే రకాలు :

1 **షీట్ ఇరోజన్ (Sheet erosion)** వర్షం చినుకులు నేలపై పొరను వదులు చేయగా నీటితోపాటు మట్టి కొట్టుకుపోతుంది ఇందులో నేలపైపొర ఒకే రకంగా పలుచగా తొలగించ బడుతుంది ఈ రకం నేల కొట్టుకుపోవడంలో ప్రారంభదశ

2 **రిల్ ఇరోజన్ (Rill erosion)** నీరు ప్రవహించడం ప్రారంభమై కాలువలు ఏర్పడి ఇక తరువాత క్రమరహితంగా నేల కొట్టుకుపోతుంది ఇది రెండవదశ వరదవేగం 0 3 0 7 మి మీ /సెకను మించినట్లైతే రిల్ ఇరోజన్ మొదలవుతుంది

3 **గల్లీ ఇరోజన్ (Gully erosion)** నీటి ప్రవాహంవల్ల చిన్నకాలువలు కలిసి పెద్దవై వేగంగా పల్లం వైపు ప్రవహిస్తూ అధికంగా లోతుగా నేలనుకోస్తాయి వీటివల్ల నేల కొట్టుకుపోయినట్లు సులువుగా గుర్తించవచ్చు దీనిని అరికట్టకపోయినట్లైతే సాగుచేయటం కష్టం

4 **రావైన్స్ (Ravines)** రిల్ ఇరోజన్ ఎక్కువై అధికంగా పెద్ద కాలువలు ఏర్పడి, నేల కొట్టుకు పోవటాన్ని రావైన్స్ అంటారు ఇందులో నేల వెడల్పుగా, చాలా లోతుగా కొట్టుకుపోతుంది

5 **భూపాతాలు (Land slides)** ఇవి పర్వతాల ఏటవాలు తలంలో 20% కంటే ఎక్కువ ఏటవాలు-6 మీ వెడల్పు ఉన్నపుడు సంభవిస్తాయి

6 **స్ట్రీమ్ – బాంక్ ఇరోజన్ (Stream bank erosion)** చిన్న ప్రవాహం (Stream) చిన్న నది (Rivulet), వడిగల ప్రవాహానికి (Torrent/hill stream) ఆటంకం ఏర్పడితే, అది స్ట్రీమ్ - బాంక్ క్రమక్షయంగా మారుతుంది కాలువలు ఎండిపోయినపుడు అందులో మొక్కలు పెరిగి ప్రవాహాన్ని అడ్డగించటం వల్ల ప్రవాహదిశ మారటం లేదా కాలువఒడ్డు తెగడం జరుగుతుంది వడి ప్రవాహం వృక్షాలను కూల్చి పల్లంలోకి చేరి నేలను తరలిస్తుంది

నీటి వల్ల నేలకొట్టుకుపోవటాన్ని వర్షపాతం పచ్చదనం, నేలరకం మనుషులు జంతువులు ప్రభావితం చేస్తాయి

నేల క్షమ యంవల్ల నష్టాలు

1 ప్రకృతిపరంగా లభించే వర్షంనీరు పొలంనుంచి బయటకి ప్రవహిస్తూ మట్టిని కూడా తరలిస్తుంది
2 భారతదేశంలో సంవత్సరానికి 16 35 టన్నులు/హెక్టారు మట్టి కొట్టుకుపోతుంది ఇందులో 26 శాతం సముద్రాలకు శాశ్వతంగా తరలివెళ్ళగా 10 శాతం రిజర్వాయర్ లకు

చేరుతుంది సారవంతమైన ఉపరితలం పొరలు నష్టమవటం వల్ల మొక్కల పెరుగుదలకు ఆటంకం కలుగుతుంది

3 నేల ఉపరితలంలోని పోషక పదార్థాలు కొట్టుకుపోవటం వల్ల రైతుకు అధిక నష్టం వాటిల్లుతుంది ఈ పదార్థాలలో నీటిలో కరిగే పోషకాలు వరద నీటితోనూ కరగనివి,

4 నీరు రిజర్వాయర్‌ను చేరగా వరదవేగం తగ్గి ఒండ్రు (Silt) నెమ్మదిగా అడుగున పేరుకొంటుంది దీని వల్ల రిజర్వాయర్ లోతు తగ్గుతుంది

5 అరికట్టలేని నీటి ప్రవాహం వరదగా (Flood) ఏర్పడి ఎక్కువగా పంటలకు, జంతువులకు మానవునికి నష్టాన్ని కలిగిస్తుంది

పట్టిక : 4 1 నేలకొట్టుకుపోవటం వల్ల పోషకపదార్థం (కిలో/హెక్టారు) నష్టం

ఏటవాలు కోణం	సేంద్రియ పదార్థం	మొత్తం నత్రజని (N)	ఫాస్ఫరస్ (P_2O_5)	పొటాష్ (K_2O)	కాల్షియం (CaO)	మెగ్నీషియం (MgO)
0 5 %	86 8	5 8	10 7	42 8	53 4	41 4
1 5%	92 8	6 5	11 1	52 9	59 2	78 5
3 0%	173 9	10 8	23 5	117 8	203 2	211 8

ఆధారం :

నియంత్రణా చర్య

1 పొలం పరిధి (Contour) వెంబడి దు టం విత్తనాలు నాటటం, మధ్యంతర కృషి చేయాలి ఈ పనులను ఏటవాలుకు అ ంగా నిర్వహించాలి దున్నిన చాళ్లు నీటిని అడ్డగించి నేలలోనికి ఇంకటానికి అవకాశం గిస్తాయి

2 నేలను దున్నే విధానం వాడే పనిముట్లు నేల భౌతిక లక్షణాలను [చిన్న రంధ్రాలు (Pores) అధిక సాంద్రత (Bulk density)], నేల ఉపరితల గరుకుతనాన్ని మారుస్తాయి తరవాత ఇవే నేల కొట్టుకుపోవటానికి కారకాలవుతాయి నేల నష్టం కాకుండా సరియైన పద్ధతిలో నేలను దున్నాలి

3 మ ్ంగ్ ద్వారా నేల నష్టాన్ని అధికంగా నియంత్రించవచ్చు దీని వల్ల వరదనీటిలోని మ ఆగి నేల ఉపరితలాన్ని కప్పి వర్షం చినుకుల ప్రభావాన్ని తగ్గిస్తుంది

4 రకమైన పంటలు సాగుపద్ధతులు నేల నష్టానికి కారణాలు పంటమార్పిడి నేలపై అధికంగా విస్తరించే పంటలవల్ల నేల నష్టం ఉండదు

5 స్ట్రిప్ పంట పద్ధతిని ఆచరించాలి

6 వర్షపునీటి వేగం నేలను వదులుచేసి తరలిస్తుంది నేలలో పాలి వినైల్ ఆల్కహాల్‌ను (480 కిలో /హెక్టారు) పిచికారిచేసి ఈ నష్టం నివారించవచ్చు ఇంతే కాకుండ సేంద్రియ ఎరువులు కంపోస్టు,పంటదుబ్బులు, హరిత ఎరువులు కూడా వాడాలి.

7 పొలం పరిధివెంట ఏటవాలు దిశలో పెద్దపెద్ద లోతుగా కాలువలను తీసి కట్టలను వేయాలి కట్టలను ఒక క్రమదూరంలో నిర్మించి వరద వేగాన్ని అరికట్టాలి కట్టల లోపలివైపు అంటే పొలంలో నిలిచిన నీరు నెమ్మదిగా ఇంకి నేల తేమను నీటిని పెంచుతుంది బంకమట్టి నేలలో ఈ కట్టలను వెడల్పుగా వేదికలు (Terraces) గా నిర్మించాలి

8 పంటలకు పనికిరాని నేలలో వృక్షాలను గడ్డిని పెంచటానికి గుంటలు లేదా కాలువలను చేయాలి కాలువల పరిమాణాన్ని ఏటవాలు, వర్షపాతం నేలలోతు ఆధారంగా నిర్మించాలి వర్షం నీరు ఇందులో నిలిచి నేల తేమను పెంచుతుంది

9 పొలాల పరిధుల వెంబడి గడ్డి మొక్కలు, వృక్షాలను పెంచాలి

10 ఏటవాలు దిశలో వరదనీరు ప్రవహించేప్రాంతంకాలువలలో గడ్డిని పెంచాలి షీట్ రిల్ ఇరోజన్‌ను అరికడితే గల్లీస్ ఏర్పడవు ఇందుకు మల్చింగ్, గడ్డిపెంపకం స్ట్రిప్ పద్ధతులను ఆచరించాలి

IV గాలివలన నేల క్రమక్షయం (Wind erosion)

నేలలో ఏవిధమైన మొక్కలు పచ్చదనం లేనపుడు గాలివలన నేలలోని తేలిక రేణువులు దూర ప్రాంతాలకు తరలిపోతాయి శీతోష్ణస్థితి (Climate) నేల పచ్చదనం గాలిని ప్రభావితం చేస్తాయి గాలివేగం 8 10 మీ/సెకను ఉన్నపుడు 490 మిలియన్ టన్నుల నేల/హెక్టారు 100 మీ ముందుకు తరలుతుంది నేల భౌతిక లక్షణాలు సక్రమంగా ఉంటే గాలి ప్రభావం ఉండదు

నష్టాలు

1 సారవంతమైన ఉపరితల మట్టి నష్టం

2 ఇతర ప్రదేశాల నుంచి ఇసుక రేణువులు మంచి నేలలోపడి మట్టిని కప్పివేసి నేలను పనికిరాకుండా చేస్తాయి ఈ నష్టం నదుల వెంబడి సముద్రతీరాల, ఎడారుల దగ్గరగా ఉండే నేలల్లో సంభవిస్తుంది

3 గాలికి ఎగిరివచ్చిన ఇసుకరేణువుల తాకిడికి గాలివేగానికి పంటమొక్కల నష్టం జరుగుతుంది

నియంత్రణా చర్యలు :

1 ఎక్కువ ఎత్తుగా పెరిగే పంటలను పెంచాలి గాలివీచే దిశకు అడ్డంగా పొలం వెంబడి పెద్దపెద్ద వృక్షాలను పెంచాలి

2 దున్నగా ఏర్పడిన మట్టి పెళ్లల (Clods) పరిమాణం 0 86 మి మీ వ్యాసంతో ఉండాలి దుబ్బును మల్చింగ్‌గా వాడాలి

3 కంచె వేదికల ఏర్పాటుతో గాలి వేగాన్ని తగ్గించాలి

4 నేలలో సేంద్రియ పదార్థాల పరిమాణం పెంచాలి

V అలల వల్ల నేల క్రమక్షయం (Wave erosion)

ఇందులో గాలి, నీరు కలిసి ఏకంగా నష్టాన్ని కలిగిస్తాయి దీనివల్ల నదుల, కాలువల ఒడ్డు వెంబడే నష్టం జరుగుతుంది దీనిని వృక్షాలు గడ్డి పెంపకం ద్వారా నియంత్రించవచ్చు సముద్రతీరంలో జరిగే నష్టాన్ని తీరానికి కొద్ది దూరంలో పెద్దపెద్ద రాళ్ళను వేసి అరికట్టాలి

నేల, తేమ సంరక్షణా సూత్రాలు (Principles of soil and moisture conservation)

1 నీరు లేదా గాలి వేగాన్ని అదుపుచేసి నేల కొట్టుకుపోకుండా నివారించటం

2 నేల ఏటవాలును తగ్గించటం

3 వర్షం లేదా గాలి తాకిడి నుంచి నేలను కాపాడటం

నేల, తేమ సంరక్షణ

గాలి, నీరు అలల వల్ల నేల కొట్టుకుపోయి నేలలో తేమనష్టం జరుగుతుంది నేల తేమ సంరక్షణకు లోతట్టు ప్రాంతాలలో, తక్కువ వర్షపాతం ఉన్న ప్రాంతాలలో అధిక ప్రాధాన్యత ఉంది ఈ నేల తేమ నష్టం వల్ల మొక్కలు పెరుగుట అసాధ్యం కాబట్టి వీటిని సంరక్షించటానికి తగిన చర్యలు ఆచరించాలి ఈ సంరక్షణాపద్ధతులను నీరు గాలి అలల వల్ల జరిగే నష్టాన్ని నియంత్రించటానికి ఆచరించే పద్ధతులలో వివరించడమైనది ఇందులో భాగమైన మల్చింగ్ నేలసారాన్ని పెంచుతూ నేలను అందలి తేమను కాపాడుతుంది దీనిని గురించి ఈ కింది వివరించడమైనది

మల్చింగ్ (Mulching)

నేలలోనితేమ నేల ఉపరితలం నుంచి, మొక్కల నుంచి ఇగిరి పోతుంది ఈ నష్టాన్ని మల్చింగ్ ద్వారాను బాష్పోత్సేక నిరోధకాలు గాలిని అడ్డగించే సాధనాలు (Wind breakers) వాడటం ద్వారాను కలుపు నియంత్రణా పద్ధతులను ఆచరించటం ద్వారాను అరికట్టాలి వర్షంవల్ల నేలను చేరిన నీటిలో 60 75 శాతం ఆవిరవుతుంది మల్బరీ వరుసల మధ్య నేలను కొంత రక్షకపదార్థంతో కప్పి తేమనష్టాన్ని అరికడుతూ నేలలో తేమను పెంచటాన్ని 'మల్చింగ్ అంటారు దీనివల్ల నేల సంరక్షణ నేల గుల్లగా మారటం, నేలలో లవణీయత తగ్గటం (Soil salinity), కలుపు మొక్కల నియంత్రణ, నేలనిర్మాణవృద్ధి మొదలైన లాభాలు ఉన్నాయి వర్షపునీటి తాకిడి వల్ల నేల నష్టాన్ని నేల ఉపరితలంపై ఉండే మల్చ్ అరికడుతుంది అంతేకాకుండా, నీరు నెమ్మదిగా నేలలోకి మల్చ్‌ద్వారా ఇంకుతుంది మల్చ్ నీటి వరదవేగాన్ని అదుపుచేస్తుంది మల్బరీ తోటలో వరుసల మధ్య సన్‌హెంప్, ధయించాలను (Sunhemp Dhaincha) హరిత ఎరువులుగా పెంచాలి వీటిని కత్తిరించి మల్చింగ్‌కు వాడాలి ఇవికాక పరిగడ్డి, ఆకులు, దుబ్బు (Stubble) లను కూడా వాడవచ్చు తెల్లని మెరిసే ప్లాస్టిక్ మల్చ్‌లు (Polyethylene, Polyvinyl chloride) నేల ఉష్ణోగ్రతను తగ్గిస్తాయి మొక్కలను మల్చింగ్‌గా వాడినట్లయితే ఎండాకాలంలో ఉష్ణోగ్రతతగ్గి శీతాకాలంలో పెరుగుతుంది ఒకవేళ నీరు కొంచెం కొంచెం నేలలోనికి చొచ్చుకొని పోవడం పెరిగి, నీరు ఇగిరిపోవటం తగ్గినపుడు నేల ఉపరితలంలో లవణాలు చేరుకోవు మల్చ్ బాగా కుళ్ళి నేలసారాన్ని పెంచుతుంది

మల్చింగ్‌లో వివిధ రకాలు ఉన్నాయి నేలమల్చ్ అంటే నేలలో మధ్యంతర కృషి చేసి, నేలను గుల్లచేసి నీట ఆవిరిని తగ్గించటం పొలంలో పంటకోత తర్వాత మిగిలిన దుబ్బు, నేల కొట్టుకుపోవటాన్ని, నీటి ఆవిరి నష్టాన్ని తగ్గిస్తుంది

ప్రశ్నలు

I ఈ కింది అంశాలకు లఘుటీక రాయండి

1 మల్బరీకి కావలసిన నేల లక్షణాలు తెలపండి
2 మల్బరీకి కావలసిన నేల pH ఎంత ఉండాలి ?
3 మల్బరీతోట పరిసరాలు ఎట్లుండాలి ?
4 నేల క్రమక్షయం అంటే ఏమిటి ?
5 నేలను నిర్వచించండి
6 నేల క్రమక్షయంలోని రకాలను తెలపండి
7 మల్చింగ్ అంటే ఏమిటి ?
8 మల్చింగ్ వల్ల కలిగే లాభాలు ఏవి ?
9 మీకు తెల్సిన కొన్ని మల్చ్‌లను పేర్కొనండి
10 నేల మల్చ్ అంటే ఏమిటి ?

II ఈ కింది వాటిపై వ్యాసాలు రాయండి

1 మల్బరీ సాగుకు అనువైన నేల ఎంపికను వివరించండి
2 మల్బరీ సాగుకు నేల తయారీని తెలపండి
3 నీటివల్ల నేల క్రమక్షయాన్ని వివరించండి
4 గాలివల్ల నేల క్రమక్షయాన్ని తెలపండి
5 నేల, తేమల సంరక్షణ గురించి రాయండి

5.

మల్బరీసాగు

(Mulberry Cultivation)

మల్బరీని ఒకసారి నాటువేసినట్లయితే, అది 15 20 సంవత్సరాలపాటు ఉంటుంది దీనిని మొదటి సంవత్సరం బాగా సాగుచేస్తే రెండవ సంవత్సరంలో ఎక్కువ ఆకు ఉత్పత్తి నిస్తుంది అయితే ఇందుకు శాస్త్రీయ పద్ధతులను ఆచరించాలి

పట్టుపరిశ్రమలో గల నాలుగు ముఖ్యమైన దశలలో మొదటిదైన మల్బరీసాగుకు ఎంతో ప్రాధాన్యత ఉంది ఆ తర్వాత గుడ్ల ఉత్పత్తి, పురుగుల పెంపకం రీలింగు అనే దశలు ఉన్నాయి పట్టు పరిశ్రమలో లాభాలు చాలావరకు మల్బరీ ఆకు ఉత్పత్తిపైనా, వాటిని పట్టు పురుగులు తిని ఉత్పత్తిచేసిన పట్టుగూళ్లపైనా ఆధారపడి ఉంటాయి అందువల్ల పట్టు పురుగులను ఉత్పత్తిచేసే రైతుకు (Cocoon grower) పట్టుపరిశ్రమ ఉత్పత్తులలాభాల్లో 56 6 శాతం, మిగిలిన లాభంలో వర్తకునికి (Trader) 17 8 శాతం, నేతవారికి (Weaver) 12 3, పురిపెట్టేవారికి (Twister) 8 7 శాతం, రీలర్ (Reeler) కు 6 6 శాతం లభిస్తుంది

మల్బరీసాగులో నేలతేమకు అధిక ప్రాధాన్యత ఉంది వర్షాకాలం ఆరంభంకాగానే కటింగ్స్‌ను (Cuttings) నాటినట్లైతే మొక్కలు ఏపుగా పెరుగుతాయి సాగునీటి మల్బరీని ఎక్కువ ఎండ చలికాని రోజులలో నాటాలి

మల్బరీ నర్సరీ

మల్బరీసాగుకు నాలుగు నెలలు ముందుగా నర్సరీని ఏర్పాటుచేయాలి మల్బరీని చిన్న మొలకలు లేదా కటింగ్స్‌తో పెంచాలి ఇందులో మొలకలు మంచివి ఇవి తొందరగా ఏపుగా పెరిగి నర్సరీలో మొక్కలు అందుబాటులో ఉంటాయి మొదటగా పొలంలో నర్సరీకి అనువైన స్థలాన్ని ఎంపికచేయాలి తరవాత 8 × 4 అడుగుల కొలతగల నర్సరీ మళ్ళు (Beds) ఏర్పాటుచేయాలి వీటి చుట్టూ 8 × 10 అంగుళాల ఎత్తు ఉండే గట్లు వేయాలి నేలను 30 40 సెం మీ లోతు తవ్వి మెత్తగా సన్నగా, గుల్లగా చేయాలి ఒక్కొక్క మడికి 20 కిలోల పశువుల పెంటను కలిపి బాగా కలియబెట్టి ఉంచాలి ఒకవేళ నర్సరీమడికి బంకమన్ను స్వభావం ఉంటే దానికి కొంత ఇసుక కలపాలి లేదా మడిలో బాగా ఇసుక ఉంటే కొంత చెరువుమట్టిని కలిపి నీరు నిలవ ఉండునట్లు చేయాలి ఈ మడులను సమానంగా నేలకు 7 8 అంగుళాల ఎత్తులో ఉండునట్లు ఏర్పాటు చేయాలి

మల్బరీ కటింగ్స్‌ను 6 8 నెలల వయస్సుఉన్న ముదిరిన గోధుమ వర్ణంలో పెన్సిల్ మందంఉండే కొమ్మలనుంచి తయారుచేయాలి నీటిసాగు మల్బరీకి కావాల్సిన నర్సరీకి 15-18 సెం మీ పొడవు 3 4 మొగ్గలు కలవాటిని కటింగ్స్‌గా చేయాలి వర్షాధార మల్బరీకి 22 24 సెం మీ పొడవు 5 6 మొగ్గల కటింగ్స్ కావాలి కటింగ్స్‌ను తయారుచేసేటపుడు చివరలు 45° కోణంతో, బెరడు చీలకుండా కాండం పగలకుండా జాగ్రత్తలు తీసుకోవాలి

నర్సరీలో కటింగ్స్ నాటువేసేటపుడు వరుసకు వరుసకు మధ్య 15 సెం మీ, మొక్కకు మొక్కకు మధ్య 10 సెం మీ దూరం ఉండాలి అంతేకాకుండా కటింగ్‌లోని ఒక మొగ్గ నేలపైకి ఉండి, కటింగ్ ఒకవైపుకు వంగినట్లు నాటాలి తరవాత నీటి డబ్బాతో నీరు చల్లాలి ఇకపై అవసరాన్ని అనుసరించి 4 6 రోజులకు ఒకసారి మళ్లను తడపాలి మడిలో తగిన ఇసుక, సేంద్రియ ఎరువుల ప్రభావంవల్ల కటింగ్స్ చక్కగా అంకురించి (Sprout) వేరు వ్యవస్థ కూడా

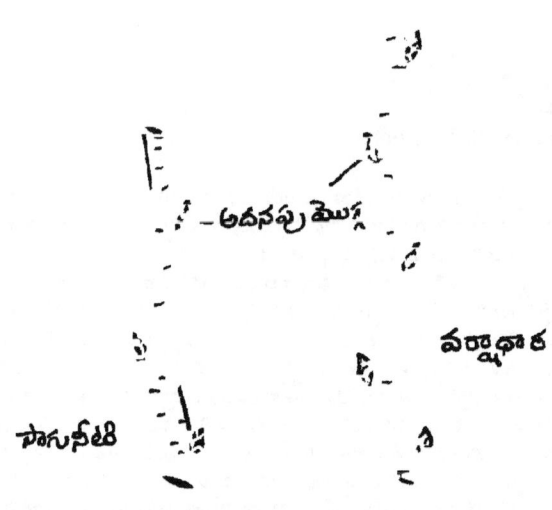

అదనపు మొగ్గ
వర్షాధార
సాగునీటి

పటం 51 మల్బరీ కటింగ్

బాగా అభివృద్ధి చెందుతుంది నర్సరీ ఏర్పాటు చేసిన ప్రదేశంలో ఎండ ఎక్కువగా ఉన్నట్లైతే తగినవిధంగా నీడను ఏర్పాటుచేసి సూర్యరశ్మి పరోక్షంగామళ్ళు పై పడేటట్లు వేయాలి సమయా

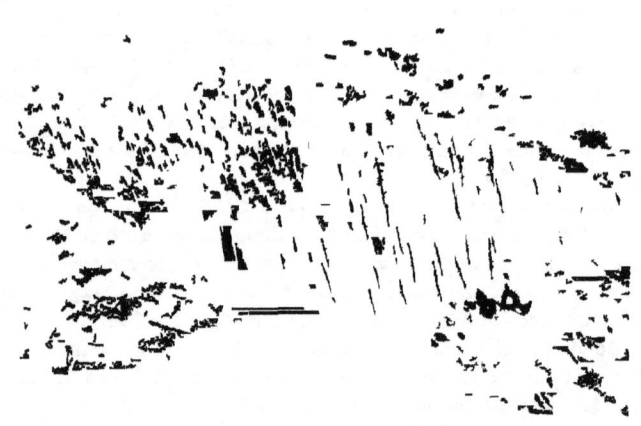

పటం 52 నర్సరి మడి

[illegible] నట్లైతే కటింగ్స్ ఏపుగా పెరుగుతాయి ఈ నర్సరీకి 25 25 2
[illegible] ప్రేను మాసిక అర్ధకిలో చొప్పున మొక్కలు బాగా మొగ్గలు తొడిగి 5 6 వారా
[illegible] న్నప్పుడు వేళ్ళ అభివృద్ధి దశలో వాడాలి నర్సరీ మొక్కలు (Saplings) నాలు
[illegible] డుపల పొడవుగా ఆరోగ్యంగా పెరిగి పొలంలో నాటటానికి అనువుగా ఉంటాయి

మల్బరీసాగు

సా ను వసంత ఋతువు ప్రారంభంలోను ఆకురాలేకాలం చివరలోను ప్రారంభిం నట్లైతే మంచి ఫలితాలుంటాయి చలికాలంలో ఎండాకాలంలో నాటటం మంచిది కా్ నాట్లు వేసేటపుడు మొక్కల మధ్యదూరం శీతోష్ణస్థితి (సూర్యరశ్మి, వర్షం ఉష్ణోగ్రత మొదలైనవి నేలలో పోషకపదార్థాలు అన్న అంశాలు సాగుచేసే పద్ధతి-మల్బరీ రకం అన్న అంశాలె ఆధారపడిఉంటాయి అందువల్లనే ముందుగా మల్బరీరకం, ఆకుకోతపద్ధతి, ప్రూనింగ్ ల ఎంపికచేసిన తరవాత నాటే విధానాన్ని మొక్కల మధ్య దూరాన్ని ఎంపిక చేయాలి

భారతదేశంలో వివిధ ప్రాంతాలలో మల్బరీ సాగుచేసే పద్ధతులు :

కర్ణాటక ఆంధ్రప్రదేశ్ లలో వర్షాధార మల్బరీని గుంటల పద్ధతిలో (Pit system పెంచుతారు దీనిలో వరుసల మధ్య 0 75 0 90 మీ లేదా 0 45 0 90 మీ దూరం ఉంటుంగి అయితే 0 90 × 0 90 మీ 0 75 × 0 75 మీ దూరం పాటించి అంతరకృషి పద్ధతులన నాగళ్ళద్వారా చేస్తారు 0 90 × 0 45 మీ దూరం వరుసల్లో, అంతరకృషిని (Interculture నాగళ్ళతో కేవలం ఒక్క దుక్కు మాత్రమే దున్నటానికి వీలవుతుంది ఇందులో హెక్టారుక 27,225 మొక్కల వరకు నాటుకోవేసి ఆశించిన ఆకు ఉత్పత్తిని పొందవచ్చు

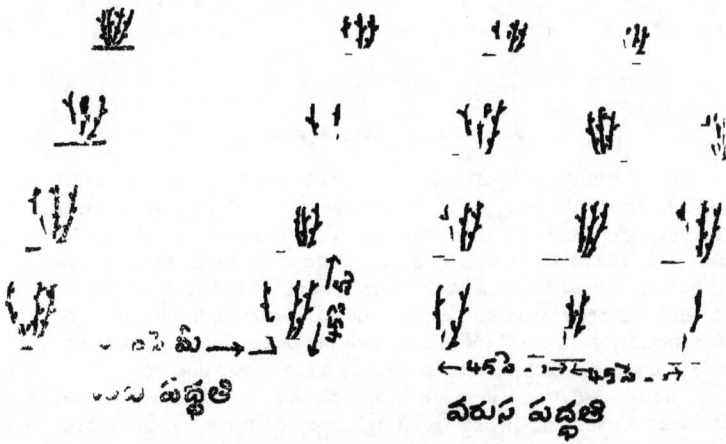

పటం : 5 3 మల్బరీ సాగు పద్ధతులు

సాగునీటి మల్బరీలో వరుస పద్ధతికి (Row system) కర్ణాటక ఆంధ్రప్రదేశ్‌లో పొలాల్లో 30 x 60 సెం మీ కొలతలతో కాలువగట్లను తయారుచేస్తారు గట్టుకు ఇరువైపులా మొక్కలను నాటుతారు మొక్కకు మొక్కకు మధ్య 10 25 సెం మీ దూరం ఉండాలి ఈ పద్ధతిలో హెక్టారుకు 48,400 మొక్కలు నాటటానికి వీలవుతుంది

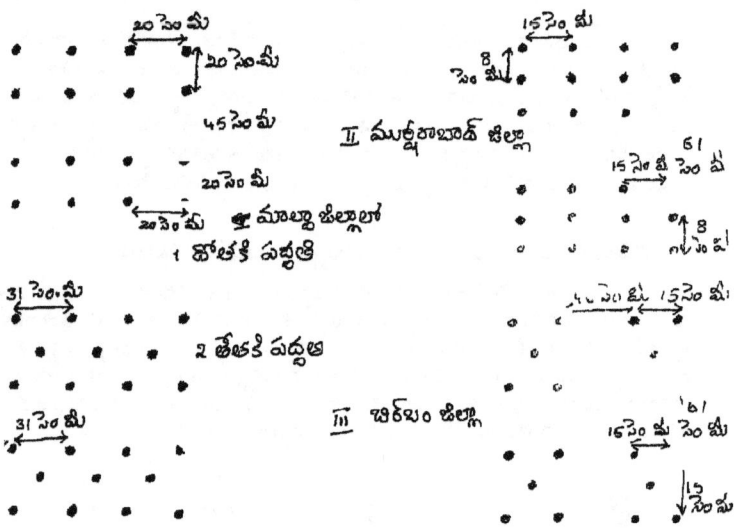

పటం 5 4 మల్బరీసాగు పద్ధతులు

బెంగాల్‌లోని మాల్దా జిల్లాలో వర్షం అధికం ఈ ప్రాంతంలో స్ట్రిప్ (Strip) పద్ధతిని పాటిస్తారు దీనిలో స్ట్రిప్ మధ్య 60 సెం మీ దూరముండాలి ఒక్కొక్క స్ట్రిప్‌లో రెండు (Dothaki) లేదా మూడు (Tethaki) వరుసలలో కటింగ్స్ నాటుతారు దీనిలో వరుసల మధ్య దూరం 15 20 సెం మీ ఉండాలి ముర్షీరాబాద్ జిల్లాలో 60 సెం మీ దూరం కల స్ట్రిప్ పద్ధతిలో మూడు వరుసల్లో కటింగ్స్‌ను 8 సెం మీ దూరంలో వరుసల మధ్య 15 సెం మీ దూరంలో దగ్గర దగ్గరగా నాటుతారు బాన్‌కురా బిర్‌భమ్ (Bankura, Birbhum) జిల్లాల్లో వర్షం తక్కువ ఈ ప్రాంతాల్లో ప్రతి వరుసకు మధ్య 60 సెం మీ దూరంలో వరుసకు ఐదు కటింగ్స్ నాటుతారు ఒక్కొక్క కటింగ్‌కు మధ్య 50 సెం మీ దూరం ఉంటుంది

జమ్ము కాశ్మీర్‌లో మల్బరీ వృక్షాల మధ్యదూరం 4 5 మీ వరకు ఉంటుంది ఈ ప్రాంతంలో మల్బరీని వేరు గ్రాఫ్టింగ్ (grafting) ద్వారా పెంచుతారు గ్రాఫ్ట్‌లను రెండు సంవత్సరాలు నర్సరీలో పెంచి ఐదు సంవత్సరాల తర్వాత పొలంలోనాటి మరిరెండు సంవత్సరాల తర్వాత ఆకులను పురుగుల పెంపకానికి వినియోగిస్తారు

1 సాగునీటి పద్ధతి :

మల్బరీ తోటలో మొక్కల సంఖ్యపై ఆకు ఉత్పత్తి ఆధారపడుతుంది మొక్కలు చాలా ఎక్కువైతే నీరు లవణాలు సరిగా అందక ఏపుగా పెరగవు ఇందులోని రకాలు—

వరుస పద్ధతి : మొదటగా పొలాన్ని బాగా దున్ని చదునుచేసి గట్లు కాలువలుగా తయారు చేయాలి గట్లు 60 సెం మీ కాలువలు 30 సెం మీ , లోతు 15 సెం మీ ఉండాలి మొక్కకు మొక్కకు మధ్య 22 సెం మీ దూరం ఉండాలి

గుంట పద్ధతి : ఇందులో మొక్కకు మొక్కకు మధ్య 60 సెం మీ దూరంలో నాటాలి కాలువలు గట్లు పైన తెలిపిన కొలతలతో తయారుచేయాలి

కటింగ్స్‌ను గట్ల అంచులలో నాటి మొదళ్ళవద్ద మట్టిని అదమాలి నాటువేసేటపుడు రెండు ప్రక్కలను నాటాలి ఒకవేళ మొలకలయితే ఒక్కొక్కటి 20 23 సెం మీ లోతుగా నాటాలి నాటేటపుడు ఒక మొగ్గ నేలపైకి ఉండాలి నేలలో తేమను అనుసరించి 7 8 రోజులకు ఒకసారి తడిపెట్టాలి ప్రతీ తడి తర్వాత తోటలో $1\frac{1}{2} - 2$ ఎకరా అంగుళం నీరుండాలి ఇందుకోసం కాలువలను పూర్తిగా నీటితో నింపాలి దీనివల్ల నేల రంధ్రాల ద్వారా నీరు వెళ్ళటు అంతుతుంది నాట్లు సరిగా వేసినపుడు అన్ని మొక్కలు సక్రమంగా ఎదిగి తోటలో ఎండిపోయిన వనిపోయిన మొక్కలను 4 5 వారాల్లో గుర్తించి ఆలస్యం చేయకుండా కొత్త మొక్కలు నాటాలి నాటిన తరువాత రెండు నెలలకు, పైపైన గొర్రుతో దున్ని అంతర కృషి చేయాలి తిరిగా రెండు నెలల తర్వాత రెండవసారి కలుపు తీయాలి ఆపైన ప్రతిసారి ఆకు కోత తర్వాత కలుపుతీయాలి కలుపుతీసేటపుడు నేల గుల్లగా అయి వేరు పెరగటానికి అవకాశం ఏర్పడి మొక్క ఏపుగా పెరుగుతుంది

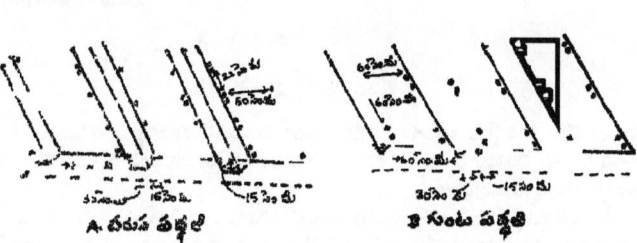

A. వరుస పద్ధతి B గుంట పద్ధతి

పటం 5 5 సాగునీటి పద్ధతి

నాటిన మూడు నెలల తర్వాత కాంప్లెక్స్ ఎరువును హెక్టారు కలుపు తీసిన తర్వాత చల్లాలి తర్వాత నీరు పెట్టాలి మొక్కలు నాటిన 5 6 నెలలకు ఆకు కోతకొస్తుంది రెండవసారి ఒక హెక్టారుకు 50 కిలోల నత్రజనిని ఆకు తెంపిన 3 వారాల

తర్వాత చల్లాలి ఆపై రెండుసార్లు ఆకు కోసి ఒక సంవత్సరం తర్వాత మొక్క కిందిభాగంలో ప్రూనింగ్ (Bottom pruning) చేయాలి

2 వర్షాధార మల్బరీసాగు.

గుంటపద్ధతి ఇందులో 90 × 90 సెం మీ ఎడం కావాలి అందుకనుగుణంగా 35 × 35 × 35 సెం మీ పొడవు వెడల్పు లోతు గుంటను తవ్వాలి ఒక్కొక్క గుంటకు ఒక కిలో పశువుల

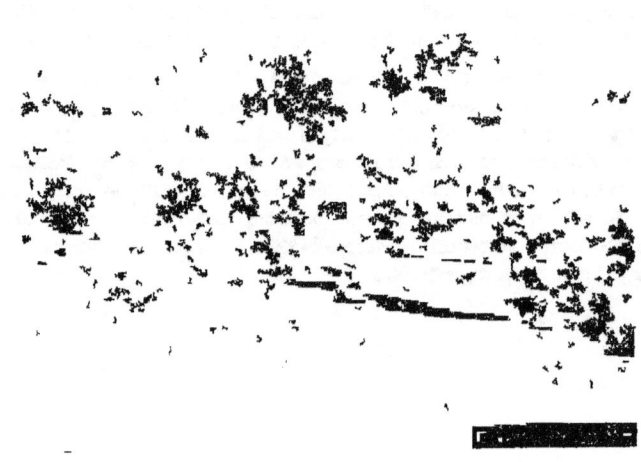

పటం 5 6 మల్బరీ తోట

పెంట లేదా కంపోస్ట్‌ను కలపాలి ఒకవేళ బరద నేలయితే కంపోస్టుకు తోడు ఒక కిలో ఇసుక కలపాలి ఈ మిశ్రమాన్ని బాగా కలిపి గుంటను పూర్తిగా ఎత్తుగా నింపాలి దీనిలో లోకల్ లేదా కన్వా 2 మల్బరీని నాటాలి

ఒక్కొక్క గుంటలో త్రికోణాకారంలో మూడు కటింగ్స్‌ను 15 సెం మీ ఎడంగా నాటాలి ఈ కటింగ్స్‌లోని ఒక మొగ్గ నేలపైకి ఉండాలి నాటిన 4 5 నెలల్లో కలుపు తీయటానికి పైపైన దున్నాలి తరవాత నాగళ్ళతో దున్నవచ్చు ఎరువులను (NPK) 50 25 25 కిలో/హెక్టారుకు వాడాలి మొదటి సంవత్సరంలో నాటిన రెండునెలల తరవాత ఒకసారి తిరిగి రెండునెలల తరవాత వర్షం కురియక ముందు ఎరువు వేయాలి మొదటి దఫా కాంప్లెక్స్ ఎరువు వేయాలి మల్బరీ నాటిన 5 6 నెలల్లో మొదటి ఆకుకోత ఆ తర్వాత 10 12 వారాల తేడాతో ఇంకో రెండుసార్లు ఆకుకోయవచ్చు వర్షాకాలం ఆరంభం కాగానే తోటను 25 సెం మీ ఎత్తులో సంవత్సరం చివరలో బటమ్ ప్రూనింగ్ చేస్తే మంచి ఫలితాలుంటాయి

మల్బరీసాగుకు కటింగ్స్‌ను ఎంచుకోవటం శ్రేష్ఠం చాలావరకు మల్బరీ జాతుల కటింగ్‌లలో వేళ్లు చాలా తొందరగా వృద్ధిచెందుతాయి అయితే మల్బరీని గ్రాఫ్టింగ్ (అంటు కట్టడం) నేల అంట్లు (అంటుతొక్కడం) ద్వారా కూడా పెంచుతారు దీనికోసం ఎక్కువ సమయం అవసరం అవుతుంది కాబట్టి కటింగ్స్ ఎంపిక మంచిది నాటువేయటానికి ముందు మొలకలను ఒకశాతం బోరాక్స్ ద్రావణంలో ముంచి వేరు వ్యవస్థకు శిలీంధ్రాలు బాక్టీరియా సంక్రమణ అరికట్టాలి నెమటోడ్‌లు (Nematodes) సోకకుండా మొలకలను 50° వేడినీటిలో ఒకటి రెండు నిమిషాలు ఉంచాలి పొలుసుపురుగులు (Scale insects) సోకకుండా సున్నం గంధకంలో ముంచాలి లేదా హైడ్రోసయానిక్ ఆమ్లాన్ని ఆవిరి పట్టించాలి మల్బరీ కటింగ్స్/

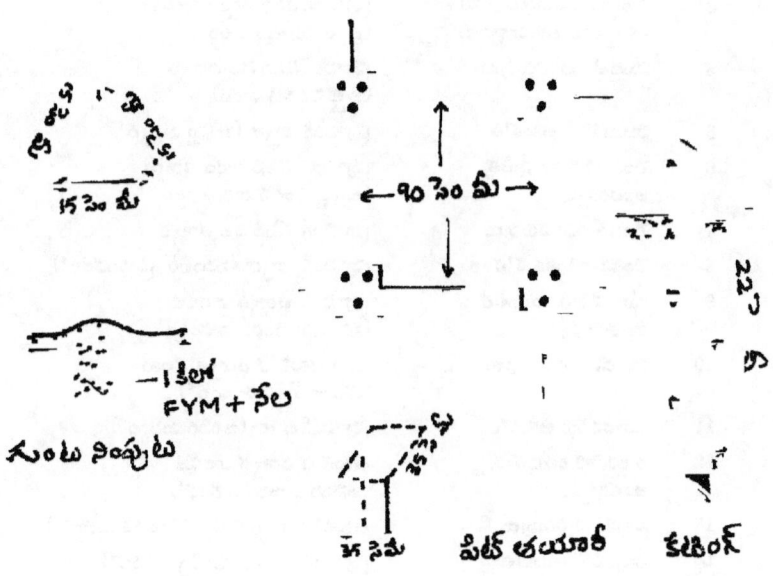

పటం : 57 వర్షాధార మల్బరీ

పుల్లలను నేరుగా పొలంలో నాటటానికి అనువుగా లేనప్పుడు వాటిని ఇసుక మడులలో నీడకు లేదా తడి గోనెసంచిలో ఒకవారం వరకు నిలవచేయవచ్చు దీనివలన కాలస్ ఏర్పడి కటింగ్స్ మంచి ఫలితాలనిస్తాయి

I సాగునీటి మల్బరీలో పనుల జాబితా వివరాలు

A. వరుస పద్ధతి

క్రమ సంఖ్య	పనుల వివరాలు	సమయం
1	మొదటి ఆకుకోత ప్రూనింగ్	వర్షాకాల ప్రారంభంలో అంటే జూన్ మొదట రోజులలో
2	మొదటిసారి కలుపుతీత అంతర్ కృషి	ప్రూనింగ్ చేసిన రెండు వారాల తర్వాత (జూన్ రెండవ వారం)
3	సేంద్రియ ఎరువులను 20 25 టన్నులను ఒక హెక్టారుకు చల్లాలి	ప్రూనింగ్ చేసిన పక్షం రోజులకు (జూన్ మూడవ వారం)
4	మొదటి దఫా ఎరువులు	ప్రూనింగ్ చేసిన నెల తర్వాత (జులై మొదటి వారం)
5	మొదటిసారి ఆకుకోత	ప్రూనింగ్ ద్వారా (ఆగస్టు మధ్యలో)
6	రెండవసారి కలుపుతీత, అంతరకృషి	ప్రూనింగ్ చేసిన వారం తర్వాత (ఆగస్టు రెండవ వారం)
7	రెండవ దఫా ఎరువులు	ప్రూనింగ్ చేసిన నెల తర్వాత
8	రెండవసారి ఆకుకోత	ప్రూనింగ్ ద్వారా (నవంబర్ ప్రారంభంలో)
9	మూడవసారి కలుపుతీత అంతరకృషి	ప్రూనింగ్ తర్వాత వారానికి (నవంబర్ రెండవ వారం)
10	మూడవదఫా ఎరువులు	చివరి ఆకుకోత తర్వాత నెలకు (డిసెంబర్ ప్రారంభంలో)
11	మూడవసారి ఆకుకోత	ప్రూనింగ్ ద్వారా (జనవరి మధ్యలో)
12	నాల్గవసారి కలుపుతీత, అంతరకృషి	ఆకుకోత తర్వాత వారానికి (జనవరి మూడవ వారంలో)
13	నాల్గవసారి ఎరువులు	ఆకుకోత తర్వాతనెలకు (ఫిబ్రవరి మధ్యలో)
14	నాల్గవసారి ఆకుకోత	ప్రూనింగ్ ద్వారా (మార్చ్ చివరిలో)
15	ఐదవసారి కలుపుతీత, అంతరకృషి	చివరి ఆకుకోత తర్వాత వారానికి (ఏప్రిల్ మొదటి వారంలో)
16	ఐదవ దఫా ఎరువులు	చివరి ఆకుకోత తర్వాత నెలలో (ఏప్రిల్ చివరిలో)
17	ఐదవసారి ఆకుకోత	ప్రూనింగ్ ద్వారా (జూన్ ప్రారంభంలో)

B. గుంటపద్ధతి:

క్రమ సంఖ్య	పనుల వివరాలు	సమయం
1	మొదటి బాటమ్ ప్రూనింగ్	వర్షాకాలం ప్రారంభంలో (జూన్ మొదట్లో)
2	మొదటిసారి కలుపుతీత అంతరకృషి	ప్రూనింగ్ తర్వాత వారానికి (జూన్ రెండవ వారంలో)
3	సేంద్రియ ఎరువులు 20-25 టన్నులు హెక్టారుకు వాడాలి	ప్రూనింగ్ తర్వాత పక్షం రోజులకు (జూన్ మూడవ వారం)
4	మొదటి దఫా ఎరువులు	ప్రూనింగ్‌చేసిన నెలరోజుల తర్వాత (జూలై మొదటివారంలో)
5	మొదటిసారి ఆకుకోత	ఏడి ఆకుకోత (ఆగస్టు మధ్యలో)
6	రెండవసారి కలుపుతీత అంతరకృషి	చివరిసారి ఆకుకోత చేసిన వారంలో (ఆగస్టు మూడవ వారం)
7	రెండవదఫా ఎరువులు	చివరి ఆకుకోత తర్వాత మూడు వారాలలో (సెప్టెంబర్ రెండవ వారం)
8	రెండవసారి ఆకుకోత	ఏడి ఆకుకోత (అక్టోబర్ మొదటివారం)
9	మూడవ దఫా ఎరువులు	చివరి ఆకుకోత తర్వాత వారంలోపల (అక్టోబర్ నాల్గవ వారం)
10	మూడవసారి ఆకుకోత	ఏడి ఆకుకోత (నవంబర్ చివరిలో)
11	రెండవసారి బాటమ్ ప్రూనింగ్	ఆకుకోత తర్వాత మూడువారాలకు (నవంబర్ చివరిలో)
12	మూడవసారి కలుపుతీత అంతరకృషి	రెండవ ప్రూనింగ్ తర్వాత వారంలోపల (డిసెంబర్ మొదటివారం)
13	నాల్గవసారి ఎరువులు	రెండవ ప్రూనింగ్ తర్వాత నెలలోపల (డిసెంబ మూడవ వారం)
14	నాల్గవసారి ఆకుకోత	ఏడి ఆకుకోత (ఫిబ్రవరి ప్రారంభంలో)
15	ఐదవ దఫా ఎరువులు	చివరి ఆకుకోత తర్వాత వారంలోపల (ఫిబ్రవరి నాల్గవవారం)
16	ఐదవసారి ఆకుకోత	ఏడి ఆకుకోత (ఏప్రిల్ మొదటివారం)
17	నాల్గవసారి కలుపుతీత అంతరకృషి	చివరి ఆకుకోత తర్వాత వారంలోపల (ఫిబ్రవరి రెండవవారం)
18	ఆరవదఫా ఎరువులు	చివరి ఆకుకోత తర్వాత మూడువారాం లోపల (ఏప్రిల్ చివరిలో)
19	ఆరవసారి ఆకుకోత	ఏడి ఆకుకోత (మే చివరిలో)

II వర్షాధార మల్బరీలో పనుల జాబితా వివరాలు *

క్రమ సంఖ్య	పనుల వివరాలు	సమయం
1	బాటమ్ ప్రూనింగ్	వర్షాకాల ప్రారంభంలో (జూన్ మొదటి వారంలో)
2	మొదటిసారి కలుపుతీత, అంతరకృషి	ప్రూనింగ్ చేసిన వారం లోపల
3	సేంద్రియ ఎరువులను హెక్టారుకు 10 టన్నులు వేయాలి	ప్రూనింగ్ చేసిన నెలలోపల (జులై ప్రారంభంలో)
4	మొదటి ఆకుకోత	ప్రూనింగ్ తర్వాత $2\frac{1}{2}$ నెలలకు (ఆగస్టు మధ్యలో)
5	మొదటిదఫా ఎరువులు నత్రజని, ఫాస్ఫరస్ పొటాష్, 50 కిలోల చొప్పున హెక్టారుకు వాడాలి	ఆకుకోత తర్వాత - సేంద్రియ ఎరువులు వేసిన 6 8 వారాల తర్వాత (ఆగస్టు చివరిలో)
6	రెండవసారి కలుపుతీత, అంతరకృషి	మొదటి ఆకుకోత తర్వాత 5 6 వారాలకు (అక్టోబర్ మొదటివారం)
7	రెండవసారి ఆకుకోత	అక్టోబర్ మధ్యలో మొదటి ఆకుకోత తర్వాత రెండు నెలలకు
8	రెండవ దఫా ఎరువులు 50 కిలోల నత్రజని హెక్టారుకు వాడాలి	నవంబర్ చివరలో - రెండవ ఆకుకోత తర్వాత ఆరు వారాలకు
9	మూడవసారి ఆకుకోత	డిసెంబర్ మధ్యలో - రెండవసారి ఆకుకోత తర్వాత రెండు నెలలకు
10	మూడవసారి కలుపుతీత అంతరకృషి	ఆకుకోత తర్వాత 2 3 వారాలకు జనవరి ప్రారంభంలో
11	నాల్గవసారి ఆకుకోత	మూడవ ఆకుకోత తర్వాత రెండు నెలలకు - ఫిబ్రవరి మధ్యలో
12	నాల్గవసారి కలుపుతీత అంతరకృషి	ఎండాలు వచ్చుటకు ముందు ఏప్రిల్ ప్రారంభంలో
13	ఐదవ ఆకుకోత	ఏప్రిల్ చివరలో
14	చివరి ఆకుకోత	మే చివరలో - జూన్ ప్రారంభంలో - ఐదవ ఆకుకోత తర్వాత 7 8 వారాలకు

III సాగునీటి మల్బరీలో వాడాల్సిన ఎరువుల వివరాలు

వాడటం	వరుస పద్ధతి	గుంటపద్ధతి
మొదటి దఫా	కాంప్లెక్స్ ఎరువులు ఒక్కొక్కటి 60 కిలోలు N,P,K	కాంప్లెక్స్ ఎరువులు ఒక్కొక్కటి 60 కిలోలు N,P K
రెండవ దఫా	60 కిలోల నత్రజని	40 కిలోల నత్రజని
మూడవ దఫా	కాంప్లెక్స్ ఎరువులు, ఒక్కొక్కటి 60 కిలోల N,P K	40 కిలోల నత్రజని
నాల్గవ దఫా	60 కిలోల నత్రజని	కాంప్లెక్స్ ఎరువులు ఒక్కొక్కటి 60 కిలోల N,P,K
ఐదవ దఫా	60 కిలోల నత్రజని	40 కిలోల నత్రజని
ఆరవ దఫా	- - -	40 కిలోల నత్రజని
మొత్తం	300 కిలోల నత్రజని , 120 కిలోల ఫాస్ఫరస్ , 120 కిలోల పొటాష్	280 కిలోల నత్రజని 120 కిలోల ఫాస్ఫరస్ , 120 కిలోల పొటాష్

ప్రశ్నలు

I ఈ కింది అంశాలకు లఘుటీక రాయండి

1 నర్సరీ కొలతలు తెలపండి

2 మల్బరీసాగుకు పద్ధతులను రాయండి

3 నాటువేయుటానికి ముందు నెమటోడ్‌లు సోకకుండా ఏయే చర్యలు తీసుకోవాలి?

4 పిలక మొక్కలలో పొలుసుపురుగులను ఏవిధంగా అరికట్టాలి ?

5 గుంట పద్ధతి అంటే ఏమిటి ? ఏ పరిస్థితులకు అది అనువైనది ?

II ఈ కింది వాటిపై వ్యాసాలు రాయండి

1 మల్బరీ నర్సరీని గురించి వివరించండి

2 సాగునీటి మల్బరీ గురించి తెలపండి

3 వర్షాధార మల్బరీని వివరించండి

6.

మల్బరీ ఉత్పత్తి

(Propagation of Mulberry)

మల్బరీని విత్తనాల ద్వారా గానీ శాకీయ ప్రత్యుత్పత్తి ద్వారా గాని ఉత్పత్తి చేయవచ్చు ఈ రెండు పద్ధతులలో శాకీయ ప్రత్యుత్పత్తి చాల చవక, సులభం ఇందులో అనేక అనుకూలనాలున్నాయి అంటే మొక్కలో కొన్ని ప్రత్యేక లక్షణాలు ఉన్నాయి అవి ఏమిటంటే మొక్క వేగంగా పెరగటం, ఆవాసానికి తగినవిధంగా అలవాటుపడటం చీడలను వ్యాధులను తట్టుకొని పెరగటం మొదలైనవి విత్తనాలలో మల్బరీ ఆశాజనకం కాదు ఎందుకంటే త్రయస్థితిక మొక్కలు (Triploid plants) మొలకెత్తతగిన (Viable) విత్తనాలను ఉత్పత్తి చేయవు అంతేకాకుండ లైంగికసంతతి (Biparental origin) వలన విత్తనాలతో అదే విధమైన మొక్క ఉత్పత్తికాదు మల్బరీ ఉత్పత్తి వివిధ దేశాలలో శీతోష్ణస్థితి వాతావరణ పరిస్థితులను అనుసరించి జరుగుతుంది భారతదేశంలో ఎక్కువగా ప్రాచుర్యం పొందిన పద్ధతి - పుల్లలు లేదా కటింగ్స్ ద్వారా మల్బరీని ఉత్పత్తి చేయటం అయితే కటింగ్స్ ద్వారా ఉత్పత్తి చేయలేని విదేశీయ (Exotic) రకాలను మాత్రం వేరు గ్రాఫ్టింగ్ (అంటుకట్టడం) చేస్తారు చెట్టుమొలకల (Scion) కొరత ఏర్పడినపుడు మొగ్గల గ్రాఫ్టింగ్ తక్కువ సమయంలో ఎక్కువ మొక్కలు అవసరమైనపుడు అంటుతొక్కడం (Layering) పద్ధతులను ఆచరించాలి

ఉత్పత్తి యానకం

మొక్కల కొన్న భాగాలు, విత్తనాలు అంకురించటానికి లేదా వేళ్లను వేగంగా ఉత్పత్తి చేయటానికి ఇది ప్రతినిధిగా తోడ్పడుతుంది మంచి యానకం లక్షణాలు-ఇది దృఢంగా దట్టంగా ఉండి మల్బరీ కటింగ్స్ లేదా విత్తనాలు అంకురించే సమయంలో కదలకుండా ఉంచాలి దీని పరిమాణం తడిగా లేదా పొడిగా ఉన్నా స్థిరంగా ఉండాలి తడి ఆరిన తరవాత కుచించుకునే నేల మొక్కల పెంపకానికి పనికిరాదు నేలకు తేమను నిలుపుకునే లక్షణం ఉండాలి అంతేకాకుండ నీటిని బయటకు పంపటానికి సరియైన రంధ్రాలున్నట్లైతే గాలి సోకటానికి అవకాశం ఉంటుంది ఈ నేలలో కలుపుమొక్కల విత్తనాలు హానికరమైన సూక్ష్మ జీవులు ఉండకూడదు మొక్కల పెరుగుదలకు తోడ్పడే ఉదజని సూచిక (pH) ఉండాలి

మల్బరీ పెంపకంలో మూడురకాల యానకాలు - మృత్తిక ఇసుక పశువుల పెంట తోడ్పడతాయి

మల్బరీని లైంగిక, శాకీయ ప్రత్యుత్పత్తుల ద్వారా ఉత్పత్తి చేయవచ్చు

I లైంగిక ప్రత్యుత్పత్తి ఇందులో విత్తనాలద్వారా మల్బరీ ఉత్పత్తి చేయడం తెలుసుకొందాం మల్బరీని విత్తనాలతో ఉత్పత్తిచేయటం చాలా సులభం చవక ఈ పద్ధతిలో పెద్దమొత్తంలో నారుపెంచి అంటులను (Grafts) తయారుచేయటానికి ఉపయోగించాలి అయితే మొక్కలో కావల్సిన లక్షణాలను పెంపొందించటానికి వీలుకాదు ఈ మొక్కలు, ఆకు ఉత్పత్తి స్థాయిని చేరటానికి చాలా సమయం అవసరం

విత్తనాలను మార్చ్-ఏప్రిల్ మాసాల్లో బాగా పండిన మల్బరీ ఫలాల నుంచి సేకరించాలి ఈ విత్తనాలలో సుప్తావస్థ (Dormancy) లేదు కొత్తగా అపుడే సేకరించిన తాజా విత్తనాలకు

మొలకెత్తే లక్షణం అధికంగా ఉంటుంది కాలం గడిచిన కొద్దీ విత్తనాలలో ఈ లక్షణం క్షీణిస్తుంది మల్బరీ విత్తనాలను గట్టిగా మూతబిగించిన సీసా లేదా డబ్బాలో ఉంచి చల్లని ప్రదేశంలో నిలవ ఉంచితే మూడు మాసాల వరకు ఉంటాయి

విత్తనాల సేకరణకు బాగా పండిన మల్బరీ ఫలాలను వెడల్పయిన తొట్టెలో నీరుపోసి గుజ్జుగుజ్జు అయ్యేటట్లు చేతితో బాగా నలపాలి ఈ గుజ్జు నుంచి విత్తనాలు వేరయ్యేవరకు బాగా నలపాలి తరవాత నీటిపై తేలిన విత్తనాలను సేకరించి అద్దుడు (Blotting) కాగితంపై నీడకు ఆరబెట్టాలి నీటి అడుగున చేరిన విత్తనాలు పనికిరానివి విత్తనాల నుంచి పెరిగిన మొక్కలను నారు మొక్కలు (Seedlings) అంటారు వీటి ఉత్పత్తి అంతా నర్సరీలోనే జరుగుతుంది మొట్టమొదటగా నర్సరీకి తగిన స్థలాన్ని పొలంలో ఎంపికచేయాలి తరవాత నేలను బాగా త్రవ్వి మట్టిని పొడిగా తయారుచేసి, ఎర్రమట్టి ఇసుక పెంట సమాన భాగాలుగా కలపాలి తరవాత విత్తనాలను నాటటానికి అనువైన మడిని 0 9 మీ పరిమాణంలో తయారు చేయాలి మంచి విత్తనాలను ఎంపికచేసి ఒకరోజు నీటిలో నానవిస్తే విత్తనకవచం మెత్తబడి సులభంగా మొలకెత్తుతాయి మ డిలో విత్తనాల వరుసల మధ్య 2 3 సెం మీ విత్తనాలకు మధ్య ఒక మి మీ దూరంలో నాటువేయాలి విత్తనాలను నేలలో 2 5 సెం మీ కంటే ఎక్కువ లోతుగా నాటితే ఆక్సిజన్ లభించక లేదా కార్బన్-డై-ఆక్సైడు ఎక్కువై మొలకెత్తవు తరవాత వి లను మ తో కప్పి నీటిని నెమ్మదిగా నీళ్లడబ్బాతో చల్లాలి ఎండనుంచి మడిని ×ంచటానికి గ లేద కొబ్బరి ఆకులను ఉపయోగించి ఒక అడుగు ఎత్తులో మంచెలాగా ని ంచాలి త్తనాలు మొలకెత్తటానికి ఉష్ణోగ్రత వెలుతురు ప్రముఖపాత్ర వహిస్తాయి కర్ణాటక రాష్ట్రంలోని పరిస్థితులు విత్తనాలు 10 రోజులలో మొలకెత్తటానికి తోడ్పడతాయి

పటం 6 1 విత్తనం మొలకెత్తే దశలు

నారుమొక్కలు 3 5 5 సెం మీ ఎత్తు పెరగగానే వాటిని పెకలించి దూరం దూరంగా నాటాలి లేత నారుమొక్కలకు ప్రత్యక్ష సూర్యరశ్మి అవసరం కాబట్టి మొక్కలపై ఎండ పడేటట్లు చూడాలి నారు మొక్కల వయస్సు మూడు మాసాలు దాటగానే వాటిని నెమ్మదిగా పెకలించి మొక్కకు మొక్కకు మధ్య 22 సెం మీ దూరంతో తిరిగి నాటువేయాలి నారు మొక్కలను 1 2 సంవత్సరాలు పెరగనిచ్చి మల్బరీ వృక్షాలుగా లేదా అంటుకట్టడం కోసం వాడవచ్చు (పటం 6 1)

II శాకీయప్రత్యుత్పత్తి

1 మల్బరీ కటింగ్స్ (Mulberry cuttings) ఇది ఇండియాలో ఆచరించే సాధారణ పద్ధతి మొదటగా ఆరోగ్యవంతమైన ముదిరిన, ఏపుగా పెరిగే మొగ్గలు ఉన్న లేతమొక్కలను ఎంపికచేయాలి లేత కొమ్మలలో అధికంగా పిండి పదార్థాలు బాగా ముదిరిన కొమ్మలలో ఎక్కువగా నత్రజని ఉంటాయి అయితే పిండి పదార్థాలు ఉన్న కొమ్మలు తొందరగా వేళ్లను వృద్ధిచేస్తాయి కాబట్టి బాగా లేతగా ఉన్న లేదా బాగా ముదిరిన కొమ్మలను కటింగ్స్‌కు ఎంపిక చేయకూడదు తక్కువ వయస్సుకల నారు మొక్కల నుంచి కటింగ్స్‌ను తయారుచేయాలి

పటం 6 2 కటింగ్ మొలకెత్తే విధానం

కటింగ్స్ 7 10 సెం మీ పొడవుతో, పెన్సిల్ మందంతో 3 4 మొగ్గలను కలిగి ఉండాలి పైన తెలిపిన కొలతల ప్రకారం కటింగ్స్‌ను కత్తిరించేటపుడు చివరలు 45° కోణంలో, తొక్క చీలకుండా, కాండం చిట్లకుండా జాగ్రతలు తీసుకోవాలి ఈ కటింగ్స్‌ను నర్సరీలో లేదా నేరుగా పొలంలో నాటాలి నర్సరీలో కటింగ్స్ ఎండిపోకుండా సమయానుకూలంగా నీరు అందిస్తూ జాగ్రత్తగా పెంచాలి నర్సరీ మళ్లను విత్తనాలు ఉత్పత్తిలో మాదిరిగా ఏర్పాటుచేయాలి నర్సరీలో కటింగ్స్‌కు మధ్య 7 15 సెం మీ దూరంతో ఏటవాలుగా నాటాలి 2 3 నెలల తర్వాత మొలకెత్తిన కటింగ్స్‌ను పొలంలో నాటాలి ఒక్కొక్కసారి పొలం తయారుగా లేకపోతే కటింగ్స్‌ను ఇసుకమడిలో వేసి కప్పినట్లైతే నర్సరీ మాదిరిగా ఒక వారంరోజులలో కాలస్ (Callus) అభివృద్ధి చెందుతుంది విభేదనం లేని మృదు కణజాలాల క్రమరహిత సమూహాన్ని (Undifferentiated mass of parenchyma) 'కాలస్' అంటారు ఇది వేళ్ల అభివృద్ధి చెందటానికి ఏర్పడే తప్పనిసరియైన నిర్మాణం ఈ కటింగ్స్‌ను పొలంలో నాటినట్లైతే అవి మొలకెత్తుతాయి

కొన్ని రకాల మల్బరీ సాధారణంగా అంకురించవు అలాంటి వాటికి వేరు హార్మోన్లను (Root hormones) అందించినట్లైతే తొందరగా వేళ్లు అభివృద్ధి చెందుతాయి ఈ హార్మోన్లు కటింగ్స్‌లో వేళ్లను ఏర్పరచటానికి వేళ్ల అభివృద్ధిని వేగం చేయటానికి వేళ్లసంఖ్యను పెంచటానికి ఉపయోగపడుతాయి వీటిని పొడిరూపంలో నేరుగా చల్లటం, కటింగ్స్‌ను నేరుగా తక్కువ సాంద్రత ద్రావణంలో నానబెట్టటం ఎక్కువ సాంద్రత ద్రావణంలో ముంచటం లానోలిన్ (Lanolin) పేస్టును పూయటం మొదలైన పద్ధతులలో వాడవచ్చు సాధారణంగా వాడుకలో ఉన్న హార్మోన్లలో ఇండోల్ ఎసిటిక్ ఆమ్లం (IAA) ఇండోల్ బ్యూటిక్ ఆమ్లం (IBA) 1 నాఫ్తలీన్ ఎసిటిక్ ఆమ్లం (NAA) 2, 4 డైక్లోరోఫినాక్సి ఎసిటి ఆమ్లం (DAA), 2, 4 డైక్లోరోఫినాక్సి బ్యూట్రిక్ ఆమ్లం (DBA) 2, 4, 5 ట్రైక్లోరో ఫినాక్సి బ్యుట్రిక్ ఆమ్లం (TBA) , 2, 4, 5 ట్రైక్లోరో ప్రొపొయెనిక్ ఆమ్లం (TPA) , రూటోన్ (Rootone) సెరడిక్స్ (Seradix) ఉన్నాయి ఈ హార్మోన్ల వాడకంలో ద్రావణ సాంద్రత పెరిగినకొద్ది కటింగ్స్‌ను నానబెట్టే సమయాన్ని తగ్గించాలి నర్సరీలో రెండు లేదా మూడు మాసాలు పెరిగిన మొలకలను పొలంలో నాటాలి మొలకలను నర్సరీ నుంచి తీసేటపుడు వేరువ్యవస్థ చెడిపోకుండ చూడాలి

2 అంటుకట్టే పద్ధతి ఇందులో ఒక మొక్క కొమ్మను అదేరకం లేదా వేరే రకానికి చెందిన వేరొక మొక్కలో కలిపించి ఆ రెండింటి మధ్య జీవసంబంధమైన కలయిక (Organic union) ఏర్పరచి ఒకే మొక్కగా పెంచటానికి వీలవుతుంది నేలలో వేళ్లతో స్థిరంగా పెరిగే మొక్కను కుదురు లేదా మోదె (Stock) అనీ, జతచేయబోయే కొమ్మను చెట్టు మొలక (Scion) అనీ అంటారు ఇందులో సయాన్‌ను స్టాక్‌కు జతచేయడం వలన స్టాక్ అందించిన లవణాలు పోషకపదార్థాలను సయాన్ గ్రహించి పెరుగుతుంది

సాధారణంగా స్టాక్ ఆయా ప్రాంతాల వాతావరణ పరిస్థితులకు అనుగుణంగా పెరిగే స్వదేశీరకం అయి ఉంటుంది వేరే పద్ధతిలో ఉత్పత్తిచేయటానికి వీలుకాని పక్షంలో మొక్కలకు కావలసిన లక్షణాలకోసం ఈ గ్రాఫ్టింగ్ ద్వారా ఉత్పత్తి చేయవచ్చు విదేశీ మొక్కలను సయాన్‌గా (Scion) తీసుకొని స్వదేశీ మొక్కలకు జతచేసి కొత్త రకాలను ఉత్పత్తి చేయవచ్చు

ఈ పద్ధతిలో సయాన్ మరియు స్టాక్‌ల ఎంపిక అతి ముఖ్యమైనది స్టాక్ తప్పకుండ ఒకటి రెండు సంవత్సరాల వయస్సు మొక్కై ఉండాలి దీని పరిమాణం సయాన్ కంటే కొంచెం లావుగా లేదా సమానంగా ఉండాలి సయాన్ వయస్సు ఒక సంవత్సరం ఉండి మామూలు లావుగా ఉండాలి గ్రాఫ్టింగ్ చేసే మొక్కల ఆకులు ఒక సంవత్సరం తెంపని

ఉండాలి కొమ్మ చివర అడుగు భాగాలు కత్తిరించి మధ్యభాగాన్ని మాత్రం సయాన్‌గావాడాలి స్టాక్ సయాన్‌ల చివరలు ఏటవాలుగా కత్తిరించాలి సయాన్‌ను స్టాక్ మొక్కయొక్క బెరడు దారువుల మధ్యలోనికి నెమ్మదిగా చొప్పించి నేలలో నాటాలి ఇవి 2 3 మాసాలలో పూర్తిగా కలిసిపోయి కొత్త మొక్కగా పెరుగుతాయి ఇందులో (A) కొమ్మ గ్రాఫ్టింగ్ (Shoot grafting), (B) వేరు గ్రాఫ్టింగ్ (Root grafting), (C) మొగ్గ గ్రాఫ్టింగ్ (Bud grafting) అని మూడు రకాలు ఉన్నాయి

A. కొమ్మ గ్రాఫ్టింగ్ పద్ధతి : ఇందులో మూడు రకాలున్నాయి

i **వెడ్జ్ గ్రాఫ్టింగ్ (Wedge grafting)** స్టాక్ మొక్కను కావల్సిన ఎత్తుకు మొదట కత్తిరించాలి కాండం చివర కత్తిరించిన భాగాన్ని V ఆకారంలో కోయాలి ఇక సయాన్ అడుగు భాగాన్ని స్టాక్‌పై అమర్చటానికి వీలుగా V ఆకారంలో వాలుగా కోయాలి ఈ రెంటినీ జతచేసి గ్రాఫ్టింగ్ మైనం (Grafting wax) లేదా బంకమన్ను పూయాలి గ్రాఫ్టింగ్ మైనం తయారీకి ఒకవంతు తేనెతుట్టె మైనం, లుగువంతులు జిగురును (Resin) కరుగబెట్టి నీళ్ళతో మెత్తగా పిసికి కొంచెం ఉడికించాలి ంగ్ బంకమన్ను లేదా రేగడిని, రెండు వంతుల రేగడి ఒకవంతు పశువుల పేడ చిన్నగా కత్తిరిం న ఎండుగడ్డిని కలిపి మిశ్రమంగా తయారు చేయాలి

ii **క్రౌన్ గ్రాఫ్టింగ్ (Crown grafting)** ఇందులో స్టాక్‌లోనికి ఒకటి కంటే ఎక్కువ సయాన్‌లను దూర్చాలి

iii **విప్ గ్రాఫ్టింగ్ (Whip grafting)** స్టాక్ 1 2–2 5 సెం మీ మందం ఉన్నదానిని తీసుకొని ఏటవాలుగా 3 5–5 సెం మీ వరకు కత్తిరించాలి అదేవిధంగా సయాన్ కూడా కత్తిరించి రెండింటిని జతచేసి మెత్తని దారంతో కట్టి గ్రాఫ్టింగ్ మైనంతో ఆ భాగాన్ని పూర్తిగా కప్పి వేయాలి

B వేరు గ్రాఫ్టింగ్ (Root grafting) ఇందులో రెండు రకాలున్నాయి

i వేరు గ్రాఫ్టింగ్ ఇందులో స్టాక్‌గా కాండం కాకుండా వేరును ఉపయోగిస్తారు ఇందుకుగాను 0 6–2 5 సెం మీ మందం ఒక సంవత్సరం వయస్సుగల సయాన్ వేరును 5–7 5 సెం మీ పొడవు ముక్కలుగా కత్తిరించాలి వేరు పైచివరను ఏటవాలుగా కత్తిరించాలి సయాన్‌కు 2 3 మొగ్గలుండి 4 5 అంగుళాల పొడవుండాలి దీని క్రింది చివర ఏటవాలుగా కత్తిరించాలి తర్వాత దీని బెరడు భాగాన్ని (స్టాక్‌లోనికి పోయేభాగం మాత్రమే) మెల్లిగా తొలగించాలి తర్వాత సయాన్ నెమ్మదిగా స్టాక్ వేరులోనికి (బెరడుకు దారువుకు మధ్యలో) చొప్పించాలి జత చేయటానికి ముందుగా సయాన్ పైబెరడును తొలగించటం వలన స్టాక్ సయాన్‌ల మధ్య విభాజ్యకణావళి పొరలు (Cambial layers) బాగా దగ్గరవుతాయి ఇక జీవసంబంధమైన కలయిక పూర్తికాగానే మొక్కకు సయాన్ లక్షణాలు కన్పిస్తాయి ఈగ్రాఫ్టింగ్ పద్ధతికి అనేక అనుకూలనాలున్నాయి గ్రాఫ్టులు అన్నీ పెరుగుతాయి ఒక మనిషి ఎనిమిది గంటలలో 800 1000 గ్రాఫ్టులను తయారుచేయవచ్చు ఇక రెండు సంవత్సరాల సయాన్ నుంచి 5 6 స్టాక్‌లను తద్వారా 5 6 గ్రాఫ్టులను కట్టడానికి వీలవుతుంది

ii **యథాస్థానంలో గ్రాఫ్టింగ్ (In situ grafting)** ఇందులో స్టాక్‌గా వాడే నారుమొక్కలను నేలమట్టానికి (వేరు ప్రారంభ భాగం) కత్తిరించాలి తర్వాత సయాన్‌ను తీసుకొని పైన తెల్పిన విధంగా జతచేయాలి జతచేసేటపుడు నేలలోని వేరు కదలకుండా జాగ్రత్త తీసుకోవాలి ఈ పద్ధతిలో ఒక సయాన్ నుంచి ఒక గ్రాఫ్టు కట్టడానికి వీలవుతుంది

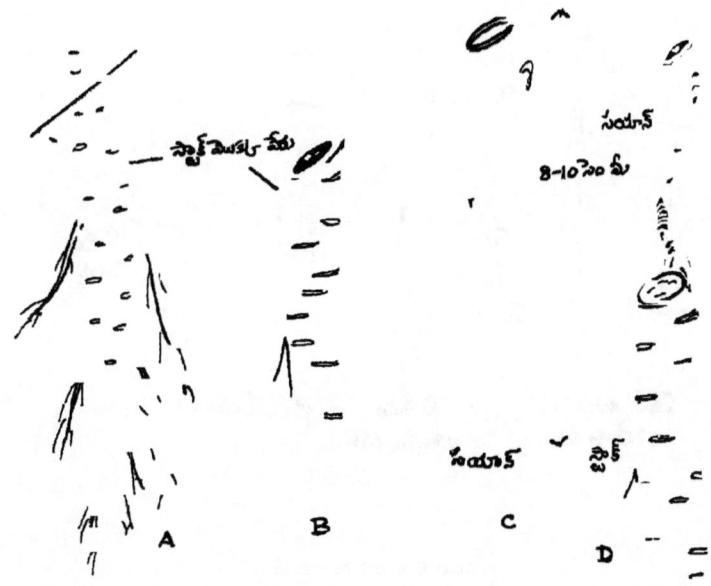

పటం 6 3 వేరు గ్రాఫ్టింగ్ పద్ధతి

C మొగ్గ ంగ్ (Bud grafting) దీనినే బడ్డింగ్ అంటారు సయాన్‌లు ఎక్కువగా దొరకని ప ంలో ఈ పద్ధతిని ఆచరించాలి ఇందులో సయాన్ నుంచి ఒక మొగ్గను మాత్రమే బెరడుతో హా తీసి ఇంకొక కాండానికి అతికిస్తారు మొగ్గభాగంలో పరిచర్మం (Periderm), వల్కలం (Cortex), పోషక కణజాలం (Phloem) ఉంటాయి ఈ మొగ్గ ఉన్న బెరడు భాగాన్ని స్టాక్ యొక్క దారువు (Xylem) భాగానికి ఎదురుగా అతికించడం వలన అక్కడ కాలస్ (Callus) తంతువులు పెరుగుతాయి ఈ కాలస్ తంతువులు మొగ్గ లోపలి తలంలో తెగిన పోషక కణజాలం నుంచి ద్వితీయ పోషకకణజాలం నుంచి అభివృద్ధి చెందుతాయి దీనికి అనుబంధంగా స్టాక్‌లో కూడా కాలస్ తంతువులు ఏర్పడుతాయి ఈ కాలస్ తంతువులు కలిసి కాలస్ వంతెన ఏర్పడుతుంది ఈ కణజాలంలో అక్కడక్కడ విభాజ్యకణావళి (Cambium) ప్రత్యక్షమై ద్వితీయ పోషక, దారు కణాలను ఏర్పరుస్తుంది తర్వాత ఈ కణజాలం ప్రధానమైన దారువు పోషక కణజాలమునకు కలుపబడుతుంది బడ్డింగ్‌లో మూడు రకాల పద్ధతులు ఉన్నాయి అవి

1. అతుకు బడ్డింగ్ (Patch budding) సయాన్ నుంచి మొగ్గ భాగాన్ని జాగ్రత్తగా వేరుచేయాలి స్టాక్ కాండం కణుపుల మధ్యలో కొంత బెరడును తొలగించి సయాన్ నుంచి తీసిన మొగ్గ భాగాన్ని అతికించి గ్రాఫ్టింగ్ మైనం పూసి మొగ్గ బయటకు కన్పించేలా జాగ్రత్తగా మెత్తని దారంతో కట్టివేయాలి (పటం 6 4)

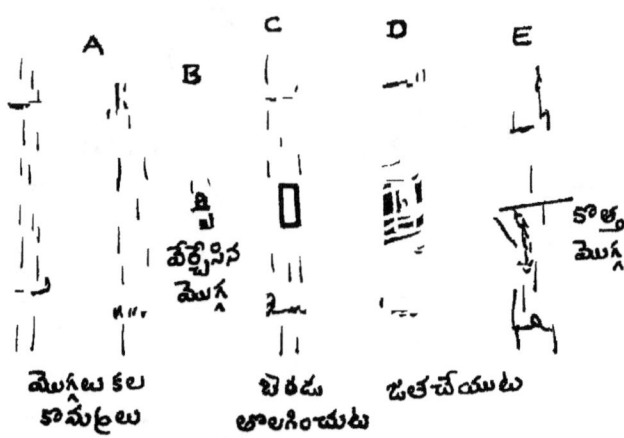

పటం 6 4 అతుకు బడ్డింగ్

11 T బడ్డింగ్ (T Budding) ఇది అతుకు బడ్డింగ్ వలె ఉంటుంది కాని మొగ్గను బెరడుతో సహా కత్తిరించేటపుడు T ఆకారంలో బెరడును జాగ్రత్తగా తీసి స్టాక్ మొక్కకు కణుపుల మధ్య T ఆకారంలో బెరడు తీసిన భాగంలో ఉంచి తరవాత గ్రాఫ్టింగ్ మైనం పూసి మెత్తని దారంతో జాగ్రత్తగా కట్టివేయాలి (పటం 6 5)

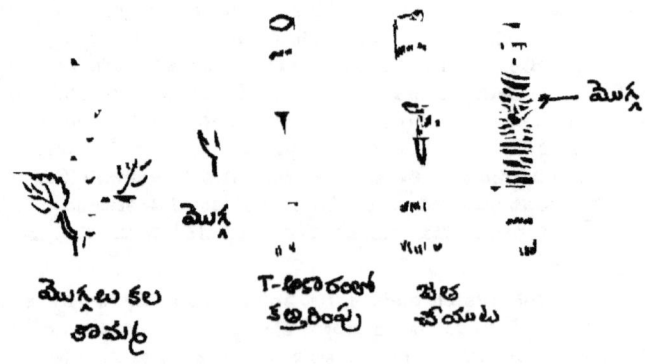

పటం 6 5 'T' బడ్డింగ్

iii ఫ్లూట్ బడ్డింగ్ (Flute budding) సయాన్ నుంచి $2\frac{1}{2}$ $3\frac{3}{4}$ సెం మీ పొడవు బెరడును కాండం నుంచి మొగ్గలోసహా గుండ్రంగా వేరుచేయాలి అదే మాదిరిగా స్టాక్ యొక్క కాండం బెరడును అదే పరిమాణంలో తొలగించాలి తర్వాత సయాన్ బెరడును స్టాక్‌లోకి చొప్పించి గ్రాఫ్టింగ్ మైనం పూసి మొగ్గ కన్పించేటట్లు జాగ్రత్తగా కట్టివేయాలి

3 అంటుతొక్కడం లేదా లేయరింగ్ (Layering) దీనిలో తల్లి మొక్కకు కొమ్మలు అతికి ఉన్న స్థితిలోనే దానికి వేళ్ల అభివృద్ధి కన్పిస్తుంది ఇందులో పాల్గొన్న కొమ్మలలో సేంద్రియ పదార్థాలు పిండిపదార్థాలు ఆక్సిన్స్ వంటి వృ కారకాలు ఉంటాయి ఇవి పత్రాలు పెరిగే కొమ్మల చివరల నుంచి మొక్కలో ముందుగా ఉన౹ తికి విరుద్ధంగా అంటే క్రిందివైపుకు ప్రయాణిస్తాయి ఈ పదార్థాలు ఒక దగ్గర చేరి అక్కడ వ అభివృద్ధికి కారణమవుతాయి ఆ తర్వాత వేళ్లతో సహా కొమ్మను మూడు నెలల తర్వాత మొక్క నుంచి వేరుచేసి కొత్తగా నాటాలి వేరుచేసిన కొత్త మొక్కను 'అంటుతొక్కిన కాం (Layered stem) అంటారు ఇందులో ఈ కింది పద్ధతులు ఉన్నాయి ఈ పద్ధతి ద్వారా సులభంగా చవకగా అనేక మొక్కలను ఉత్పత్తి చేయవచ్చు

a సాధారణ లేయరింగ్ (Simple layering) మల్బరీ పొదలోని ఒక కొమ్మ బెరడును 2 5 5 సెం మీ పొడవుగా కాండం చుట్టు తొలగించి ఆ కొమ్మను బాగా వంచి నేలలో మట్టితో కప్పాలి బెరడు తొలగించిన భాగం నేలలో కప్పి మిగిలిన కొమ్మ స్వేచ్ఛగా గాలిలోకి ఉంచాలి నేలలో కప్పిన కాండంపై ఇటుకను లేదా రాయిని గాని అదిమిపట్టుటకు ఉంచాలి ఒక 2 4 నెలల్లో నేలలో కప్పిన భాగంలో వేళ్లు అభివృద్ధి చెందుతాయి ఆ తర్వాత కొమ్మను వేళ్లతో సహా కత్తిరించి వేరుగా నాటాలి (పటం 6 6)

b గూటింగ్ (Gooting) దీనినే ఎయిర్ లేయరింగ్ (Air layering) అనికూడా అంటారు ఇందులో కొమ్మకు 1 2 సెం మీ గుండ్రంగా బెరడును తొలగించాలి ఆ భాగంలో కుళ్ళిన మట్టిని వేరు హార్మోనుతో కలిపి అదిమి ఆ తర్వాత పాలిథీన్ సంచితో గాలి పోకుండా రెండువైపులా కట్టివేయాలి కత్తిరించిన భాగంలో క్రమం తప్పకుండా నీరుపోయాలి కనీసం 2-3 నెలల తర్వాత ఆభాగంలో వేళ్లు అభివృద్ధి చెందగానే తల్లి మొక్కనుంచి వేళ్లు ఏర్పడిన కొమ్మను నాటాలి (పటం 6 7)

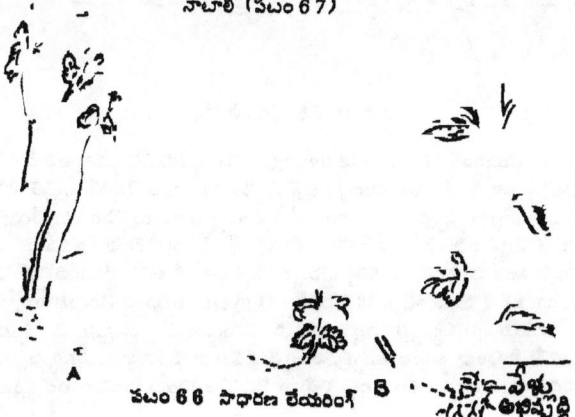

పటం 6 6 సాధారణ లేయరింగ్

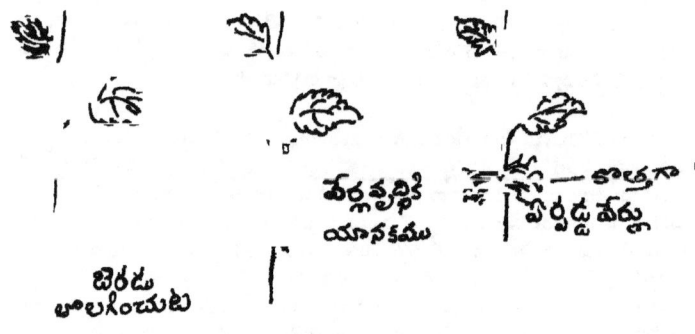

పటం 6 7 గూటింగ్

పటం 6 8 ట్రెంచ్ లేయరింగ్

c ట్రెంచ్ లేయరింగ్ (**Trench layerıng**) ఈ పద్ధతిని ఎక్కువగా జపాన్ లో ఆచరిస్తారు ఇందులో ఏపుగా పెరిగే మొక్కనుంచి ఒక కొమ్మను బాగా వంచి నేలలో మట్టితో కప్పి వేయాలి దానిచివర మాత్రం స్వేచ్ఛగా వదలాలి దీని చుట్టూ ఎరువులు పెంటను వేయాలి నేలలో కప్పిన కొమ్మనుంచి వేళ్లు సాధారణ లేయరింగ్ లో మాదిరిగానే అభివృద్ధి చెందుతాయి కాండంపై ఉండే మొగ్గలనుంచి కొత్త కొమ్మలు 2 4 నెలల్లో అభివృద్ధి చెంది పైకి పెరుగుతాయి ఈవిధంగా ఒక కొమ్మనుంచి అనేక లేయర్స్ (Layers) అభివృద్ధి చెందుతాయి (పటం 6 8)

శాకీయ ప్రత్యుత్పత్తి వల్ల తక్కువ సమయంలో ఎక్కువ మొక్కలను ఉత్పత్తి చేయడమే కాకుండా ఆకుల ఉత్పత్తి, నాణ్యతను కూడా పెంచటానికి ఎక్కువ అవకాశం ఉంది ఈ పద్ధతులు చాలా సులభం కాబట్టి రైతులు వీటిని ఆచరించటం ఏమాత్రం కష్టతరం కాదు

కణజాల, అవయవ వర్ధనం (Tissue and Organ culture)

కణాలను కణజాలాన్ని అవయవాలను కృత్రిమయానకంలో పెంచే విధానాన్ని కణజాల అవయవ వర్ధనం అంటారు ఈ పద్ధతి పరస్థానిక వర్ధనం (In vitro) అనే సాంకేతిక విధానంలో జరుగుతుంది ఇందులో మొక్కలోని ఏదో ఒక భాగాన్ని తీసుకొని సంక్రమణ నాశకాలతో శుభ్రపరచి, గాజు పరికరాలలో (పరీక్ష నాళికలు పెట్రిడిష్‌లు ఫ్లాస్క్‌లు మొ॥) ఎసెప్టిక్ (aseptic) వాతావరణంలో తగిన పోషకయానకం (Nutrient medium) లో పెంచుతారు ప్రతీకణజాలం అవయవం సరిగా పెరగటానికి తగిన యానకం అవసరం వివిధ జాతులకు వాటి పోషక అవసరాలలో వాటివాటి ప్రత్యేకతలుంటాయి చాలా యానకాలలో అకార్బనిక లవణాలు, విటమిన్‌లు సుక్రోస్ ఆక్సిన్‌లు (Auxins) జిబ్బరెలిన్‌లు (Gibberelins), సైటోకైనిన్‌లు (Cytokinins), ఆహార పెరుగుదల నియంత్రకాలను వివిధ పరిమాణాలలో కలుపుతారు వర్ధనంలో పోషక యానకం ఎసెప్టిక్ స్థితి వాయు ప్రసరణ దశలుంటాయి

మల్బరీలో కణజాల, అవయవ వర్ధనం

1 పోషక యానకం (Nutrient medium) ఇందులో చక్కెర అకర్బన పదార్థాలు విటమిన్లు ఉండే యానకాన్ని కనీసయానకం (Basic medium) అంటారు ఈ యానకం మీద మొక్కభాగాన్ని ఉంచినపుడు కాలస్ (Callus) అనే విభేదనం చెందని కణాల సముదాయం ఏర్పడుతుంది యానకానికి కలిపిన ఆక్సిన్‌లు వేరు వ్యవ నూ సైటోకైనిన్‌లు ప్రకాండ వ్యవస్థ వృద్ధిని ప్రేరేపిస్తాయి యానకంలో కలపవలసిన పదా లను స్వేదనజలం (Distilled water) లో కరిగిస్తారు విటమిన్‌లు హార్మోనుల కోసం బ్బరికాయ పాలు పండ్లరసాలను ఈస్ట్ కషాయాన్ని కూడా కనీసయానకానికి కలుపవచ్చు లేదా మార్కెట్‌లో లభించే వాణిజ్య ఉత్పత్తులను వాడాలి యానకంలో ఉదజని సూచిక గాఢత 5 8 ఉండాలి యానకానికి 1% అగార్ అగార్ (గడ్డిజన్ను) ను కలిపి పాక్షిక ఘన (Semisolid) యానకం తయారుచేయాలి యానకం తయారీలో మురాషి, స్కూగ్ పద్ధతిని (Murashi and Skoog method) ఆచరించాలి

2 ఎసెప్టిక్ స్థితి (Aseptic condition) సూక్ష్మజీవుల ప్ర
ఉంటుంది కాబట్టి ఎసెప్టిక్ స్థితి చాలా అవసరం యానకా ı తగిన గాజు పరికరాలలో పోసి ఆటోక్లేవ్‌లో సుమారు 120°C ఉష్ణోగ్రత 30 పౌండ్ల పీడనం వ 15 నిమిషాలుంచాలి తర్వాత సూక్ష్మ జీవరహితం చేయబడిన దూదిబిరడాలను ఉంచాలి కణజాలాన్ని లేదా మొక్క అవయవాలను 0 5 శాతం సోడియం హైపోక్లోరైడ్ లేదా మెర్క్యురీ క్లోరైడ్‌లో కడిగి ఉపరితల సూక్ష్మజీవరహితం చేయాలి యానకాన్ని ఇనాక్యులేషన్ ఛాంబర్‌లో ఉంచి కణజాలాన్ని ప్రవేశపెట్టాలి

3 వాయు ప్రసరణ (Aeration) పాక్షిక ఘనపోషక యానకంలో దాని ఉపరితలం మీద కణజాలాన్ని ఉంచి, వాయు ప్రసరణ కలుగునట్లు చేయాలి

వర్ధన విధానం సుక్రోసు అకర్బన పదార్థాలు, విటమిన్లను కలిపి కనీస యానకం తయారుచేయాలి తర్వాత సైటోకైనిన్‌లకోసం కైనిటిన్‌ను ఆక్సిన్‌ల కోసం NAA NBA లను యానకానికి కలపాలి దీనికి ఒక శాతం అగర్ అగర్‌ను కలిపి పాక్షిక ఘనయానకం తయారుచేయాలి దీనికి ఎసెప్టిక్‌స్థితిని కల్పించాలి కొన్ని మొక్కభాగాలను సూక్ష్మజీవ

రోహితంచేసి యానకంలో ఉంచాలి వీటిని వర్ధనంచేసే గదిలో (ఎయిర్ కండీషన్డ్) ఉంచాలి ఒక నాలుగు వారాలలో కాలస్ ఏర్పడుతుంది దీనిని చిన్న ప్లాస్టిక్ తొట్టెలోనికి నెమ్మదిగా మార్చాలి దీనికోసం మళ్లీ పైనతెల్పిన విధంగా యానకం తయారుచేయాలి తర్వాత తొట్టెను 20 25°C ఉష్ణోగ్రతలో రెండు వారాలుంచి నెమ్మదిగా నీడలో బాహ్య పరిసరాలలో ఉంచి తరవాత పొలంలో నాటవచ్చు

కణజాల వర్ధనం ప్రాముఖ్యత

1 తక్కువ కాలంలో అధికంగా మొక్కలను ఉ త్తి చేయవచ్చు
2 మొక్కలోని ఏ భాగాన్నైనా ఉపయోగించి కొ మొక్కను ఉత్పత్తి చేయవచ్చు
3 తెగులు (వైరస్) సోకిన మొక్కలనుంచి వా కాండాగ్రాల కణజాలం వర్ధనం చేయటం ద్వారా తెగులులేని మొక్కలు తయారవుతాయి
4 వా ధినిరోధకశక్తిని పెంచటంకోసం నిర్వహించే సంకరణలో ఏర్పడిన సంకరాలను కూడా ఉ త్తి చేయవచ్చు
5 ను వస్థను తగ్గించడం ద్వారా విత్తనాల ఫలవంతతను వెంటనే తెలుసుకోవచ్చు

ప్రశ్నలు

I **ఈ కింది అంశాలకు లఘుటీక రాయండి**

1 మల్బరీకి కావల్సిన ఉత్పత్తి యానక లక్షణాలు తెలపండి
2 అలైంగిక ప్రత్యుత్పత్తిలోని కొన్ని రకాలను తెలపండి
3 మల్బరీ కటింగ్ లక్షణాలను తెలపండి
4 మీకు తెల్సిన కొన్ని మొక్కల హార్మోనులను తెలపండి
5 గ్రాఫ్టింగ్ అంటే ఏమిటి ?
6 లేయరింగ్ అంటే ఏమిటి ?
7 గూటింగ్ అంటే ఏమిటి ?
8 కణజాల అవయవ వర్ధనం అంటే ఏమిటి ?
9 కనీస యానకం అంటే ఏమిటి ?
10 వర్ధనంలో ఉన్న దశలను తెలపండి
11 యానకంలో ఉండే పోషకపదార్థాలు ఏవి ?
12 కణజాల అవయవ వర్ధన ప్రాముఖ్యత తెలపండి

II **ఈ కింది వాటికి వ్యాసాలు రాయండి**

1 మల్బరీ లైంగిక ప్రత్యుత్పత్తి గురించి రాయండి
2 అలైంగిక ప్రత్యుత్పత్తి రకాలను తెలిపి కటింగ్‌ల గురించి వివరించండి
3 ఈ కింది అంశాలను గురించి రాయండి
a వెడ్జ్ గ్రాఫ్టింగ్
b వేరు గ్రాఫ్టింగ్
4 మొగ్గ గ్రాఫ్టింగ్ పద్ధతులను వివరించండి
5 లేయరింగ్ పద్ధతులను పటాలతో వివరించండి
6 మల్బరీ కణజాల అవయవ వర్ధనం గురించి వివరించండి

7.
పెంపకం పనులు
(Cultural Operations)

కలుపుతీత–మధ్యంతర సాగు

కలుపు మొక్కలను నిర్మూలిస్తూ పొలంలోని నేలను గుల్లగా చేయటంవల్ల వర్షం నీరు నేలలోతుకు ప్రవహించి మొక్క పోషణకు తోడ్పడుతుంది దీనివల్ల గాలి నేలపొరలలోకి ప్రవేశించటానికి అవకాశం కలుగుతుంది సాధారణంగా కలుపుమొక్కలు పొలంలోని పోషకపదార్థాలు నీరు గాలి వెలుతురు మొదలైన వాటికోసం మల్బరీతో పోటీపడతాయి కొన్ని కలుపుమొక్కలు పైరు మొక్కలతో సన్నిహితసంబంధం ఏర్పరచుకొని నేరుగా మొక్కనుంచే నీటిని ఆహార పదార్థాలను గ్రహిస్తాయి అందువల్ల మొక్కల పెరుగుదల తగ్గి బలహీనమై దిగుబడి తగ్గుతుంది మల్బరీ చిరుదశలోనే తోటలోని కలుపును అదుపు చేయాలి కలుపుమొక్కలు చీడలకు ఆశ్రయం ఇచ్చి వాటి అభివృద్ధికి తోడ్పడతాయి

1 పెంపకంలో చేపట్టే

మల్బరీ మొక్కలు నాటిన ఆరు మాసాలలోపు రెండుసార్లు కలుపుతీయాలి నాట్లువేసిన రెండు నెలల తర్వాత ఒకసారి, తర్వాత 2 3 నెలలకు మరొకసారి కలుపు తీయాలి వరుసల మధ్యలో 15 సెం మీ లోతు తవ్వటంవల్ల మట్టి బాగా వదులై కలుపుమొక్కలను వేళ్లతో సహా పెకలించటానికి వీలవుతుంది దీనివల్ల మల్బరీ పెరిగేందుకు మంచి ఉత్తేజం దొరుకుతుంది కలుపును మల్బరీ నాటిన మొదటి సంవత్సరంలో అదుపుచేయాలి ఈ ప్రక్రియలో నేల గుల్లవడమే కాకుండా గాలి ప్రసారం బాగా జరిగి రోగాలు రాకుండా ఉంటాయి మట్టి వదులుగా ఉండటం వల్ల నీరు తేలికగా భూమిలోనికి ఇంకి మొక్కకు కావాల్సిన తేమను నిలవచేస్తుంది

2 అంతర కృ

దీనిని మనుషులచేత లేదా నాగలి, గుంటక గొర్రులతో యాంత్రిక పరికరాలతో నిర్వహించాలి మొదటిసారిగా కలుపును మనుషులతో తీయించటం శ్రేయస్కరం ఎందుకంటే ఈ దశలో మల్బరీ చిరుదశలో ఉండి పశువులతో గొర్రుతోలించినపుడు నష్టం జరిగే అవకాశం ఉంది ఇక తరవాత మనుషులచేత లేదా గొర్రు తోలించవచ్చు రెండవ సంవత్సరంనుంచి పశువులచేత నిరాటంకంగా నాగలి లేదా గుంటకను ఒక క్రమ సమయంలో వరుసల మధ్య తోలి అంతరకృషి చేయాలి మల్బరీ (వర్షాధార) పొలంలో వరుసల మధ్య దున్ని వరుసలకు కట్టలుకట్టి మొక్క వేళ్లచుట్టు తేమను నిలవచేయాలి కాలువలో ఎండు ఆకులు పశువులు తినని ఎండుగడ్డి పరిచి కలుపును కొంత వరకు అదుపుచేయవచ్చు

ఈ మధ్యకాలంలో కలుపు మొక్కలను నిర్మూలించటానికి అనేక రసాయనిక మందులను వినియోగిస్తున్నారు వీటిని కలుపునాశనులు (Weedicides) అంటారు వీటిలో ముఖ్యమైనవి సిమాజిన్ కారమాక్స్ పారక్వట్ డాలపర్ (Simazine, Karamx Paraquat, Dalapar) వీటిలో ఒకదాన్ని 50 100 గ్రాములు/200 లీటర్ల నీటిలో కలిపి ఎకరం విస్తీర్ణంలో మార్చి–ఏప్రిల్ నెలల్లో మొక్కలు కత్తిరించిన తర్వాత వాడాలి

కలుపు మొక్కలు

వీటిని వివిధ రకాలుగా వర్గీకరించవచ్చు

I. వృక్షశాస్త్రవర్గీకరణ

1 ఏకదళ బీజాలు ఉదా : సైప్రస్ రొటండస్ సైనోడాన్ డాక్టైలాన్

2 ద్విదళ బీజాలు ఉదా : ట్రైడాక్స్ క్రోటాన్

II ఆవాసాన్ని అనుసరించి రెండు రకాలు :

అవి భౌమ్య నీటి కలుపు మొక్కలు

III జీవితకాల వ్యవధిని అనుసరించి

ఈ విధంగా మూడు సమూహాలు ఉన్నాయి అవి వార్షిక (Annual), ద్వివార్షిక (Biennial), బహువార్షికంగా (Perennial) పెరిగే కలుపుమొక్కలు

IV పరాన్న జీవ కలుపుమొక్కలు

ఇందులో పూర్తి, పాక్షిక పరాన్నజీవ మొక్కలు ఉన్నాయి

కలుపుమొక్క నిర్వచనాలు

- పొలంలో పెంచే మొక్కలు కాకుండా పెరిగే ఇతర మొక్కలన్నీ కలుపుమొక్కలే
- పనికిరాని మొక్కలన్నీ కలుపుమొక్కలు
- పనికిరాని, హానికరమైన విషపూరితమైన మొక్కలు
- ప్రజల అవసరాలకు విరుద్ధంగా పెరిగే మొక్కలు

కలుపుమొక్కల వలన జరిగే హాని

ప్రపంచంలో గల 2,50 000 మొక్కల జాతుల్లో 15 జాతుల మొక్కలు మాత్రమే పంటలుగా 90 శాతం ప్రపంచ ప్రజల ఆహార అవసరాలను తీరుస్తున్నాయి ప్రపంచ వ్యాప్తంగా సుమారుగా 6700 కలుపుమొక్కలు పంటలతో పోటీపడుతూ సమస్యగా మారినవని ఒక అంచనా ఇందులో 76 కలుపు మొక్కలు మాత్రం క్లిష్టమైన కలుపుమొక్క న్నాయి కలుపుమొక్కలు తమ పెరుగుదలకు అవసరమైన అ వనరులను పైరు మొక్కలతో పంచుకుంటాయి దీనివల్ల పంట దిగుబడి నాణ్యత త తుంది ఈ మొక్కలు చీడలకు కూడా ఆశ్రయమిస్తాయి వీటికి ప్రకృతిసిద్ధంగా కొన్ని స జ లక్షణాలు ఉండటం వల్ల పైరు మొక్కలకంటే ఎక్కువ మనుగడ శక్తి కలిగి పైరుతో పోటీపడి దిగుబడిని తగ్గిస్తాయి ఒక పైరులోని కలుపుమొక్కలు పైరు కోతకు వచ్చే వ్యవధిలో రెండు లేదా మూడు జీవిత చక్రాలను పూర్తిచేసి వాటి విత్తనాలను భూస్థాపితం చేస్తాయి వీటి విత్తనోత్పత్తి అధికం బహువార్షిక కలుపు మొక్కల్లో (తుంగ గరిక) కాయలు దుంపలు వేళ్లు నేలలో అంటుకొని నిర్మూలన కష్టమవుతుంది మొక్కలతోబాటు పెరిగే కలుపుమొక్కలు పైరు మొక్కలకంటే నీటిని ఎక్కువ స్థాయిలో గ్రహించి పైరుకు దక్కకుండా చేస్తాయి ఇది వ ధార పంటలకు చాలా నష్టం మొక్కల పెరుగుదలదశలో తగినంత పోషక పదార్థాలను । హించకపోయినట్లయితే వాటి పెరుగుదల తగ్గుతుంది కలుపుమొక్కలు ఈ పోషక పదార్థాల మొక్కలతో పోటీపడతాయి ఈ పోషక పదార్థాలు వివిధ పైర్లలో హెక్టారుకు నత్రజనిని 24 58 కిలోలు ఫాస్ఫరస్‌ను 3 18 కిలోలు పొటాష్‌ను 15 63 కిలోలు నష్టపోతున్నాయి కలుపు మొక్కలను సరియైన సమయంలో నిర్మూలించకపోతే పంట దిగుబడిలో 5 100 శాతం తగ్గిపోతుంది

మల్బరీతోట–కలుపుమొక్కలు

మల్బరీ తోటలో కనిపించే కొన్ని కలుపుమొక్కల లక్షణాలను ఈ కింద వివరించడ మైనది (పటం 7 1)

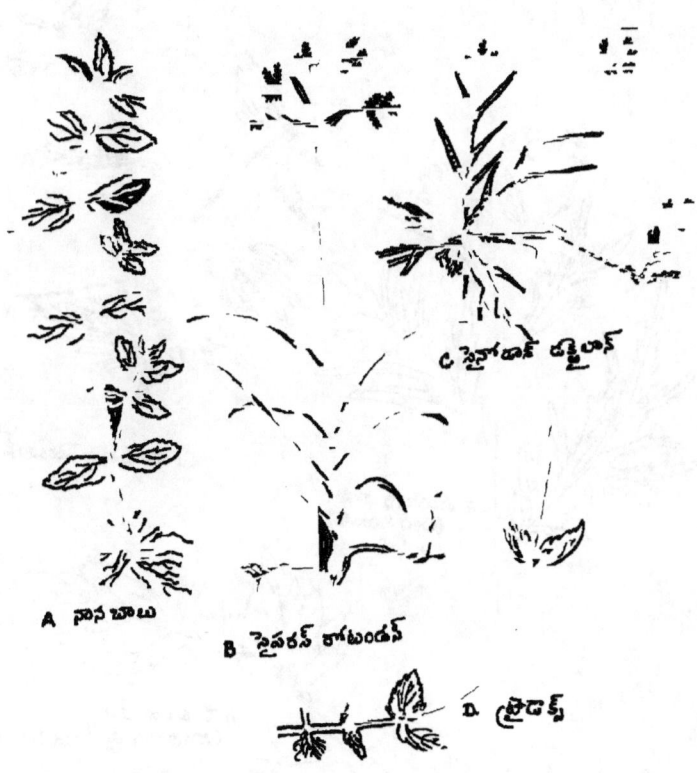

A నాన చొలు

B సైపరస్ రోటుండస్

C సైనోడాక్ డక్టైలాన్

D ట్రైడాక్స్

పటం 7 1 A కలుపు మొక్కలు (A D)

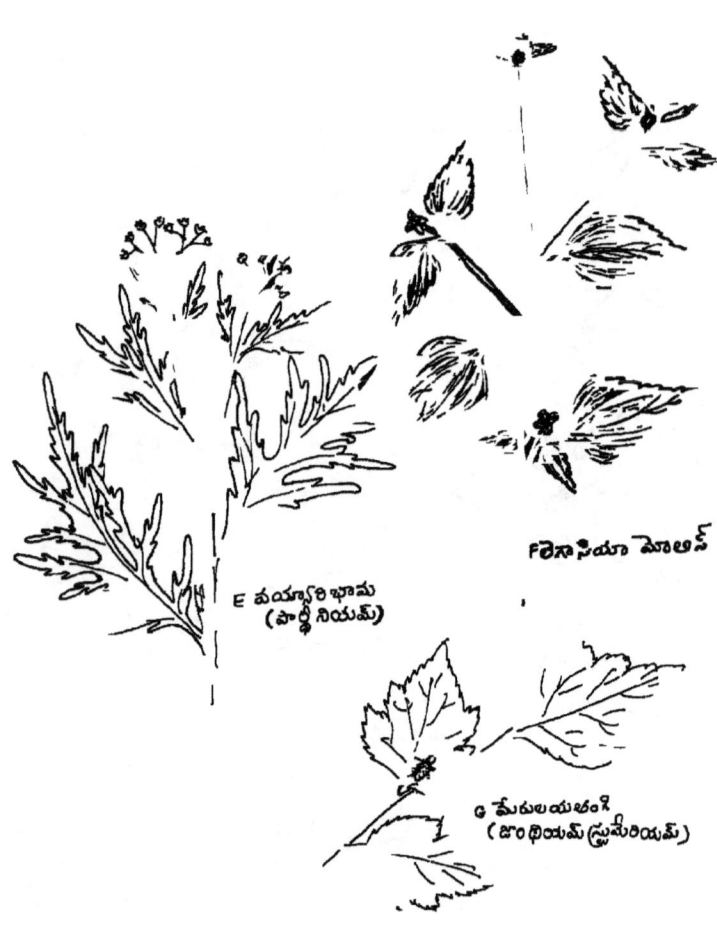

E వయ్యారి భామ
(పార్థీనియమ్)
F లెగాసియా మోలిస్
G మేరులయతంగి
(జాంథియమ్ స్ట్రుమేరియమ్)

పటం 71 B కలుపు మొక్కలు (E G)

1 పార్థీనియమ్ హిస్టరోఫోరస్ దీనిని వయ్యారిభామ అంటారు ఇది దేశవ్యాప్తంగా విస్తరించి కొరకరాని కొయ్యగా పరిణమించింది దీనిని కాంగ్రెస్ గడ్డి, పిచ్చిమాను అని కూడా అంటారు దీని జన్మస్థానం అమెరికా వెస్టిండీస్ దిగుమతి చేసుకున్న ధాన్యం పరిశోధనల కోసం తెచ్చినధాన్యం విత్తనాలద్వారా దీని విత్తనం మనదేశం లోకి చేరింది దీనిలో అధిక సంఖ్యలో ఉత్పత్తి అయిన విత్తనాలు తేలికగా ఉండి వివిధ ప్రాంతాలకు వ్యాపిస్తాయి వీటికి చాలా సంవత్సరాల వరకు మొలకెత్తే శక్తి ఉంటుంది దీనివలన మనుషులకు చర్మంఅలెర్జీ, శ్వాస సంబంధమైన వ్యాధులువస్తాయి

2 తుంగ వీటిని మొండి కలుపుమొక్కలు అంటారు ఇవి బహువార్షికాలు వాతావరణంలోని విపరీతపరిస్థితులను తట్టుకొనికూడా జీవిస్తూ పరిస్థితులు అనుకూలించగానే చిగురిస్తాయి ఇవి ఆహారాన్ని దుంపలు భూగర్భ కాండాల్లో నిలవచేస్తాయి వీటిలో ప్రత్యుత్పత్తి విత్తనాల ద్వారా,శాకీయంగానూ జరుగుతుంది

3 నేల ఉసిరి ***(Phyllanthus umarus* లేదా *P niruri* లేదా *P fraternus)*** ఇది గడ్డిలోపాటు 15 75 సెం మీ ఎత్తు పెరిగే ఏకవార్షిక మొక్క ఆకులు చిన్నగా రాచ ఉసిరిక ఆకులవలె ఉంటాయి స్త్రీ పురుష పుష్పాలు అతి సూక్ష్మంగా లేతాకుపచ్చ రంగులో ఒకే మొక్కపై వస్తాయి పండ్లు గుండ్రంగా 2 3 మి మీ పరిమాణంలో ఉంటాయి

4 లెగాసియా మోలిస్ ***(Legascea mollis)*** ఇది చిన్న పాదమొక్క విత్తనాల ద్వారా ప్రత్యుత్పత్తి జరుగుతుంది

5 నానబాలు ఈ పాద మొక్క పత్రాలు పెద్దగా ఉంటాయి విత్తన ఉత్పత్తి అధికం

6 ట్రయాంథిమా పోర్చులకాస్ట్రమ్ దీనిని గల్బేరు అంబటిమాడు అంటారు ఈ పాదమొక్క సరాసరిగా సంవత్సరానికి 52,000 విత్తనాలను ఉత్పత్తి చేస్తుంది దీని గింజలు పశువులు తింటే చెడకుండా విసర్జింపబడతాయి ఈ పేడను ఎరువుగా వాడినట్లైతే గింజలు మొలకెత్తుతాయి దీని పత్రాలు ముదురుఆకుపచ్చగా అండాకారంలో ఉంటాయి

7 మేరులయ తంగి (జాంథియమ్ స్ట్రుమేరియమ్-***Xanthium strumarium)*** ఈ పాదమొక్క విత్తనాలకు ముళ్లు ఉండి జంతువుల ద్వారా వ్యాప్తి చెందుతాయి

8 గడ్డి చామంతి (ట్రైడాక్స్ ప్రోకంబెన్స్ ఇవి నేలపై పాకుతూ ప్రతీ కణుపు నుంచి వేళ్లను ఏర్పరుస్తాయి శాకీయ ప్రత్యుత్పత్తి బాగా జరిగి ప్రతీ కణుపు కొత్త మొక్కగాపెరుగుతుంది

కలుపు నిర్మూలనా పద్ధతులు

కలుపు మొక్కలు చిన్నవిగా ఉన్నపుడే నిర్మూలించటం తేలిక పైరు పెంచేందుకు భూమి తయారుచేసే విషయం నుంచిపైరు మొక్కలు కలుపు ధాటిని తట్టుకొనే కీలకదశ వరకు అంటే దిగుబడిలో తగ్గుదలకు అవకాశంలేని సమయంవరకు చేసే ప్రతీ యాజమాన్య పద్ధతిలోను కలుపుమొక్కల పెరుగుదలను నిరోధించే విధానాలను ఆచరించాలి అప్పుడే పైరు పూర్తి సామర్థ్యంతో వనరులను వినియోగించుకొని

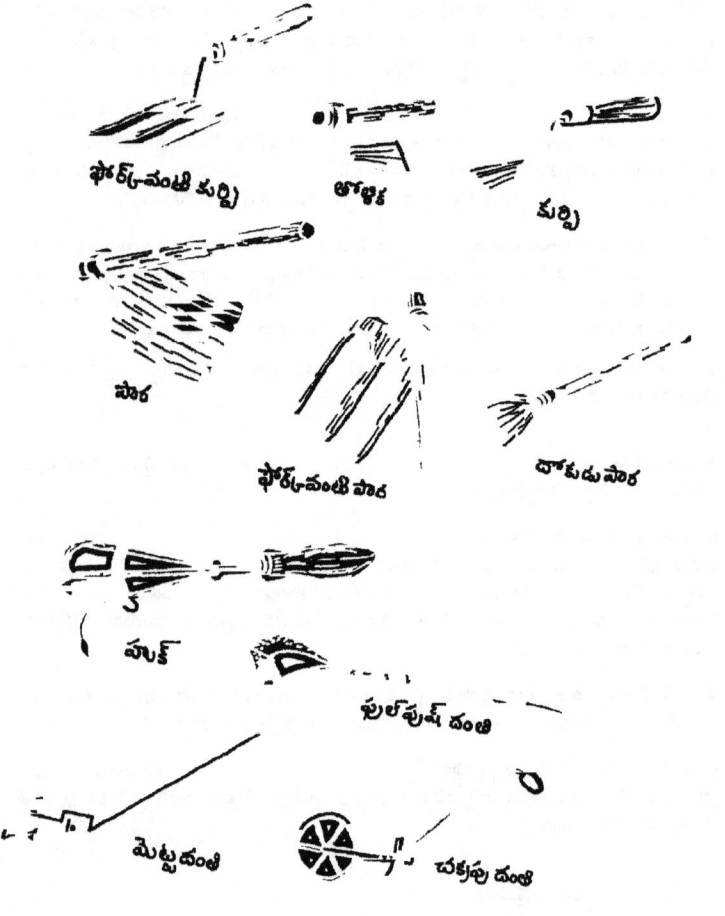

ఫోర్క్ వంటి కుర్పి
కుర్పి
పార
ఫోర్క్ వంటి పార
దోకుడు పార
హుక్
పుల్ పుష్ దంతి
మెట్టు దంతి
చక్రపు దంతి

పటం 72 కలుపుతీసే పనిముట్లు

1 భౌతిక పద్ధతులు : కలుపును మనుషులచే తీయించాలి నాగలి, గుంటక గొర్రులతో, దుక్కిని తయారుచేయాలి కలుపుమొక్కల విత్తనాలు తయారుకాకముందే మొక్కను కోసివేయాలి నీరు సమృద్ధిగానున్న మాగాణి భూముల్లో కలుపుమొక్కలు చనిపోయేవరకు పూర్తిగా మునిగి ఉండేటట్లు చేయాలి కలుపును తగులబెట్టాలి నేలపై గడ్డి, పేపరు నల్ల పాలీథీన్ ఫిల్మ్‌లను కప్పి సూర్యరశ్మిని కలుపుమొక్కలపై పడకుండా చేయాలి పనిముట్లను ఉపయోగించి కలుపుమొక్కలను వేళ్లతో సహా పెకలించి తగులబెట్టాలి బహువార్షిక మొక్కలను తొలగించటానికి చిన్న చిన్న కమతాలను, పశువులతో లాగించి చాళ్ల మధ్య నేలను గుల్లచేయాలి కలుపు నిర్మూలన పనిముట్లలో కుర్పి తొలిక హుక్, పార దంతి చాళ్లతో నెట్టుతూ కలుపుతీసే పరికరాలలో చక్రపుదంతి మెట్టదంతి మూడుపళ్లదంతి పళ్లచక్రాలదంతి మొదలైనవి ఉపయోగించవచ్చు (పటం 7 2)

2 కృషిసాగు లే బాగా అంకురించే నాణ్యమైన విత్తనాలను ఎంపికచేసుకోవాలి నూతన ప్రవర్ధనా పద్ధతులను ఆచరించి తొందరగా తక్కువ సమయంలో ఎక్కువ కొమ్మలు రెమ్మలతో ఆకులతో పెరిగే మొక్కలను పెంచాలి

3 రసాయనిక పద్ధతులు కలుపు నిర్మూలనకు కలుపునాశనులను (Weedicides) ఉపయోగించాలి వీటిని చాలాజాగ్రత్తగా వాడాలి వీటి రసాయన లక్షణాలను తెలుసుకొని వాడే విధానాన్ని నిర్ణయించాలి ఎమాజిన్ కారమాక్స్ పారాక్వాట్ డాలాపాన్‌లను తుంగ గరిక వంటి మొండి కలుపుమొక్కలపై పిచికారి చేయాలి పార్థీనియమ్‌ను అరికట్టటానికి 5 లీటర్ల నీటిలో ఒకకిలో ఉప్పు 5 గ్రాముల బట్టలసబ్బు కలిపి ఈ మిశ్రమాన్ని బాగా కలిపి చల్లితే వారంలో నశిస్తాయి అమ్మోనియం నైట్రేటు మోనోక్లోరో ఎసిటిక్ ఆమ్లం రసాయనాలు కలుపువిత్తనాల మొలకెత్తేశక్తిని నిరోధిస్తాయి గ్లైసిన్‌ను అమ్మోనియం సల్ఫేట్ తో కలిపి తుంగ గరిక ఊద, దొంగవరి గుర్రపుడెక్క దర్భగడ్డి, రెలుకంపలను అరికట్టవచ్చు ఇవేకాకుండా 2 4 డి సోడియం సా , 2, 4-డి ఇథైల్ ఎస్టర్ , 2, 4 డి ఎమైన్, అటజిన్ డయురాన్, అలాక్లోర్, బుటక్లోర్, క్లోరలిన్ జెంథియోకార్బ్ అనిలోఫాస్, అరోజిన్ అన్న రసాయనాలను కూడా వాడవచ్చు

4 జీవసంబంధ నియంత్రణ (Biological control) కొన్ని రకాల కలుపుమొక్కల నిర్మూలనకు వాటిపై పెరిగి ఇతర మొక్కలను ఆశించని పురుగులు శిలీంధ్రాలను వినియోగించాలి శాల్వీయ కలుపును క్రైటొబెగాన్ సింగులారిస్ అనే పురుగుతోను , హైడ్రిల్లాను వైట్ అమూర్, టిలేపియా అనే చేపరకాలతోను , పార్థీనియంను జైగోగ్రామా, బైకాలోరేటా అనే పురుగులతోను నిర్మూలించవచ్చు కొన్ని రకాల శిలీంధ్రాలు కొన్ని కలుపుమొక్కలను మాత్రమే ఆశించి వాటిని నాశనంచేస్తాయి ఇతర మొక్కలనాశించవు వీటిని కలుపు నిర్మూలనలో వాడాలి అంతేకాకుండా విత్తనం తయారైన కలుపు మొక్కలు కలిసిన పశుగ్రాసాలను పశువులకు వేయకూడదు కలుపువిత్తనాలు కల మట్టిని పొలంలోకి తోలటం మానాలి

ఖండనం (Pruning)

మల్బరీ సంవత్సరం పొడవునా పెరిగేమొక్క దీనిని ఒకసారి నాటినట్లైతే 15 20 సంవత్సరాల వరకు ఉంటుంది ఆ తర్వాత దానిని తొలగించి కొత్త మొక్కలు నాటాలి

మల్బరీ ఆకు ఉత్పత్తి దృష్ట్యా దానిని ఒక క్రమ పద్ధతిలో ఖండనం చేయాలి. ప్రూనింగ్ అంటే ఒక పద్ధతి ప్రకారం మొక్కల కొమ్మలను కత్తిరించి ఒక ఆకారం పరిమాణం ఇస్తూ ఆకు ఉత్పత్తి పెరగటానికి ఆచరించే పద్ధతి. దీని వల్ల అన్ని కాలాల్లో ఆకు ఉత్పత్తి ఉంటుంది (పటం 73).

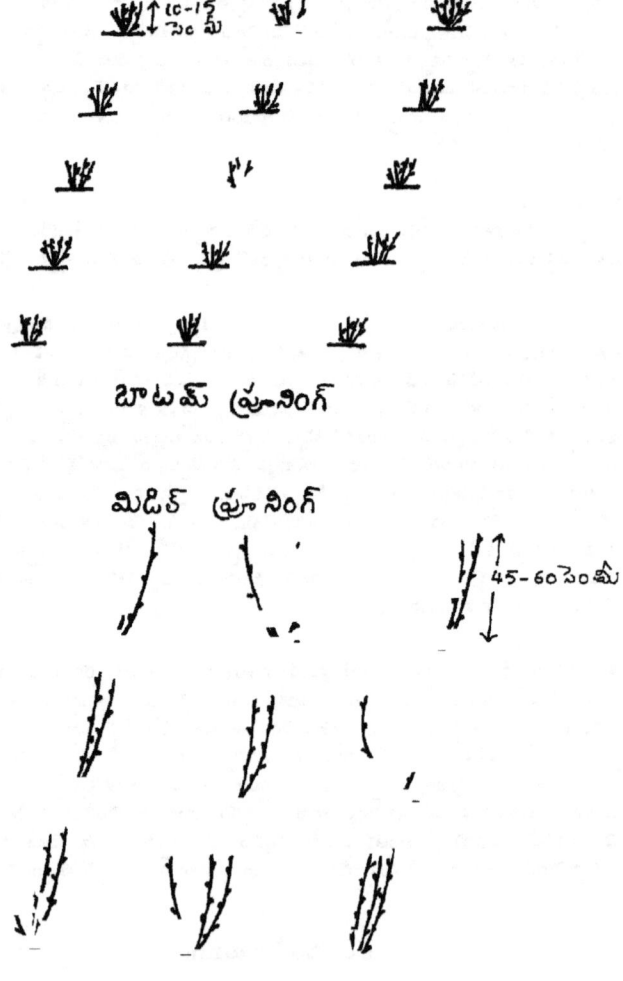

బాటమ్ ప్రూనింగ్

మిడిల్ ప్రూనింగ్

పటం 73 ప్రూనింగ్ పద్ధతులు

మల్బరీని ఒక క్రమపద్ధతిలో ప్రూనింగ్‌చేస్తే ఆకుకోత, అంతరకృషి సులభమవుతాయి అంతేకాకుండా మొక్కలశక్తిని ఆకు ఉత్పత్తికి మరలించటానికి వీలవుతుంది మొక్కలో అన్ని కొమ్మలకు సరియైన సూర్యరశ్మి పోషక పదార్థాలు అందవు అందువల్ల మొక్కలో శక్తి వృథా అవుతుంది కాబట్టి కొన్ని కొమ్మలను క్రమపద్ధతిలో పెంచి అధిక ఉత్పత్తిని నాణ్యతను పొందవచ్చు సాధారణంగా మల్బరీ మొక్క అగ్రభాగంలో కొమ్మలు ఎక్కువగా పెరుగుతాయి ప్రూనింగ్ వల్ల మొక్కకింది భాగాలకు అధికశక్తి లభ్యమై తొందరగా పెరిగి ఎక్కువ నాణ్యతగల ఆకులు పెరుగుతాయి ప్రూనింగ్‌పద్ధతి అంటే పొలాన్ని దున్నటం ఎరువులను వాడటం వంటిదే

ప్రతీ సంవత్సరం తప్పనిసరిగా ఆకుఉత్పత్తికి మల్బరీని ఒక రూపంలో లేదా ఆకారంలో కత్తిరించి మొక్కను పలుచగా చేయాలి దీనివల్ల ప్రతీసారి ప్రూనింగ్‌చేసినా మొక్క ఆకారం, ఎత్తు, ఆకుకోతకు అందుబాటులో ఉంటాయి ఈ విధంగా మొక్క ఆకారం రూపం అనుకున్న విధంగా చేయటానికి ఆచరించిన పద్ధతిని కోతరూపం (Cut form) అంటారు మొక్కలను సంవత్సరానికి ఒకసారి ప్రూనింగ్‌చేసి కోతరూపాన్ని ఒకే మాదిరిగా ఉంచవచ్చు జపాన్‌లో ఈ కోతరూపాన్ని కాండం ఎత్తు ఆధారంగా మూడు రకాలుగా చేశారు

a) తక్కువ ఇందులో కాండం ఎత్తు 50సెం మీ కంటే తక్కువ ఉంటుంది

b) మధ్య మొక్కను ఒక మీటరు ఎత్తులో కత్తిరిస్తారు

c) ఎక్కువ ఎత్తుకోత **(High cut form)** కాండాన్ని ఒక మీటరు కంటే ఎక్కువ ఎత్తులో కత్తిరిస్తారు

ప్రూనింగ్ విధానం సమయం (కాలం) ను అనుసరించి శీతలప్రాంతాల్లో (Temperate) 2 3 ఆకుకోతలు ఉష్ణదేశాల్లో (Tropical) 5 6 ఆకు కోతలు తీయవచ్చు

భారతదేశంలో మల్బరీ సంవత్సరం అంతా అంకురిస్తూ ఆకులను ఉత్పత్తి చేస్తుంది కాబట్టి ప్రూనింగ్ అనేది వర్షపాతం ఆకుకోతపై ఆధారపడుతుంది వర్షాధార మల్బరీని ప్రతీ సంవత్సరం జూలై-ఆగస్టు మాసాల మధ్యలో నేలకు 10 15 సెం మీ ఎత్తులో కత్తిరించాలి దీనిని బాటమ్ ప్రూనింగ్ (Bottom pruning) అంటారు కొమ్మలను నేలకు 45 60 సెం మీ ఎత్తులో డిసెంబర్-జనవరి మాసాల్లో కత్తిరించటాన్ని మిడిల్ ప్రూనింగ్ (Middle pruning) అంటారు ఈ పద్ధతివల్ల శీతాకాలంలో కత్తిరించిన కొమ్మల క్రింద ఉండే మొగ్గలు ఉత్తేజంచెంది చిగురిస్తాయి

కర్ణాటకరాష్ట్రంలో వరుస పద్ధతి సాగులో బెంగాల్ స్ట్రిప్‌పద్ధతి సాగులో ప్రతీ ఆకుకోత తర్వాత మల్బరీ మొక్కలను నేలమట్టానికి కత్తిరిస్తారు ఈ రెండు రాష్ట్రాలలో ప్రూనింగ్ ఆకుకోత ఒకేసారి చేస్తారు మొక్కలను చాలా తక్కువ ఎత్తులో కత్తిరించినపుడు వాటి పెరుగుదలకు సరిపడే ఎరువులు నీరు అందించాలి కాశ్మీర్‌లో మల్బరీ పొదలను వసంత ఋతువులో ఎండాకాలంలో ఏకాంతరంగా బాటమ్ ప్రూనింగ్ చేస్తారు బెంగాల్‌లో వర్షాకాలంలో మొక్కలను 0 20 0 25 సెం మీ ఎత్తులో కత్తిరిస్తారు ఈ పద్ధతిలో వర్షంనీటి వల్ల అడుగు ఆకులు చెడిపోకుండా కాపాడవచ్చు దీని తర్వాత అవే మొక్కలను అక్టోబర్‌లో పూర్తిగా నేలమట్టానికి కత్తిరిస్తారు

ప్రూనింగ్ రకాలు :

1 ఫిస్ట్‌రకం (Fist form) కొమ్మల అడుగుభాగంలో ఎప్పుడూ ఒకే ఎత్తులో కత్తిరించాలి మొక్కలోని ముఖ్యమైన కొమ్మను ప్రతీ సంవత్సరం కత్తిరించటం వల్ల ఆ భాగం బాగా లావెక్కి కొన్ని సంవత్సరాల తర్వాత పిడికిలి మాదిరిగా (Fist) ఏర్పడుతుంది ఈ పద్ధతిలో మామూలుగా వచ్చే మొగ్గలే కాకుండా అంతర్గత (Latent) మొ లకూడా కొమ్మలుగా ఎదుగుతాయి కాబట్టి మొగ్గ పెరిగి చిన్న వృక్షం అవుతుంది ఈ ప తివల్ల చీడల వ్యాధుల నియంత్రణ జరుగుతుంది ఈరకం ప్రూనింగ్ అధికంగా కొమ్మలు ఏర్ప టానికి తోడ్పడుతుంది

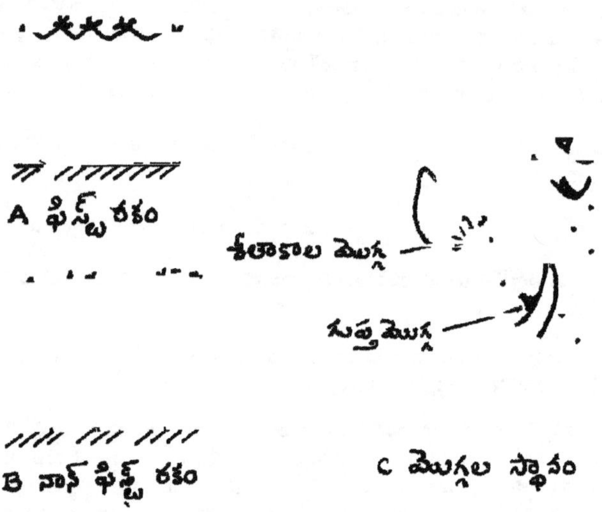

పటం 7 4 ప్రూనింగ్ రకాలు

2 నాన్–ఫిస్ట్ రకం : ఈ పద్ధతిలో ప్రధానకాండం నుంచి రెండు లేదా మూ డు కొమ్మలను పెరగనిచ్చినట్లైతే వాటనుంచి ద్వితీయ కొమ్మలు అభివృద్ధి చెందుతాయి ఈ రూపాన్ని పిడికిలికాని రూపం (Non fist form) అంటారు దీనిలో కాండం మొదలుకు కొ దూరంలో కొమ్మలను కత్తిరించాలి దీనివల్ల మొక్క వృక్షమై ప్రతీ సంవత్సరం కొంత ఎ పెరుగుతుంది ఈ పద్ధతి మల్బరీ వృక్షాలను పెంచటానికి అనువైనది ఎందుకంటే మామూలుగా వచ్చే మొగ్గలు అనేక కొమ్మలతో పెరుగుతాయి కాని ఇంతకుముందు కత్తిరించిన కొమ్మ భాగాలు చీడలు వ్యాధులు రావటానికి తోడ్పడుతాయి మనం ఏ ప్రూనింగ్ పద్ధతి ఆచరించినా మొక్కను ట్రిమ్మింగ్ (Trimming) కూడా చేయా లి • రెండు పద్ధతు

ఒస్టరకం చాలా పాతపద్ధతి రెండవ రకాన్ని చాలావరకు రైతులు ఆచరిస్తున్నారు దీనివల్ల మొక్కరూపం ఎక్కువ స్థలాన్ని ఆక్రమించి ఎక్కువ కొమ్మలతో అధిక ఆకుఉత్పత్తిని ఇస్తుంది

మల్బరీ ట్రైనింగ్ (Mulberry training)

మల్బరీనారు మొక్కలను నాటేటపుడు నేలకు 15 సెం మీ ఎత్తులో కత్తిరించాలి ఈ మొక్కనుంచి 3 4 కొమ్మలు పెరుగుతాయి తరవాత సంవత్సరంలో మొగ్గవేయకముందు లావెక్కిన కొమ్మలను నేలనుంచి 5 10 సెం మీ ఎత్తులోకత్తిరించాలి ఈ కొమ్మలను ప్రాథమిక కొమ్మలు అంటారు వీటిపై మూడు ద్వితీయ కొమ్మలను ఉంచి మిగిలిన కొమ్మలను కత్తిరించాలి కాబట్టి రెండవ సంవత్సరంలో । తీమొక్కలో తొమ్మిది కొమ్మలు ఉంటాయి మూడవ సంవత్సరంలో వసంతరుతువులో ఆ ౧ కొమ్మలను పిడికిలి రూపానికి 3 సెం మీ ఎత్తులో కత్తిరించాలి నాల్గవ సంవత్సరంలో మ ౢ వసంతరుతువులో తిరిగి కొమ్మలను పిడికిలి రూపం నుంచి 1 2 సెం మీ ఎత్తులో కత్తిరించాలి ఆ తరవాత నుంచి ఇదే పద్ధతిలో కొమ్మలు కత్తిరించాలి కొన్ని సంవత్సరాలలో పిడికిలి ఆకారం ఏర్పడి 10 15 సెం మీ పొడవు ఉండే లావైన కొమ్మలు ఏర్పడతాయి ఈ పద్ధతి వసంత రుతువు ఆకు కోతకు తోడ్పడుతుంది

మొక్కలు వేగంగా పెరిగే వసంతరుతువులో ఆకుకోత తరవాత మే-జూన్‌లో చేసే కొమ్మల ప్రూనింగ్‌ను ఎండాకాలపు ప్రూనింగ్ (Summer pruning) అంటారు ఈ మొక్కలనుంచి ఆకురాలు కాలంలో వసంతరుతువులో ఆకు కోయవచ్చు ఆకురాలు కాలంలో ఎండాకాలంలో పట్టుపురుగులను పెంచటానికి అనువుగా మార్చిలో వసంత రుతువులో మొగ్గ వేయటానికి ముందుగా మల్బరీని ప్రూనింగ్ చేయటాన్ని వసంతకాలపు ప్రూనింగ్ (Spring pruning) అంటారు

కొమ్మలను కత్తిరించటం వల్ల కొత్త మొగ్గలు ఏర్పడి కొమ్మల సంఖ్యపెరిగి ఆకు ఉత్పత్తి అధికమవుతుంది అంతేకాకుండా మొక్క సరియైన ఆకారంలో, అనువైన ఎత్తులో ఉంటుంది చీడలు వ్యాధులు రాకుండా కాపాడవచ్చు

ప్రశ్నలు

I ఈ కింది అంశాలకు లఘుటీక రాయండి

1 అంతరకృషి అంటే ఏమిటి ?

2 కలుపు మొక్క అంటే ఏమిటి ?

3 ఏదేని నాలుగు కలుపు మొక్కలను తెలపండి

4 మీకు తెలిసిన కలుపుతీసే పనిముట్లను తెలపండి

5 కలుపునాశని అంటే ఏమిటి ? కొన్ని పేర్లను రాయండి ?

6 జీవసంబంధ నియంత్రణ అంటే ఏమిటి ?

7 ప్రూనింగ్ అంటే ఏమిటి ?

8 మధ్యరకం ఎత్తుకోత అంటే ఏమిటి ?

9 ఎక్కువ ఎత్తుకోత అంటే ఏమిటి ?

10 బాటమ్ ప్రూనింగ్ అంటే ఏమిటి ?

11 మిడిల్ ప్రూనింగ్ అంటే ఏమిటి ?

12 ప్రూనింగ్ రకాలను తెలపండి

13 ఎండాకాల ప్రూనింగ్ అంటే ఏమిటి ?

14 వసంతకాల ప్రూనింగ్ అంటే ఏమిటి ?

II ఈ క్రింది అంశాలకు వ్యాసాలు రాయండి

1 అంతరకృషిని వివరించండి

2 కలుపు మొక్కల వల్ల ఏవిధమైన హాని జరుగుతుంది

3 కలుపు మొక్క అంటే ఏమిటి ? మల్బరీ కలుపుమొక్కలను వివరించండి

4 కలుపు నిర్మూలనా పద్ధతులను వివరించండి

5 'ప్రూనింగ్ ఆకు ఉత్పత్తిని పెంచుతుంది' చర్చించండి

6 ప్రూనింగ్ రకాలను వివరించండి

7 మల్బరీని ఏ విధంగా ట్రైనింగ్ చేస్తారు ?

8.

నీటిపారుదల

(Irrigation)

కృత్రిమంగా నేలకు నీరు ప్రవహింపచేసి మొక్క పెరుగుదలకు అవసరమైన తేమ లభించేటట్లు చేయటాన్ని నీటిపారుదల అంటారు జీవులన్నింటికి నీరు ముఖ్య అవసరం మొక్కలలో కిరణజన్య సంయోగక్రియకు నీరు తప్పనిసరిగా కావాలి మొక్కలు ఒక కిలో పొడి బరువు (Dry weight) ఉండే పదార్థాన్ని ఉత్పత్తిచేయటానికి దాదాపు 400 500 లీటర్ల నీరు అవసరం అంతేకాకుండా మొక్కలలో పోషక పదార్థాల రవాణాకు ఉష్ణాన్ని తగ్గించటానికి నీరు కావాలి నీరు నేల ఉపరితలం నుంచి ఇగిరిపోవటం మొక్కలలో బాష్పోత్సేకం (Transpiration) జరగడం వేరు మండలా దాటి నేల లోపలి పొరలకు ఇంకిపోవటం వల్ల నేలలో నీటిశాతం తగ్గుతుంది నీరు తక్కువ ఉండే నేలల్లో మొక్కల పెరుగుదల ఆశించినంతగా కనిపించదు పొడి నేలల్లో వేళ్ల పెరుగుదల ఉండదు ప్రకృతిపరంగా నేలలో తేమ నిలవలు వర్షంపై ఆధారపడతాయి వర్షపాతం తక్కువైన ప్రాంతాలలో నీరు ప్రవహింపచేసి మొక్కలకు అనుకూల పరిస్థితులను కలిపించి అధిక ఉత్పత్తులను సాధించవచ్చు

నీటిపారుదల ఉద్దేశ్యం నేలలోని తేమ శాతం మల్బరీ ఆకు ఉత్పత్తిపై ప్రభావం చూపెడుతుంది తేమ తక్కువైనపుడు పొలానికి నీరు పెడితే ఆకు ఉత్పత్తి, నాణ్యత పెరుగుతుంది మొక్క శరీరధర్మాలను సక్రమంగా నిర్వర్తించటానికి నీరు అవసరం మొక్క వేరు ద్వారా గ్రహించిన నీటిలో అధికభాగం బాష్పోత్సేకం ద్వారా నష్టమవుతుంది ఒక సంవత్సరానికి 50 60 ఎకరా అంగుళాల (Acre inches) లేదా 125 150 సెం మీ నీరు పెట్టాలి మల్బరీలో రోజుకు 4 5 మి మీ నీరు నష్టమవుతుంది ఒకే రకమైన వర్షపాతం 100 500 మి మీ /నెలకు ఉన్నట్లైతే ఆ పంటకు ఇక నీరుపెట్టే అవసరం లేదు కానీ ఇది జరిగే పనికాదు అందువల్ల తోటకు నీరు పెట్టి ఆకు ఉత్పత్తిని పెంచాలి అయితే అధికంగా నీరు పెట్టినా నేలలో గాలి (Aeration of soil) దెబ్బతిని మళ్ళీ పంట నష్టం కలుగుతుంది అయితే నీటి సక్రమ వినియోగానికి నీటి పారుదల పద్ధతులను ఆయా ప్రాంతాల వాతావరణ పరిస్థితులను నేల స్థితులను అనుసరించి ఎంపికచేయాలి

నీటిపారుదల నియమాలు

మొక్కలకు నీటి అవసరం జీవనచర్యల వినియోగానికి (ఇగిరిపోవటం బాష్పోత్సేకం, జీవక్రియలు మొదలైనవి) కావాలి నీరు పెట్టేటపుడు జరిగే నష్టం నేల తయారీకి నాటు వేయటానికి మొదలగు ఇతర అవసరాలకు కూడా నీరుకావాలి నీటిఆవశ్యకత అనేది వాతావరణ స్థితి పంట రకం,నేలలో తేమ పైరు దశలపై ఆధారపడుతుంది

నీటి అవసరం = నీటి వినియోగం + ఉపయోగించటంలో నష్టాలు + అత్యవసర వినియోగం

$$WR = A + B + C$$

ఇంక నీటిని ఉపయోగించటంలో నష్టాలు నీటిపారుదల పద్ధతి నేల లక్షణం నిర్మాణ నిర్వహణ పద్ధతులపై ఆధారపడుతుంది నేల స్థితి నేలలో తేమ పైరు జాతి మొదలైన అంశాల

అత్యవసర నీటి వినియోగాన్ని ప్రభావితం చేస్తాయి ప్రకృతిపరమైన స్థితిలో మొక్కల పెరుగుదల లాగా పంట మొక్కలు పెరగటానికి ఒక సమయంలో పెట్టిన నీటి పరిమాణాన్ని ల పంటలకు అవసరమైన నీరు" అని చెప్పవచ్చు నీటిపారుదల సామర్థ్యం నేల ఎయనం (Soil texture) పై ఆధారపడి ఉంటుంది

నేలలో తేమ (Soil moisture)

మొక్కలకు పెట్టిన నీరు అధికంగా ఉపయోగపడాలంటే మొక్క వేరుమండలాన్ని ఆవరించిన నేల తేమగా అయ్యేంతవరకు నీరు వదలాలి కవేళ నీరు ఎక్కువైతే వేరు నుంచి కిందికి జారిపోతుంది వేరుమండలంలో నీటి నిల్వ వేళ్లలోతు నేల నిర్మాణం నేల వయనాలపై ఆధారపడి ఉంటాయి నేలలో తేమ మొత్తం క్షేత్ర జలధృతిపైనా (Field capacity upper limit), వడలె గుణకం పైనా (Wilting co efficient lower limit) ఆధారపడుతుంది నేలనుంచి గురుత్వ జలాన్ని (Gravitational water) తొలగించగా మిగిలిన అత్యధిక కేశిక జలాన్ని (Capillary water) క్షేత్ర జలధృతి (ఫీల్డ్ కపాసిటి) అంటారు నేలలో పలుచని పొరలాగా (4 5 మిలియన్ మైక్రాన్ల మందం) ఉండే వాతావరణ తన్యత (Atmospheric tension) ఉండే నీటి ఆవిరిరూపాన్ని ఆర్ద్రాకర్షక జలం (Hygroscopic water) అంటారు ఆర్ద్రాకర్షక నీటికి వెలుపల నిరంతరంగా మట్టిరేణువుల చుట్టు ఏర్పడిన పలు కని నీటిపొరను కేశికజలం అంటారు గురుత్వ జలం నేలను సంతృప్తంచేసి (Saturate) గురుత్వాకర్షణ వల్ల లోపలిపొరలకు ఇంకిపోతుంది వడలేగుణకం (Wilting co efficient) అనేది మొక్కలు శాశ్వతంగా వడలిపోయే (Wilting) దశలో మృత్తికలో ఉండే తేమను సూచిస్తుంది ఫీల్డ్ కపాసిటి వడలే గుణకాల మధ్య ఉన్నదే నేలలోని "ఉపయోగమైన జలం (Available water) వేరు మండలంలో ఉండే ఉపయుక్తమైన జలం మొత్తం ఆనేలలోతు నేల నిర్మాణాలపై ఆధారపడుతుంది ఈ పరిధిలోకల నీటిని పెరిగే మల్బరీ ఒకే విధంగా గ్రహించదు ఫీల్డ్ కెపాసిటిలో ఉన్న నీటిని మొక్క ఎక్కువగా గ్రహించి అధికంగా పెరుగుతుంది ఇక నేల తేమ వడలేస్థాయికి (Wilting point) దగ్గరైనకొద్దీ మొక్క పెరుగుదల తగ్గుతుంది అయితే మల్బరీ మొ.. లను 60 70% కంటే ఎక్కువ ఉపయుక్తమైన జలాన్ని గ్రహించనీయకూడదు అప్పుడే మొ – పెరుగుదల సక్రమంగా జరిగి ఆకుల ఉత్పత్తి ఎక్కువవుతుంది కాబట్టి క్రమపద్ధతిలో నీరు ...వాలి

మల్బరీకి నీటి అవసరం–మల్బరీ రూపం

సరియైన పరిమాణంలో నీరు పెడు ... ... వేరు మండలాన్ని పూర్తిగా తడపాలి మల్బరీ ... ... పుడు తేమ ఫీల్డ్‌కపాసిటి స్థాయికి చేరుతుంది వేరు మండలం పూర్తిగా తెమ... ... ... ఎకి సమానంగా 50 75% మి మీ /హెక్టారు నీరుపెట్టాలి ఈ నీటి పరిమాణం ఎక్కువైతే వేరునుంచి నీరు నేల లోపలిపొరలకు జారుతుంది తక్కువైతే నీరు వేరు మండలాన్ని చేరదు మల్బరీకి సంవత్సరానికి 40 45 ఎకరా అంగుళాల నీరు అవసరం దీనిని 25 30 అంగుళాల వర్షపాతం, సంవత్సరానికి అదనంగా 20"22' నీటిపారుదలను అందించాలి పట్టుపురుగుల పెంపకం కాలంలో వర్షంలేకపోతే 6 7 సార్లు నీరుపెట్టాలి నీరుపెట్టిన ప్రతీసారి $1\frac{1}{2}$ నుండి 2 **ఎకరా** అంగుళాల నీరు అందించాలి ఇందుకు అనువుగా నీటి కాలువలు 7 నుంచి 8 **అంగుళాల**

అధికనీటి సదుపాయంతో పెరిగిన మల్బరీ ఏపుగా, చక్కగా మెరుస్తున్న అనేక ఆకులతో గుబురుగా ఉంటుంది ఆకులు లేత ఆకుపచ్చగా రసభరితమై, మెరిసే తలంతో ఉన్నపుడు అవి మంచి తేమకల నేలలో పెరుగుతున్నాయని తెలుస్తుంది మృత్తికలో తేమ తక్కువైతే మొక్క సరిగా పెరగక, ముదురు ఆకుపచ్చ ఆకులు, తొందరగా ముదిరే ఆకులు కన్పిస్తాయి కాబట్టి నేలలో తేమ పూర్తిగా తగ్గకముందే నీరు పెడితే, మల్బరీ ఆరోగ్యంగా పెరిగి మంచి ఆకు ఉత్పత్తిని ఇస్తుంది

నీటి విధి (Duty of water) ఇది పెట్టిన నీటి పరిమాణానికి అది ప్రవహించిన పొలం వైశాల్యానికి మధ్య సంబంధాన్ని తెలుపుతుంది ఎందుకంటే ఒక క్రమప్రమాణం నీరు ప్రవహింపజేస్తే పొలానికి సరిపోయి, మల్బరీ ఏపుగా పెరుగుతుంది

నీరు ఎన్నిసార్లు పెట్టాలి ?

ఇది మల్బరీ మొక్క పెరుగుదల, నేల స్వభావం ఇంకా ఇతర వాతావరణ పరిస్థితులపై ఆధారపడుతుంది పొలంలో రోజుకు నీటి వినియోగం వల్ల నేలలో తేమ తగ్గుదలను గుర్తించి తదనుగుణంగా నీరు పెట్టాలి ఇండియాలో బంకమట్టి (Clayey loam) రకం నేలలకు ప్రతీ 15 రోజులకు ఒకసారి, ఇసుక నేలలకు (Sandy soils) 8-10 రోజులకు ఒకసారి నీరు పెట్టాలి నీటి పారుదల నవంబర్-ఏప్రిల్‌లలో 12-15 సార్లు నిర్వహించాలి ఈ కాలానికి పట్టుపరిశ్రమలో అధిక ప్రాధాన్యత ఉంది నీటిని అవసరానికి అనుగుణంగా పెట్టడానికి నేలలో తేమను గుర్తించాలి

తేమను గుర్తించే పద్ధతులు నాలుగు ఉన్నాయి అవి :

1 గ్రావిమెట్రిక్ పద్ధతి

2 నేల రంధ్రాల ఎలక్ట్రాన్ ధర్మాల ఆధారంగా

3 టెన్షియోమీటర్ ద్వారా

4 న్యూట్రాన్ పద్ధతి

మొక్క చురుకుగా పెరుగుతూ ఆకుల ఉత్పతి, నాణ్యత అధికంగా ఉన్నపుడు నీరు ఎక్కువసార్లు పెట్టాలి మల్బరీ సాగులో నీటి పరిమాణమే కాకుండా నాణ్యత కూడ ముఖ్యం పెట్టిన నీటిలో 1000 ppm కంటే తక్కువ, పూర్తిగాకరిగే లవణాలు (Total soluble salts) ఉండాలి నీరు పెట్టే ముందు పొలానికి అవసరమైన నీటిని లెక్కకట్టాలి నీరు ఎక్కువగా పెడితే పోషక విలువల నష్టం, నీరు ఇంకిపోయే (Percolation) నష్టం ఉన్నాయి పెట్టే నీటిని ఘనపరిమాణ ప్రమాణాలుగా (Units of volume) లేదా ప్రవాహ ప్రమాణాలుగా (Units of flow) లేదా లోతు ప్రమాణాలుగా (Units of depth) లెక్కిస్తారు నీటి పరిమాణ ప్రమాణాన్ని లీటర్లు క్యూబిక్ మీటర్లుగానూ ప్రవాహ మరియు పరిమాణ ప్రమాణ లను సమయ ప్రమాణాలుగానూ [ఉదా : లీటరు/సెకను , ఘనపు మీటరు/సెకను (క్యూసెక్)] పిలుస్తారు లోతుకు ప్రమాణాలుగా హెక్టారు-సెం మీ , హెక్టారు-మీటరు అన్నవి ఉన్నాయి ఈ ప్రమాణాలను ఒక దానివి ఇంకొకదానికి మార్చటానికి వీలు ఉంది

1 హెక్టారు సెం మీ నీరు ఒక హెక్టారుపొలంలో ఒక సెం మీ లోతు ప్రవహింప చేయటానికి కావలసిన నీరు

2 క్యూసెక్ (Cusec) నీరు ఒక ఘనపు అడుగు/సెకను వేగంతో ప్రవహించటం అని అర్థం

3 ఎకరం–అంగుళం (Acre-inch) ఒక ఎకరం పొలంలో ఒక అంగుళం ఎత్తువరకు నీరు నిలవ ఉండేటట్లు నీరు పెట్టడం ఒక ఎకరాకు 43,560 చదరపు అడుగులు అంగుళం–అడుగులో $\frac{1}{12}$ వ భాగం

కాబట్టి ఎ 1 = 3630 ఘ అడుగులు

4 గ్యాలన్ (Gallon) ఒక గ్యాలన్ నీరు 0 16 ఘ అడుగుల మరియు 10 పౌండ్ల బరువుకు సమానం

నేలలోని నీటిని లెక్కకట్టటం :

నేలలోని నీటిని దాని తేమ ఆధారంగా లెక్కకట్టాలి

1 పొడినేల బరువు ఆధారంగా నీటి పరిమాణం $\frac{\text{నీటి బరువు ( )}}{\text{ఎండిన నేల బరువు (గ్రా)}}$ 100

2 నేల పరిమాణం ఆధారంగా : నీటి పరిమాణం (Pv) = $\frac{\text{నీటి బరువు}}{\text{పొడినేల బరువు}} \times 100 \times B\ D$

లేదా

BD అన్నది నేల రేణువుల సాంద్రత $Pv = Pd \times BD$

3 నేలలోతు ఆధారంగా : నీటిపరిమాణం = $Pd \times BD \times$ నేలలోతు (సెం మీ) = $\frac{Pv \times D}{100}$

నేలలో తేమను ప్రత్యక్ష పద్ధతిలోను పరోక్షంగా నేలలో నీటి ధర్మాల ఆధారంగా నీటి పరిమాణాన్ని తెల్సుకోవచ్చు

ప్రత్యక్ష పద్ధతిలో ఓవెన్‌లో నేలను ఎండబెట్టి కనుక్కోవచ్చు ఇందులో మట్టి నమూనాను తేమ పాత్రలో (Moisture can) సేకరించి తడిబరువు తీసుకొని, ఓవెన్‌లో 105° వద్ద స్థిరమైన బరువు వచ్చేవరకు ఉంచి, బరువును రికార్డు చేయాలి

నేలలో తేమ (బరువు ఆధారంగా)% = $\frac{\text{తడి బరువు} - \text{పొడి బరువు}}{\text{పొడి బరువు}} \times 100$

ప్ర

భూమిపై నీరు ఘన, ద్రవ, వాయు రూపాల్లో ఉంటుంది ప్రపంచం మొత్తంలోని నీటిలో 97 39 శాతం సముద్రాల్లో ఉంది ఇది వ్యవసాయ సేద్యానికి పనికిరాదు ఇక మిగిలిన నీటిలో కేవలం 2 60 శాతం మంచినీరు ఇందులో 2 01 శాతం ధృవప్రాంతాల్లో హిమశిరోవేష్టాలుగా (Polar ice caps), తేలే మంచుకొండలుగా (Ice berg), హిమానీ నదాలుగానూ (Glaciers), 0 58 శాతం భూగర్భజలంగా, నేలల్లో తేమగా, 0 02 శాతం నదులు, చెరువులుగా , మిగిలిన 0 001 శాతం వాతావరణలో తేమ రూపంగా ఉంది ఇందులో భూగర్భజలం చెరువులు నదులు వాతావరణ తేమను పంటలకు వినియోగించవచ్చు

నేలలోని నీటికి వర్షమే ప్రధానం వర్షాలు అనుకున్న సమయంలో కావలసిన పరిమాణంలో కురియవు కాబట్టి పంట ఉత్పత్తులు తగ్గుతాయి అధిక వర్షాలవల్ల భూమిని చేరిన నీరు మొత్తం నేలలో ఇంకదు ఈ నీరు ప్రవహించి నదులు కుంటలు, చెరువులు కాలువలలో నిలిచి నీటి వనరులను ఏర్పరుస్తుంది దేశం మొత్తంమీద వర్షపాతం సంవత్సరానికి 1200 మి మీ దీని పరిమాణం 400 మిలియన్ హెక్టారు మీటర్లు ఇందులో 18 శాతం ఆవిరవుతుంది కాబట్టి ప్రవహింపచేసే నీటికి ఆధారం ఉపరితలంలో మిగిలిన నీరు భూగర్భ జలం వర్షంలో ప్రభావంచూపే వర్షపాతం (Effective rain fall) మొక్క పెరుగుదలకు అతిముఖ్యం మొక్క లేదా పంట పెరిగే దశలో పడిన వర్షం ఆ పంట మొక్కల అవసరాలకు అందుతుంది వర్షం కురిసినపుడు వేరు మండలాన్ని దాటి నేల లోపలి పొరలలోకి ఇంకిపోయే నీరు, ఉపరితలంపై ప్రవహించిన నీరుపోగా మిగిలినదాన్నే 'ప్రభావంచూపే వర్షపాతం' అంటారు దీనినే "మొక్కలు వినియోగించటానికి ఉపయోగపడే వర్షం' అంటారు నేలలోనికి ఇంకిన నీరు భూగర్భజల స్థాయిని పెంచుతుంది ఈ నీటిని బావులు తవ్వి బోర్‌పంపులు వేసి పంటలకు వినియోగించవచ్చు

పొలానికి నీరు పెట్టటానికి నదులు చెరువులు, బావులు వనరులుగా తోడ్పడుతాయి నదుల నుంచి నీటిని కాలువల ద్వారా మళ్లిస్తారు ప్రకృతిపరంగా ఏర్పడిన పల్లంలో అధికంగా నీరు చేరితే సరస్సు (Lake) అనీ, కృత్రిమంగ నీటి నిలవకోసం చేసిన ఏర్పాటును తటాకం (Tank) అనీ అంటారు నేలలో చాలా లోతువరకు రంధ్రాలువేసి భూగర్భజలాన్ని పొలాలకు వినియోగిస్తారు ఇందులో దిగుడు బావులు (Open dug well), బోర్ బావులు గొట్టపుబావులు (Tube wells), ఆర్టీసియన్ బావులు (Artesion wells) అనే రకాలున్నాయి అంతేకాకుండా నేల బావుల నుంచి నీటని వివిధ పద్ధతుల్లో పనిముట్లతో తీయటాన్ని 'నీటి ఎత్తిపోతలు (Water lifts) అంటారు

నీటిపారుదలపద్ధతులు

నీటి పారుదల భూదృశ్యం (Land scape), పంటల సాగుపద్ధతి, నీటి పరిమాణం, పనిముట్ల వంటివైన వాటిపై ఆధారపడుతుంది ఇందులో ఉపరితలం (Surface), ఉప-ఉపరితల (Sub surface), స్ప్రింక్లర్ (Sprinkler or over head), డ్రిప్ (Drip) పద్ధతులు ఉన్నాయి

I ఉపరితల నీటి పారుదల పద్ధతులు

1 ప్రవాహ పద్ధతి వెల్లువ (Flooding) ఈ పద్ధతి ఎక్కువగా వరి సాగుకు తోడ్పడుతుంది పొలంలో ఒక కాలువ ద్వారా నీరు పొలంలోకి ప్రవహిస్తుంది పొలంలో ఒకేమాదిరిగా [illegible] ఉంటుంది ఈ పద్ధతిలో కూలీల ఖర్చు చాలా తక్కువ

2 చెక్ బేసిన్ లేదా మడులవంటి పద్ధతి (Flat [illegible] ఇందులో పొలాన్ని చతురస్రాకారంలో చిన్న చిన్న ప్లాట్లు చేయాలి (8 1 పటం) వీటి చుట్టు గట్లు నీరు ప్రవహించటానికి కాలువలు ఏర్పాటుచేయాలి ఒక కాలువ రెండు ప్లాట్‌లకు లేదా బేసిన్‌లకు నీరు అందిస్తుంది కాలువ నేల రకాన్నిబట్టి ప్లాట్‌లను 4 × 3 మీ నుంచి 6 × 5 మీ కొలతలతో చేయాలి ఈ పద్ధతిలో లాభాలు :

(a) అన్ని రకాల నేలలకు అనువైన పద్ధతి
(b) నీరు ఒకే రకంగా, తొందరగా ప్రవహిస్తుంది
(c) నీటి పొదుపు

(d) నీటి నష్టం తక్కువ
(e) నేల క్రమక్షయం జరుగదు

నష్టాలు
(a) ప్లాట్ ల తయారీకి నీరు పెట్టటానికి ఎక్కువ కూలీలు కావాలి
(b) నేల వృధా అవుతుంది
(c) మధ్యంతర క షి కష్టం

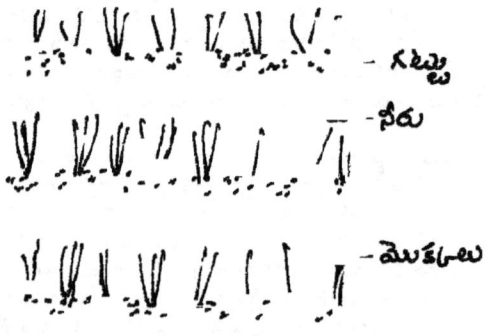

పటం 8 1 బల్లపరుపు నీటిపారుదల

పటం 8 2 బేసిన్-రింగు పద్ధతి

3 బేసిన్–రింగ్ పద్ధతి ఇది పండ్లతోటలకు,మల్బరి వృక్షాలకు అనువైనది వృక్షం కాండం చుట్టు ఏర్పరచిన గుండ్రటి కాలువలోకి నీరు ప్రవహిస్తుంది బేసిన్ గుండ్రంగా 1 5 మీ వ్యాసంతో ఉండాలి బేసిన్ పరిమాణం చిన్నమొక్కలకు చిన్నదిగా పెద్ద వాటికి పెద్దగా వృక్షంవయస్సు ఆధారంగా తయారుచేయాలి (పటం 8 2) ఈ బేసిన్లు నీటి కాల్వలకు కలిపి ఉంటాయి ఇందులో నీటి వృధా జరుగదు

4 సరిహద్దు స్ట్రిప్ పద్ధతి పొలాన్ని పొడవైన, ఇరుకైన ప్లాట్లుగా చిన్న గట్లతో విభజించాలి ప్లాట్లు 30 300 మీ పొడవు 3 15 మీ వెడల్పు ఉంటాయి నీటి హద్దులను పల్లం వైపు చేయాలి నీటని ఒకేసారి ప్లాట్లులోనికి వదలాలి

లాభాలు

(a) చెక్ బేసిన్ పద్ధతిలో కంటే కూలీల ఖర్చు తక్కువ
(b) మధ్యంతర కృషి వీలవుతుంది
(c) నీటి కాలువలను పెద్దవిగా చేయవచ్చు

నష్టాలు (a) నీరు ఒకేరకంగా విస్తరించదు కాబట్టి ఎక్కువనీరు కావాలి

5 కాలువ పద్ధతి (Furrow method) పొలాన్ని కాలువలుగా, గట్లుగా విభజించ లి నీరును ఒకేసారి రెండు మూడు కాలువల్లోకి ప్రవహింపచేయటానికి వీలవుతుంది ఇందులో కాలువలు మొదటగా నీటిలో నిండి తర్వాత నెమ్మదిగా గట్లవైపు పార్శ్వంగా అలుముకొని మొత్తం తడి అవుతుంది (పటం 8 3)

లాభాలు :

(a) నీటి పొదుపు
(b) మొక్కలు దగ్గరగా ఉన్నా నీరు పె వచ్చు
(c) నేల ఉపరితలం నుంచీ నీరు తకు వగా ఇగిరిపోతుంది
(d) గట్లలో మొక్కల వేళ్ల ఉండటం ల్ల వేరు మండలానికి గాలిసోకి అధికంగా పెరుగుతాయి
(e) అధిక వర్షంలో కాలువలు నిండి ఎక్కువైన నీరు పొలంనుంచి వెలుపలికి ప్రవహిస్తుంది
(f) మధ్యంతర కృషి వీలవుతుంది
(g) తక్కువ కూలీల ఖ

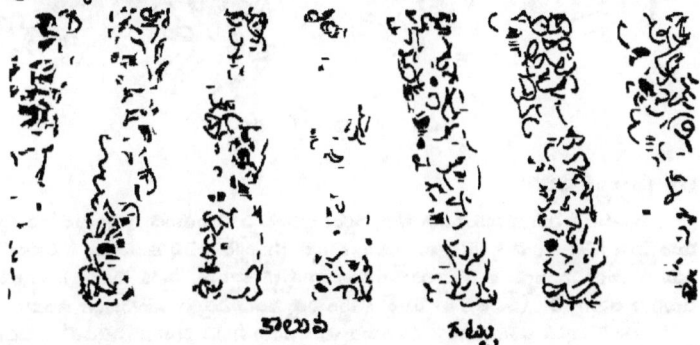

కాలువ
గట్టు

పటం 8 3 కాలువ పదతి

ఉపరితల నీటి పారుదంలో సర్జ్ (Surge), కేబ్లిగేషన్ (Cablegation), Limited Irrigation Dryland Farming System (LID) పద్ధతులు కూడా ఉన్నాయి

II ఉప ఉపరితల నీటి పారుదల

భూమిలో వేసిన రంధ్రసహిత గొట్టాలతో నేల ఉప ఉపరితలానికి నీరు అందుతుంది దీనితో నీరు నెమ్మదిగ వేరు మండలాన్ని తడుపుతుంది ఈ పద్ధతిలో నేల ఉపరితలం పొడిగా కనిపించినా వేరు మండలం తడిగా ఉంటుంది

లాభాలు :

(a) నీటి ఆవిరి ఉండదు

(b) పొడి ఉపరితలం వల్ల కలుపు తక్కువగుతుంది

నష్టాలు :

(a) గొట్టాలు నష్టంకాకుండా సేద్యం చేయటం కష్టం

(b) ఖర్చు అధికం

పటం 8 4 స్ప్రింక్లర్ పద్ధతి

III స్ప్రింక్లర్ పద్ధతి

ఇందులో నీరు చినుకులవలె లేదా వర్షంలా పంటపై పడుతుంది ఇందులో పంపు ముఖ్యమైన గొట్టాలు, పార్శ్వగొట్టాలు రైజర్ గొట్టం స్ప్రింక్లర్ అనేవి ఉంటాయి పొలంలో వరుసల మధ్య ముఖ్యమైన గొట్టాలకు అడ్డంగా పార్శ్వగొట్టాలను, వీటికి రైజర్ గొట్టాలను నిలువుగా అమర్చాలి (పటం 8 4) రైజర్ గొట్టం ఎత్తు పంట ఎత్తుకు అనుగుణంగా ఉండాలి

ఈ గొట్టానికి తిరిగే స్ప్రింక్లర్‌ను అమర్చాలి పంపు నీటిని ఎక్కువ వత్తిడితో విడుదల చేయడం వల్ల నీరు ముఖ్యమైన గొట్టాలనుండి పార్శ్వగొట్టం, రైజర్ గొట్టాలద్వారా స్ప్రింక్లర్

నుంచి చిమ్మబడుతుంది నీటివత్తిడివల్ల, స్ప్రింక్లర్ నెమ్మదిగా తిరగటం వల్ల నీరు ఎక్కువదూరం చిమ్ముతుంది ఇందులో గంటకు 1000 లీటర్ల నీరు 2 5 బార్ వత్తిడితో 10 మీ దూరం పడుతుంది స్ప్రింక్లర్‌లో నీరు ఎక్కువదూరం లేదా తక్కువదూరం చిమ్మటానికి రెండు నాజిల్స్ (Nozzles) ఉంటాయి ఈ పద్ధతి మల్బరీని పొదలుగా పెంచే ప్రాంతానికి అనువుగా ఉంటుంది

లాభాలు :

(a) నీరు ఒకే రకంగా ప్రవహిస్తుంది

(b) నీటిని ఎక్కువ పొదుపుగా (25 50%) వాడవచ్చు

(c) నేల క్రమక్షయం జరగదు

(d)

(e) నేలలో తేమ సరియైన స్థాయిలో ఉంటుంది

(f, ఎరువులను, క్రిమిసంహారక మందులను నీటిద్వారా అందించవచ్చు

నష్టాలు :

(a) కొంచెం ఖర్చుతో కూడిన పద్ధతి

(b) ఎక్కువ గాలివీచే, ఎండకాసే ప్రాంతాలకు పనికిరాదు

(c) విద్యుచ్ఛక్తి ఖర్చు ఉంటుంది

స్ప్రింక్లర్ పద్ధతిని కొంచెం మార్చి LEPA పద్ధతిని (Low Energy Precision Application) రూపొందించారు ఇందులో నీరు నేరుగా కాలువల్లోకి చాలా తక్కువ వత్తిడితో ప్రవహిస్తుంది

IV సూక్ష్మనీటి పారుదల పద్ధతి (Micro Irrigation)

ఈ పద్ధతి మల్బరీని వృక్షాలుగా పెంచే ప్రాంతాలకు సరిపోతుంది ఇందులో నీరు పంపిణీ గొట్టాలనుంచి నెమ్మదిగా వెలువడి మొక్కను చేరుతుంది

1 డ్రిప్ పారుదల : ఇందులో నీరు వత్తిడి లేకుండా డ్రిప్పర్ (Dripper) నుంచి విడుదలవుతుంది దీని నుంచి నీరు 4 6 లీటరు/గం వెలువడుతుంది ఈ పద్ధతిలో ప్రతి 1 4 రోజులకు ఒకసారి నీరు పెట్టాలి

లాభాలు :

(a) నీటి కొరత ఉన్న ప్రాంతాలకు మంచి పద్ధతి

(b) నీటి వరద నేల లోపలి పొరలకు ఇంకటం నీరు ఇగిరిపోవటం ఉండదు

(c) నేలలో నీరు ఎల్లప్పుడు ఫీల్డ్ కెపాసిటీకి దగ్గరగా ఉంటుంది

(d) ఎక్కువ తేమవల్ల నేలలో లవణాల సాంద్రత తగ్గుతుంది

(e) నేల చదును చేయకుండా నీరుపెట్టవచ్చు

(f) ఎరువులను నీటితో పాటు వేయవచ్చు

(g) కలుపు తగ్గుతుంది

నష్టాలు ఎలుకలు గొట్టాలకు రంధ్రాలను చేయడం ఎమిటర్లు తట్టుకోవడం మొదలైన ఇబ్బందులు ఉన్నాయి

2 సూక్ష్మజెట్ పద్ధతి (Microjet) ఇందులో నీరు 1 4 మీ దూరం ఎక్కువ వెడల్పుగా చిమ్ముతుంది ఇందులో గంటకు 5 160 లీటర్ల నీరు విడుదలవుతుంది ఈ పద్ధతిలో నీటి వత్తిడి ఒక బార్ ఉంటుంది

3 సూక్ష్మ స్ప్రింక్లర్ (Microspinkler) ఇది స్ప్రింక్లర్ వంటిదే ఇందులో నీరు గంటకు 28 223 లీటర్లు, 0 8 4 0 బార్ వత్తిడితో 0 9 4 మీ దూరం చిమ్ముతుంది

4 బబ్లర్ పారుదల) ఇది చాలా నూతన పద్ధతి ఇందులో నేలలోని ముఖ్యమైనటువంటి పార్శ్వ గొట్టాల నుంచీ నిలువుగా పైకిలేచిన గొట్టం 1 3 సెం మీ వ్యాసంతో ఉంటుంది దీని నుంచి నీరు అవసరమైన రీతిలో విడుదలవుతుంది

మల్బరీ పొలానికి నీరు పెట్టడం వల్ల ఆకుల నాణ్యత పరిమాణం అధికంగా పెరుగుతుంది నీరుపెట్టిన మల్బరీతోట ఆకులలో ఎక్కువతేమ ప్రోటీన్లు అధిక పోషక విలువలు ఉంటాయి వర్షాధార మల్బరీలో ఇవి ఉండవు అందువల్ల సాగునీటి మల్బరీలో పట్టు పురుగు బరువు పట్టుగూళ్ళ (Cocoons) బరువు డీనియర్ పెరుగుతాయి కాబట్టి నీటి పారుదల కేవలం ఆకుల ఉత్పత్తిలోనే కాకుండా పట్టుగూళ్ళ ఉత్పత్తిలో కూడా ప్రముఖ పాత్ర వహిస్తుంది

పొలంలో నీటి నిలవలను అరికట్టటం

అధిక వర్షాలు లోపభూయిష్ఠ నీటిపారుదల వల్ల పొలంలో నీరు నిలవ ఉంటుంది దీని వల్ల నేల స్వభావం నిర్మాణం చెడతాయి ఈ పరిస్థితిలో మొక్కల వేళ్ళ శ్వాసక్రియ తక్కువగా జరుపుతూ చివరికి మొక్కలు నశిస్తాయి అంతేకాకుండా హైడ్రోకార్బన్ లు హైడ్రోజన్ సల్ఫైడ్ కార్బన్ డై ఆక్సైడ్ మొదలైన వాయువులు అధికమవుతాయి నత్రజని లోపం ఏ ుడుతుంది మొక్కల్లో అనేక స్వరూప అంతర్నిర్మాణ శరీరధర్మ తేడాలు ఏర్పడుతాయి వే అవాయు శ్వాసక్రియను జరుపుతాయి దీనివల్ల వేళ్ళలో విషపదార్థాలు చేరతాయి ఇ నాల్ ఉత్పత్తి పెరిగి ఆల్కహాల్ డిహైడ్రోజినేజ్ చర్య ఎక్కువవుతుంది దీనివల్ల మొక్కలకు నష్టంకలుగుతుంది ఆక్సిజన్ తగ్గి, వే ల్లో ప రగమ్యత (Permeability) తగ్గుతుంది దీనివ నీరు పోషక పదార్థాల గ్రహింపు తగ్గుతుంది కాబట్టి ప లంలో నీరు ఎక్కువగా నిలవ ఉ ్పుడు నత్రజని ఎరువులు వా నష్టం తగ్గించవచ్చు నిలవ నీరుని వెలుపలికి పంపిస్తే ంలో సూక్ష్మజీవులు అధికమై నేలను సారవంతం చేస్తాయి పొలంలో ఎక్కువైన లవణాలు బయటికి వెళ్తాయి నిలవనీరును వెలుపలికి పంపటానికి సరియైన కాలువలను ఏర్పరచాలి పొలంలో అక్కడక్కడ గుంటలను తీసి ఎక్కువైన నీటిని అందులోకి పంపాలి

ప్రశ్నలు

I ఈ కింది ప్రశ్నలకు లఘుటీక రాయండి

1 ఫీల్డ్ కెపాసిటి అంటే ఏమిటి ?

2 వడలే గుణకం అంటే ఏమిటి ?

3 కేశిక జలం అంటే ఏమిటి ?

4 ఆర్ద్రాకర్షక జలం అంటే ఏమిటి ?

5 ఉపయుక్త జలం అంటే ఏమిటి ?

6 మల్బరీకి ఎంతనీరు కావాలి ?

7 నీటి విధి అంటే ఏమిటి ?

8 క్యుసెక్ అంటే ఏమిటి ?

9 ఎకరా–అంగుళం అంటే ఏమిటి ?

10 ప్రభావితంచేసే వర్షపాతం అంటే ఏమిటి ?

11 నీటిపారుదలకు వనరులను తెలపండి

12 చెరువు అంటే ఏమిటి ?

13 ఏవేని నాలుగు నీటిపారుదల పద్ధతులను తెలపండి

II ఈ క్రింది ప్రశ్నలకు వ్యాసాలు రాయండి

1 నేలలో తేమ అవసరాన్ని వివరించండి

2 నీటిపారుదల పద్ధతులను తెలిపి ఉపరితల నీటిపారుదలను వివరించండి

3 స్ప్రింక్లర్ నీటిపారుదల పద్ధతిని వివరించండి

4 పొలంలో నీటి నిలవవల్ల కలిగే నష్టాన్ని నియంత్రణను తెలపండి

9.

ఎరువులు

(Manures)

ఎరువులు నేలసారాన్ని (Fertility) పెంచుతాయి సహజంగా ఏ రెండు నేలలు ఒకేరకంగా ఉండవు వాటిలో మొక్కకు కావలసిన పోషక పదార్థాలయిన N, P_2O_5, K_2O అనేవి ఉండి పెరుగుదలను ప్రోత్సహిస్తాయి ఎరువులు వేయటం అనేది నీటి పారుదల తర్వాత అంశం దీని వ అదనంగా 25 35 శాతం ఉత్పత్తి పెరుగుతుంది నీరుపెట్టిన మల్బరీలో ఇంతకంటే ఉత్ప అధికంగా ఉంటుంది నేలకు రసాయనిక ఎరువులు అందించి అధిక దిగుబడులు పొం టానికి రైతు అలవాటు పడ్డాడు నీటి వాడకంలో శాస్త్రీయ పద్ధతులను ఆచరించటం లేదు సేంద్రియ ఎరువులు పొలానికి ఎంతవేసినా నష్టంలేదు మోతాదు పెరిగిన కొద్దీ భూభౌతిక రసాయనిక లక్షణాలు అభివృద్ధి చెందుతాయి భూసారం పెరుగుతుంది భూమి

ఎరువులు–వర్గీకరణ

ఇవి రెండు సమూహాలుగా ఉన్నాయి

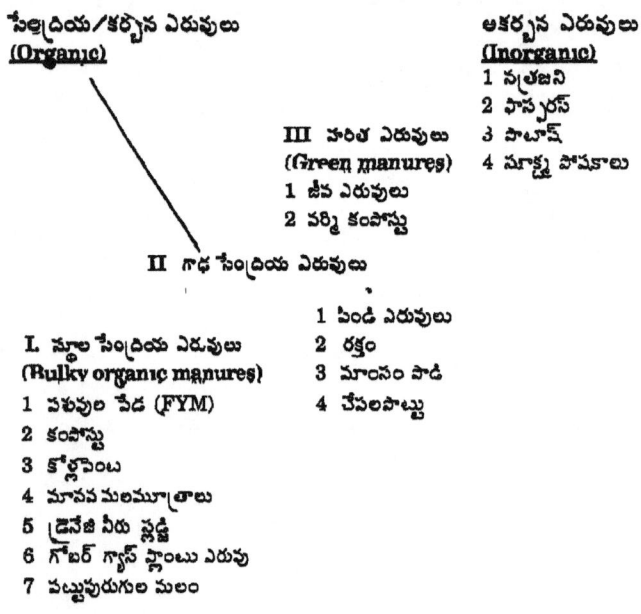

సేంద్రియ/కర్బన ఎరువులు
(Organic)

III హరిత ఎరువులు
(Green manures)
1 జీవ ఎరువులు
2 వర్మి కంపోస్టు

II గాఢ సేంద్రియ ఎరువులు
1 పిండి ఎరువులు
2 రక్తం
3 మాంసం పొడి
4 చేపలపొట్టు

I. స్థూల సేంద్రియ ఎరువులు
(Bulky organic manures)
1 పశువుల పేడ (FYM)
2 కంపోస్టు
3 కోళ్లపెంట
4 మానవ మలమూత్రాలు
5 డ్రైనేజి నీరు స్లడ్జి
6 గోబర్ గ్యాస్ ప్లాంటు ఎరువు
7 పట్టుపురుగుల మలం

అకర్బన ఎరువులు
(Inorganic)
1 నత్రజని
2 ఫాస్ఫరస్
3 పొటాష్
4 సూక్ష్మ పోషకాలు

గుల్లబారి, తేమను ఎక్కువకాలం నిలవ ఉంచుకునే శక్తి పెరుగుతుంది కొన్ని మేలుకల్గి సూక్ష్మక్రిములు నేలలో అభివృద్ధిచెంది చీడల ఉధృతాన్ని తగ్గించటానికి తోడ్పడుతాయి దాదాపు మొక్కకు అత్యవసరమైన అన్ని పోషకపదార్థాలు సేంద్రియ ఎరువుల్లో ఉంటాయి వీటికి భిన్నంగా రసాయనిక ఎరువులుంటాయి ముఖ్యంగా నత్రజని ఎరువులను అధికం వాడటంవల్ల పంట దిగుబడి తగ్గుతుంది చీడలు ఉధృతమవుతాయి కొన్ని సూక్ష్మ పోషకపదార్థాలు నేలలో చాలినంత ఉన్నా మొక్కకు అందక లోపలక్షణాలు కన్పిస్తాయి ఇండియాలో వివిధ వ్యవసాయకపంటల వల్ల 4 2 మిలియన్ టన్నుల నైట్రోజన్, 2 1 మి ట ఫాస్ఫారిక్ అమ్లం, 7 3 మి ట పొటాష్ 4 8 మి ట సున్నం ప్రతి సంవత్సరం బయటకిపోతాయి అయితే ఈ ఎరువులు సహజంగా, కృత్రిమంగా మళ్ళీ నేలలోకి చేరుతాయి

కర్బన ఎరువులు

ఇవి మొక్కలు జంతు కళేబరాల నుంచి ఏర్పడ తాయి ఇందులో ఎక్కువగా కార్బన్ కొద్దిగా వృక్షసంబంధమైన పదార్థం ఉంటాయి ఈ పదార్థం మన నేలలో తక్కువగా ఉంది అధిక ఉత్పత్తికి ఈ ఎరువులను పొలంలో వాడాలి పైర్లకు వేయవలసిన నత్రజని మోతాదులో కొంత సేంద్రియ ఎరువు ద్వారాను మరికొంత రసాయన ఎరువుల ద్వారాను అందించి అధిక దిగుబడి పొందవచ్చు దీనివలన నేలపై రసాయన ఎరువుల దుష్ప్రభావం తగ్గి నేల సత్తువ పెరుగుతుంది ఈ ఎరువులు మొక్కలకు పోషకపదార్థాలను అందిస్తాయి కర్బన్ సూక్ష్మ జీవులకు ఆహారంగా ఉపయోగపడుతుంది ఇవి నేలను సారవంతం చేస్తూ, వేరు పెరుగుదలను వృద్ధిపరుస్తూ, నీరు నిలవకుండా నేల ఎండకుండా గాలిపోకేటట్లు చేస్తాయి

I స్థూల సేంద్రియ ఎరువులు

1 పశువుల పేడ ఎరువులు (Farm yard manure FYM) పశువుల పేడ మూత్రం, పశువులు తొక్కిన గడ్డి తిని వదిలేసిన గడ్డి, బూడిద, చెత్త ఒక గొయ్యిలో చేర్చిన తర్వాత చివికే మిశ్రమాన్ని 'పశువుల పేడ ఎరువు అంటారు ఇందులోని స్థూల సూక్ష్మ మొక్కల పోషకపదార్థాలు నేలను సారవంతం చేసి పంట ఉత్పత్తులను పెంచుతాయి దీనిని 'నేల హ్యూమస్' గా కూడా చెప్పవచ్చు ఈ పదార్థాలు జీవసంబంధమైన చర్యను ప్రేరేపిస్తాయి తక్కువ సూక్ష్మ పోషకపదార్థాలు ఉండే ఎరువులు తక్కువగా వేసినట్లైతే నేలలో అవి అందించే మూలకాలు (Elements) తక్కువై మొక్కకు తక్కువ పోషకాలు లభిస్తాయి FYM వల్ల ఎక్కువపాళ్లలో సూక్ష్మపోషకాలు నేలను చేరుతాయి తాజా పశువులపేడలో స్థూల పదార్థాలతో పాటు జింక్ మాంగనీస్ ఇనుము బోరాన్‌లు కూడా ఉంటాయి సంవత్సర కాలంలో ఒక ఆవువేసే పేడ, మూత్రాలలో సుమారు 45 కిలోల నత్రజని, 10 కిలోల ఫాస్ఫరస్ 35 కిలోల పొటాష్ ఉంటాయి ఒక సంవత్సరంలో ఒక ఎద్దు వేసే పేడ, మూత్రాలలో 60 కిలోల నత్రజని 15 కిలోల ఫాస్ఫరస్, 50 కిలోల పొటాష్ ఉంటాయి ఈ విధంగా క్షేత్రంలో తయారైన ఈ ఎరువులో 10 టన్నులకు సుమారు 50 కిలోల నత్రజని 20 కిలోల ఫాస్ఫరస్, 50 కిలోల పొటాష్ ఉంటాయి ఈ ఎరువు నుంచి అమ్మోనియా నత్రజని నష్టం జరగకుండా రెండు మూడు రోజులకొకసారి గొయ్యిలో ఎరువుమీద 2 3 కిలోల సూపర్ ఫాస్ఫేట్ వేయాలి ఒక టన్ను పేడ ఎరువుకు 25 కిలోల సూపర్‌ఫాస్ఫేట్ కావాలి మొక్కలు నాటటానికి 3 4 వారాల ముందు ఈ ఎరువును వెదజల్లి నేలలో కలియదున్నాలి ఎరువు బాగా చివికి నేలలో కలియటానికి నీరు అవసరం ఈ ఎరువును నీరు పెట్టే మల్బరీకి సంవత్సరానికి హెక్టారుకు 20

టన్నులు వర్షాధార మల్బరీకి 10 టన్నులు ఉపయోగించాలి ఈ ఎరువులో ఫాస్ఫారిక్ ఆమ్లం తక్కువగా ఉంటుంది కాబట్టి ఈ ఎరువులను సూపర్ ఫాస్ఫేట్‌తో కలిపి వాడాలి

పట్టిక 9 1 రసాయన ఎరువులు–పశువుల పేడలో ఉండే సూక్ష్మ పోషకాలు

క్రమ సంఖ్య	ఎరువు	పొడి పదార్థం పి ఎ యం లలో B	Mn	Cu	Zn
1	నైట్రోఫాక్	0	24	22	15
2	సోడియం నైట్రేట్	0	08	03	01
3	అమ్మోనియం సల్ఫేట్	6	06	02	0
4	సూపర్ ఫాస్ఫేట్	11	11	04	150
5	పొటాషియం సల్ఫేట్	04	06	04	02
6	పొటాషియం క్లోరైడ్	14	08	03	03
7	పశువుల పేడ ఎరువు	20	410	62	120

పట్టిక : 9 2 పశువుల పేడ ఎరువులో సరాసరి పోషక పదార్థాలు

క్రమ సంఖ్య	ఎరువు	నత్రజని %	ఫాస్ఫరస్ %	పొటాష్ %
1	తాజా పశువుల పేడ	0 40	0 20	0 10
2	తాజా గుర్రం పేడ	0 55	0 30	0 40
3	తాజా గొర్రెల పేడ	0 75	0 50	0 45
4	పశువుల మూత్రం	1 00	—	1 35
5	గుర్రం మూత్రం	1 35	—	1 25
6	గొర్రెల మూత్రం	1 35	0 05	2 10
7	పందుల మూత్రం	0 40	0 10	0 45
8	పందుల పేడ	0 55	0 50	0 40

ఆధారం *Manures & Fertilizers by Yawalkar et al 1992*

గ్రామీణ పట్టణప్రాంతాల నుంచి లభించిన వృక్ష జంతు సంబంధమైన వ్యర్థపదార్థాలను పొలంలో మొక్కలు వెంటనే ఉపయోగించుకోవటానికి వీలైన పదార్థంగా మార్చి నేలసారాన్ని అభివృద్ధి చేయటానికి అనుసరించే పద్ధతిని 'కంపోస్టు తయారుచేయటం అంటారు

గ్రామాల్లో లభించే తృణ ధాన్యాల గడ్డి, వేరుసెనగ తొక్కలు, రాలిన ఆకులు, మొక్కల కత్తిరింపులు, చెరకు పిప్పి, గుర్రపుడెక్క వంటి కలుపుమొక్కలు బూడిద పశువుల మూత్రంతో తడిసిన మట్టి మొదలైన వాటితో కంపోస్టును తయారుచేయాలి ఇందులోని పత్రసంబంధమైన పదార్థంలో సెల్యులోస్ తొందరగా కుళ్ళిపోయే పిండిపదార్థాలు, నత్రజని మొదలైనవి మొక్క వృద్ధికి తోడ్పడుతాయి ఈ వ్యర్థపదార్థంలోని సూక్ష్మజీవులు స్థూలపోషకాల కోసం మట్టిలో పోటీపడతాయి ఈ పదార్థాలలో కార్బన్ నత్రజని 40 1 పాళ్లలో ఉంటాయి దీని నిష్పత్తిని తగ్గించటానికి కంపోస్టుగా తయారుచేయాలి దీనివల్ల కర్బన నత్రజని నిష్పత్తి 10 1 లేక 12 1 అవుతుంది కంపోస్టు ఎరువులో నత్రజని 0 5 1 శాతం ఫాస్ఫరస్ 0 4 0 8 శాతం, పొటాష్ 0 8 1 2 శాతం ఉంటాయి

పట్టణాలలో లభించే మానవ మలమూత్రాలు వీధి కుండీల చెత్త, మురికి నీరు బూడిద పారిశ్రామిక వ్యర్థపదార్థాలు, గొర్రెబొచ్చు, ఊక, తవుడు, చెడిన కాయకూరలు, పండ్లతొక్కలు, బగాస్సే మొదలైన వాటితో "పట్టణ కంపోస్ట్' తయారుచేయవచ్చు ఈ ఎరువుకు మానవ విసర్జనాలను స్టార్టరుగా ఉపయోగిస్తారు పారంమధ్య పాడిచేసిన మైలతుత్తాన్ని చల్లి దుర్వాసనను తగ్గించవచ్చు ఈ దిబ్బలకు ప్రతీ 15 రోజులకు నీరు చల్లి కలియబెట్టాలి దాదాపు రెండు నెలల్లో ఎరువు తయారవుతుంది ఇందులో 1 5 శాతం నత్రజని ఒక శాతం ఫాస్ఫరస్ 1 5 శాతం పొటాష్ ఉంటాయి

3 కోళ్లపెంట ఎరువు : కోళ్ళ మలమూత్రాలు మంచి సేంద్రియ ఎరువు తాజా కోళ్ళ పెంటలో 1 5 శాతం నత్రజని 1 5 శాతం ఫాస్ఫరస్ 0 8 శాతం పొటాష్ ఉంటాయి దీనిని అన్ని పైర్లకు వాడవచ్చు కోళ్ళ షెడ్ల నుంచి పెంటను తీసి నేరుగా పొలంలో వేయాలి

వీటితోపాటుగా గొర్రె, మేక గుర్రం, పంది పెంటలు అన్ని పైర్లకు వినియోగించదగిన సేంద్రియ ఎరువులు

4 మానవ మలమూత్రాలు పశువుల ఎరువులకంటే దీనిలో ఎక్కువ పోషకపదార్థాలున్నాయి తాజా మలంలో సేంద్రియ పదార్థం 22 శాతం, ఖనిజపదార్థం 29 శాతం నత్రజని 1 37 శాతం, ఫాస్ఫరస్ 0 1 శాతం, పొటాష్ 0 2 శాతం ఉంటాయి దీనిని పౌడ్రేట్ (Poudrette) పద్ధతిలో నిలవచేస్తారు

5 డ్రైనేజి నీరు, స్లడ్జ్ (Drainage water and sludge) పట్టణప్రాంతాలలో లభించే డ్రైనేజి నీటిని మడ్డిని ఎరువుగా ఉపయోగించవచ్చు మానవ మలమూత్రాలు ఇతర వ్యర్థాలు నీళ్ళలో కలిసినపుడు 'సీవేజ్ ఏర్పడుతుంది ఇందులోని మడ్డిలాంటి ఘనపదార్థాన్ని స్లడ్జి అనీ, ద్రవ పదార్థాన్ని సీవేజ్ నీరు' అనీ అంటారు ఉత్తేజిత స్లడ్జి పొడి బరువులో 3 6 శాతం నత్రజని 2 శాతం ఫాస్ఫరస్, ఒకశాతం పొటాష్, 5 శాతం కాల్షియం ఉంటాయి అంతేకాకుండ ఇనుము-2500, జింకు-300, మాంగనీస్-115 రాగి-2 పి పి యం లలో ఉన్నాయి

6 గోబర్‌గ్యాస్ ప్లాంటు ఎరువు బయోగ్యాస్ ప్లాంట్‌లో పశువుల పేడను ఉపయోగించగా వచ్చే మీథేన్, కార్బన్‌డై ఆక్సైడ్, హైడ్రోజన్ల వాయుమిశ్రమాన్ని వంటకు, ఇతర పనులకు ఉపయోగిస్తున్నారు ఇందులో సంవత్సరానికి 4 8 టన్నుల ఎరువు వస్తుంది ఈ ఎరువు పొడి బరువులో 1 6 1 8 శాతం నత్రజని, 1 1 2 శాతం ఫాస్ఫరస్, 0 8 1 2 శాతం పొటాష్ ఉంటాయి

7 పట్టుపురుగుల మలం : వీటిని FYM లాగా వాడవచ్చు ఇందులో నత్రజని పోషకాలుంటాయి

II గాఢమైన సేంద్రియ ఎరువులు : ఈ రకం ఎరువులలో నత్రజని ఫాస్ఫరస్, పొటాష్ అధిక ప్రమాణంలో ఉంటాయి కాబట్టి వీటిని పైర్లకు తక్కువగా వేయాలి మొక్కల జంతువుల సేంద్రియ పదార్థాలలోని నత్రజనిని మొక్కలు వినియోగించుకొనక ముందే బాక్టీరియమ్‌లు త్వరగా వినియోగించుకొని అమ్మోనియా-నత్రజనిగానూ నైట్రేట్-నత్రజనిగానూ మారుస్తాయి ఈ ఎరువులు మొక్కలకు ఎక్కువ కాలంపాటు నత్రజనిని అందిస్తాయి

1 పిండి ఎరువులు వివిధ రకాల గింజలనుంచి నూనెతీయగా ఉప ఉత్పత్తిగా అనేక టన్నుల పిండి ఎరువులు వెలువడుతాయి వీటిలో కార్బన్, నత్రజని తక్కువ కాబట్టి పొలంలో చల్లిన వారం పదిరోజుల నుంచి నత్రజని పైరుకు సరఫరా అవుతుంది ఈ పిండిని పశువుల దాణాగా ఉపయోగించి పేడను ఎరువుగా వాడాలి ఆముదం వేప గానుగ పిండిని నేరుగా పొలంలో వాడాలి వేపపిండి ఎరువుగానూ చీడను నివారించడంలోనూ ఉపయోగపడుతుంది

పట్టిక 9 3 వివిధ ఎండి ఎరువులలో పోషకవిలువల శాతం

క్ర సం	ఎరువు	నత్రజని	ఫాస్ఫరస్	పొటాష్
1	ఆముదం పిండి	4 4 4	1 9	1 4
2	వేరుశనగ పిండి	6 5 7 5	1 3	1 5
3	పత్తిగింజల పిండి (మిల్లు ఆడినది)	6 9	3 1	1 6
4	పత్తిగింజల పిండి (గానుగ ఆడినది)	3 6	2 5	1 6
5	కొబ్బరి పిండి	3 4	1 5	2 0
6	వేపపిండి	5 2 5 6	1 1	1 5
7	పొద్దుతిరుగుడు పువ్వు పిండి	7 9	2 2	1 9
8	నువ్వుల పిండి	4 7-6 2	2 1	1 3
9	ఆవపిండి	5 2	1 8	1 2
10	గానుగ పిండి	3 9	1 0	1 3
11	కుసుమ పిండి (గానుగ ఆడినది)	4 9	1 4	1 2

ఆధారం : *Manures and Fertilizers 1992*

2 రక్తం పొడి : జంతువధశాలలో పెద్ద పశువునుంచి సుమారు 12-13 కిలోలు, మేక గొర్రె నుంచి 1 1 5 కిలోల రక్తం లభిస్తుంది దీనిని ఎండబెట్టి పొడిని అమ్ముతారు ఇందులో 10 12 శాతం వెంటనే లభించే నత్రజని 1 2 శాతం ఫాస్ఫరస్ ఒక శాతం పొటాష్ ఉంటాయి

3 మాంసపు పొడి వ్యర్థ మాంసాన్ని ఉడికించి ఎండబెట్టి పొడిచేస్తారు అంతే కాకుండా ఎముకలు గిట్టలు కొమ్ములు కూడా ఉడికించి ఎరువుచేస్తారు మాంసపుపొడిలో 10 5 శాతం నత్రజని 2 5 శాతం ఫాస్ఫరస్, 0 5 శాతం పొటాష్ ఉంటాయి ఎముకల పొడిలో 32 శాతం సున్నం ఉంటుంది ఇది నిదానంగా పనిచేసే ఫాస్ఫరస్ ఎరువు

4 చేపల పొడి : చేప రక్తంలో 5 8 శాతం సేంద్రియ నత్రజని 4 6 శాతం ఫాస్ఫారిక్ ఆమ్లం ఉంటాయి చేపలపొడిలో 10 శాతం నత్రజని, 3 9 శాతం ఫాస్ఫరస్, 0 3 1 5 శాతం పొటాష్ ఉంటాయి

III హరిత ఎరువులు లేదా పచ్చి రొట్ట ఎరువులు

వీటిలో పప్పుజాతికి చెందిన జీలుగ, జనుము, పిల్లిపెసర బర్సీమ్, అలసంద గోరు చిక్కుడు పెసర మినుము మొదలైన పైర్లను ఎరువుగా వాడతారు వీటిలో కొన్నింటిని మొదట్లో పశుగ్రాసంగా వాడి తర్వాత కలియదున్నినట్లైతే సేంద్రియపదార్థం నత్రజని అదనంగా లభిస్తాయి ఒక టన్ను పచ్చిరొట్టలో సుమారు 4 కిలోల నత్రజని ఉంటుంది పైరు రకాన్ని బట్టి హెక్టారుకు 10-20 టన్నుల పచ్చిరొట్ట లభిస్తుంది ఈ ఎరువు వ 30 50 శాతం ఉత్పత్తి పెరుగుతుంది ఇతర చోట్లలో పెరిగిన గ్లైరిసేడియా నేల తంగేడు జి డు గానుగ మొదలైన వాటిని కోసి పొలంలో వాడతారు పొలంలో కలియదున్నిన తర్వాత కుళ్ళడానికి తగినవీరు పెట్టాలి ఈ ఎరువులో సగటున 0 5 0 7 శాతం నత్రజని 0 1 0 2 శాతం ఫాస్ఫరస్ 0 6 0 8 శాతం పొటాష్ ఉంటాయి

జీవ ఎరువులు (Bio fertilizers)

రసాయనిక ఎరువుల ధరలు రోజురోజుకు పెరిగిపోవటమే కాకుండా ఇవి 33 శాతం కంటే ఎక్కువ మొక్కలకు ఉపయోగపడవు మిగిలిన ఎరువులు ప్రత్యేకంగా నత్రజని భూగర్భ జలంలోకి చేరి తాగేనీటిని కలుషితంచేస్తుంది కొన్ని సూక్ష్మజీవులు గాలిలోని నత్రజనిని స్థాపించి (Fixation) మొక్కలకు అందజేస్తాయి ఫ్యాక్టరీలలో నత్రజని స్థాపన రసాయనిక చర్య ద్వారా జరుగుతుంది ఇది చాలా ఖర్చుతో కూడినపని ఇందుకు విరుద్ధంగా సూక్ష్మజీవులచే నత్రజని స్థాపనకు నామమాత్రం ఖర్చవుతుంది ఈరకంగా ఏర్పడిన ఎరువులను జీవఎరువులు అంటారు

పప్పుజాతి పంటలలో రైజోబియమ్ బ్యాక్టీరియా ఎరువుల వల్ల మొక్కల వేరు బుడిపెల్లో (Root nodules) రైజోబియమ్ నివాసం ఏర్పరచుకొని మొక్కనుంచి పోషకపదార్థాన్ని గ్రహిస్తుంది గాలిలోని నత్రజనిని స్థాపించి మొక్కలకు అందిస్తుంది రైజోబియమ్‌ను విత్తనాలకు పట్టించి నీడలో ఆరబెట్టి నాటాలి అజటోబ్యాక్టర్ బ్యాక్టీరియమ్ మొక్క వేళ్లద్వారా విసర్జించే కొన్ని పదార్థాలను గాలిలో నత్రజనిని ఉపయోగించుకొని పెరుగుతుంది ఇవి మొక్కకు ఉపయోగపడే హార్మోన్‌లను తదితర నత్రజని పదార్థాలను విసర్జిస్తాయి వీటివల్ల మంచి ఫలితాలుంటాయి వీటిని ప ప్పుజాతి పంటలకు తప్ప మిగిలిన వాటికి వాడవచ్చు ఇక నీలి-ఆకుపచ్చ శైవలాలు అజోల్లా అనే టెరిడోఫైట్ జాతి మొక్క సూర్యరశ్మిని కార్బన్-డై-ఆక్సైడ్‌ను వినియోగించి పిండి పదార్థాలు తయారుచేస్తాయి నీలి ఆకుపచ్చ శైవలాలు అజోల్లా కుళ్ళి నేలకు సేంద్రియపదార్థంగా ఉపయోగపడతాయి వీటికి ఎక్కువ నీరు అవసరం అజోస్పైరిల్లం బ్యాక్టీరియమ్ కూడా నత్రజనిని స్థాపిస్తుంది శిలీంధ్రమూలము వల్ల మొక్క వేళ్లు ఎక్కువ పోషకపదార్థాలను, ప్రత్యేకంగా ఫాస్ఫరస్‌ను గ్రహించ కలుగుతాయి

వర్మికంపోస్ట్ (Vermi compost)

వానపాము విసర్జనాన్ని 'వర్మికంపోస్ట్ లేదా వర్మికాస్ట్ (Worm cast) అంటారు దీనిని తయారు చేయడం చాలా సులభం వానపాములలో కొన్ని రకాలను ఎుడ్రిలస్ యుజీని *(Eudrilues eugeniae)* ఇసీనియా ఫిటిడా *(Eisenia fetida)*, పెర్యోనిక్స్ ఎక్స్కావటస్

(Perionyx excavatus) నేలలో పెంచాలి ఇవి విసర్జించిన పదార్థంలో 40 శాతం యూరియా కొన్ని ప్రొటీన్లు హార్మోన్లుంటాయి

సేంద్రియ ఎరువులను నిలవచేసే పద్ధతులు

1 కుప్పపోయటం **(Heap method)** ఎరువును నేలపై కుప్పగా పోసి కొట్టుకుపోకుండా చుట్టూ చిన్న గట్టును చేయాలి సాధారణంగా నీడకు ఈ ఎరువును కుప్పగాపోయాలి ఇందులో అధిక నష్టం జరుగుతుంది

2 గుంటపద్ధతి **(Pit method)** పొలంలో లేదా క్షేత్రంలో ఒక గుంటతీసి అడుగున, పార్శ్వభాగాలను ఎరువునష్టం కాకుండా చక్కగా తయారుచేయాలి గుంటపై చుట్టూ గట్టును చేయాలి కుప్పపద్ధతి కంటే ఇది మేలైన పద్ధతి

3 పై కప్పుకల గుంట పద్ధతి ఇది గుంట పద్ధతివలె ఉంటుంది ఇందులో గుంట పైక ప్పును వేయాలి ఇందులో నష్టం క్రమబద్ధం చేయవచ్చు అన్నిటికంటే ఇది మేలైన పద్ధతి

ఎరువులను ఉపయోగించే పద్ధతులు :

1 సేంద్రియ ఎరువును నేల తయారుచేసేటపుడు చల్లాలి అంటే కాలవలకు గట్లు తయారు చేయటానికి ముందుగా పొలంలో బండ్లను తోలించి తర్వాత బాగా కలియదున్నాలి ఈ విధంగా పొలంలో చల్లి నేలలో కలిసేటట్లు చేయాలి ఇదే పద్ధతిలో రసాయనిక ఎరువును కూడా వేయాలి

2 చాళ్లలో లోతుగా వేయటం ఈ పద్ధతిలో ఎరువును నేలలోపలి పొరల్లో గింజలు మొలకెత్తక ముందు లేదా తర్వాత లేదా పెరిగిన పంటకు నాగలి తోలుతూ వేస్తారు ఈ పద్ధతిలో ఎక్కువగా రసాయనిక ఎరువులు NPK, DAP యూరియా మొదలైనవి వేస్తారు

3 మొక్క దగ్గరగా వేయటం రసాయనిక ఎరువులను మొక్కకు చాలాదగ్గరగా వేళ్లకు అందుబాటులో వేస్తారు దీనివల్ల మొక్కలు తొందరగా పెరుగుతాయి ఎరువు పరిమాణం చాలా తక్కువగా వాడాలి ఈ పద్ధతిలో ఫాస్ఫరస్ పొటాష్ స్థిరీకరణ కొంచెం తగ్గుతుంది

4 ద్రవరూపంలో చల్లటం ఈ పద్ధతిలో రసాయనిక ఎరువులను నాట్లు వేసేటపుడు పిలక మొక్కలకు అందిస్తారు మొక్కలకు కావలసిన ఎరువును తక్కువ పరిమాణంలో చల్లాలి అంతేకాకుండ సాగునీటితో పాటుగా ఎరువును మొక్కలకు అందించాలి

ఈ విధంగా నేలలోతులో గానీ, నీటితో పాటుగాగానీ ఎరువు వేయటంవల్ల లాభాలు

1 మొక్క పెరిగే కాలమంతా పోషకపదార్థాలు వేరు మండలం వద్ద తడిగా ఉంటాయి
2 దు ןన కాలువలు ద్వారా వేసిన ఎరువు నేలలో ఫాస్ఫరస్ స్థాపన జరగకుండా తో ןడుతుంది
3 ఎరు లు మొక్క వినియోగించుకోవటానికి వీలుగా సమీపంలో ఉంటాయి
4 వేళ్లు నీటితో పాటుగా నీటిలో కరిగి ఉన్న ఎరువును కూడా గ్రహించి తొందరగా పెరుగుతాయి

మల్బరీ వృక్షాలకు ఎరువులను కాండం చుట్టు నేలలో 15 20 సెం మీ లోతులో వేయాలి ఆకులపై ఎరువును యూరియాను ఒక శాతం కలిపి పిచికారి చేయాలి

అకర్బన లేదా రసాయనిక ఎరువులు

మొక్కల పెరుగుదలకు, ప్రత్యుత్పత్తికి 16 లవణ మూలకాలు అవసరం ఇవి మొక్కలకు గాలి నీరు నేల నుంచి లభిస్తాయి

గాలినుంచి	——	1 కార్బన్	
		2 ఆక్సిజన్	
నీటినుంచి	——	3 హైడ్రోజన్	
నేలనుంచి	——	4 నత్రజని	
		5 ఫాస్ఫరస్	
		6 పొటాష్	స్థూల పోషక పదార్థాలు
		7 కాల్షియం	
		8 మెగ్నీషియం	
		9 సల్ఫర్	
		10 ఇనుము	
		11 మాంగనీసు	
		12 బోరాన్	
		13 జింక్	సూక్ష్మ పోషక పదార్థాలు
		14 కాపర్	
		15 మాలిబ్డినమ్	
		16 క్లోరిన్	

1 నత్రజని ఎరువులు పోషకపదార్థాలలో నత్రజని అతి ముఖ్యమైనది ఇది ప్రోటీన్లలో ఎంజైములలో అమైనోఆమ్లములలో పత్రహరితంలో మూలకంగా ఉంటుంది నత్రజని లోపం వల్ల మొక్కల పెరుగుదల తక్కువై పొట్టిగా ఉంటాయి ముదురు ఆకులు పసుపురంగులోకి మారి పంట దిగుబడి తగ్గుతుంది నత్రజని రూపాన్నిబట్టి ఎరువులను మూడు రకాలుగా విభజించవచ్చు అవి-అమైడ్ అమ్మోనియం అమ్మోనియం నైట్రేట్ ఎరువులు యూరియా (అమైడ్ రూపం) అమ్మోనియం సల్ఫేట్ (అమ్మోనియం రూపంలో) కాల్షియం అమ్మోనియం నైట్రేట్ (అమ్మోనియం, నైట్రేట్ల రూపంలో) రూపాల్లో లభ్యమవుతుంది

(a) **యూరియా** ఇందులో నత్రజని 46 శాతం ఉంటుంది ఇది తెల్లటి గుండ్రటి ఆకారంలో ఉంటుంది యూరియా భూమిలోవేసిన వెంటనే నీటిలోకరిగి యూరియేజ్ అనే ఎంజైమువల్ల అమ్మోనియంగా మారుతుంది దీనివల్ల నత్రజని నష్టం జరుగదు యూరియా వేసేటప్పుడు పొలంలో నీటిని పూర్తిగా తీసి యూరియాను పొలంలో వెదజల్లి 72 గంటల తర్వాత మాత్రమే నీరుపెట్టాలి లేకుంటే ఉపయోగం ఉండదు

(b) **అమ్మోనియం సల్ఫేట్** దీనిలో నత్రజని 20 శాతం అమ్మోనియారూపంలోను సల్ఫర్ 24 శాతం సల్ఫేటురూపంలోను ఉంటాయి స్వచ్ఛమైన ఎరువు తెల్లని స్ఫటికాలుగా

ఉంటుంది గాలిలోని తేమను అతి తక్కువగా గ్రహిస్తుంది ఇది నేలకు ఆమ్లగుణాన్ని కలగచేస్తుంది దీనిని రసాయనిక ఎరువుల మిశ్రమాల తయారీలో ఉపయోగించవచ్చు

(c) కాల్షియం అమో నియం నైట్రేట్ దీనిలో 26 శాతం నత్రజని అమ్మోనియా రూపంలోనూ నైట్రేట్ రూపంలోనూ సమానపాళ్లలో ఉంటుంది నైట్రేట్ రూపంలో ఉన్న నత్రజని మొక్కలకు వెంటనే లభ్యమవుతుంది అమ్మోనియంరూపంలో ఉన్న నత్రజని నైట్రేట్‌గా మార్పుచెందిన తర్వాత మొక్కలు గ్రహిస్తాయి

నత్రజని ఎరువుతో మొక్కల శాకీయభాగాలు బాగా పెరుగుతాయి ఆకులలో పచ్చదనం పెరిగి పైరు పచ్చగా కనిపిస్తుంది త్వరగా కోతకు రాదు కొమ్మలు బాగా పెరుగుతాయి కాని కాపు తగ్గుతుంది శాకీయభాగాలు బాగా పెరిగి వేళ్ల పెరుగుదల తగ్గడంవల్ల పైరు నేలకొరిగే ఆస్కారం ఉంది ఆకులలో పచ్చదనం ఎక్కువగా ఉన్నందువల్ల చీడపీడల తాకిడికి సులభంగా లోనవుతాయి పైరు వర్షాభావ పరిస్థితిని, చలిని తట్టుకునే శక్తిని కోల్పోతుంది నత్రజని లోపం వల్ల మొక్కలు పెరగక గిడసబారుతాయి ఆకులు నిటారుగా లేతాకుపచ్చరంగు నుంచి పసుపుపచ్చ రంగుకు మారుతాయి ముదురాకుల్లో నత్రజనిలోపం ముందుగా కన్పిస్తుంది నత్రజని ఎరువువేసిన పైర్లు ఫాస్ఫరస్, పొటాష్‌లను బాగా

2 ఫాస్ఫరస్ ఎరువులు భూముల్లో ఫాస్ఫరస్ చాలాకొద్ది పరిమాణంలో పంటలకు లభ్యంకాని రూపంలో ఉంటుంది అందువల్ల పొలాల్లో ఫాస్ఫరస్ లోపం కనిపిస్తుంది నేలలో ఈ ఎరువులు వేస్తే అది స్థిరపడిపోయి వేసిన ఎరువులో 20 40 శాతం మాత్రం వెంటనే పంటలకు ఉపయోగపడుతుంది సాధారణంగా పంటకు 10 30 కిలోల ఫాస్ఫరస్ అవసరం కాబట్టి పొలంలో దీనికి 3 4 రెట్లు అధికంగా వాడాలి ఫాస్ఫరస్ ఎరువులు మూడు రకాలు అవి-

(a) సంపూర్ణంగా నీటిలో కరిగే ఫాస్ఫరస్ ఉన్నవి ၊ సూపరు-డి ఎ పి అమ్మోఫాసు

(b) కేవలం సిట్రేటు ద్రావణంలో మాత్రమే కరిగేవి ၊ సుఫల-డైకాల్షియం ఫాస్ఫేటు

(c) సిట్రేటు ద్రావణంలో కరగనివి ၊ ఎముకపొడి రాక్‌ఫాస్ఫేటు మొదలైనవి ఇందులో మొక్కలకు నీటిలో సిట్రేటు ద్రావణంలో కరిగే మొత్తం ఫాస్ఫరస్ అందుబాటులో ఉంటుంది

నీటిలో కరిగే ఫాస్ఫరస్ ఎరువులు స్వల్పకాలికాలు త్వరితంగా పెరిగే లోతుతక్కువలో వే ఉన్న పంటలకు అనుకూలమైనవి ఇవి చాలా ఖరీదైనవి సిట్రేటులో కరిగే ఎరువులు ' కాలిక పంటలకు కొద్దిగా ఆమ్లత్వంకల నేలల్లోనూ వాడవచ్చు సిట్రేటులో కరగని ఎ వులో ఫాస్ఫరస్ ఎక్కువగా ఉనా కూడా ఇది పంటలకు ఉపయోగపడదు ఆమ్లత్వంకల నేలల్లోను, ఎక్కువగా సేంద్రియప— ంకల నేలల్లోనూ వీటిని వాడవచ్చు ఫాస్ఫరస్ ఎరువుల పోషకధాతువును ఫాస్ఫారిక్ ఆమ్లం' P_2O_5) గా వ్యవహరిస్తారు అన్ని ఫాస్ఫరస్ ఎరువులకు మూలపదార్థం రాక్‌ఫాస్ఫేటు అనే ఖనిజం ఇపుడు వాడుక లోని ఎరువులలో 45 శాతం ఫాస్ఫరస్ డి ఎ పి నుండి 15 శాతం కాంప్లెక్సుల (28 28 0 , 14 14 0) నుండి లభిస్తుంది సూపర్‌ఫాస్ఫేటులో 16 శాతం నీటిలో కరిగే ఫాస్ఫరస్ ఉండి అన్ని 'పంటలకు నేలలకు అనుకూలంగా ఉంటుంది ఇందులో 2/3 వంతు జిప్సమ్ ఉంటుంది ఇది పంటలకు కాల్షియం సల్ఫర్‌లను అందిస్తుంది డి ఎ పి ఫాస్ఫరస్ అధికంగాకల నత్రజని-ఫాస్ఫరస్ సమ్మేళనం ఫాస్ఫరస్ సంపూర్ణంగా నీటిలో కరుగుతుంది అన్ని నేలలకు పంటలకు అనుకూలం యూరియా ఫాస్ఫేట్‌లు (28 28 0, 24 24 0, 20 20 0) కూడా సమ్మేళన

ఎరువులే ఇవికాక ముస్సోరిరాక్ ఫాస్ఫేట్ పైరటీస్, ఫాస్ఫాల్‌వంటి ఎరువుల్లోని ఫాస్ఫరస్ మొక్కలకు వెంటనే అందదుకానీ కాలక్రమేణ మొక్కలకు లభిస్తుంది ఆమ్ల నేలలు, బాగా సేంద్రియపదార్థంకల నేలల్లోని పంటలకు ఈ ఎరువులు తగిన ఫాస్ఫరస్‌ను అందిస్తాయి

మొక్కలలో ఫాస్ఫరస్ చురుకుగా పెరిగే చిగురుభాగాలలో కణాల అభివృద్ధికి తోడ్పడుతుంది వేళ్లు బాగా పెరుగుతాయి నేలనుంచి పోషకాలను గ్రహించే పెరుగుతుంది పైరు త్వరగా కోతకొస్తుంది కాయదినుసుపైర్లలో కాయలు గింజలు గ తయారవుతాయి పప్పుదినుసు పైర్ల వేరు బుడిపెలలోని బాక్టీరియా చురుకుగా ప నత్రజనిస్థాపనను పెంపొందిస్తుంది కాండం బలంగా ఉంటే పైరు నేలకొరగదు కీటకాలు, తెగుళ్ల బెడదను తగ్గిస్తుంది

ఫాస్ఫరస్ తక్కువైతే వేళ్ల అంతగా వృద్ధి చెందవు మొక్కలు కురచబారి ఉంటాయి ఆకులు సన్నగా నిటారుగా ఉంటాయి ఎరువులోటు మరీ అధికమైతే ఆకులు గోధుమ లేదా నలుపు రంగులోకి మారుతాయి ఆకు అడుగు భాగం కంచు రంగులో కనిపిస్తుంది

3 పొటాష్ ఎరువులు పంట దిగుబడికి నత్రజనికన్నా పొటాష్ అవసరాలు ఎక్కువ నేలల్లో పొటాష్ సహజంగా ఎక్కువ లభిస్తుంది అయితే పొటాష్ ఎరువులను వేయకుండా కేవలం నత్రజని ఫాస్ఫరస్ ఎరువులను వేసి పండిస్తే భూమిలోని పొటాష్ క్రమంగా తరుగుతుంది మొదటి కొద్ది సంవత్సరాలు కేవలం యూరియా, ఫాస్ఫరస్ వేయగానే పంట దిగుబడి పెరుగుతుంది ఫలితంగా, నత్రజని, ఫాస్ఫరస్‌లతో పాటు పొటాష్‌ను కూడా మొక్క ఎక్కువ మోతాదులో భూమినుండి పీల్చుకొంటుంది పొటాష్ ఎరువు వేయనందువల్ల భూమిలో సహజంగా లభ్యమయ్యే పొటాషియం, పంట అవసరాలు తీర్చినా త్వరలోనే దాని లభ్యత తగ్గి వేసిన ఇతర రసాయన ఎరువులు పంటకు సక్రమంగా వినియోగపడవు

సేంద్రియ ఎరువుల్లో పశువుల పెంట పొటాష్‌కు ముఖ్యమైన ఎరువు దీనిలో దాదాపు 0 5 శాతం పొటాష్ ఉంటుంది ఎకరానికి 20 బండ్ల పశువుల పెంట వేస్తే దాదాపు 50 కిలోల పొటాష్ వేసినట్లే ! బూడిదలో 4 6 శాతం పొటాష్ ఉంటుంది రసాయనిక ఎరువులలో మ్యూరేట్ ఆఫ్ పొటాష్, సల్ఫేట్ ఆఫ్ పొటాష్‌లు ముఖ్యమైనవి మ్యూరేట్ ఆఫ్ పొటాష్‌లో దాదాపు 60 శాతం పొటాష్ ఉంటుంది ఇది చవక ఎరువు సల్ఫేట్ ఆఫ్ పొటాష్‌లో దాదాపు 48-50 శాతం వరకు పొటాష్ ఉంటుంది దీనికితోడు సల్ఫర్ సుమారు 17 శాతముంటుంది ఇది మొక్కకు పోషకపదార్థంగా ఉపయోగపడుతుంది

ఆమ్లనేలల్లో పొటాష్‌లోపం అధికంగా ఉంటుంది పొటాష్ మొక్కల్లో వివిధ రకాల విధులను నిర్వర్తిస్తుంది మొక్కల వివిధ క్రియలు సక్రమంగా జరగటానికి తో డుతుంది ఆకులలో తయారైన ఆహారపదార్థాలను వేరు భాగాలకు అందజేయటంలో తో తుంది కాండం బలంగా తయారవుతుంది పైరు నేలకొరగదు రోగనిరోధకశక్తి పె ుతుంది నాణ్యమైన ఉత్పత్తి లభిస్తుంది వర్షాభావ పరిస్థితిని, చలిని తట్టుకొనే శక్తి పెంపొందుతుంది

పొటాష్ లోపంవల్ల ఆకుల కొనలు ఈనెలు ముందుగా పసుపు రంగుకు మారి తరా త ఎండిపోతాయి ఆకు కొనలు అంచులు ముడతలుపడి ఎండిపోతాయి ఆకులపై చిన్న గోధుమ రంగు మచ్చలు ఏర్పడతాయి ఫలాలు ఎక్కువ రోజులు నిలవ ఉండవు రోగనిరో క శక్తి తగ్గుతుంది నాసిరకం గింజలు తయారవుతాయి

రసాయనిక ఎరువుల పరిమాణాన్ని భూసారపరీక్ష చేసిన తర్వాతనే నిర్ణయించాలి దీనివల్ల పంటకు కావల్సిన పోషక మూలకాలను అందించవచ్చు భూమిలో ఉప్పు చవుడు ఆమ్లత్వం ఉంటే దీనికి తగిన నివారణచర్యలు తీసుకున్న తరవాతనే ఎరువులు వాడాలి

లేకపోతే ఎరువులు చాలావరకు వృధా అవుతాయి రసాయనిక ఎరువులను సేంద్రియ ఎరువులను తగుపాళ్లలో కలిపి వాడినపుడే భూసారం పరిరక్షించబడి దిగుబడులు నిలకడగా ఉంటాయి ఇవే కాకుండా పంట రకం మొక్కల సంఖ్య పస్యరక్షణ కలుపునివారణ నీటివసరులు యాజమాన్యం వంటి అంశాలు కూడా పంట దిగుబడిపై ప్రభావాన్ని చూపెడతాయి

మల్బరీ సాగులో సూక్ష్మపోషకాల పాత్ర

మల్బరీమొక్కల పెరుగుదల - నేల రకం నేలలో లభించే పోషకపదార్థాలు నీటిపారుదల పద్ధతులపై ఆధారపడుతుంది పట్టుపురుగుల ఆరోగ్యం మంచి పట్టుగూళ్ల ఉత్పతిలో మల్బరీ ఆకు నాణ్యత ప్రభావం 38 శాతం ఉంటుంది మొక్కలు ఏపుగా ఆరోగ్యంగా పెరిగి అధిక దిగుబడి ఇవ్వటానికి 16 రకాల పోషకపదార్థాలు అవసరం ఈ పోషకాలు నేల ద్వారా లేదా సేంద్రియ రసాయనిక ఎరువుల ద్వారా మొక్కలకు అందుతాయి మల్బరీకి స్థూల సూక్ష్మ పోషకాలు తగిన మోతాదులో లభ్యం కాకపోతే వ్యాధినిరోధక శక్తి సన్నగిల్లుతుంది తద్వార ఆకు ఉత్పత్తి తగ్గడానికి, మొక్కలు క్షీణించి ఎండిపోవడానికి ఆస్కారం ఉంది కాబట్టి భూమిలో సూక్ష్మ పోషకవిలువలు తగ్గకుండా మాడాలి

పట్టిక 9 4 సేంద్రియ ఎరువులో సూక్ష్మ పోషకాలు(పి ఎ యంలలో)

క్రమ సంఖ్య	ఎరువు	జింక్	రాగి	మాంగనీసు	ఇనుము
1	సేంద్రియ ఎరువు	120	62	410	—
2	ఆవు ఎరువు	210	61	150	—
3	మేక ఎరువు	2570	1925	6420	—
4	కోళ్ళ ఎరువు	70	82	191	1280
5	పరిగడ్డి	20	—	340	280
6	పంది పెంట	198	12	168	1600

ఆధారం *Manures and Fertilizers 1992*

1 జింకు ఇది పెరుగుదలకు అవసరమైన ముఖ్యమైన సూక్ష్మమూలకం మొక్కలు గ్రహించ గలిగే జింకు పరిమాణం నేలరకం నేలలో సేంద్రియ ఎరువు కాల్షియం కార్బోనేట్ ఉదజని సూచిక నేలలో లవణాల గాఢత వాతావరణ ప తులు రసాయనిక ఎరువులు తేమ మొదలైన అంశాలపై ఆధారపడుతుంది మల్బరీ పెరుగు లకు 20 పి పి యం జింకు నేలలో ఉండటం అవసరం దీనివల్ల మొక్కలు అధికవేడిని అతిశీతలాన్ని తట్టుకొనే శక్తిని వృద్ధి చేసుకొంటాయి ఈ మూలకం ఆకులద్వారా పట్టుపురుగులకు అంది వాటి పెరుగుదలకు తోడ్పడుతుంది మొక్కలలో ఎంజైముల ఉత్పత్తికి వృద్ధి కారకాల అభివృద్ధికి జింకు తోడ్పడుతుంది

జింకు లోప లక్షణాలు

a) ఆకులు ముదురుగామారి సరిగా పెరగవు

b) వేళ్లు నీటిని సక్రమంగా పీల్చుకోలేవు

c) కొమ్మపై కణుపుల మధ్య దూరంతగ్గి, కొమ్మలు చిన్నవి అవుతాయి

నివారణ మూడు శాతం జింకు సల్ఫేటు ద్రావణాన్ని పిచికారి చేయాలి ఇందులో 36 శాతం జింకు లభ్యమవుతుంది జింక్ ఆక్సైడు, జింక్ కార్బోనేటుల మిశ్రమ ద్రావణాన్ని వాడవచ్చు

2 ఇనుము చౌడు నేలలో ఇనుము ఎక్కువగా ఉన్నా, మొక్కలకు అందుబాటులో ఉండదు కాని ఆమ్లనేలల్లో ఈ మూలకాన్ని మొక్కలు సులభంగా గ్రహిస్తాయి మొక్కల్లో పత్రహరితం తయారీకి ఇనుము ప్రధానమైంది మల్బరీకి 100 పి పి యం ఇనుము కావాలి

లోప లక్షణాలు

a) లేత ఆకుల ఈనెల మధ్య గోధుమరంగుగా మారుతుంది ఈనెలు ఆకుపచ్చగా ఉంటాయి ఆకులు నిర్హరితమవుతాయి

b) పత్రహరితం పిండి పదార్థాలను తయారుచేసే గుణం కోల్పోతుంది

నివారణ ఫెర్రస్ సల్ఫేటులో ఇనుము 16 శాతం ఉంటుంది దీనిని నేలలో లేదా మొక్కలపై చల్లాలి

3 బోరాన్ మల్బరీకి 20 పి పి యం బోరాన్ అవసరం ఇది మల్బరీ నాటిన నుంచే అవసరం ఇది పిండిపదార్థాల జీవక్రియలకు ఉపయోగపడుతుంది

లోప లక్షణాలు :

a) మొక్కల పెరుగుదల క్రమేణా తగ్గుతుంది

b) మొక్క

c) మొక్క నల్లబడి వికారంగా తయారవుతుంది

నివారణ బోరిక్ ఆమ్లం లేదా బోరాక్స్ ద్రావణాన్ని మొక్కలపై పిచికారి చేయాలి బోరాన్ మోతాదు అధికమైతే ఆకు అంచులు ఎండిపోవటం ఆకులు రాలటం ఆకులు విషపూరితం కావటం వంటివాటికి అవకాశం ఉంది

4 కాపర్ : ఇది నత్రజని జీవక్రియలో ప్రముఖపాత్ర వహిస్తుంది వాతావరణంలోని నత్రజనిని గ్రహించటానికి నేల నుంచి సేంద్రియ రసాయనిక ఎరువుల నుంచి నత్రజనిని మొక్కలకు అందచేయటానికి ఉపయోగపడుతుంది మొక్కల్లో కొన్ని జీవ ఉత్ప్రేరకాల చర్యలకు కాపర్ అవసరం మల్బరీకి 6 పి పి యం కాపర్ అవసరం

లోప లక్షణాలు

a) శిఖరాగ్రంలోని లేత ఆకులు ఆకుల చివరలు ఎండిపోతాయి

b) ఆకులు పెళుసుగా మారటం వాడటం సంభవిస్తుంది

నివారణ దీని లోపాన్ని కాపర్ సల్ఫేటు సున్నం నీటి మిశ్రమాన్ని పిచికారి చేసి నివారించాలి

5 మాంగనీసు కిరణజన్యసంయోగక్రియకు, ఈ ప్రక్రియలో ఆక్సిజన్ విడుదలకు మాంగనీసు చాలా అవసరం

లోప లక్షణాలు

a) ఆకులు పెళుసుగా మారి ఈనెల మధ్య కుళ్లి, ఎండిపోయి నిర్హరితమవుతాయి
b) క్షార నేలల్లో ఈ మూలక లోపం అధికంగా కనిపిస్తుంది

నివారణ మాంగనీసు సల్ఫేటు ద్రావణాన్ని మొక్కలపై పిచికారిచేయాలి 500గ్రా మాంగనీసు ఒక ఎకరా మల్బరీకి సరిపోతుంది

6 మాలిబ్డినం మొక్క పెరుగుదలకు ఇది 0 1 పి పి యం సరిపోతుంది ఈ మూలకం పత్రాంలోని హరితరేణువులలో అధికంగా ఉంటుంది నత్రజని జీవక్రియలో నైట్రేటు రూపంలోని నత్రజనిని నైట్రైట్‌గా మార్పుటకు ఉపయోగపడుతుంది సేంద్రియ రసాయన ఎరువుల నుంచి నత్రజని, ఫాస్ఫరస్, పొటాష్‌లను మొక్కలు గ్రహించుటకు తోడ్పడుతుంది

లోప లక్షణాలు :

a) నేలలోని సహజీవన సూక్ష్మజీవుల ఇతర సూక్ష్మజీవుల క్రియాశీలత తగ్గుతుంది
b) ఆకుల అంచులు విశాలంగా పెరగలేకపోవడం వల్ల ఆకు పరిమాణం తగ్గుతుంది
c) ముదిరిన ఆకులలో ఈనెల మధ్య ఎండిపోయి ఆకుల అంచులు ఎండిపోతాయి
d) మొక్కల వృద్ధికారకమైన ఆస్కార్బిక్ ఆమ్లం గాఢత తగ్గడంవల్ల హరితరేణువులు దెబ్బతినే ప్రమాదముంది

నివారణ 52 శాతం మాలిబ్డినం ఉన్న అమ్మోనియంమాలిబ్డేట్‌ను లేదా 37 శాతం మాలిబ్డినం ఉన్న సోడియంమాలిబ్డేట్ ద్రావణాన్ని పిచికారి చేయాలి

7 క్లోరిన్ దీనిలోపం వల్ల పత్రహరితం తగినంతలేకపోవడం, ఆకులు అక్కడక్కడ వాడిపోవడం క్రమేణా ఆకులు రాలడం జరుగుతుంది

పైన వివరించిన సూక్ష్మపోషకాలు నేల ఉదజని సూచిక 6 7 ఉన్నట్లయితే మొక్కలకు అందుబాటులో ఉండి ఉపయోగపడుతాయి కాబట్టి రెండు సంవత్సరాలకు ఒకసారి భూసారం ఉదజని సూచికకు పరీక్షించాలి తద్వారా సేంద్రియ, రసాయనిక ఎరువులను వాడాలి సేంద్రియ ఎరువులను వాడి సూక్ష్మపోషకాల లోపాన్ని సవరించవచ్చు

వివిధ మల్బరీసాగు పద్ధతులలో వినియోగించే ఎరువుల పరిమాణములు •

మల్బరీకి ఎరువులవాడకం వివిధ ంతాలలో వేరువేరుగా ఉంటుంది వర్షాధార మల్బరీకి పశువులపేడ ఎరువు లేదా కంపోస్టును । తి సంవత్సరం 5-10 టన్నులు/హెక్టారుకు వాడాలి ఆ తరువాత 100 కిలోల నత్రజని 0 కిలోల ఫాస్ఫరస్ 50 కిలోల పొటాష్‌ను ప్రతీ సంవత్సరం వాడాలి ఎరువును జూన్-జులై మాసాల్లో, ప్రూనింగ్‌చేసిన 2 3 వారాల తర్వాత కాలువల్లో లోతుగా సమపాళ్లలో అంటే 50 50 50 (NPK) అందించాలి వీటిని మిశ్రమ ఎరువుగా అందించాలి రెండవసారి 50 కిలోల నత్రజనిని మొదటి ఆకుకోత తర్వాత వాడాలి ఎరువులను వర్షాకాలం ఆరంభంలో వినియోగించినట్లైతే మంచి ఫలితాలు కనిపిస్తాయి ఎరువులు నేరుగా మొక్కపై పడకుండా జాగ్రతగా వాడాలి లేకుంటే ఆకులు పాడైపోతాయి

నీరుపెట్టే మల్బరీకి 20 25 టన్నులు పశువులపేడ లేదా కంపోస్టును సంవత్సరానికి వాడాలి ఎరువుల వాడకం ఈ కిందివిధంగా చేయాలి

వాడుక	వరుస పద్ధతి	గుంట పద్ధతి
మొదటిసారి	60 కి N + 60 కి P + 60 కి K కాంప్లెక్స్ ఎరువు	60 కి N + 60 కి P + 60 కి K కాంప్లెక్స్ ఎరువు
రెండవసారి	60 కిలోల నత్రజని	40 కిలోల నత్రజని
మూడవసారి	మొదటిసారి వాడిన మాదిరి	40 కిలోల నత్రజని
నాల్గవసారి	60 కిలోల నత్రజని	మొదటిసారి వాడిన మాదిరి
ఐదవసారి	60 కిలోల నత్రజని	40 కిలోల నత్రజని
ఆరవసారి	–	40 కిలోల నత్రజని
మొత్తం	300కిలో N 120కిలో P 120కిలో K	280కిలో N 120కిలో P 120కిలో K

ఎరువులు–మొక్క పెరుగుదల–ఆకుల నాణ్యత

మొక్కలలో నత్రజని, ప్రోటీన్లు, అ నో ఆమ్లాలు, పత్రహరితం ఆల లాయిడ్ల తయారీలో తోడ్పడుతుంది నత్రజని తకు ైతే మొక్క పెరగదు నీరు త పోతుంది, ఆకులు రాలిపోవటం పోషకవిలువలు తగ్గటం ంభవిస్తుంది సరియైన నత్రజనివల మొక్క పెరుగుదల బాగుండి, ఆకుల పరిమాణం, ఆకుల బరువు, ఆకుల సంఖ్య, ఆకుల ఉత్పత్తి, ఆకుల్లో ముదురురంగు అధికమవుతాయి ఫాస్ఫరస్ కణవిభజనకు తోడ్పడుతుంది ఇది లోపించినట్లైతే పెరుగుదల ఆగిపోయి ఆకులు చిన్నవిగా ఉండి ముదురు ఆకులు ఎరుపుగా మారతాయి పొటాష్ మొక్కల్లోని దారువు (Wood) భాగాన్ని ప్రభావితంచేస్తుంది ఇది కిరణజన్యసంయోగక్రియకు, పిండిపదార్థాల స్థానాంతరణకు (Translocation) తోడ్పడుతుంది పొటాష్ లోపంవల్ల ఆకుల్లో నిర్హరిత (Chlorotic) స్థితి ఏర్పడుతుంది

అన్ని పోషకపదార్థాలలోను నత్రజని మల్బరీ ఆకులనా తను ఎక్కువగా ప్రభావితం చేస్తుంది అధిక నత్రజనివల్ల ముడిస్థితిలో ఉన్న (Crude) । టీన్లశాతం పెరిగి చక్కెర, ఫాస్ఫారిక్ ఆమ్లం, కాల్షియమ్ శాతం కొద్దిగా తగ్గుతాయి ఆ లు తొందరగా ముదరవు ఫాస్ఫరస్, పొటాష్, కాల్షియమ్ అధికంగా వాడితే ఆకులలో నత్రజని తగ్గుతుంది కాబట్టి సమపాళ్లల్లో నత్రజని, ఫాస్ఫరస్, పొటాష్‌లను వాడి అధిక దిగుబడులను పొందవచ్చు పంట ఉత్పత్తులలో ఎరువులు నేలలోని తేమ మధ్య సంబంధం చాలా ముఖ్యమైనది నేల స్వభావం నీటిపారుదల వసతి అంశాలపై ఎరువుల ఎంపిక వాడకం ఆధారపడి ఉంటాయి సమపాళ్లలో సరిగా ఎరువులు వాడితే వర్షాధార మల్బరీలో 100 శాతం, నీటి పారుదల మల్బరీలో 150 శాతం అధికంగా ఆకు ఉత్పత్తి పొందటానికి వీలవుతుంది

ప్రశ్నలు

I   ఈ కింది అంశాలపై లఘుటీక రాయండి

1   పట్టణ కంపోస్ట్ అంటే ఏమిటి ?

2   జీవన ఎరువులకు ఉదాహరణ రాయండి

3   వర్మీ కంపోస్ట్ అంటే ఏమిటి ?

4   సేంద్రియ ఎరువుల నిలవ పద్ధతులను తెలపండి

5   ఎరువులను ఉపయోగించే పద్ధతులు ఏవి ?

6   సూక్ష్మ పోషకపదార్థాలు ఏవి ?

7   స్థూల పోషకపదార్థాలను తెలపండి

8   సేంద్రియ ఎరువులను తెలపండి

9   రసాయనిక ఎరువు అంటే ఏమిటి ?

10   మొక్కలకు కావలసిన పోషకపదార్థాలు ఏమిటి ?

II   ఈ కింది వాటికి వ్యాసాలు రాయండి

1   స్థూల సేంద్రియ ఎరువుల గురించి వివరించండి

2   గాఢమైన సేంద్రియ ఎరువులను గురించి తెలపండి

3   జీవన ఎరువులను వివరించండి

4   రసాయనిక ఎరువులను విశదీకరించండి

5   మల్బరీసాగులో సూక్ష్మపోషకాల పాత్ర ఏమిటి ?

6   మల్బరీసాగులో ఎరువుల

10.

మల్బరీ ఆకుకోత

(Harvesting of Mulberry leaf)

పట్టుపురుగుల పెంపకంలో మల్బరీ ఆకుకోతకు అధిక ప్రాధాన్యత ఉంది మల్బరీ సాగులో ఆచరించిన ఆకుకోత పద్ధతుల వల్ల అందులోని పోషక పదార్థాలు నష్టపోయి ఆకులకు కూడా నష్టంజరిగే అవకాశం ఉంది ఆకుకోత పద్ధతులు పురుగుల పెంపకం పద్ధతులపైనా ఆకుమేత పద్ధతులు శీతో తి కూలీలపైనా ఆధారపడి ఉంటాయి ఇండియాలో 5 6 ఆకు కోతలను తీసుకోవచ్చు ఉ ండల ప్రాంతంలో తోటలో నేలమట్టం కత్తిరింపు (Bottom pruning) తరవాత 10 1 వారాలకు ఆకుకోతను నిర్వహిస్తారు ఇండియాలో చివరిదశ పురుగులకు (Late age worms) పూర్తి కొమ్మను చాకీ పురుగులకు (Young age worms or Chawki worms) ఒక్కొక్క ఆకును తెంపి చిన్నగా కత్తిరించి వేస్తారు ఆకు కోతలో మూడు పద్ధతులు ఉన్నాయి

అవి – 1 ఒక్కొక్క ఆకుకోత (Individual leaf picking)

2 కొమ్మకోత (Branch cutting)

3 పూర్తి కొమ్మకోత (Whole shoot harvest)

1 ఒక్కొక్క ఆకుకోత లేదా విడి ఆకుకోత · ఈ పద్ధతిలో మొక్క నుంచి ఒక్కొక్క ఆకును విడిగా కోస్తారు కాండం నుంచి ఆకులను పూర్తిగా కోసిన తర్వాత కొమ్మ అ భాగాన్ని తుంచివేయాలి ఈ విధంగా చేయటంవల్ల కాండంలోని అదనపు (Auxillary) మొ లనుంచి కొత్తకొమ్మలు అభివృద్ధి చెందుతాయి దీనివలన సుప్తావస్థలో ఉన్న పార్శ్వపు మ్మలు పెరుగుటకు వీలవుతుంది తత్ఫలితంగా పెరిగిన ద్వితీయకొమ్మల ఆకులు రెండవ ఆకుకోతకు పనికివస్తాయి విడి ఆకుకోతలో మొట్టమొదటగా లేత ఆకులను (Tender leaves) చాకీ పురుగులకు (Chawki worms) వాడాలి పట్టుపురుగుల వయస్సు పెరిగిన కొద్దీ ముదిరిన ఆకులను కోసి వాటిని ఆహారంగా ఇవ్వాలి

ఇండియాలో మల్బరీ పొదల నుంచి సంవత్సరానికి 6 7 సార్లు ఆకుకోత నిర్వహిస్తారు వేలమట్టానికి ప్రూనింగ్‌చేసిన మల్బరీ మొక్కల నుంచి 10 12 వారాల తర్వాత ఆకుకోత చేయాలి దీనివలన ప్రతీ పంటకు లేదా ఆకు-ఆకు కోతకు 7 8 వారాల వ్యవధి ఉంటుంది ఆకులను కాడతో లేదా కాడ లేకుండా కోయవచ్చు ఈ పద్ధతిని గుంటపద్ధతి మల్బరీసాగులో ఆచరిస్తారు ఈ పద్ధతిలో కూలీల ఖర్చు ఎక్కువవుతుంది అంతేకాకుండా ఆకు కోయగానే క్రమపద్ధతిలో నిలవచేయలేకపోతే అందులోని నీరు, పోషక విలువల నష్టం జరిగి ఆకులు వాడిపోతాయి ఈ విధమైన ఆకులను పట్టుపురుగులు సరిగా తినవు ఆకులలో నీటి విలువలు పోషక పదార్థాలు చక్కగా ఉన్నపుడు పురుగులు అటువంటి ఆకులను ఇష్టంగా తింటాయి

2 కొమ్మకోత పట్టుపురుగులు మూడవ నిర్మోచనం (Moulting) దాటగానే కొమ్మను కత్తిరించి మేతగా వాడాలి ఈ పద్ధతిని మనదేశంలో కాశ్మీర్ బెంగాల్ కర్ణాటక రాష్ట్రాల్లో

ఆచరిస్తారు కాశ్మీర్‌లో ఈ పద్ధతిని బాచీ (Batchi) అనీ జపాన్‌లో జోస్సికు (Jossoiku) అను పేర్లతో పిలుస్తారు ఈ పద్ధతిలో అనేక లాభాలున్నాయి

a) తక్కువ మరియు మధ్యరకం ఎత్తులో పెంచే మల్బరీసాగులో సులభంగా ఉంటుంది

b) ఆకుకోతలో, పురుగులకు మేత ఇవ్వటంలో బెడ్ శుభ్రతలో కూలీల అవసరం తగ్గుతుంది

c) పురుగులు ఆకులను పూర్తిగా తినటానికి అవకాశం ఉంది

d) ఈ ఆకుకోతను మిద్దె (Shelf) లేదా గచ్చు (Floor) పెంపకంలో ఆచరించటం వల్ల పెంపక పరికరాల ఖర్చు తగ్గుతుంది

e) పెంపకం గది (Rearing room) లో ఆరోగ్యకరమైన పరిస్థితులు ఏర్పడుతాయి

f) ఆకులు కొమ్మకే ఉండటంవల్ల ఎక్కువ సమయం వరకు చెడిపోకుండా పట్టుపురుగులకు ఎక్కువ కాలం ఆహారం అందుబాటులో ఉంటుంది ఆకులు తినటానికి అనువుగా ఉంటాయి

3 పూర్తి కొమ్మకోత ఈ పద్ధతిని కర్ణాటకలోని కోలార్ జిల్లాలోనూ బెంగాల్‌లోని మాల్డా జిల్లాలోనూ ఆచరిస్తారు ఇందులో కొమ్మలను పూర్తిగా నేలమట్టానికి కత్తిరించి నాల్గవ నిర్మోచనానికి కూర్చున్న పట్టుపురుగులకు మేతగా వాడతారు కొమ్మలను కత్తిరించటం వల్ల ఆకులన్నీ (కొమ్మపై కలవి) ఒకేసారి పరిపక్వం చెందుతాయి ఈ కోత చర్యవల్ల కొత్త ఆకులు ఏర్పడటానికి అవసరమైనశక్తి అంతా కొమ్మపై ఉన్న ఆకులకు అంది, అవి ఒకేసారి పక్వం చెందుతాయి ఈ పద్ధతి పూర్తి కొమ్మకోతను 10 12 వారాల వ్యవధిలో సంవత్సరానికి 4 5 కోతలను తీసుకోవచ్చు సంవత్సరం పొడవునా మల్బరీపెరిగే ప్రాంతాలకు ఈ ఆకుకోత పద్ధతి అనువుగా ఉంటుంది

ఆకుకోతసమయం (Time of harvest)

ఆకులు వాడినా ఎండిపోయినా నాణ్యత పడిపోతుంది కాబట్టి ఆకుకోత సమయం అనేది- ఆ రోజు కోసిన ఆకులు ఎంత సమయం వరకు చెడిపోకుండా ఉంటాయి -అనే అంశాన్ని । భావితం చేస్తుంది ఆకు ఎంత తాజాగా ఉంటే అందులో ఆహారవిలువలు కూడా అంత ఎకువగా ఉంటాయి కాబట్టి ఆకులు కోయగానే వాడిపోకుండా తాజాగా ఉండటానికి తగిన జా త్తలు తీసుకోవాలి దినంలో మధ్యాహ్నం కోసిన ఆకులలో పిండిపదార్థాలు ఎక్కువగా, నీరు తక్కువగా ఉంటాయి ఎందుకంటే దినంలో కిరణజన్యసంయోగక్రియ బాష్పోత్సేకం జరిగి ఆకులలోని నీరు తగ్గి ఆహార నిలవలు పెరుగుతాయి కాబట్టి ఆకులను మధ్యాహ్నం కోసినట్లైతే తొందరగా వాడిపోయి మేతకు పనికిరావు అందువల్ల ఆకుకోతను ఉదయంపూట నిర్వహించి జాగ్రత్త చేయాలి

పట్టుపురుగుల పెంపకంలో మల్బరీతోట పెంపకగది రెండూ ఒకే దగ్గర (క్షేత్రంలో) ఉంటే అన్నివిధాల అనుకూలంగా ఉంటుంది ఆకుల రవాణాలో కూలీల నిర్వహణలో అనేక ఇబ్బందులు ఉన్నాయి ఆకులను నాణ్యత చెడకుండా జాగ్రత్తగా రవాణా చేయాలి ఆకులను కోయగానే తడిగుడ్డచుట్టిన వెదురుబుట్టలలో వేసి ఎండ తగలకుండా రవాణా చేయాలి ఆకుల

నాణ్యత 20°C ఉష్ణోగ్రత, 90 శాతం తేమలో చెడిపోదు కాబట్టి ఈ అంశాలను గమనించి రవాణా చేయాలి కొమ్మలను కత్తిరించి ఉదయమే పెంపకగదికి రవాణా చేయాలి

తాజా మల్బరీ ఆకులు రసభరితమై ఎక్కువ రుచిగా ఉంటాయి ఈ ఆకులలో పోషక పదార్థాలు కూడా అధికంగా ఉండటంవల్ల పట్టుపురుగులు ఇష్టంగా తింటాయి ఉష్ణమండలంలో మల్బరీకొమ్మలను కత్తిరించగానే వాటిపై తడిపిన గోనెపట్టాను కప్పాలి విడి ఆకుకోతలో ఆకులను వెదురుబుట్టలలో సేకరించి తడిపిన గోనెపట్టా లేదా గుడ్డకప్పి పెంపకగదికి తీసుకురావాలి ఆకును రోజుకు రెండుసార్లు మాత్రమే కోసి ఆరోజు మొత్తానికి మేతగావాడాలి ఆకులను తేమకల, చల్లటి శుభ్రమైన స్థలంలో నిలవచేయాలి రసభరితమైన పూర్తి పరిమాణం కల ఆకులు పురుగుల పెంపకానికి అనువుగా ఉంటాయి ఆకుల పోషకవిలువలు, వాటి పరిపక్వస్థాయి, మొక్కరకం అవి పెరిగిన నేలపై ఆధారపడి ఉంటాయి ఆకులు పరిణతి చెందుతున్న కొ వాటిలో ప్రోటీన్ల స్థాయి మారుతుంది సాధారణంగా ముదురు ఆకులకంటే లేత ఆకుల్లో ఆ లక్షణాలు ఎక్కువ ఆకుల్లోని పిండిపదార్థనిలవలు పట్టుపురుగులలో ప్రోటీన్ల నిలవలకు ఆధా ం లేతఆకుల మొత్తం నత్రజనిలో 22 శాతం ప్రోటీన్లు కాని నత్రజని (Non protein nitrogen) ఉంటుంది మల్బరీ ఆకుల పోషకవిలువలను ఈ కింది పట్టికలో గమనించవచ్చు

పట్టిక : 10 1 మల్బరీ ఆకుల రకాలు–పోషక పదార్థాల స్థాయి :

క్రమ సంఖ్య	మల్బరీ రకం	ఆకుల స్థాయి	తేమ %	మొత్తం లవణాలు %	ముతక (crude) ప్రోటీన్లు %	క్షయకరణ చెందిన చక్కెరలు %	క్షయకరణ చెందని చక్కెరలు %	మొత్తం చక్కెరలు %
1	లోకల్	లేత	71 22	10 38	23 17	4 42	9 78	14 20
		మధ్య	70 11	13 73	22 88	2 18	5 71	7 89
		ముదిరిన	69 06	15 59	22 53	1 68	4 72	6 40
2.	కన్వా–2	లేత	73 37	12 17	23 44	2 25	6 13	8 38
		మధ్య	70 13	17 10	20 92	2 23	5 48	7 71
		ముదిరిన	69 82	18 73	18 27	2 06	3 96	6 02

ఆధారం : *FAO CSB*

ఆకులను ఎక్కువకాలం నిలవచేసినట్లైతే పోషక విలువలు మారుతాయి వీటిలో ప్రోటీన్లు అమైనోఆమ్లాలుగా పిండి పదార్థాలు చక్కెరగా మారుతాయి ఎక్కువ సమయం ఆకులను నిలవచేసినట్లైతే పోషకపదార్థాలను ఆకులు శ్వాసక్రియకు వినియోగించుకొంటాయి అంతేకాకుండా ఆకుల్లోని నీరు ఇగిరిపోతుంది తద్వారా ఆకుల పోషక విలువలు పడిపోతాయి ఆకులలో పోషక విలువలు తగ్గటం అన్న అంశం, అవి నిలవచేసే విధానంపైన, వాతావరణం ఉష్ణోగ్రతలపైనా ఆధారపడి ఉంటుంది ఆకులలో బాష్పోత్సేకం అన్నది సాపేక్ష తేమకు

విరుద్ధంగా ఉంటుంది అంటే తేమ తక్కువైనపుడు బాష్పోత్సేకం ఎక్కువవుతుంది కాబట్టి ఆకులను 20°C ఉష్ణోగ్రత 90% కంటే ఎక్కువ తేమలో నిలవచేయాలి ఆకులను కుప్పగా పోసినపుడు ఉష్ణోగ్రత అధికమై కిణ్వనప్రక్రియ (Fermentation) జరుగుతుంది అట్టి ఆకులు మేతకు పనికిరావు కాబట్టి ఆకులను పల్చగా వెరపి తడిబట్టను లేదా అల్కాథేన్ కాగితాన్ని (Alkathene sheet) ను కప్పి పోషక విలువల నష్టాన్ని అరికట్టాలి ఈ చర్యలో ఆకులు 24 గం॥ తాజాగా ఉంటాయి అయితే ఈవిధంగా నిలవచేసిన ఆకులను అప్పుడప్పుడు పైకీ క్రిందికీ కదిలించాలి ఈ నిలవఆకులలో అధికతేమ పోషక పదార్థాలు ఉంటాయి వీటిని పురుగులు తినటంవల్ల వాటి జీర్ణక్రియ కూడా పెరుగుతుంది

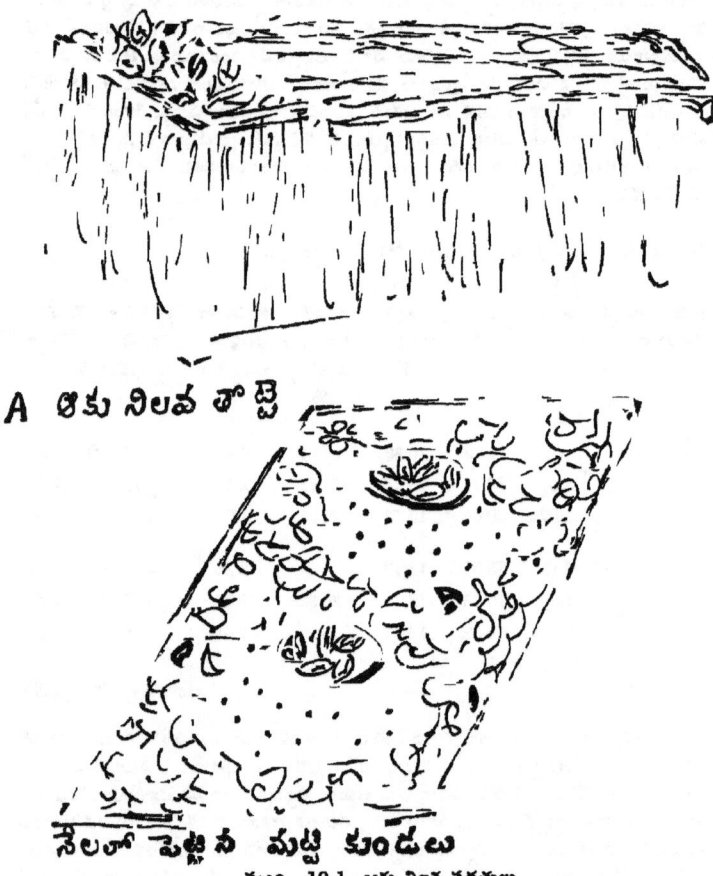

A ఆకు నిలవ తొట్టె
నేలలో పెట్టిన మట్టి కుండలు

పటం 10 1 ఆకు నిలవ పద్ధతులు

పట్టిక : 10 2 మల్బరీ ఆకుల నిలవ–తేమ స్థాయి

నిలవ పద్ధతి	12 గం లో మొత్తం తేమశాతం	24 గం లో మొత్తం తేమశాతం	12 గం లో తేమ నష్టం శాతం	24 గం లో తేమ నష్టం శాతం	12 గం లో నిలవ తర్వాత తేమ శాతం	24 గం లో నిలవ తర్వాత తేమ శాతం
<u>విడి ఆకునిల్వ</u>						
జాగ్రత్తలేకుండా	72 21	72 25	28 26	41 44	43 95	30 85
అల్కాథేన్ పేపర్	70 96	70 13	4 97	4 01	65 99	66 12
తడిగోనె పట్టా	70 05	71 40	5 52	3 55	64 53	74 95
<u>కొమ్మలు</u>						
జాగ్రత్తలేకుండా	66 93	70 53	19 51	27 47	47 42	43 06
అల్కాథేన్ పేపర్	66 93	70 53	—	0 21	66 94	70 32
తడిగోనె పట్టా	66 93	70 53	0 99	1 75	65 94	72 28

ఆధారం : *FAO CSB*

చాకీ పురుగులకు అవసరమైన ఆకును తడిగుడ్డ చుట్టిన బుట్టలలో సేకరించి నిల్వచేయాలి చివరిదశ కోసం ఆకును ఆకునిలవ తొట్టె (Leaf chamber) లో నిలవచేయాలి (పటం 10 1 A) ఇది 1 5మీ × 1మీ × 0 8మీ కొలతలతో కర్రతో నిర్మిస్తారు దీనిచుట్టూ పైనా తడిపిన గోనెపట్టాను కప్పాలి ఇందులో ఆకును అధిక పరిమాణంలో నిలవచేయవచ్చు కొన్ని ప్రాంతాలలో నేలలో పాతిపెట్టిన మట్టికుండలలో ఆకు నిలవచేస్తారు ఈ కుండల చుట్టు నీరుపోసి తేమగా చేయాలి దీనివల్ల కుండలో చల్లదనం చేరి ఆకును కాపాడుతుంది (పటం 10 1 B) ఆకు నిలవకు ఫ్రిజ్‌ను కూడా వాడవచ్చు కాని ఇది అందరిరైతులకు అందుబాటులో ఉండదు

ప్రశ్నలు

I ఈ కింది అంశాలకు లఘుటీక రాయండి

1 ఇండియాలో సంవత్సరానికి ఎన్ని ఆకు కోతలు తీయవచ్చు ?
2 ఆకుకోత పద్ధతులను తెలపండి
3 'బాచీ అంటే ఏమిటి ?
4 ఆకుకోతకు సరియైన సమయం ఏది ?
5 ఆకు రవాణాలో ఉష్ణోగ్రత తేమ ఎంత ఉండాలి ?
6 ఆకు నిల్వకు పనికివచ్చే పరికరాలు తెలపండి

II ఈ కింది వాటికి వ్యాసాలు రాయండి

1 వివిధ ఆకుకోత పద్ధతులను వివరించండి
2 'సరియైన ఆకు నిలవ పద్ధతి–ఆకు నాణ్యతను కాపాడుతుంది' వివరించండి

B. మల్బరీ క్షేత్ర పోషణ - గుడ్ల సాంకేతిక రంగం

(MULBERRY FARM MAINTENANCE AND SEED TECHNOLOGY)

1.

మల్బరీ చీడలు–వ్యాధులు
(Pests and diseases of Mulberry)

మల్బరీ – చీడలు

ఇతర వాణిజ్య పంటల మాదిరిగా మల్బరీపై అనేక చీడలు నష్టాన్ని కలిగిస్తాయి ఇందులో తరచుగా ప్రూనింగ్, కొమ్మమేత పద్ధతులు కొంతవరకు చీడలను నిరుత్సాహ పరుస్తాయి అయినా కొన్ని చీడలు మల్బరీని ఆశిస్తాయి లెపిడాప్టిరాకు చెందిన దీపవు పురుగులు (Jassids) ముడత పురుగులు (Thrips), ~ రుగులు (Mites) చాలా హాని చేస్తాయి చీడల దాడి చెదురుమదురుగా (Sporadic) కొ ౹సార్లు కాలాన్ని బట్టి ఉంటుంది ఈ కీటకాలు ఆకులను, మొగ్గలు లేత చిగురుటాకులను తిన , రసాన్ని పీల్చడంవల్ల వైరస్‌లు వ్యాప్తి చెందుతాయి అందువల్ల మల్బరీ పెరుగుదల తగ్గి, ఆకులు పట్టుపురుగులకు ఆహారంగా ఉపయోగపడవు ఇక కాండం తొలుచు పురుగు కాండానికి రంధ్రంచేసి లోపలికి తొలుచుకుంటూ మొత్తం పొదను కూల్చి వేస్తుంది మల్బరీని ఆశించే చీడలు లెపిడాప్టిరా కొలియాప్టిరా థైసనాప్టిరా హెమాప్టిరా క్రమాలకు చెందుతాయి

1 డయక్రిస్టా ఒబ్లిక్వా

ఇది లెపిడాప్టిరా క్రమానికి చెందుతుంది దీనిని సాధారణంగా బీహార్ వెంట్రుకల డింభకం (Bihar hairy caterpillar) అంటారు ఇది అన్ని ఆకులను తినే (Polyphagous) కీటకం ఇది మల్బరీకి అధిక నష్టం కల్గిస్తుంది దీని డింభకాలు చాలా తిండిపోతులు అధికంగా మల్బరీ ఆకులను తినడంవలన పట్టుపురుగుల పెంపకం జరుగుతున్నపుడు ఆకు కొరత ఏర్పడు తుంది ఇది తరచుగా నవంబర్–జనవరి మాసాల్లో కర్ణాటకలో కనిపిస్తుంది దీని జీవిత చరిత్ర 48 రోజులుంటుంది ఇందులో 30 రోజులు డింభక దశ

పటం 1 1 డయక్రిస్టా ఒబ్లిక్వా డింభకం

జీవిత చరిత్ర

స్త్రీ మాత్ ఆకుల అడుగున చిన్న చిన్న జట్లుగా 1000 1200 ఆకుపచ్చని మెరిసే గుడ్లను పెడుతుంది ఇవి 5 7 రోజులలో పొదుగుతాయి

డింభకం 0 2 సెం మీ పొడవు ఉంటుంది గుడ్డునుంచి వెలువడిన డింభకం పాలిపోయిన తెలుపురంగులో నల్లని తల శరీరమంతా అనేక దట్టమైన చిన్న వెంట్రుకలలో ఉంటుంది ఇవి గుంపులు గుంపులుగా ఒకే పత్రంపై ఉంటాయి రెండవదశ డింభకం పరిమాణంలో కొంచెం

పెద్దదిగా ఉంటుంది మూడవదశ డింభకం పసుపు గోధుమ రంగులో ఉంటుంది డింభకం తొలిదశలో పత్రంలోని పత్రహరితాన్ని తిని కేవలం ఈనెలను మాత్రం మిగుల్చుతుంది కాబట్టి పత్రం ఎండిపోయినట్లు కనిపిస్తుంది మూడవదశ డింభకాలు మొక్క అన్ని కొమ్మలకు విస్తరిస్తాయి నాల్గవదశ పురుగు పూర్వ పరభాగాలు నలుపు రంగులోనూ మధ్యభాగం పసుపు గోధుమరంగులోనూ ఉంటుంది శరీర పృష్ట మధ్యంగా తల నుంచి పాయు ఖండితం వరకు వ్యాపించిన చార ఉంటుంది ప్రతి ఖండితంపైన 12 బుడిపెలు అనేక వెంట్రుకలతో కూడి ఉంటాయి తెలుపు పసుపు, గోధుమ నలుపు రంగు వెంట్రుకలుంటాయి డింభకం ఆరు నిర్మోచనాలను పూర్తి చేసి పూర్తి పరిమాణం పెరుగుతుంది పూర్తిగా పెరిగిన డింభకం 4 5 5 సెం మీ పొడవులో 5 7 రోజులు కొనసాగుతుంది

డింభకం నేలలో ప్యూపాగా మారుతుంది డింభకం పలుచని పట్టువంటి గూడును అల్లుతుంది దీని అల్లిక డింభకం వదలిన వెంట్రుకలతో జరుగుతుంది ప్యూపా 2 సెం మీ పొడవుగా ముదురు గోధుమ రంగులో ఉంటుంది ఈ దశ 12 14 రోజాలుంటుంది

మాత్ లేత గోధుమ రంగుతో ఉంటుంది ఉదరం ఇటుకఎరుపు రంగులో నల్లని మచ్చలు పార్శ్వ పృష్ఠ భాగంలో ఉంటాయి రెక్కలపై వెదజల్లిన నల్లని మచ్చలుంటాయి స్త్రీ మాత్ రెక్కల వెడల్పు 4 5 సెం మీ పొడవు 1 75 సెం మీ ఉంటుంది ఇది నిశాచరజీవి (Nocturnal)

నిర్మూలన

a) పనిముట్ల సహాయంతో గుడ్లను ఏరి నాశనం చేయాలి ఈ కీటకం తొలిదశలను గుర్తించుటకు పొలంలో ఎండిన మల్బరీ ఆకులు తిండిపోతు డింభకాలు తోడ్పడుతాయి వీటిని ఏరి నాశనం చేయాలి
b) నేలను బాగా లోతుగా దున్ని వరదసాగు చేసి ప్యూపాలను చంపివేయాలి
c) జీవ సంబంధ నియంత్రణలో ఈ చీడ పురుగు డింభకంపై గుడ్లు పెట్టి, పరాన్నజీవిని చేసే హైమనాప్టెరాకు చెందిన *'అపాంటెలిస్ ఒబ్లిక్వా'* *(Apanteles obliqua)* ను పొలంలో వదలాలి దీని డింభకాలు చీడ డింభకంలోపల కొంతకాలం నివసించి ప్యూపాగా మారటానికి ముందు వెలుపలికి రావడం వల్ల చీడ డింభకం చనిపోతుంది
d) రసాయనిక నిర్మూలనలో 0 2% DDVP ని ఆకులపై చల్లాలి మందు చల్లిన మూడు రోజాలకు ఆకు కోయాలి

2 కాండం కొరికే పురుగు (Stem girdler)

ఇది సెరాంబిసిడే (Cerambycidae) కుటుంబానికి చెందుతుంది శాస్త్రీయ నామం *స్థినియాస్ గ్రిసేటర్ (Sthenias grisator)*. ఇది భారతదేశంలో సర్వసాధారణమైన చీడ ఇది లేత లేదా ముదిరిన కాండాలను పూర్తిగా కత్తిరిస్తుంది ఇవి రాత్రులందు చురుకుగా ఉండి అధిక నష్టం కలుగచేస్తాయి కాండాన్ని తినటంవల్ల ఎండిన కొమ్మలలోనికి డింభకం (Grub) రంధ్రాలు చేస్తుంది కాండం బెరడు దారువు భాగాల్ని దాదాపు మధ్యవరకు పదునైన, బలమైన హనువులతో కత్తిరించి వేస్తుంది అందువల్ల కొమ్మలు మొత్తం చిన్న చిన్న ముక్కలవుతాయి దీని జీవిత చరిత్ర 7 8 నెలల్లో పూర్తవుతుంది

జీవిత చరిత్ర :

ప్రౌఢ కీటకం బలంగా ఉంటుంది దీనిలో నోటి భాగాలు బాగా అభివృద్ధి చెందినవి స్త్రీ కీటకం రాత్రివేళల్లో బెరడు కింద గుడ్లను విడుదల చేస్తుంది ఇవి 8 రోజాలలో పొదిగి డింభకం

(Grub) వెలువడుతుంది డింభకం వడలిన (Wilting) కొమ్మలకు రంధ్రాలు చేసి తింటుంది ఇది రంధ్రాలలోనే ప్యూపాగా మారుతుంది (పటం 1 2)

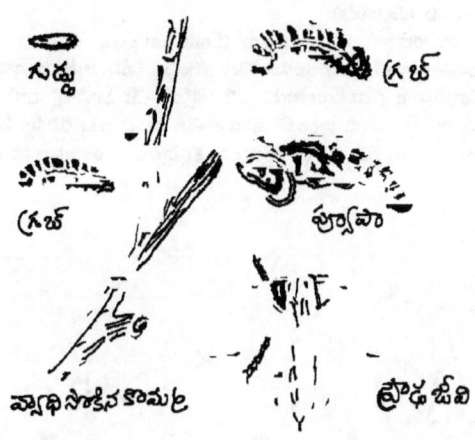

పటం 1 2 కాండం తొలిచే పురుగు

నిర్మూలన :

a) చీడ ఆశించిన కొమ్మలను కత్తిరించి తగులబెట్టాలి
b) కాండం ఆధారాన్ని 0 1% BHC ద్రావణంతో లేదా 0 1 శాతం మలాథియాన్ ద్రావణంతో కడగాలి తర్వాత 13 రోజులకు ఆకు వాడాలి

3 పౌడర్‌పోస్ట్ బీటిల్

ఇది లిక్టిడే (Lyctidae) కు చెందిన కీటకం ఈ పురుగు తోటలో ఉండే కాండానికి ఏర్పరచిన రంధ్రాలవద్ద తెల్లని పిండివంటి పదార్థం కనిపిస్తుంది కీటకం కాండానికి రంధ్రాలు చేస్తూ మొక్క భాగాలను నమలటంవల్ల పిండి లేదా పొట్టు ఏర్పడుతుంది ఈ లక్షణంతో కీటకాలను, చీడలను గుర్తించటం చాలా సులభం చీడ తొలచిన కొమ్మలు పూర్తిగా ఎండి పోతాయి

4 మిల్లోసిరస్ ప్రజాతులు (Myllocerus species)

ఇవి కుర్కులియోనిడే కుటుంబానికి చెందుతాయి భారత దేశంలో మల్బరీపై గుర్తించిన ప్రజాతులు మిల్లోసిరస్ పోస్ట్‌ఫాసియేటస్ ***(M post fasciatus)***, మిల్లోసిరస్ డిస్కలర్ ***(M discolour)***, మిల్లోసిరస్ సబ్‌ఫాసియేటస్ ***(M subfasciatus)*** మిల్లోసిరస్ విరిడానస్ ***(M viridanus)*** ఇవి ఆకులను లేత కొమ్మలను తింటాయి

నిర్మూలన

పై రెండు చీడలను బొరాక్స్ మిశ్రమాన్ని కిరసనాయిల్‌తో కలిపి కాండం రంధ్రాలలోనికి ఎక్కించి, వెలుపలికి వచ్చిన ప్రౌఢ కీటకాన్ని చంపడం ద్వారా నిర్మూలించాలి

5 దీపపు పురుగు (Jassids)

వీటిని సాధారణంగా ఆకు మిడుతలు (Leaf hoppers) అంటారు ఇది హెమిప్టెరా క్రమానికి చెందిన జాస్సిడే కుటుంబానికి చెందుతుంది దీని శాస్త్రీయ నామం ఎంపొస్కా ఫ్లెవెసెన్స్ ***(Emposca flavescens)*** ఇవి అక్టోబర్-మే మాసాల్లో దాడి చేస్తాయి ఈ పురుగులు చిన్నగా ఆకు కింది భాగంలో ఉండి ఈనెల నుంచి ఆకు రసాన్ని పీల్చుకొని హోపర్ బర్న్ (Hopper Burn) అనే ప్రత్యేక లక్షణాలను కల్గిస్తాయి ఈ లక్షణానికి కారణం ఒక విష

A ప్రౌఢ కీటకం B వ్యాధిసోకిన ఆకులు

పటం 1 3 దీపపు పురుగు

పూరితమైన వైరస్ ఈ వైరస్‌కు దీపపు పురుగులు ఆతిథేయిలు కాబట్టి రసం పీల్చునపుడు ఈ సూక్ష్మజీవులు ఆకులోనికి ప్రవేశించి హోపర్ బర్న్ లక్షణాన్ని కల్గిస్తాయి మొదట ఈ మచ్చలు త్రికోణాకారంలోనూ, గోధుమ రంగులోనూ ఆకు మొత్తం ఈనెల చివరలో ఏర్పడతాయి అందువల్ల ఆకు అంచులు పూర్తిగా ముట్టలు చుట్టుకొని ఆకులు కాలినట్లు కనిపిస్తాయి (పటం 1 3) ఈ మచ్చలు నెమ్మదిగా ఆకును పూర్తిగా ఆవరిస్తాయి ఈ దశలో మధ్య ఈనె భాగం

మాత్రం ఆకుపచ్చగా ఉంటుంది ఈ విధంగా ఆకుల ఈనెలు నష్టమై ఆకులు నాశనమవుతాయి చిగురాకులు పురుగుల వలన మొదటగా నష్టపోతాయి

జీవిత చరిత్ర

స్త్రీ కీటకం పాలిన పసుపు వర్ణంలో సాగిన గుడ్లను పత్రం కింది బాహ్య చర్మంలో పెడుతుంది ఈ గుడ్లను 10 రోజులలో పొదుగుతుంది గుడ్డు నుంచి వెలువడిన సరూపశాబకం (Nymph) ప్రౌఢకీటకం లాగా ఉంటుంది కాని రెక్కలుండవు చిన్నగా పాలిన ఆకుపచ్చ రంగులో ఉంటుంది ఇది విడుదలైన తరవాత ఆకును తింటూ అదే ఆకుపై పెరుగుతుంది నిర్మోచనం చెంది, పెద్దదిగా పెరిగి కీటకంగా మారుతుంది ఈ కీటకం పార్శ్వంగా ఆకుపచ్చగా రెక్కలతో 2 5 4 మి మీ పొడవుతుంది ఇవి పరాంతంవైపు కోసుగా ఉంటాయి ఇవి ఎగురుతూ దుముకుతూ మొక్క నుంచి మొక్కకు చేరతాయి

నిర్మూలన

a) స్ప్రింక్లర్ నీటిపాగు

b) DDVP ని 0 05% పిచికారి చేసి మూడు రోజుల తర్వాత ఆకు కోయాలి రోగార్‌ను 0 1% పిచికారి చేసి పురుగులను నివారించాలి అయితే ఆకులను 10 రోజుల తర్వాత కోయాలి

6 ఆకు రసం పీల్చే పురుగు (Mealy bug)

దీని శాస్త్రీయ నామం మెకొనెల్లికోకస్ హిస్సుటస్ (*Maconellicoccus hissutus)* ఈ పురుగులు వైరస్‌లకు వాహకాలుగా పనిచేస్తాయి ఈ వ్యాధి సోకిన మల్బరీమొక్క ఆకులు చుట్టచుట్టుకొని (కొమ్మల చివరల ఆకులు) ఉంటాయి ఈ విధంగా చుట్టుకుపోవటంవల్ల మొక్క పెరగదు దీనిని టుక్రా వ్యాధి (Tukra disease) అంటారు (పటం 1 4 A)

జీవిత చరిత్ర

స్త్రీ కీటకం ఒక వారం రోజులలో 350 500 గుడ్లను పెడుతుంది గుడ్లు పొడవుగా కమలాపండు రంగులో ఉంటాయి ఇవి 5 10 రోజులలో పొదుగుతాయి గుడ్డునుంచి వెలువడిన సరూపశాబకం కూడా కమలాపండు రంగులో ఉంటుంది వీటిపై పిండివంటి పదార్థం (Mealy) ఉంటుంది స్త్రీ కీటకంలో మూడు పురుష కీటకంలో నాలుగు సరూపశాబక ఇన్‌స్టార్స్ ఉంటాయి ఇవి 25 26 రోజుల తర్వాత ప్రౌఢజీవిగా మారుతాయి (పటం 1 4 B,C) ప్రౌఢ కీటకం అనిషేక జననం (Parthenogenesis) ద్వారా ప్రత్యుత్పత్తి జరుపుతుంది ఇవి ఆహారం తినకుండా సంపర్కంలో పాల్గొని 2 3 రోజులలో చనిపోతాయి

వీటివలన ఆకులోని పోషక విలువలు బాగా నశిస్తాయి ఈ పురుగులు సోకిన మొక్క అగ్రంలో పెరుగుదల ఆగిపోతుంది వ్యాధి సోకిన ఆకులు బాగా మందమెక్కుతాయి ఆకులు బాగా వంకర్లు తిరిగి ముదురు ఆకుపచ్చ రంగులో కనిపిస్తాయి

నిర్మూలన

a) చీడసోకిన కొమ్మలను తెంపి తగులబెట్టాలి

b) 0 01% పెరాథియాన్‌ను చల్లాలి తర్వాత 13 రోజులకు ఆకు కోయాలి 0 05% మెటసిస్టాక్స్ లేదా డిమెక్రాన్ లేదా ఆల్డ్రెక్స్‌ను చల్లాలి వీటి వినియోగం తర్వాత 15 రోజులకు ఆకు కోయాలి

c) నేలలో 4 కిలోల ఫోరేట్ గుళికలను వాడాలి 45 రోజుల తర్వాత ఆకు కోయాలి

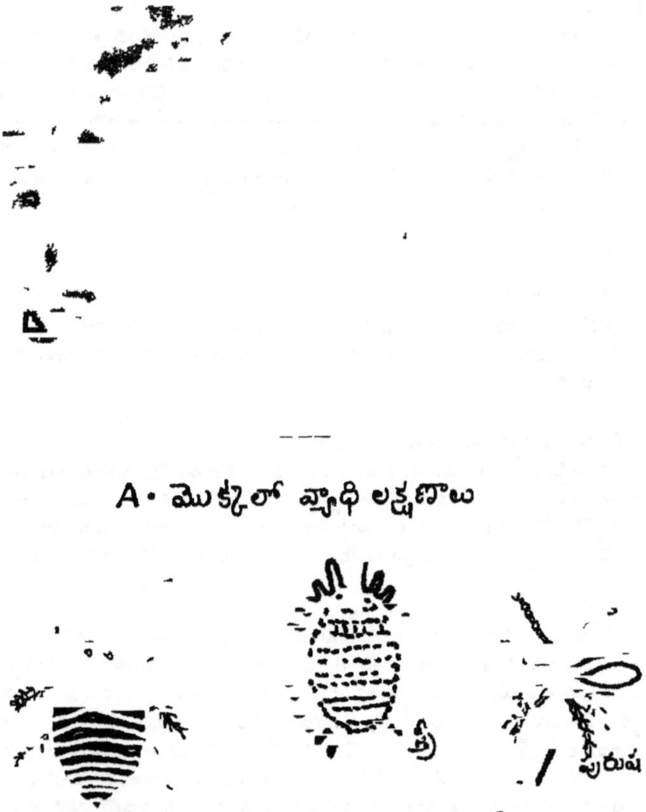

A • మొక్కలో వ్యాధి లక్షణాలు
B సరూప శాబకం
C ప్రౌఢ కీటకాలు

పటం 1 4 ఆకురసం పీల్చే పురుగు

7 పొలుసు పురుగులు (Scale ınsects)

ఇవి హెమిప్టిరా క్రమానికి చెందుతాయి ఇందులో ఎరుపు నలుపు రంగుల కీటకాలు ఉంటాయి ఈ కీటకాలు తక్కువగా ఉన్నపుడు నష్టం అంతగా ఉండదు ఇవి తొందరగా వృద్ధి చెందుతాయి ఇవి కణద్రవాన్ని పీల్చుకొని మొక్కలను చంపుతాయి ఇవి కొమ్మల ఉపరితలాన్ని పూర్తిగా కప్పివేస్తాయి వాయు రంధ్రాలు మూసుకుపోవటంవల్ల మొక్క కణాల్లో శ్వాసక్రియ బాగా తగ్గిపోతుంది వీటివల్ల కొమ్మలు ఎండి ఆకులు పసుపు రంగుకు మారి

మొక్క చనిపోతుంది ఈ కీటకాల శాస్త్రీయ నామాలు పల్వినేరియా మ్యాగ్జిమ *(Pulvinaria maxima)*, సుడాల కాప్సన్ పెంటగోనా (జపాన్), సైసేటియ నైగ్రా *(Saissetia nigra)* నలుపు రంగు, ఆవిడెల్ల ఆరాంటి *(Aonidella aurantii)* ఎరుపు రకాలున్నాయి

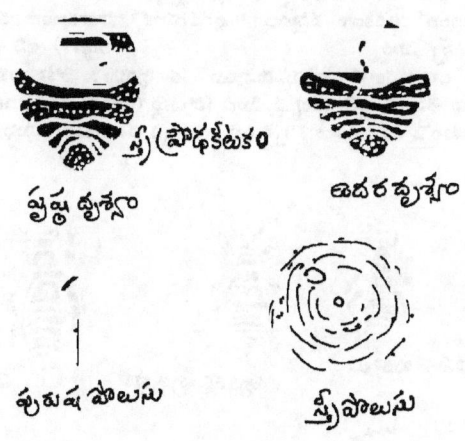

స్త్రీ ప్రౌఢకీటకం
పృష్ఠ దృశ్యం
ఉదర దృశ్యం
పురుష పొలుసు
స్త్రీ పొలుసు

పటం 1 5 పొలుసు పురుగులు

జీవిత చరిత్ర

ప్రౌఢ కీటకం 300 600 చిన్న తెల్లని, పొడవైన గుడ్లను పెడుతుంది వీటి వయస్సు పెరుగుతున్నకొద్దీ ఎరుపు గోధుమరంగుకు మారతాయి ఇవి 6 రోజులలో పొదగబడి సరూప శాబకం వెలువడుతుంది ఇది వెంటనే కాండం నుంచి ఆహారాన్ని అంటే మొక్క రసాలను పీల్చుతుంది ఇది తంతువులాంటి మైనం పదార్థాన్ని స్రవిస్తుంది ఇది గట్టిపడి పొలుసులుగా (Scale) మారతాయి (పటం 1 5) స్త్రీ జీవి మూడుసార్లు పురుష జీవి రెండుసార్లు నిర్మోచనం చెందుతాయి ఈ ప్రక్రియలో అవి కాళ్ళను పోగొట్టు కుంటాయి ఇకపై ఇవి స్థానబద్ధ జీవనం (Sedentary life) కొనసాగిస్తాయి అనిషేకజననంద్వారా ప్రత్యుత్పత్తి జరుగుతుంది

నిర్మూలన

a) పురుగులు సోకిన కొమ్మలను కత్తిరించి తగులబెట్టాలి
b) డీజిల్, ఆయిల్ సబ్బునీరు 1 3 నిష్పత్తిలో కలిపి కొమ్మలపై చల్లాలి
c) సున్నం - గంధకంను కొమ్మలపై చల్లాలి
d) 0 05 శాతం మలాథియాన్ చల్లి 10 రోజుల తర్వాత ఆకును వాడాలి
e) జీవసంబంధ నియంత్రణకు తోడ్పడే కిలోకోరస్ కువానే (
న విడుదల చేయాలి

f) ఈ కీటకాంపై పరాన్నజీవి అట్రాక్టినమ్ ఇండికమ్ (*Attractinum indicum*) కూడ తోడ్పడుతుంది

8 ముడుత పురుగు (Thrips)

ఇందులో ఐదు ప్రజాతులు మల్బరీకి నష్టం కల్గిస్తాయి ఇవి వేసవికాలంలో ఫిబ్రవరి - జూన్ మధ్యకాలంలో అధికంగా వస్తాయి ఇండియాలో సాధారణంగా కన్పించే కీటకం *సూడోడెండ్రోథ్రిప్స్ మోరి* *mori)* ఇవి ఆకులను బాగా నష్టపరుస్తాయి బాహ్య చర్మాన్ని గాయపరుస్తాయి ఈ పురుగులు సోకిన ఆకులు తొందరగా ముదిరి తక్కువ తేమతో, అతి తక్కువ ముడి ప్రోటీన్లు (Crude proteins), చక్కెరలలో ఉంటాయి ఆకులపై అనేక గీతలు కన్పిస్తాయి తర్వాత ఈ ఆకులు పసుపు రంగుకు మారి రాలిపోతాయి

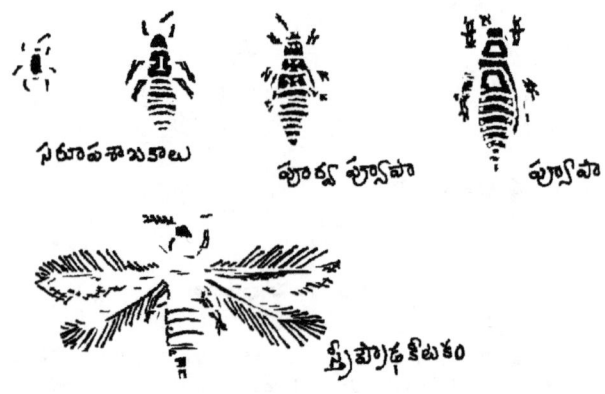

సరూపశాబకాలు
పూర్వ ప్యూపా
స్త్రీ ప్రౌఢ కీటకం

పటం 1 6 సూడోడెంద్రోథ్రిప్స్

జీవిత చరిత్ర

ప్రౌఢ పురుష కీటకం గోధుమ పసుపు రంగులో, స్త్రీ కీటకం ముదురు గోధుమ రంగులో ఉంటాయి స్త్రీ కీటకం పురుషకీటకం కంటే పెద్దగా ఉంటుంది (పటం 1 6) ఇది 0 9 మి మీ పొడవు ఉంటుంది ఇది చిక్కుడు గింజ ఆకారంలో ఉండే గుడ్లను 30 50 వరకు ఆకు క్రింది భాగంలో పెడుతుంది వీటినుండి 6 8 రోజులలో సరూపశాబకం వెలువడుతుంది ఇవి పాలిన పసుపు రంగులో ఉంటాయి 15 18 రోజులలో నాల్గుసార్లు నిర్మోచనం చెంది రెక్కలుకల ప్రౌఢ కీటకాలుగా మారతాయి

నిర్మూలన :

a) స్ప్రింక్లర్ నీటిపాగు
b) DDVP ని 0 02% వారానికి రెండుసార్లు పిచికారి చేసి నిర్మూలించాలి ఆకును 7 రోజుల తర్వాత కోయాలి

9 నల్లి పురుగు (Mites)

ఇందులో రెండు ప్రజాతులు ఉన్నాయి అవి టెట్రానెకస్ *ఈక్విటోరియస్ టెట్రానెకస్ టెలేరియస్ (T telarius)* ఇవి మొక్కలోని రసాలను పీల్చుకొని మొక్కను నిర్జీవం చేస్తాయి ఈ కీటకం సోకిన ఆకులు జిగటుగా ఉంటాయి మొదటగా ఆకుపై చిన్న మచ్చ ఏర్పడుతుంది ఆహార సేకరణ పెరిగిన కొద్దీ ఇది పెద్ద మచ్చగా మారుతుంది పత్రాలు ఆకుపచ్చ రంగును కోల్పోయి చిలుమువలె కన్పించి ఎండి రాలిపోతాయి

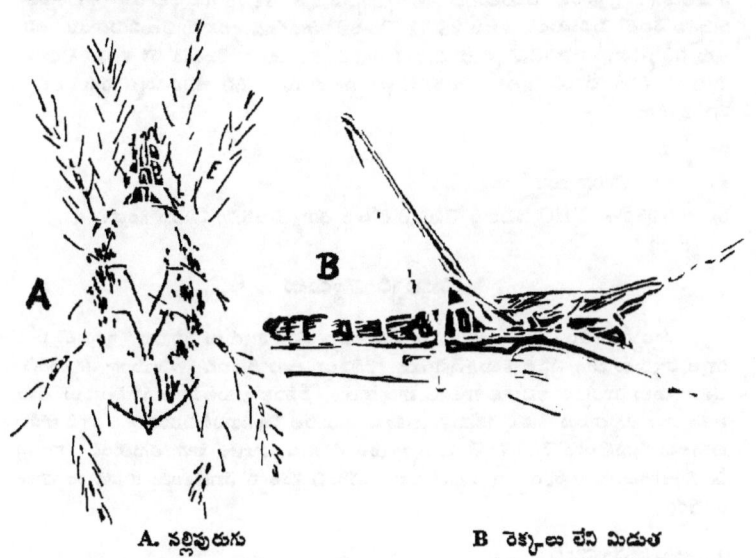

A. నల్లిపురుగు B రెక్కలు లేని మిడుత

పటం 1 7

జీవిత చరిత్ర

అప్పుడే వెలువడిన *ప్రౌఢ కీటకం (T equitorius)* లేత ఊదారంగులో ఉండి తర్వాత ఎరుపు రంగులో పాలిన పసుపు రంగు కాళ్ళను కలిగి ఉంటుంది (పటం 1 7 A) స్త్రీ కీటకం 45 140 గుడ్లను ఆకు క్రింది భాగంలో పెడుతుంది ఇవి 5 రోజులలో పొడగబడి డింభకాలు వెలువడతాయి ఇది అంబర్ రంగులో ఉండి తర్వాత లేత ఆకుపచ్చగ మారతాయి బాగా ఆహారం తిన్న తర్వాత వీటి రంగు ముదురు ఆకుపచ్చగా మారుతుంది డింభకం ఆకుకు అంటుకొని ఉంటుంది డింభకం రెండురోజుల తర్వాత సరూపశాబకంగా మారుతుంది జీవిత చరిత్ర కేవలం 10 రోజులలో పూర్తవుతుంది

నిర్మూలన

a) స్ప్రింక్లర్ నీటిపారుదల

b) జోలోన్ 0 05 శాతం లేదా థియోడాన్‌ను చల్లాలి, ఆకును 9 రోజుల తర్వాత కోయాలి

10 రెక్కలు లేని మిడుత

దీని శాస్త్రీయ నామం నియార్థాక్రిస్ అక్యూటిసెప్స్ నిగ్రిపెన్నిస్ (*Neorthacris*
ఇది అన్ని ఆకులను తింటుంది ప్రౌఢ కీటకం శాబకం మల్బరీ ఆకులను తింటాయి

జీవిత చరిత్ర

ప్రౌఢకీటకం ఆకుపచ్చగా ఉంటుంది (పటం 1 7 B) స్త్రీ జీవి సరాసరిగా 6 8 గుడ్ల పాడ్‌లను (Egg pods) పెడుతుంది ఒక్కొక్క పాడ్‌లో 11 18 గుడ్లుంటాయి ఈ గుడ్లను వదులైన నేలలో పెడుతుంది ఇవి 28-31 రోజులలో పొదగబడి శాబకాలు వెలువడుతాయి ఇవి ఆరు నిర్మోచనాలు పూర్తిచేసి ప్రౌఢ మిడుతలుగా మారతాయి మొదటి దశ శాబకం గోధుమ రంగులో, చివరి దశలో శాబకం ఆకుపచ్చగా ఉంటాయి దీని జీవితచరిత్ర 5 6 నెలల్లో పూర్తవుతుంది

నిర్మూలన

a) బాగా లోతుగా దున్నటం

b) 0 05 శాతం BHC పిచికారి చేసి 10 రోజుల తర్వాత ఆకును వినియోగించాలి

మల్బరీ వ్యాధులు

మల్బరీకి శిలీంధ్రాలు బాక్టీరియా వైరస్‌లవల్ల అనేక వ్యాధులు వస్తాయి ఇందులో 6-8 రకాల వ్యాధులు బా ، నష్టం కలుగచేస్తాయి దీనివలన ఆకు దిగుబడి గణనీయంగా తగ్గుతుంది ఈ వ్యాధులు మొక్కల అన్ని భాగాలకు సోకుతాయి దీనివల్ల ఆకులలో పోషక విలువలు తేమ శాతం బాగా తగ్గుతాయి ఈ రకమైన ఆకులు పురుగుల పెంపకానికి పనికిరావు వ్యాధి సోకిన ఆకులను పురుగులకు వేసినట్లైతే పట్టుకాయల దిగుబడి నాణ్యత బాగా తగ్గుతుంది కాబట్టి వీటిని అరికట్టుటకు సరియైన పద్ధతులను ఆచరించి మల్బరీ మొక్కలను కాపాడటం చాలా అవసరం

1 ఆకు మచ్చ వ్యాధి

ఇది సెర్కోస్పోరా మొరికోలా (***Cercospora moricola, cooke***) అన్న శిలీంధ్రం వల్ల వస్తుంది వ్యాధి వర్షాకాలంలో (జూన్-డిసెంబర్) తరుచుగా వస్తుంది ఈ వ్యాధి మొదటగా ఆకుపై గుండుసూది పరిమాణంలో ఉండే ।మ రహితమైన గోధుమరంగు మచ్చగా ఏర్పడుతుంది ఈ చిన్న మచ్చలు వ్యాధి ముదిరిన కొ బాగా పెరిగి కొమ్మ రంధ్రాలు (Shoot holes) ఏర్పడటానికి దారితీస్తాయి వ్యాధి ముదిరి పుడు ఆకులు పసుపురంగుకు మారి కొమ్మ నుంచి రాలతాయి (పటం 1 8 B) వ్యాధి సోకిన ఆకులు పురుగులకు పనికిరావు

ఈ వ్యాధి వర్షంచినుకులతో వ్యాప్తి చెందుతుంది శిలీంధ్రం దట్టమైన అల్లబడిన తల్పమును (Cushion) ఉత్పత్తి చేస్తుంది ఇందులో కొనీడియోస్పోరులుంటాయి ఇవి 3 7 కణాల కొనీడియమ్‌లను ఉత్పత్తి చేస్తాయి కొనీడియమ్‌లు కచాభవర్ణంలో ఒకవైపు కోసుగా 70 × 4 μm పరిమాణంలో ఉంటాయి ఇవి కొత్త తంతువులను ఉత్పత్తి చేస్తాయి కొనీడియమ్‌లు 10 12 రోజులలో మచ్చలను ఏర్పరుస్తాయి

నిర్మూలన

a) హెక్టారుకు 500 625 గ్రాముల శిలీంధ్రనాశని-కార్బెండజిమ్‌ను అంతే నీటిలో కలిపి చల్లటి దినాలలో పిచికారి చేయాలి

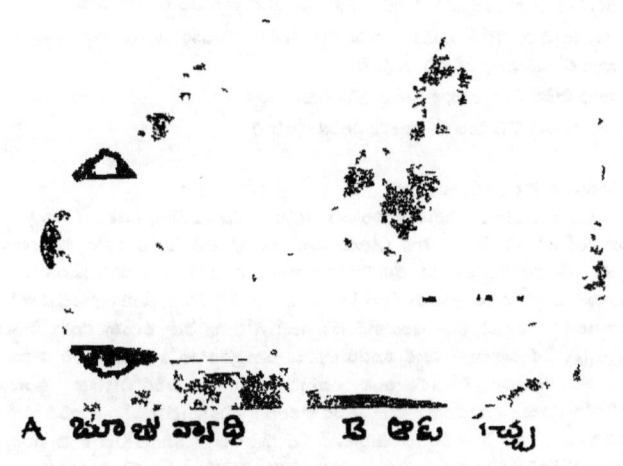

పటం 1 8 మల్బరీ – వ్యాధులు

2 బూజు వ్యాధి

ఇది *ఫిల్లాక్టినియా కొరిలియా* ***(Phyllactining corylea)*** అన్న శిలీంధ్రం వల్ల వస్తుంది వర్షాకాలం తర్వాత శీతాకాలం ప్రారంభంలో వ్యాధి కనిపిస్తుంది మొదటగా ఈ వ్యాధికి సంబంధించిన మచ్చలు తెలుపు రంగులో ఆకు కింది భాగంలో కనిపిస్తాయి (పటం 1 8 A) ఇవి మెల్లిమెల్లగా పసుపు - గోధుమ రంగునుంచి నలుపు రంగుకు మారి ఆకును పూర్తిగా ఆక్రమిస్తాయి దీనివలన ఆకులు ఎండిపోయి పోషక విలువలు తగ్గి రాలిపోతాయి ఈ ఆకులు పురుగులకు ఆహారంగా పనికిరావు

జీవిత చరిత్ర

ఈ పరాన్నజీవి పరాన్నజీవివేళ్ళను (Haustoria) పత్రరంధ్రాల ద్వారా బాహ్యచర్మం లోనికి పంపి పోషకాలను గ్రహిస్తుంది ఇది లైంగిక, అలైంగిక పద్ధతుల ద్వారా ప్రత్యుత్పత్తి జరుపుతుంది అలైంగిక ప్రత్యుత్పత్తి కొనీడియమ్‌ల ద్వారా జరుగుతుంది ఇవి కచాభవర్ణంలో ఏకకణంతో, ముద్గరాకారంలో 70 × 20 μm ఉంటాయి ఇవి విభాజక (Septate) కొనిడియోఫోర్‌ల చివరలో ఏర్పడుతాయి విడుదలైన కొనీడియమ్‌లు గాలి ద్వారా వ్యాప్తి చెందుతాయి శిలీంధ్ర జాలం శాఖారహితమైన కచాభవర్ణంతో (Hyaline) ఆకు అడుగు భాగంలో వల అల్లికవంటి శిలీంధ్రజాలాన్ని ఏర్పరుస్తుంది లైంగిక ప్రత్యుత్పత్తి క్లిస్టోథీసియమ్‌ల వల్ల జరుగుతుంది ఇవి అనేక రంగులేని సూదులవంటి ఉపాంగాలను కలిగి ఉంటాయి క్లిస్టోథీసియంలో 5 50 ఆస్కస్‌లు ఉంటాయి ఒక్కొక్క ఆస్కస్‌లో రెండు అస్కోస్పోర్‌లు ఉంటాయి ఇవి అనుకూల పరిస్థితులలో విడుదలై మొలకెత్తి కచాభవర్ణంలో ఉండే శిలీంధ్రజాలాన్ని ఉత్పత్తి చేసి విస్తరించి కొనీడియమ్‌లను ఏర్పరుస్తుంది

నిర్మూలన

a) 0 2 శాతం డైనోకార్బ్‌ను చల్లాలి 400 500 మి లీ మందును 200 300 లీటర్ల నీటిలో కలిపి ఒక ఎకరా మల్బరీపై చల్లాలి ఆకులను 10 రోజుల తర్వాత కోయాలి
b) గంధకం పొడి, డైథేన్ గంధకం ద్రావణాన్ని, సున్నం గంధకం మిశ్రమాలను ఆకు అడుగు భాగంలో పడునట్లు పిచికారి చేయాలి
c) వ్యాధి సోకిన కొమ్మలను, ఆకులను కోసి తగులబెట్టాలి
d) వ్యాధిని తట్టుకొనే మల్బరీ రకాలను ఎంపిక చేయాలి

3 కుంకుమ వ్యాధి (Leaf rust)

అది ఇండియాలో సెరటోలియం ఎస *(Cerotelium fici, cast, Arth)* , చైనా, థాయిలాండ్‌లో ఏసీడియం మోరి *(Aecdium mori)* అనే రెండు రకాల శిలీంధ్రాలవల్ల వస్తుంది ఈ వ్యాధివల్ల ఆకులు లేత మొగ్గలు, కాండం నష్టపోతాయి దీనిని కుంకుమ వ్యాధి అంటారు వ్యాధి సోకిన ఆకుల కింది (అడుగు) భాగంలో లెక్కలేనన్ని గుండుసూది తల పరిమాణంలో గుండ్రటి లేదా అండాకారంలో ఉండే గోధుమ లేదా పలువు రంగు స్ఫోటాలు (Pustules) ఏర్పడతాయి వ్యాధి ముదిరి ఆకులు పసుపురంగులోకి మారి రాలిపోతాయి

ఈ శిలీంధ్రం శిలీంధ్రజాలంగా, యురీడియంగా యురిడోస్పోర్‌గా ఉంటుంది యురిడోస్పోరులు గుండ్రంగా లేదా అండాకారంలో ఏకకేంద్రకంతో యురిడోఫోర్‌లపై ఏర్పడతాయి ఇవి మొలకెత్తి తంతువులను ఏర్పరుస్తాయి ఇవి ఆకులోకి పత్రరంధ్రాల ద్వారా ప్రవేశించి శిలీంధ్ర తంతువులు బాగా పెరిగి హాస్టోరియమ్‌లతో పోషక పదార్థాలను గ్రహిస్తాయి యురిడోస్పోరులు నీటివలన గాలికి వ్యాపిస్తాయి ఈ వ్యాధి శీతాకాలంలో వస్తుంది దీనివల్ల 5 10 శాతం ఆకు దిగుబడి తగ్గుతుంది

నిర్మూలన

a) శీతాకాలంలో ఎక్కువకాలం వృధాచేయక ఆకు కోతకోయాలి
b) డైనోకాఫ్ కార్బెండజిమ్‌లను 0 2 శాతం పిచికారి చేసి 7 రోజుల తర్వాత ఆకుకోత కోయాలి
c) వ్యాధి సోకిన ఆకులను కొమ్మలను ఏరి కాల్చాలి

4 వేరు కుళ్ళు వ్యాధి

ఇందు రెండు రకాలు వ్యాధులున్నాయి అవి (A) తెల్లని (B) ఊదారంగు వేరు కుళ్ళు వ్యాధులు

A. తెల్లవేరు కుళ్ళు వ్యాధి

ఇది రొసెలినా నెకాట్రిక్స్ *(Rosellinia necatrix)* అన్న శిలీంధ్రం వల్ల వస్తుంది వ్యాధిసోకిన మొక్కలు బలహీనమై, మొగ్గలు బలహీనంగా పెరుగుతూ ఆకులు ఎండిపోయి మొక్క చనిపోతుంది వ్యాధి సోకినభాగం తెల్లటి బూడిద వర్ణంలో పలఅల్లిక లాంటి శిలీంధ్ర జాలంచేత కప్పబడి ఉంటుంది

జీవిత చరిత్ర

ఈ శిలీంధ్రం క్లామిడోస్పోర్‌లు స్క్లీరోషియమ్‌లు అప్పుడప్పుడు కొనీడియమ్‌లతో అలైంగికోత్పత్తి జరుపుతుంది అనుకూల పరిస్థితులలో లైంగికంగా ఆస్కస్ మరియు ఆస్కోస్పోరులను పెరిథీసియం (Perithecium) లో ఉత్పత్తి చేస్తుంది (పటం 1 9)

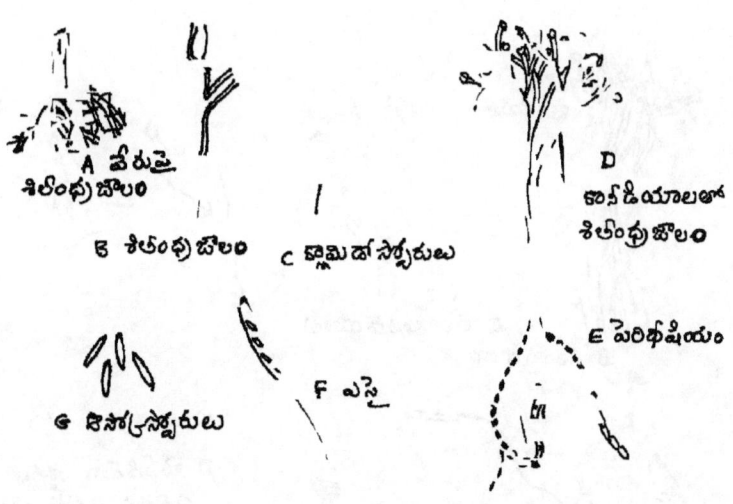

పటం 1 9 తెల్లవేరు కుళ్ళు వ్యాధి

ఒక్కొక్క ఆస్కస్‌లో ఎనిమిది ఆస్కోస్పోరులు (Ascospores) ఉంటాయి వివిధ స్పోరులనుంచి వెలువడిన తంతువులు (Hyphae) ముందుగా ప్రాథమిక వేర్లకు పాని చేసి నెమ్మదిగా మొక్క మొత్తం వేరువ్యవస్థకు వ్యాప్తి చెందుతాయి స్క్లెరోషియమ్‌లు (Sclerotia), లైంగిక స్పోరులు నేలలో ఎండిన వేరు భాగాల్లో ఉండి అనుకూల పరిస్థితులలో తిరిగి మొలకెత్తుతాయి

B ఊదారంగు వేరు కుళ్ళు వ్యాధి (Violet root rot)

ఇది హెలికోబెసిడియం మొంపా (***Helicobasidium mompa, N***) అన్న శిలీంధ్రం వల్ల వస్తుంది దీనివల్ల ఆకులు ఆకస్మికంగా ఎండి, మొక్క ఎండిపోతుంది వేర్ల బాహ్యచర్మం అంతా ఊదారంగు శిలీంధ్రజాలపు అల్లికచేత (Mycelial mat) కప్పి ఉంటుంది వ్యాధి బాగా ముదిరి దారు కణజాలం కుళ్ళుతుంది

జీవిత చరిత్ర

దీని తంతువులు రక్తవర్ణంలో విభాజకయుతంగా ఉంటాయి ఫలనాంగాలను బెసీడియమ్‌లు (Basidia) అంటారు ఒక్కొక్క బెసీడియమ్‌లో నాలుగు బెసీడియోస్పోరులుంటాయి ఇవి తడి నేల లేదా వాన చినుకులలో తొందరగా మొలకెత్తుతాయి మొలకెత్తిన స్పోరులు పోషక తంతువులుగా మారి వేరులోనికి ప్రవేశించి వ్యాధిని కల్గిస్తాయి (పటం 1 10)

ప్రతికూలవరిస్థితులలో తంతుజాలం స్క్లీరోషియమ్ లేదా బాగా గట్టిపడిన తంతువులను ఏర్పరుస్తుంది ఇవి చనిపోయిన వేరు కణాల్లో లేదా నేలలో ఉండి అనుకూల పరిస్థితులలో మొలకెత్తుతాయి

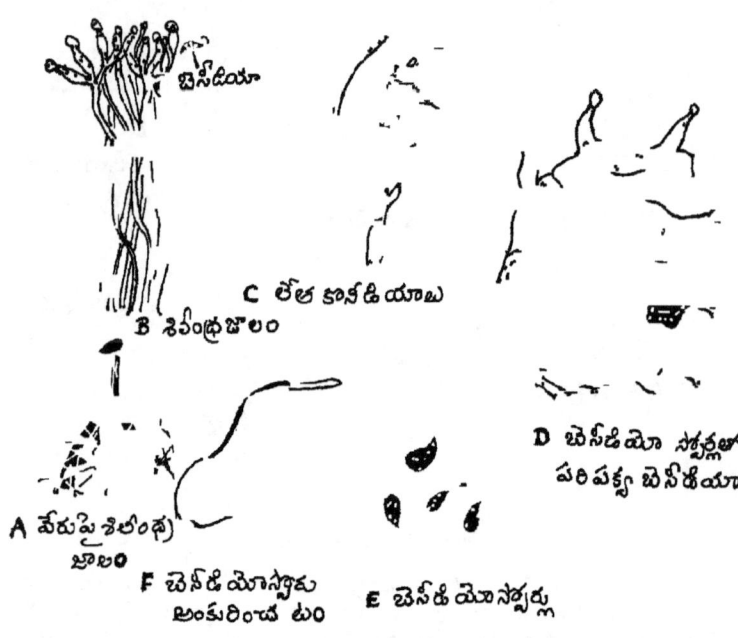

బెసీడియా
C లేత కొనిడియాలు
B శిలీంధ్ర జాలం
D బెసీడియో స్పోర్లతో
పరిపక్వ బెసీడియా
A వేరుపై శిలీంధ్ర
జాలం
F బెసీడియోస్పోరు
అంకురించుట
E బెసీడియోస్పోర్లు

పటం 1 10 ఊదారంగు వేరు కుళ్ళు వ్యాధి

నిర్మూలన

a) వ్యాధి కనిపించగానే మొక్కలను పెకలించి తగులబెట్టాలి వ్యాధిసోకిన మొక్కచుట్టూ ఒక మీటరులోతు గొయ్యి తవ్వి మట్టి దూరంగా పోయాలి నేలను చదునుచేసి రోగకారక క్రిమి నిర్మూలన ద్రవం క్లోరోపిక్రిన్‌ను చల్లాలి దున్నిన పొలంలో 3 4 అడుగుల లోతు రంధ్రాలు చేసి ప్రతీ 108 ఘనపు అడుగులకు 450 గ్రా క్లోరోపిక్రిన్‌ను వేసి మట్టితో కప్పాలి ఇది నేలలో పొగపెడుతుంది
b) కాల్షియం సైనమైడ్‌ను 75 గ్రా లను 36 ఘనపు అడుగుల నేలలో చల్లాలి
c) నాటటానికి ముందుగా పిలకలను 20 శాతం సున్నంనీటిలో లేదా కాపర్‌సల్ఫేటు ద్రావణంలో ఒక గంట సమయం ముంచి తిరిగి నీటిలో కడిగి నాటాలి

5 అగ్గి తెగులు వ్యాధి (Twig blight)

ఇది ఫ్యుసేరియం పల్లిడోరోసియం (***Fusarium pallidoroseum***) వల్ల వస్తుంది ఇందులో వివిధ ప్రజాతులు ఉనా యి అవి-ఫ్యుసేరియం లేటరిటియమ్ (***F lateritium***) ఫ్యుసేరియం మోరి (***F mori*** ేసేరియం ఆక్సిస్పోరమ్ (***F oxysporum***), ఫ్యుసేరియం రోసియమ్ (***F roseum***) వ్యా సోకిన ఆకుల అంచుల వెంట నల్లగా లేదా కాలినట్లు కనిపిస్తుంది తర్వాత దశలో ఆకు మొత్తం కాలినట్లు ఆకులు రాలటం (Defoliate) జరుగుతుంది వ్యాధి సోకిన కాండంలో, కొమ్మలలో నల్లని నిలువైన మచ్చలు ఏర్పడతాయి ఇవి తర్వాత కొమ్మలు పగిలి ఎండటానికి దారితీస్తాయి మొగ్గలు కుళ్ళిపోతాయి

జీవిత చరిత్ర :

ఈ శిలీంధ్రం సూక్ష్మ స్థూల కొనీడియమ్‌లను ఏర్పరుస్తుంది సూక్ష్మ కొనీడియమ్‌లు చిన్నవిగా దీర్ఘ వృత్తాకారంగా లేదా వంకరగా ఏకకణంతో ఉంటాయి స్థూల కొనీడియమ్‌లు రేఖాకారంగా వంకరతిరిగి మొనదేలి పలుచని కుడ్యంతో విభాజకంతో ఉంటాయి క్లామిడోస్పోర్‌లు (Chlamydospores) వృత్తాకారంగా మందమైన కుడ్యంతో ఉంటాయి ఈ మూడు రకాల అలైంగిక స్పోరులు నీటిలో మొలకెత్తి బీజనాళాన్ని (Germ tube) ఏర్పరుస్తాయి క్లామిడోస్పోర్లు అననుకూల పరిస్థితులలో చాలా కాలంవరకు జీవిస్తాయి వీటిలో లైంగిక ప్రత్యుత్పత్తి తెలియదు ఈ వ్యాధి సంవత్సరమంతా కనిపిస్తుంది దీనివల్ల 5 6 శాతం నష్టం కలుగుతుంది

నిర్మూలన

a) 0 2 శాతం కాప్టఫాల్ లేదా మంకోజెబ్‌లను ఆకులపై పిచికారి చేయాలి నేలలో 0 5 శాతం చల్లాలి

6. కాండంవ్యాధి

దీనిని పుండు తెగులు (Canker) అంట రు ఇది బొట్రియోడిప్లోడియ థియోబ్రోమె (***Botryodiplodia theobromae***) వల్ల వస్తుంది ఇది కాండంపై ఆకుపచ్చ నల్లని గాయాలను (Lesions) చేస్తుంది తర్వాత ఇవి కార్బొనేషియస్ (Carbonaceous) నిర్మాణంగా మారతాయి ఈ వ్యాధి వల్ల కటింగ్స్ అంకురించవు

నిర్మూలన :

a) కటింగ్స్‌ను 0 1 శాతం బవాస్టిన్ ద్రావణంలో 12 గంటలు నానబెట్టి పొలంలో నాటాలి దీనివల్ల శిలీంధ్రం ద్వారా వ్యాధి సోకటానికి అవకాశముండదు

7 వేరు ముడి వ్యాధి

ఇది మెలోడొగైన్ ఇంకాగ్నిట (***Meloidogyne incognita***) అనే నెమటోడ్ వల్ల వస్తుంది వ్యాధి సోకిన మొక్కలలో పెరుగుదల ఆగిపోవటం ఉపాంతంలోని కణజాలక్షయం (Marginal necrosis) ఆకులు పసుపు రంగుకు మారటం కనిపిస్తాయి వేళ్ళలో ముడులు (Knot) లేదా వ్రణాలు (Galls) ఏర్పడతాయి పోషక కణజాలం దారుకణజాలం నష్టపోయి ఆహారం, నీరు రవాణాకు అంతరాయం కలుగుతుంది (పటం 1 11)

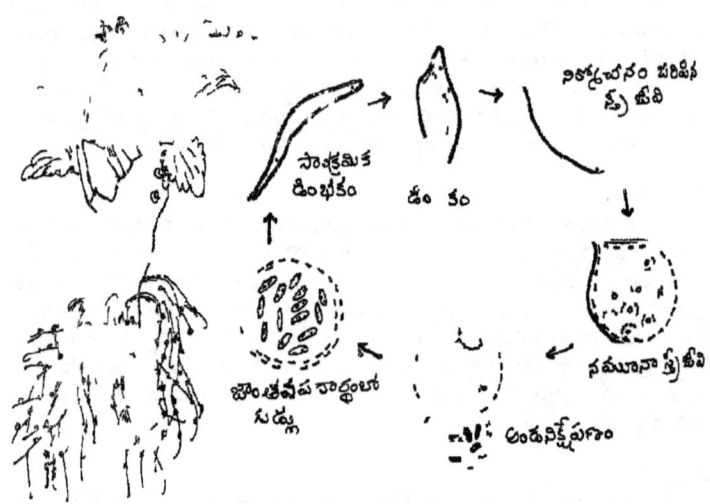

సాంక్రమిక
డింభకం
నమూనా స్త్రీ జీవి
అండనిక్షేపణం

పటం 1 11 వేరు ముడి వ్యాధి

జీవిత చరిత్ర

దీనిలో గుడ్లు డింభకం ప్రౌఢ దశలు ఉన్నాయి స్త్రీ జీవి జిగురుతో కప్పిన దీర్ఘ వృత్తాకార గుడ్లను 200 320 వరకు పెడుతుంది వీటినుంచి పరిస్థితులు అనుకూలించినపుడు డింభకం నేలలో వెలువడుతుంది ద్వితీయ దశలోని స్త్రీ డింభకం శూకిక (Stylet) వేరుకు రంధ్రం చేసి ఉప బాహ్యచర్మం (sub ep dermal) పొరలో ఆశ్రయం ఏర్పరచుకొంటుంది తర్వాత మృదుకణజాల కణాలను ఆహారంగా తీసుకొంటుంది ఈ క్రిమి ప్రేరేపించటంవల్ల వేరుకణాలు అధికంగా విభజనచెంది పెద్దవవుతాయి దీనివల్ల ముడులు లేదా వ్రణాలు ఏర్పడుతాయి స్త్రీ జీవి నాలుగు నిర్మోచనాలు పూర్తి చేసుకుని పరిపక్వం చెంది గుడ్లను పెట్టే దశకు చేరుతుంది నేలలో 15 30° ఉష్ణోగ్రత 40 60 శాతం తేమ ఉంటే ఈ జీవి పెరుగుదల అధికంగా ఉంటుంది సాగునీటి మల్బరీలో ఈ వ్యాధి ఎక్కువగా కనిపిస్తుంది దీనివల్ల 10 12 శాతం ఆకు దిగుబడి తగ్గుతుంది

నిర్మూలన

a) వ్యాధి సోకిన పొలాన్ని ఎండాకాలం బాగ లోతుగా దున్నాలి దీనివల్ల గుడ్లు సూర్యరశ్మి వేడికి చనిపోతాయి

b) వేపనూనె లేద వేప పిండిని హెక్టారుకు సంవత్సరానికి ఒక టన్ను వాడాలి

c) ఆల్డీకార్బ్ లేదా కార్బోఫ్యురాన్‌లను హెక్టారుకు సంవత్సరానికి 30 కిలోలు ఎరువుతో పాటుగా నేలలో వేయాలి తర్వాత బాగా కలియదున్ని నీరు పెట్టాలి అప్పుడు ఆకును 45 50 రోజుల తరవాత కోయాలి

8 పోషకాల లోపంవ వచ్చే వా ధులు •

సూక్ష్మ జీవులవ వచ్చే వా ధులే కాకుండా మల్బరీలో ఇతర పంటలలో మాదిరిగా పోషక పదార్థాల లోపం ల్ల ఈ క్రిం తెలిపిన వ్యాధులు సంభవిస్తాయి ఇందులో నత్రజని ఫాస్పరస్, పొటాష్, కాల్షియం సల్ఫర్ జింక్ మెగ్నీషియం లోపాలవల్ల మల్బరీలో పెరుగుదల తగ్గి, ఆకు దిగుబడి కూడా తగ్గటం జరుగుతుంది వీటిని తగిన రసాయనిక, సేంద్రియ ఎరువులతో సరిదిద్దవచ్చు వీటి గురించి ఈ కింద వివరించడమైంది

a) నత్రజని లోపం

మొక్కలు నెమ్మదిగా నీరసంగా కొద్దిపాటి కొమ్మలతో పెరుగుతాయి లేత ఆకులలో క్లోరోసిస్ (Chlorosis) కనిపిస్తుంది కాండం సన్నగా పసుపు ఆకుపచ్చ రంగులో గిడసబారిన (Stunted) వేళ్లతో ఉంటుంది దీనికి నత్రజని ఎరువులు - యూరియా అమ్మోనియం నైట్రేట్, కాల్షియం నైట్రేట్‌లను వాడి లోపాన్ని సరిదిద్దాలి

b) పొటాషియం లోపం

లేత ఆకుల అంచులు కాలినట్లు ఏర్పడి తర్వాత ముతకగా (Coarse), రసంలోపంతో కణజాలక్షయంతో (Necrotic) కనిపిస్తాయి కాండం, వేరు వ్యవస్థ చాలా నీరసిస్తాయి నివారణకు పొటాషియం ఎరువులను తగిన విధంగా వాడాలి

c) ఫాస్ఫరస్ లోపం

ముదిరిన ఆకుల ఈనెలలో క్లోరోసిస్ కనిపిస్తుంది తర్వాత ఆకు మొత్తం క్లోరోసిస్ వ్యాపించి తర్వాత అంచుల కణజాలక్షయం (Marginal necrosis), ఆకురాలటం (Defoliation) జరుగుతాయి కాండం సన్నగా పెరుగుదల లేకుండా గిడసబారిన వేళ్లతో ఉంటుంది ఈ లోపాన్ని ఫాస్ఫరస్ ఎరువులతో సరిచేయాలి

d) కాల్షియం లోపం

లేత ఆకులలో ఈనెలవెంట కణజాలక్షయం, ఆకు రాలటం కనిపిస్తాయి కాండం చెక్కవలె మారుతుంది కాండం చిన్నగా పసుపురంగు కొనలతో ఉంటుంది వేర్లు మొద్దుగా (Stubby) పొడిగా మారతాయి దీనికి కాల్షియం నైట్రేటును వాడి ఈ లోపం సరిదిద్దాలి

e) సల్ఫర్ లోపం :

ఆకులలో కొంచెం క్లోరోసిస్ కనిపిస్తుంది మొక్క పెరగదు దీనికి జిప్సమ్ లేదా అమ్మోనియం సల్ఫేటు తగిన పాళ్ళల్లో వాడి లోపం సరిదిద్దాలి

f) జింకు లోపం :

లేత ఆకుల ఈనెల మధ్య పసుపు రంగు మచ్చలు ఏర్పడతాయి ఈ లోపాన్ని జింకు సల్ఫేట్‌ను తగిన విధంగా వాడి సరిదిద్దాలి

ప్రశ్నలు

I ఈ క్రింది అంశాలకు లఘుటీక రాయండి

1 పీడను నిర్వచించండి

2 కొన్ని మల్బరీ పీడలను తెలపండి

3 హాపర్ బర్న్‌ను కలిగించే కీటకమేది?

4 టుక్రావ్యాధి దేనివల్ల వస్తుంది ?

5 మల్బరీ వ్యాధులను తెలపండి

6 షాట్ హోల్స్ దేనివల్ల వస్తాయి ?

7 బూజువ్యాధి కారకజీవి ఏది ?

8 వేరు కుళ్ళువ్యాధి కారక జీవులేవి ?

9 కాంకర్ అంటే ఏమిటి ?

10 వేరు ముడి లేదా వ్రణం దేనివల్ల ఏర్పడుతుంది ?

11 కాల్షియం లోప లక్షణాలు తెలపండి

12 పొటాషియం లోప లక్షణాలు తెలపండి

13 గంధక లోపంవల్ల కలిగే లక్షణాలు ఏవి ?

14 ఆకు రసం పీల్చు పురుగు శాస్త్రీయ నామం ఏమిటి ?

15 తుప్పు వ్యాధి దేనివల్ల వస్తుంది ?

II ఈ క్రింది వాటికి వ్యాసాలు రాయండి

1 దీపపు పురుగుల వల్ల మల్బరీకి కలిగే నష్టం వివరించండి

2 బీహార్ హెయిరీ డింభకం గురించి వివరించండి

3 పొలుసు పురుగుల వల్ల జరిగే నష్టం ఏమిటి ?

4 ఈ క్రింది వాటిపై సంక్షిప్తంగా రాయండి

a) పల్లిపురుగు b) రెక్కలు లేని మిడుత c) ఆకురసం పీల్చు పురుగు

5 ఆకుముచ్చ వ్యాధిని వివరించండి పటాలు గీయండి

6 వేరుకుళ్ళు వ్యాధిని పటాలతో వివరించండి

7 ఈ క్రింది వాటిపై సంక్షిప్తంగా రాయండి

a) అగ్గి తెగులు b) కాండం వ్యాధి c) తుప్పు వ్యాధి

8 వేరు ముడి వ్యాధిని పటాలతో వివరించండి

9 మల్బరీలో పోషకాల లోపంవల్ల వచ్చే వ్యాధులను వివరించండి

10 ఈ క్రింది వాటిపై సంక్షిప్తంగా రాయండి

a) కాండం కొరికే పురుగు b) పౌడర్ పెస్ట్ బీటిల్ c) బూజు వ్యాధి

2.

వ్యవసాయక్షేత్ర నిర్వహణ

(F)

భారతదేశంలో వ్యవసాయంచేసే రైతులు ఎక్కువగా 2 3 ఎకరాలలో సాగు చేస్తున్నారు వీరు వంశపారంపర్య పద్ధతులను ఆచరించడంవల్ల ఉత్పత్తులు బాగా తగ్గుతున్నాయి ఇదే నేలలో శాస్త్రీయ సాంకేతిక పద్ధతులను అవలంబించి అధిక ఉత్పత్తులను పొందటానికి వీలవుతుంది పంటలను పండించే నేల అందులో వినియోగించే పశువులు పనిముట్లు మొదలైన వాటిని అన్నింటిని కలిపి ఆ రైతుకు సంబంధించిన క్షేత్రం (Farm) అంటారు ఇందులోని ఉత్పత్తులు వర్షపాతం లేదా సాగునీరు, నేల లక్షణం, ఎరువుల వినియోగం పంటరకం మొదలైన వాటిపై ఆధారపడతాయి అంతే కాకుండా మంచి యాజమాన్య పద్ధతులు కూడ క్షేత్ర అభివృద్ధికి దోహదపడతాయి వివిధ వ్యవసాయక్షేత్రాలలో రకాలు వ్యవస్థలు వేరువేరుగా ఉంటాయి ఒక క్షేత్రంలో ఉత్పత్తి అయిన మొత్తం పంటను, ఈ ఉత్పత్తికి అవలంబించిన పద్ధతులను, ఇతరత్రాలను కలిపి క్షేత్రవ్యవస్థ అంటారు

I. వివిధ రకాల క్షేత్రాలు

వీటిని ఆదాయం మరియు పూనుకొన్న పని (Enterprise) ఆధారంగా వర్గీకరించారు

1 ప్రత్యేక క్షేత్రం

ఇందులో 50 లేదా ఎక్కువ శాతం ఆదాయం ఒకే సంస్థ నుంచి ఆర్జిస్తారు

2 త్రం

ఇందులో ఒకే క్షేత్రమునుంచి 50 శాతం ఆదాయం రాదు

3 మిశ్రమ క్షేత్రం (Mixed farm)

ఇందులో పంటతోపాటుగా జంతువుల పెంపకం చేపడతారు

4 రేంచింగ్ (Ranching)

పంటల పెంపకానికి చేపట్టే పనులు ఏవీ ఉండవు ఇందులో ప్రకృతిలో పెరిగిన గడ్డిని ఉపయోగించి పశువుల పెంపకం చేస్తారు

5 మెట్ట క్షేత్రం (Dry farming)

ఈ రకం క్షేత్రాలు 50 సెం మీ అంతకు తక్కువ వర్షపాతంకల ప్రాంతాల నేలల్లో చేస్తారు ఇందులో పంటలకు నీరు పెట్టడం ఉండదు

మల్బరీలో ఈ రకమైన క్షేత్రంలో వర్షాధారంగా ఆకును ఉత్పత్తి చేస్తారు

II క్షేత్రాల వ్యవస్థలు (Farm systems)

వీటిని యాజమాన్యం ఆధారంగా వర్గీకరించారు

క్రమ సంఖ్య	వ్యవస్థ	యాజమాన్య రకం	వ్యవసాయం చేసే పద్ధతి
1)	సహకార క్షేత్రం		
	a ఉత్తమ సహకార క్షేత్రం	స్వతంత్రంగా	స్వతంత్రంగా
	b కలిసి పనిచేసే సహకార క్షేత్రం	స్వతంత్రంగా	కలిసి
	c సహకార అద్దె క్షేత్రం	కలిసి	స్వతంత్రంగా
	d సహకార సమిష్టి క్షేత్రం	కలిసి	కలిసి
2)	సమిష్టి క్షేత్రం	సొసైటి లేదా రాష్ట్రం	సొసైటి లేదా రాష్ట్రం
3)	రాష్ట్ర క్షేత్రం	రాష్ట్రం	జీతంకల యాజమాన్యం
4)	గ్రామస్థుని క్షేత్రం	స్వంతం/జమీందారి	స్వంతం
5)	పెట్టుబడిదారి క్షేత్రం	స్వంతం	స్వంతం

మల్బరీని వర్షాధార మరియు సాగునీటి క్షేత్రాలలో పెంచుతారు వర్షాధార లేదా మెట్టసాగులో పంట ఉత్పత్తి కేవలం వర్షంపై ఆధారపడుతుంది వర్షం కురిసినా సరిపడేటంత నీరు నేలలో లేకపోవడం వర్షపాతం జూన్ -అక్టోబర్ లలో మాత్రమే ఉండటంవల్ల మల్బరీ సాగు ఉత్సాహకరంగా ఉండదు అయినా ఇతర పంటలతోపాటుగా దీని సాగు ఇప్పటికీ కొనసాగు తుంది మొక్కలు సంవత్సరం పొడవునా పెరగటం కరువుకాటకాలను తట్టుకొనే శక్తి కలిగి ఉండటం దీనికి కారణాలని చెప్పవచ్చు దక్షిణ భారత దేశంలోని మల్బరీలో 2/3 వంతులు వర్షాధార మల్బరీ ఏదిఏమైనా మల్బరీని ఎక్కువ విస్తీర్ణంలో సాగుచేసి నష్టపోవటం కంటే ఒక హెక్టారు విస్తీర్ణంలో సరియైన యాజమాన్య పద్ధతులను ఆచరిస్తూ సాగుచేసి లాభాలను పొందడం మంచిది

సాగునీటి మల్బరీలో ఆకు ఉత్పత్తి, నాణ్యత గణనీయంగా పెరుగుతాయి అంతే కాకుండా అధిక ఉత్పత్తినిచ్చే అనేక సంకర రకాలు ఇప్పుడు కేంద్ర పట్టు సంస్థ - దీని ఆధీనంలోని ప్రభుత్వ సంస్థలలో రైతులకు అందుబాటులో ఉన్నాయి సరియైన యాజమాన్య పద్ధతులతో, నీటిసాగు, ఎరువులు, అంతరకృషి, ప్రూనింగ్‌లను ఆచరిస్తే, హెక్టారుకు సంవత్సరానికి 15000 35000 కిలోల ఆకు ఉత్పత్తి వీలవుతుంది

కూలీల నిర్వహణ

ప్రతి క్షేత్రంలో కూలిల సేకరణ నిర్వహణ అతి ముఖ్యమైనవి కబట్టి సరియైన నిర్వహణతో కూలీలను సమర్ధంగా వినియోగించుకొని ధన నష్టం రాకుండా చూసుకోవాలి

భారతదేశంలోని కూలీల లక్షణాలు

1 వీరికి సంవత్సరమంతా కూలి పని దొరకదు

2 సాధారణంగా సంవత్సరంలో 140 190 రోజులు మాత్రమే కూలీల పని దినాలు కుటుంబ కూలీల విషయంలో ఇంకా తక్కువ పని దినాలుంటాయి

3 క్షేత్రంలో తక్కువ ఉత్పత్తుల వల్ల వేతనాల సమస్యలు ఎదురవుతాయి

4. సక్రమ రీతిలో పనిచేసే కూలీల సంఘం లేకపోవడంవల్ల కూలీలు అతి తక్కువ స్థితిగతులతో నివసిస్తున్నారు.

కూలీల నిర్వహణలో అంశాలు :

1. కూలీల అవసరాలను తీర్చటాన్ని బట్టి వారి పని సామర్థ్యం, క్షేత్రంలో జరిగే ఉత్పత్తి ఆధారపడి ఉంటాయి. సరియైన వేతనాలు, ఆరోగ్య పరిరక్షణ, పిల్లల సంరక్షణలో యజమాని శ్రద్ధ చూపాలి.
2. క్షేత్రంలో ఏకాలంలో అవసరమయ్యే పశువులు, పంటకు అవసరమయ్యే కూలీల వివరాలతో ప్రణాళికను తయారు చేసుకోవాలి. పంటల సాగునను సరించి కూలీల వినియోగం జరగాలి. అవసరాలకు తగినట్లుగా సరియైన ఆలోచనా విధానాన్ని ఆచరించాలి.
3. పనిలేని కాలంలో కుటుంబ సభ్యులను కూలీలుగా తీసుకోవాలి. జీతంపై పనిచేసే కూలీలను నియమించాలి. క్షేత్రంలో పనిలేని దినాల్లో కూలీలతో వేరే పనులు చేయించాలి. అంటే పనిముట్లను బాగు చేయటం, క్షేత్ర గృహాన్ని సరిచేయటం, పశువులను మేపటం మొదలైన పనులు.
4. వేతనంపై పనిచేసే కూలీలకు వర్షం కురిసే దినాల్లో ఇంట్లో పనులు చెప్పాలి.
5. కూలీల వినియోగం తగ్గించటానికి పంటలను, దానికి తగిన విధంగా పశువులను వినియోగించటానికి వీలైన క్రమమైన పద్ధతులను అవలంబించాలి.
6. కూలీలను సరియైన సమయంలో సక్రమంగా వినియోగించుకొనే సామర్థ్యాన్ని యజమాని అలవర్చుకోవాలి.
7. పని సామర్థ్యం పెంచటానికి తీసుకోవల్సిన చర్యలు - సరియైన క్షేత్ర నిర్వహణ, కూలీలపై సరియైన నిఘా, వారికి అభ్యాసం (Training), కూలీలకు అన్ని అవసరాలను కలిపించటం, మంచి పనిముట్లను ఎంపిక చేయటం, బహుమతి వేతనం (Incentive wages) ఇవ్వటం, క్షేత్రంలో ప్రతిపనికి కొన్ని ప్రమాణాలను నిర్ణయించుకోవటం మొదలైనవి.

కూలీలను రెండు రకాలుగా వర్గీకరించవచ్చు.

1. వేతనం లేని కూలీలు :

రైతులు, కుటుంబ సభ్యులు కూలీలుగా పని చేస్తారు.

2. వేతనం ఉన్న కూలీలు :

ఇందులో స్థిరమైన, తాత్కాలికమైన మెలకువలు తెలిసిన, మెలకువలు తెలియని కూలీలు ఉంటారు.

కూలీల వేతనం మూడు రకాలు. అవి సమయాన్నిబట్టి, స్థలాన్నిబట్టి, మూలధన భాగాన్ని బట్టి నిర్ణయమవుతాయి. ["Wage Regulation and Minimum Wages Act - 1948" లో పొందుపర్చిన నియమ నిబంధనలు] కూలీ శారీరక పరిస్థితి, అతడు పనిలో నిమగ్నమైన తీరు, వినియోగించే పనిముట్లు, కూలీలు పనిచేసే వాతావరణ పరిస్థితులు - చలి, ఉష్ణోగ్రత, వర్షం - మొదలగునవి, కూలీల సాంకేతిక పరిజ్ఞానం అన్న అంశాలపై కూడ కూలీల వేతనం ఆధారపడి ఉంటుంది.

వ్యవసాయ క్షేత్ర రిజిష్టర్ల నిర్వహణ

ఈ రిజిష్టర్ల వలన క్షేత్రంలో జరిగే పని వివరాలు తెలుసుకొని వాటి ఉత్పత్తులను పెంచటానికి అవకాశం ఉంటుంది వీటివల్ల లాభ నష్టాలు తెలుస్తాయి ఏ పంట వలన పెట్టిన పెట్టుబడిని తొందరగా పొందవచ్చునో తెలుస్తుంది ప్రతీ పనిలో చేయవలసిన అభివృద్ధి తెలుసుకోవచ్చు క్షేత్రంలో కొత్తపనులు చేపట్టి సాధించదలచిన ఉత్పత్తులను గురించి ముందే తెలుసుకొని అంచనా వేసుకోవచ్చు వీటివల్ల ప్రతీపంటకు, క్షేత్రంలోని ప్రతీపనికి వచ్చిన లాభాలు తెలియటమే కాకుండా గత సంవత్సరంలోని వివరాలు లోపాలు కూడా తెలుస్తాయి రైతు పెట్టిన పెట్టుబడికి అతడు పొలంలో నిర్వహించిన పనులకు, సాధించిన ప్రగతి డబ్బు రూపంలో తెలుస్తుంది అందువల్ల క్షేత్రంలో కొత్తపనులను చేపట్టటానికి కూలీల సామర్థ్యాన్ని చక్కగా వినియోగించుకోవటానికి పెట్టుబడుల సరియైన వినియోగానికి ఈ రిజిష్టర్ల నిర్వహణ అధికంగా ఉపయోగపడుతుంది

రిజిష్టర్ల వల్ల అనుకూలనాలు

1 అవసరాలను గుర్తించి నిర్వహించటానికి ఆధారంగా ఉంటాయి
2 రైతు పనితనాన్ని పెంపొందించటానికి తోడ్పడతాయి
3 నిర్వహణకు ఋణ సౌలభ్యానికి ఆధారం అవుతాయి
4 నిర్వహణకు ఒక దిక్సూచిగా తోడ్పడతాయి
5 పరిశోధనకు అవకాశం కలిపిస్తాయి
6 సరియైన నిర్ణయాలు తీసుకోవటానికి ఆధారంగా పనిచేస్తాయి
7 క్షేత్ర లాభానికి తగిన విధంగా ఉపయోగపడతాయి

రిజిష్టర్ల నిర్వహణలో భారతదేశంలో ఎదురయ్యే కష్టనష్టాలు

1 తక్కువ స్థాయి క్షేత్ర నిర్వహణ
2 రైతు లేక కూలి యజమాని నిర్వహణాధికారిగా ఉండటంవల్ల విధి నిర్వహణ వీలుకాదు
3 నిరాక్షరాస్యత రిజిష్టర్ల నిర్వహణ వీలుకాదు వ్యాపారసంబంధ అవగాహన లేకపోవటం
4 క్లిష్టతరమైన వ్యవసాయ పరిశ్రమ
5 మన దేశానికి తగిన విధంగా రికార్డు పుస్తకాలు సరళ రూపంలో లేవు
6 పన్నుల భయం
7 రి స్టర్లపై సరియైన అవగాహన లోపం

క్షేత్ర రిజిష్టర్లు (Farm records)

పట్టు పరిశ్రమలో మల్బరీ తోటల నిర్వహణకు పట్టుపురుగుల పెంపకానికి అధిక ప్రాముఖ్యత ఉంది మల్బరీ ఆకుల నాణ్యతపై పురుగులు ఉత్పత్తి చేసే పట్టుగూళ్ళ నాణ్యత ఆధారపడి ఉంటుంది అంటే పట్టుపంట (Silkworm crop) మల్బరీ తోటపై ఆధారపడి ఉంటుంది కాబట్టి తోట పెంపకంలో నీటిపారుదల ప్రూనింగ్ పద్ధతులు, సేంద్రియ అకర్బన ఎరువుల వినియోగం అంతర కృషి, సస్యరక్షణ చర్యలను సమర్థవంతంగా మంచి యాజమాన్య పద్ధతులతో నిర్వహించాలి ఈ పనులను చక్కగా నిర్వహించటానికి ఈ కింద వివరించిన రిజిష్టర్లను వినియోగించాలి

1 ప్లాట్ రిజిస్టర్ (Plot register)

ఇందులో పొలంలోని ఒక యూనిట్ వైశాల్యంలో ఉన్న ఆకుఉత్పత్తిని అంచనా వేయటానికి సరియైన చర్యలకు వీలవుతుంది ప్రతీ ప్లాటులోని మల్బరీని ఎరువుల వినియోగంతో వృద్ధి చేసి ఆకు దిగుబడిని పెంచటానికి వీలుకలుగుతుంది

2 పని రిజిస్టర్ (Work register)

ఇందులో స్త్రీ, పురుష కూలీల వివరాలుంటాయి తోట నిర్వహణ, అంతరకృషికి వినియోగించిన కూలీల సంఖ్య, ప్రతీ పనికి పట్టిన పనిదినాలు వాటి వివరాలు కూలీల పని సామర్థ్యం వివరాలు ఉంటాయి ఇంకా క్షేత్రంలో ప్రతిరోజు జరిగే పని వివరాలు ఉంటాయి

3 నామినల్ రోల్ (Nominal roll)

ఇందులో కూలీల పేర్లు వివరాలు హాజరు వివరాలు ప్రతీ కూలీకి నిర్దేశించిన పని వివరాలు వేతన వివరాలు ఉంటాయి

4 జాబితా రిజిష్టరు

తోటలో వినియోగించిన పనిముట్ల వివరాలు ఎరువుల నిలవలు రోగకారక క్రిమి నిర్మూలన ద్రవాలు (Disinfectants), ఆకు ఉత్పత్తికయ్యే ఖర్చువివరాలు ఉంటాయి ఇందులో ప్రతీ సంవత్సరంలో ఆర్జించిన స్థిరచరాస్థుల వివరాలు అవి కొన్న తేదీలతోసహా రాయాలి ఇందులో భూమి (క్షేత్రం) విలువ, పరికరాలు గృహం పశువులు, నగదు నిలవలు, ఇంకా ఇతర వివరాలు ఉంటాయి

అంతేకాకుండా ప్రతీ ప్లాటుకు వేసిన ఎరువుల మోతాదు సమయం నీటిపారుదల వివరాలు కూడా ఉంటాయి ఈ ఖర్చుల ఆధారంగా ఆకు ఉత్పత్తి ఖర్చును అంచనా వేయటానికి వీలవుతుంది పెట్టుబడి ఖర్చులు/ఆకు ఉత్పత్తి పరిమాణం = కిలో ఆకుల ఉత్పత్తి ధర వస్తుంది

5 వాతావరణ వివరాల రిజిష్టరు

ఇందులో ఉష్ణోగ్రత తేమ వర్షపాతం వివరాలుంటాయి ప్రతీ రోజు ఉష్ణోగ్రత తేమను లెక్కకట్టి ఇందులో రాయాలి

మల్బరీ ఆకుల ఉత్పత్తిని లెక్కకట్టటం

మల్బరీ తోటలోని ప్లాటులో ఉండే ఆకు ఉత్పత్తిని లెక్క చేయటంవల్ల పట్టు పురుగుల పెంపకానికి తీసుకురావల్సిన గుడ్లను లెక్కకట్టటానికి వీలవుతుంది ఆకు ఉత్పత్తి వివరాలు లేకుండా గుడ్లను బ్రషింగ్ (Brushing) చేసినట్లైతే చివరి దశలో ఆకు సరిపడక నష్టం సంభవిస్తుంది గుడ్లను బ్రషింగ చేయటానికి 10 12 రోజుల ముందుగా లెక్కకట్టాలి

ఆకు ఉత్పత్తిని లెక్కకట్టే పద్ధతి

మొదటగా పొలంలో ఒక ముఖ్యమైన ప్లాటును ఆకు ఉత్పత్తి లెక్కించటానికి ఎంపిక చేయాలి తర్వాత ఈ కింద తెల్పిన క్రమంలో ఆకు ఉత్పత్తి లెక్కించాలి

I ప్లాటులో ఊహించిన మొక్కల సంఖ్య = ఎకరాకు ప్రామాణిక మొక్కల సంఖ్య × ప్లాటు పరిమాణం

$$\text{ఎకరాకు ప్రామాణిక మొక్కల సంఖ్య} = \frac{43560 \text{ ఘ అడుగులు}}{\text{మొక్కల మధ్య దూరం ఘ అడుగులు}}$$

$$\text{మొక్కల మధ్యదూరం } (2 \times 2) \text{ అయినపుడు} = \frac{43560}{2 \times 2} = 10,890$$

ఎకరాకు 10890 మొక్కలుంటాయి

ఎంపికచేసిన ప్లాటు 0 8 ఎకరా అయినపుడు

అందలి మొక్కల సంఖ్య = 10890 × 0 8 = 8712 మొక్కలు

ప్లాటులో ఊహించిన మొక్కల సంఖ్య = 8712 మొక్కలు

II మొక్కల సాంద్రతను ఎంపిక చేసిన ప్లాటులో లెక్కించాలి

ఉండాల్సిన మొక్కలు 200 లకు అందులో నిజంగా ఉన్న మొక్కల సంఖ్యను లెక్కకట్టాలి

$$= \frac{\text{నిజంగా ఉన్న మొక్కల సంఖ్య} \times 100}{200}$$

ఒకవేళ ప్లాటులో 200 మొక్కలకు బదులుగా 150 మొక్కలు ఉంటే

$$\text{మొక్కల సాంద్రత శాతం} = \frac{150 \times 100}{200} = 75\%$$

III నిజంగా ప్లాటులో ఉండే మొక్కల సంఖ్య

$$= \frac{\text{ఊహించిన మొక్కల సంఖ్య} \times \text{మొక్కల సాంద్రత}}{100}$$

$$\text{అపుడు} \quad \frac{8712 \times 75}{100} = 6534$$

IV మొక్కలలో ఆకు ఉత్పత్తిని లెక్కించటానికి మొదట మూడు మొక్కలను యధేచ్ఛగా (Random sample) తీసుకోవాలి

$$\text{తద్వారా ఆకు ఉత్పత్తి లెక్క} - \frac{\text{కోసిన ఆకుల బరువు (కిలోలలో)}}{\text{మొక్కల సంఖ్య}}$$

మూడు మొక్కలలో 0 390 కిలోల ఆకు ఉత్పత్తి అయితే ప్రతీ మొక్కలో

$$\text{ఆకు ఉత్పత్తి} = \frac{0\ 390}{3} = 0\ 130 \text{ కిలోలు}$$

V ఆకు ఉత్పత్తి లెక్కించే రోజు ప్రతీ మొక్కలో ఉండే ఆకు పరిమాణం (బరువును) మొత్తం మొక్కల గుణకంతో సాధించవచ్చు

కాబట్టి 0 130 ×

= 850 కిలోలు

అంటే ఎంపిక చేసిన ప్లాటు 0 8 ఎకరాలో ఆకు ఉత్పత్తి 850 కిలోలు అయితే ఈ ఉత్పత్తి అంచనాకు అత్యధికంగా ఆకు వినియోగ సమయానికి కనీసం 20 రోజుల వ్యవధి ఉంటుంది కాబట్టి ఈ విలువను రెట్టింపు చేసి 20 రోజుల తర్వాత ఆకు ఉత్పత్తిని తెలుసుకోవచ్చు

కాబట్టి 0 8 ఎకరా విస్తీర్ణంలో 850 × 2 = 1700 కిలోల ఆకు ఉత్పత్తి అవుతుంది

ప్రశ్నలు

I ఈ కింది అంశాలకు లఘుటీక రాయండి

1 మీకు తెల్సిన కొన్ని క్షేత్ర రకాలను తెలపండి

2 క్షేత్రం అంటే ఏమిటి ?

3 వ్యవస్థ అంటే ఏమిటి ?

4 కూలీల నిర్వహణలో పాటించవలసిన రెండు అంశాలను తెలపండి

5 క్షేత్రరిజిష్టర్ల పేర్లు తెలపండి

II ఈ కింది వాటిపై వ్యాసాలు రాయండి

1 వివిధ రకాల క్షేత్రాలను తెల్పి కూలీల నిర్వహణను వివరించండి

2 వ్యవసాయ క్షేత్ర రిజిష్టర్ల గురించి వివరించండి

3 ఆకు ఉత్పత్తిని లెక్క కట్టటంవల్ల కలిగే లాభం తెలిపి ఈ కింది వివరాలలో ఉత్పత్తిని లెక్కకట్టండి

ఎంపిక చేసిన ప్లాటు 0 6 ఎకరాలు , మొక్కల మధ్య దూరం 3 × 3 , నిజంగా ఉన్న మొక్కల సంఖ్య 175 , 3 మొక్కల ఆకు బరువు 0 410 కిలోలు

3.

మల్బరీ నర్సరీ పెంపకం

తక్కువ విస్తీర్ణంలో మల్బరీ కటింగ్స్‌ను నారు మొలకలను (Seedlings) ప్రత్యేకంగా పెంచటాన్ని నర్సరీ (Nursery) అంటారు ప్రతీ పంటకు నర్సరీ బాగా తోడ్పడుతుంది ఇందులో అనేక లాభాలున్నాయి తక్కువ విస్తీర్ణంలో ఎక్కువ మొక్కలను పెంచవచ్చు వ్యాధులు చీడలవల్ల నష్టం ఉండదు ఖర్చులు తక్కువ పొలంలో మొక్కలు అక్కడక్కడ చనిపోయి వెలితిగా కనిపించినపుడు చనిపోయిన మొక్కల స్థానంలో నర్సరీలో పెంపకం చేసిన మొక్కలను నాటటానికి అవకాశం ఉంటుంది

నర్సరీ మడి తయారుచేసే విధానం

మొక్కలు సరిగా పెరగటానికి పోషక పదార్థాలు నీరు ఉండే నేల తోడ్పడుతుంది ఇందులో సరియైన pH ఉండాలి నేలలో గాలి, నీరు అధికంగా నిలవ ఉండకూడదు మొక్కలకు ఊతనిచ్చే లక్షణం నేలకు ఉండాలి ఈ లక్షణాలున్న నేలను మంచి యానకం (Good medium) అంటారు ఇసుక బంకమన్ను నేల మంచి యానకంగా మొక్కకు తోడ్పడుతుంది ఈ నేలలో 75 శాతం ఇసుక (Sand), 14 శాతం బురద (Silt) 11 శాతం బంకమన్ను (Clay) ఉంటే చాలా మంచిది ఇక ఇసుక రేణువుల పరిమాణం 1 నుంచి 0 05 మి మీ వ్యాసంతో , బురద రేణువుల పరిమాణం 0 05 0 002 మి మీ వ్యాసంతో , బంకమన్ను రేణువుల పరిమాణం 0 002 మి మీ కంటే తక్కువ ఉండాలి

నర్సరీ మడులను సాధారణంగా వ్యవసాయం సాగుచేసే సమయానికి 4 5 నెలల ముందుగా ఏర్పాటుచేసి కటింగ్స్‌ను లేదా గింజలను నాటాలి వర్షాల ప్రారంభంతో వ్యవసాయ పనులను రైతులు ప్రారంభిస్తారు నేరుగా పొలంలో నాటే కటింగ్స్ కంటే నారు మొలకలను లేదా నర్సరీలో పెంచిన మొక్కలను నాటటం అన్ని విధాలుగా లాభదాయకం

పొలంలో నర్సరీ ఏర్పాటుకు అనువైన స్థలాన్ని ఎంపిక చేసి బాగా లోతుగా ట్రాక్టరుతో దున్నించాలి దీనిని అలాగే 10 15 రోజులుంచాలి తర్వాత నిలువుగా అడ్డంగా నాగలితో మళ్ళీ మట్టి బాగా కలిసేటట్టు దున్నాలి ఈ నేలను 8 × 4 అడుగుల కొలతలుగల నర్సరీ మడిగా తయారు చేయాలి దీనిచుట్టూ 8 10 అంగుళాల గట్టును నీరు పెట్టడానికి వీలుగా 30 45 సెం మీ కాలవలను తయారు చేయాలి మడిలో నేలను బాగా గుల్లగా చేసి ఒక్కొక్క మడికి 20 కిలోల పశువుల పెంటను వేసి బాగా కలపాలి ఈ రకం మళ్ళ నేలకు 7 8 అంగుళాల ఎత్తులో ఉంటాయి ఒక ఎకరంలో 1735 నర్సరీ మళ్ళు తయారవుతాయి

కటింగ్స్ నాటే పద్ధతి

కటింగ్స్‌ను 6 8 నెలల వయస్సు ఉన్న, ముదిరిన గోధుమ వర్ణంలో ఉండే పెన్సిల్ మందంకల కొమ్మలనుంచి తయారు చేయాలి సాగునీటి నర్సరీకి 15 18 సెం మీ పొడవు 3 4 మొగ్గలుకల కటింగ్స్ తయారు చేయాలి వర్షాధార మల్బరీకి 22 24 సెం మీ పొడవు 5 6 మొగ్గల కటింగ్ అవసరం కొమ్మలను కత్తిరించుటకు ముందుగా వ్యాధిసోకినవాటిని ఏరివేయాలి

కటింగ్స్‌ను కత్తిరించేటపుడు చివరలు 45° కోణంతో కాండం పగలకుండా, పై బెరడు చీలకుండా జాగ్రత్తలు తీసుకోవాలి

కటింగ్స్‌ను నాటేటపుడు వరుసల మధ్య 15 సెం మీ మొక్కలు లేదా కటింగ్ మధ్య 10 సెం మీ దూరం ఉండాలి నాటిన కటింగ్స్ ఒక వైపుకు వంగి ఉండాలి అంతేకాకుండా కటింగ్‌లోని ఒక మొగ్గ నేలపైన, మిగిలినవి నేల లోపల ఉండే విధంగా నాటాలి

కటింగ్స్ నిర్వహణ

మడుల అవసరాన్ని అనుసరించి 4 5 రోజులకు ఒకసారి నీరు పెట్టాలి నల్ల బంకమన్ను నేలల్లో 6 7 రోజులకు నీరు పెట్టాలి ఏది ఏమైనా మడి పూర్తిగా ఎండిపోయి, బీటలు వేసినట్లు కనిపించేవరకు ఉంచకుండా తేమ శాతం తగ్గినవెంటనే గమనించి నీరందించాలి

మడిలో తగినంత ఇసుక సేంద్రియ ఎరువు ఉండటంవల్ల కటింగ్స్ చక్కగా అంకురిస్తాయి వేరు వ్యవస్థ బాగా వృద్ధి చెందుతుంది కటింగ్స్‌ను నాటిన 30 40 రోజులకు ఒకసారి, నాటిన 50 రోజులకు రెండవసారి కలుపు తీయాలి కలుపు తీసేటపుడు కటింగ్స్ వేళ్లకు నష్టం కలుగకుండా జాగ్రత్తలు తీసుకోవాలి

నర్సరీ మొక్కలు మొగ్గలు తొడిగిన తర్వాత 5 6 వారాల వయస్సులో ఎరువులను వాడాలి దీనికై కాంప్లెక్స్ ఎరువును (25 25 25) NPK ను హెక్టారుకు ఒక కిలో వినియోగించాలి

నర్సరీ నాటిన నాలుగు నెలలకు నారు మొక్కలు 3 4 అడుగుల పొడవు పెరుగుతాయి వీటిని నేరుగా పొలంలో నాటవచ్చు నర్సరీ మొక్కలను తీయటానికి రెండు మూడు రోజుల ముందు మడికి బాగా నీరందించాలి దీనివల్ల వేరు వ్యవస్థకు నష్టం లేకుండా మొక్కలను పెళ్లగించటానికి వీలవుతుంది మళ్లను పికాక్స్ లేదా కొడవలితో బాగా లోతుగా పెళ్లగించి నారు మొక్కలను జాగ్రత్తగా తీయాలి వీటిని రవాణా చేయటానికి అనువుగా కట్టలను కట్టి తడి గోనె పట్టాలో చుట్టాలి

నారు మొక్కల ఉత్పత్తికి అయ్యే ఖర్చు వివరాలు •

ఒక హెక్టారు విస్తీర్ణంలో 2 లక్షలకు పైగా నారు మొక్కలను ఉత్పత్తి చేయవచ్చు ఇందులో 20 శాతం నష్టం ఊహించవచ్చు వీటి ఉత్పత్తికి అయ్యే ఖర్చు వివరాలను ఈ కింద తెల్పడమైంది

పట్టిక 3 1 నేల తయారీ ఖర్చులు (2 5 లక్షల నారు మొక్కలకు)

క్రమసంఖ్య	పని వివరాలు	డబ్బు రూ పై
1	రెండుసార్లు ట్రాక్టరుతో దున్నించటానికి 5 గంటల పని , గంటకు రూ 100/	500 = 00
2	పశువులచేత దున్నించటానికి – 6 నాగళ్లు నాగలికి రూ 50/ రెండుసార్లు దున్నించటానికి	600 = 00

3	చదును చేయటం, మొక్కలను ఏరటం 10 పని దినాలు , రూ 20/ ఒక్క పనిదినానికి	200 = 00
4	మళ్లు, కాలవలు తయారు చేయటం 30 పని దినాలు , రూ 20/ ఒక్క పని దినానికి	600 = 00
5	పశువుల పెంట మడికి 20 కిలోల చొప్పున 1092 మళ్లకు 22 బండ్లు కావాలి బండికి రూ 150/	3300 = 00
6	పశువుల పెంట చల్లటం, కలపటం 10 పని దినాలు , రూ 20/ చొప్పున	200 = 00
	మొత్తం రూ	5,220 = 00

పట్టిక 3.2 మొక్కలకు, నాటటానికి అయ్యే ఖర్చులు (2 5 లక్షల నారుకు)

క్రమసంఖ్య	పని వివరాలు	డబ్బులు రూ పై
1	మొక్కల ఖర్చు లేదా ఖరీదు, టన్నుకు రూ 300/ (టన్నుకు 25 వేల కటింగ్స్ చొప్పున) 10 టన్నులు	3000 = 00
2	రవాణా ఖర్చులు 3 4 లారీల రవాణా రూ 200/ చొప్పున	800 = 00
3	కటింగ్ తయారీ ఒక్క పనిదినానికి 2500 కటింగ్స్ కాబట్టి 100 పనిదినాలు , రూ 20/ పని దినానికి	2000 = 00
4	BHC 100 కిలోలు , కిలో రూ 5/	500 = 00
5	నాటు వేయటం పని దినానికి 10 మళ్లు 110 పనిదినాలు , రూ 20/ ఒక్క పనిదినానికి	2200 = 00
6	కలుపు తీత 100 పనిదినాలు రూ 20/ పని దినానికి	2000 = 00
7	నీరు పెట్టడం 5 రోజులకు ఒకసారి 3 పనిదినాలు , 25 సార్లు నీరు పెట్టడానికి రూ 20/ ఒక పనిదినానికి	1500 = 00
8	కాంప్లెక్స్ ఎరువు 15 కిలోలు రూ 800/ ల చొప్పున	2000 = 00
9	ఎరువు చల్లటం 6 పనిదినాలు	120 = 00
10	నారు మొక్కలను తీయటం 100 పనిదినాలు	2000 = 00
11	ఇతర ఖర్చులు	500 = 00
	మొత్తం రూ	16,620 = 00

పట్టిక 3.3 తోట పనిముట్ల ఖర్చులు

క్రమసంఖ్య	వివరాలు	సంఖ్య	డబ్బులు రూ పై
1	గడ్డపారలు రూ 100/ కు ఒక్కొటి	5	500 = 00
2	పికాక్స్ రూ 40/ కు ఒక్కొటి	5	200 = 00
3	గొడ్డలి రూ 35/ కు ఒక్కొటి	1	35 = 00
4	ఇనుప తట్టలు రూ 20/ కు ఒక్కొటి	10	200 = 00
5	పారలు రూ 30/ కు ఒక్కొటి	4	120 = 00
6	బిల్ హుక్ రూ 30/ కు ఒక్కొటి	4	120 = 00
7	నీళ్ల డబ్బాలు రూ 50/ కు ఒక్కొటి	5	250 = 00
8	కలుపు తీసే కత్తులు రూ 10/- కి ఒకటి	10	100 = 00
9	పైపు 100 మీటర్లు	1	400 = 00
10	ఇతర సామగ్రి, పదును పెట్టటం		200 = 00
		మొత్తం రూ	2125 = 00

ఈ పనిముట్లను కనీసం 5 సంవత్సరాలు వాడవచ్చు

కాబట్టి సంవత్సరానికి వీటి ధర $\frac{2125}{5}$ = 425 రూపాయలు

పట్టిక 3 4 మల్బరీ నర్సరీ ఆర్థికాంశాలు (2 5 లక్షల నారు మొక్కలకు)

క్రమసంఖ్య	వివరాలు		ధర
1	ఎకరాకు 8 × 4 కొంతల మళ్లు	1735	
2	ఒక్కొక్క పడకకు 195 కటింగ్స్		
3	మొత్తం కటింగ్స్	3,38,325	
4	చనిపోయిన వాటి శాతం పోనూ మిగిలిన మంచి కటింగ్స్ 80%	2,70,660	
5	నేల తయారీ ఖర్చులు		5,220 = 00
6	మొక్కలకు, నాటటానికి అయ్యే ఖర్చులు		16,620 = 00
7	పనిముట్ల ఖర్చులు		2,125 = 00

8	మొత్తం ధర	23,965 = 00
9	నారు మొక్కల ఉత్పత్తి ఖర్చు ఒక్క నారు మొక్కకు	0 11 పైసలు
10	మొత్తం ఆదాయం (270660 నారు మొక్కలను అమ్మినపుడు)	270660 × 0 20
	ఒక నారు మొక్క ధర 0 20 పైసలు	= రూ 54,132 = 00
11	నగదు ఆదాయం ఆరు నెలలకు ఒక హెక్టారు / ఎకరా మల్బరీ నర్సరీకి	10,000 = 00

ప్రశ్నలు

I ఈ క్రింది అంశాలకు లఘుటీక రాయండి

1 నర్సరీకి కావల్సిన పశువుల పెంట ఎరువులు ఏవి ?

2 నర్సరీ నేల లక్షణాలు రాయండి

3 నర్సరీ నాటే పద్ధతిని తెలపండి

II ఈ క్రింది వాటికి వ్యాసాలు రాయండి

1 మల్బరీ నర్సరీ ఆదాయ వ్యయాలను గురించి వివరించండి

4.

మల్బరీ పంట – ఆర్ధికాంశాలు

(Economics of Mulberry)

ప్రతీ పంటకు సంబంధించిన ఆర్థికపరమైన అంశాలు తెలుసుకోవటంవల్ల దానిని సాగుచేసే సమయంలో తగిన చర్యలను తీసుకొని వ్యయాన్ని తగ్గించుకోవటానికి అవకాశం ఉంటుంది సాధారణంగా రైతు తను పెట్టిన పెట్టుబడికి ఎక్కువ రాబడిగల పంటలను ఎంపిక చేసుకొంటాడు తక్కువ సమయంలో ఎక్కువ శ్రమ లేకుండా ఎక్కువ ఆదాయం ఆర్జించాలనే ఆలోచన ప్రతీ రైతుకు ఉంటుంది అయితే చిన్న పంటకు వాణిజ్య పంటలకు యాజమాన్యంలో చాలా తేడా ఉంది మల్బరీ క్షేత్రంలో ఉన్న ఆర్థికాంశాలను ఈ కింద వివరించడమైంది

పరికరాలు

ప్రతీ రైతువద్ద సంబంధిత క్షేత్రాన్ని అనుసరించి తగినన్ని పనిముట్లు పరికరాలు ఉండాలి వీటిని సరిగా వినియోగించడమే కాకుండా వీటిని సరిగా పోషించటం కూడా ముఖ్యమే మల్బరీలో కావల్సిన పనిముట్ల వివరాలు :

క్రమసంఖ్య	పరికరం/పనిముట్ల పేర్లు	కావల్సిన సంఖ్య
1	మౌల్డ్ వెడల్పు నాగళ్లు	01
2	డిస్క్ నాగళ్లు	01
3	దేశీయ నాగళ్లు	04
4	పారలు	10
5	పికాక్స్	06
6	కలుపు తీసే కత్తులు	25
7	ప్రూనింగ్ కత్తులు	25
8	గొడ్డలి	02
9	భిల్ హుక్	02
10	స్ప్రేయర్ (10 లీటర్లు)	01

పట్టిక 4 1 ఒక ఎకరా సాగునీటి మల్బరీని ఏర్పాటు చేయటానికి ప్రారంభ ఖర్చుల వివరాలు

క్రమసంఖ్య	వివరాలు	ధర
I	నేల తయారీ	
1	రెండుసార్లు మౌల్డ్ వెడల్పు నాగళ్ళచే దున్నించటానికి 16 జతల పశువులు రూ 60/ చొప్పున	960=00

2	రెండుసార్లు దేశీయ నాగళ్ళచే దున్నించటానికి 8 జతల పశువులు రూ 50/ చొప్పున	400 = 00
3	కాలవల గట్లు తయారు చేయటం 12 మనుషులు రూ 35/ చొప్పున	420 = 00
II కటింగ్స్ నాటటం		
4	నాలుగు బండ్ల కటింగ్స్ రూ 200/- చొప్పున	800 = 00
5	కటింగ్స్ తయారీ, నాటువేయటం 30 మనుషులు రూ 35/ చొప్పున	1050 = 00
III సేంద్రియ, రసాయనిక ఎరువులు		
6	10 టన్నుల పశువుల పెంట రూ 200/ చొప్పున	2000 = 00
7	ఎరువుల ధర	400 = 00
8	పశువుల పెంటకు ఎరువు చల్లుటకు 8 మనుషులు రూ 35/ చొప్పున	280 = 00
9	కలుపు తీత అంతరకృషి 12 మనుషులు రూ 35/ చొప్పున రెండుసార్లు	840 = 00
IV నీటిపారుదల		
10	మొదటి 6 నెలలలో 10 సార్లు నీరు పెట్టడం రూ 100/ ఒక్కసారి నీరు పెట్టడానికి	1000 = 00
11	ప్రతీసారి ఇద్దరు మనుషులు మొత్తం 10 సార్లు నీరు పెట్టడానికి రూ 35/ చొప్పున	700 = 00
12	ఇతర ఖర్చులు	800 = 00
	మొత్తం రూపాయలు	9650 = 00

ఒకసారి సాగుచేసిన లేదా నాటిన మల్బరీ 15 సంవత్సరాలు ఉంటుంది

కాబట్టి ఈ ఖర్చులను 15 సంవత్సరాలకు పంచాలి

కాబట్టి సంవత్సరం ఖర్చులు $= \frac{9650 = 00}{15} = 643 = 00$

సంవత్సరం ఖర్చులు = రూ 650 = 00 అవుతుంది

పట్టిక : 4.2 మల్బరీ ఏర్పాటు తర్వాత క్షేత్రం పోషణ సంవత్సర ఖర్చులు

క్రమసంఖ్య	వివరాలు	ధర
1	ప్రతీ ప్రూనింగ్ తర్వాత దున్నటం – 5 సార్లు 4 జతల పశువులు రూ 50/ చొప్పున	1000 = 00

2	మొక్కల చుట్టు తవ్వటం, కాలవలను, గట్లను తయారుచేయటం మొత్తం 5 సార్లు 10 మనుషులు రూ 35/ చొప్పున	1750=00
3	పశువుల పెంట ఖర్చులు । 10 టన్నులు రూ 200/ చొప్పున	2000=00
	పొలంలో చల్లటం – 6 మనుషులు రూ 35/ చొప్పున	210=00
4	కృత్రిమ ఎరువుల ఖర్చులు	2500=00
	ఎరువులు చల్లటం–ఇద్దరు మనుషులు రూ 35/ చొప్పున 5 సార్లు	350=00
5	నీటిపారుదల ఖర్చులు 20 సార్లు నీరు పెట్టడం రూ 100/ చొప్పున	2000=00
6	ఇద్దరు మనుషులు ఒక్కసారి నీరు పెట్టడానికి రూ 35/- చొప్పున (20 సార్లు నీరు పెట్టటానికి)	1400=00
7	కలుపుతీత మరియు అంతరకృషి (5 సార్లు) 10 మనుషులు రూ 35/ చొప్పున	1750=00
8	ప్రూనింగ్ ద్వారా ఆకుకోత (5 సార్లు) 6 మనుషులు రూ 35/ చొప్పున	1050=00
9	ఇతర ఖర్చులు	300=00
10	ప్రారంభ ఖర్చుల నుండి సంచిత ధర	650=00
	మొత్తం రూ	14,960=00

ఆకు ఉత్పత్తి సాధారణంగా 10000 12000 కిలోల మధ్య ఉంటుంది

అంటే సరాసరిగా 11000 కిలోలు

కాబట్టి ఆకు ఉత్పత్తి ధరను లెక్కించటానికి = ఖర్చులు/ఆకు ఉత్పత్తి $\frac{14960}{11000}$ = రూ 1 36 పై

ఒక కిలో ఆకు ఉత్పత్తికి రూ 1 40 పై ఖర్చు అవుతుంది ఈ ఖర్చు రాబోయే కాలంలో ఇంకా తక్కువవుతుంది ఈ ఖర్చుల వివరాలు వర్షాధారపు మల్బరీలో దాదాపుగా ఇదే రకంగా ఉంటాయి

ప్రశ్నలు

I ఈ కింది అంశాలకు లఘుటీక రాయండి

1 మీకు తెలిసిన కొన్ని మల్బరీ పనిముట్లను తెలపండి

2 మల్బరీ క్షేత్ర స్థాపనంలో అయ్యే ఖర్చు అంశాలను తెలపండి

II. ఈ కింది వాటిపై వ్యాసాలు రాయండి

1 మల్బరీ క్షేత్రంలో ఆదాయ వ్యయాల గురించి చర్చించండి

5.
మల్బరీ పట్టు మాత్
(Mulberry Silk moth)

పట్టు పరిశ్రమలో నాలుగు రకాల పట్టు కీటకాల ద్వారా మానవుడు వాణిజ్య లాభం పొందుతున్నాడు అవి మల్బరీ, ఎరి, మూగ, టసరి (Mulberry, Eri, Muga Tasar) అన్న పట్టు పురుగులు ఇందులో మల్బరీ తప్ప మిగిలినవన్నీ వన్య రకాలు (Wild types) ప్రపంచంలోని మొత్తం పట్టు ఉత్పత్తిలో మల్బరీ పట్టు 95 శాతం ఉంటుంది సాధారణంగా వాడుకలో ఉండే పట్టు' (Silk) అన్నది మల్బరీ పట్టుకు వర్తిస్తుందని చెప్పవచ్చు మల్బరీ పట్టు పురుగులను మచ్చిక చేసి పట్టు ఉత్పత్తిని అధికంగా పొందుతున్నారు ఈ పట్టు బాంబిక్స్ మోరి *(Bombyx mori (L))* అనే కీటకం ద్వారా ఉత్పత్తవుతోంది ఈ పురుగులు ఎక్కువ పొడవైన పట్టుదారంకల పట్టుగూళ్ళను (Cocoons) ఉత్పత్తి చేయటంవల్ల దారం తీయటం సులభమై పరిశ్రమలలో ముడి పట్టును తద్వారా నాణ్యతకల వస్త్రాలను ఉత్పత్తి చేయటానికి అవకాశం ఉంది

జంతు రాజ్యంలో పట్టుపురుగుల క్రమానుసార స్థానం

Bombyx mori

పట్టు పురుగులు ఆర్థ్రోపాడ (Arthropoda) వర్గంలోని ఇన్‌సెక్టా (Insecta) విభాగానికి చెందుతాయి కీటకాల ముఖ్య లక్షణం – శరీరం మూడు భాగాలుగా అంటే తల ఉరం ఉదరం ఉంటుంది శరీరమంతా ఖండితాలుగా విభజింపబడి ఉంటుంది నమూనా కీటకంలో తలలో ఆరు ఉరంలో మూడు ఉదరంలో పదకొండు ఖండితాలుంటాయి వీటిలో కీళ్ళతో కూడిన ఉపాంగాలు ఉండవచ్చు లేదా లోపించవచ్చు రెండు జతల పలుచని త్వచంవంటి రెక్కలుంటాయి

ఇన్‌సెక్టాను ఎప్టెరిగోటా (Apterigota), టెరిగోటా (Pterigota) అనే రెండు ఉప తరగతులుగా విభజించారు ఎప్టెరిగోటాలో రెక్కలు లేని ఆదిమ కీటకాలను చేర్చారు ఇందులో నాలుగు క్రమాలు ఉన్నాయి టెరిగోటాను ఎక్సోటెరిగోటా ఎండోటెరిగోటా అనే రెండు పరిచ్ఛేదాలుగా చేసారు ఎక్సోటెరిగోటాలో 18 క్రమాలు ఎండోటెరిగోటాలో 11 క్రమాలు ఉన్నాయి ఎండోటెరిగోటాలోని లెపిడాప్టెరా (Lepidoptera) క్రమంలో పట్టుపురుగులను చేర్చాబు ఇవే కాకుండా సీతాకోక చిలుకలు ఇతర మాత్‌లు కూడా ఇందులో ఉన్నాయి ఈ క్రమంలోని బాంబికాయిడియ (Bombycoidea) అనే అధికుటుంబానికి అన్ని రకాల పట్టుపురుగులు చెందుతాయి ఈ కుటుంబంలో జంబికా స్పర్శాంగం (Maxillary palps), కర్ణభేరిత్వచ అవయవాలు (Tympanal organs) లోపించి ఉంటాయి తుండం అరుదుగా అభివృద్ధి చెందుతుంది స్పర్శశృంగం పురుష కీటకాలలో పెక్టిన్‌తో (Pectin) చేయబడి ఉంటుంది శరీరంపై పలుచని పొలుసులుంటాయి రెండు రెక్కలలో Cu_2 ఉండదు పరరెక్కలో Sc, R1, Rs అనేవి కణానికి అడ్డు ఈనెతో కలపబడ ఉంటాయి బాంబికాయిడియాలో ఎనిమిది కుటుంబాలు ఉన్నాయి ఇందులోని బాంబిసిడేలో మచ్చిక చేసిన పట్టుపురుగులనూ సాటర్నిడే (Saturnidae) లో మచ్చిక చేయని (Wild silkworms) వన్యమైన పట్టు పురుగులమ చేర్చారు

1 బాంబిక్స్ మోరి - సాధారణంగా పెంచే కీటకం
2 బాంబిక్స్ మడరిన మచ్చిక చేయని పంశకర్తలు
3 ,, ,, దసలి పట్టు వన్య రకాల
4 ఆంథీరియ ప్రొయిలి దసలి పట్టు పట్టు పురుగులు
5 ఫిలోసామియ రిసిని ఎరి పట్టు
6 ఆంథీరియ అస్సామెన్సిస్ మూగ పట్టు

పట్టు పురుగు వర్గీకరణ :

వర్గం	-	ఆర్థ్రోపొడ
తరగతి	-	ఇన్ సెక్టా
ఉపతరగతి	-	టెరిగోట
పరిచ్ఛేదం	-	ఎండోటెరిగోట
క్రమం	-	లెపిడాప్టెరా
అధి కుటుంబం	-	బాంబికాయిడియ
కుటుంబం	-	బాంబిసిడే
జాతి	-	బాంబిక్స్
ప్రజాతి	-	బాంబిక్స్ మోరి (L)

పట్టుపురుగు జీవితచరిత్ర

పట్టు పురుగు జీవిత చరిత్రలో నాలుగు దశలు ఉన్నాయి అవి గుడ్డు డింభకం ప్యూపా మాత్ అనేవి మొత్తం జీవిత చరిత్ర 43 53 రోజులలో పూర్తవుతుంది

1 గుడ్డు దశ	---	9 10 రోజులు
2 డింభక దశ	---	22 26 రోజులు
3 ప్యూపా దశ	---	10 12 రోజులు
4 ప్రౌఢ దశ	---	2 3 రోజులు

1 గుడ్డు (Egg)

ఇవి చిన్నగా ఉండి ఒక గ్రాముకు 2000 గుడ్లు తూగుతాయి (పటం 5 1 1A) ఇవి 1 1 3 మి మీ పొడవు 0 9 1 2 మి మీ వెడల్పు ఉంటాయి ఇవి అండాకారంలో బల్లపరుపుగా లేదా బల్లపరుపుగా, పూర్వ ధృవంలో (Anterior pole) అండ ద్వారం (Micropyle) తో ఉంటాయి యూరోపియన్ తరంలో గుడ్లు పెద్దవిగా బరువుగా ఉంటాయి పసుపురంగు పట్టు గూళ్ళను అల్లే పట్టుపురుగులు ముదురు పసుపు వర్ణం గుడ్లను, తెల్లటి పట్టుకాయలను అల్లేవి పాలిపోయిన పసుపురంగు గుడ్లను పెడతాయి బైవోల్టిన్ యునివోల్టిన్ తరం గుడ్లు ముదురు గోధుమ లేదా ఊదా రంగులో ఉంటాయి ఇవి సుప్తావస్థకు (Hibernation) వెళ్తాయి

A. గుడ్లు

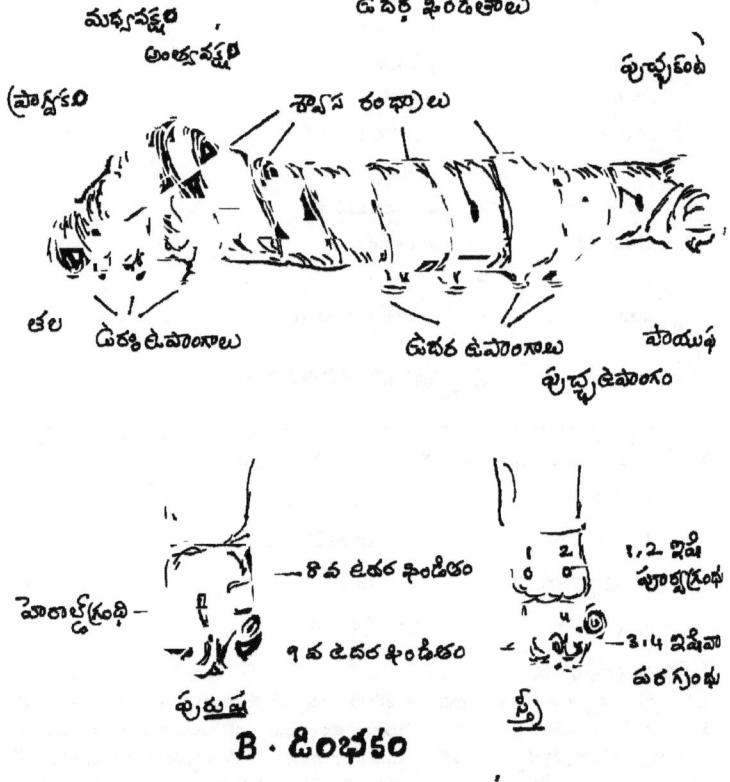

B . డింభకం

పటం 5 1 (1) పట్టుపురుగు జీవిత చరిత్ర

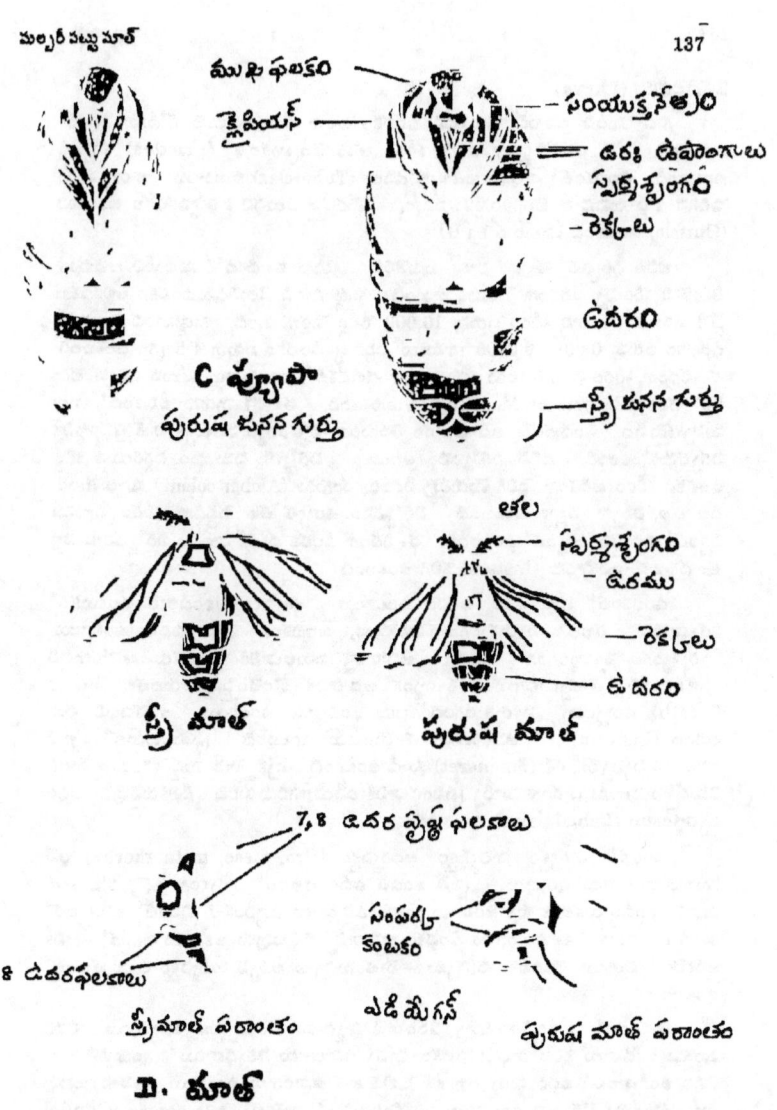

ముఖ ఫలకం
క్లైపియస్
సంయుక్తనేత్రం
ఉరః ఉపాంగాలు
స్పర్శశృంగం
రెక్కలు
ఉదరం
C ప్యూపా
పురుష జనన గుర్తు
స్త్రీ జనన గుర్తు
తల
స్పర్శశృంగం
ఉరము
రెక్కలు
ఉదరం
స్త్రీ మాత్
పురుష మాత్
7, 8 ఉదర పృష్ఠ ఫలకాలు
సంపర్క కంటకం
8 ఉదరఫలకాలు
ఎడీయేగస్
స్త్రీమాత్ పరాంతం
పురుష మాత్ పరాంతం

పటం 51 (ii) పట్టుపురుగు జీవిత చరిత్ర

2 డింభకం (Larva)

గుడ్డు నుంచి అప్పుడే వెలువడిన డింభకం నల్లగా లేదా ముదురు గోధుమ వర్ణంలో ఉంటుంది దీని తల పెద్దదిగా ఉండి, శరీరం అనేక వెంట్రుకలతో (Bristles) కప్పబడి ఉంటుంది డింభకంలో నాలుగు జతల బొడిపెలు (Tubercles) ఉంటాయి లార్వా శరీరం పెరిగిన కొద్దీ నునుపుగా లేత రంగుకు వస్తుంది శరీరంపై పలుచని స్థితిస్థాపకతగల అవభాసిని (Cuticle) ఉంటుంది (పటం 5 1 i B)

జీవిత చరిత్రలో ఈ దశ చాలా చురుకైనది పురుగు ఈ దశలోనే మల్బరీని ఆహారంగా తీసుకొని శరీరాన్ని అధికంగా పెంచుకొంటుంది గుడ్డు నుంచి వెలువడిన డింభకం అల్లికదశకు చేరే సమయానికి దాని శరీరం బరువు 10,000 రెట్లు పెరుగుతుంది గుడ్డునుంచి వెలువడిన డింభకం బరువు 0 0003 0 0005 గ్రాములు పరిపక్వ డింభకం బరువు 4 5 గ్రా ఉంటుంది ఈ విధంగా శరీరం పెరుగుదలకు అనుగుణంగా ఈ దశలో నాలుగుసార్లు కుబుస విసర్జన లేదా నిర్మోచనం (Ecdysis or Moulting) జరుగుతుంది ఈ దశ పురుగు జీవితంలో చాలా సున్నితమైనది ఎందుకంటే అది ఆహారం తినకుండా పాతచర్మం వదల్చుకొని కొత్తచర్మాన్ని ఏర్పరచుకొంటుంది దీనినే నిర్మోచనం అంటారు నిర్మోచన సమయం దగ్గరయిన కొద్దీ డింభకం శరీరం అధికంగా పెరిగి మెరుస్తూ ఏంబరు రంగుకు (Amber colour) మారుతుంది దీని తల చిన్నగా నల్లగా ఉంటుంది నిర్మోచనం తర్వాత తల పెద్దదిగా శరీరం చిలుము వర్ణంతో వదులైన చర్మంతో ఉంటుంది ఈ విధంగా డింభక దశలో నాలుగు నిర్మోచనాల వల్ల ఈ దశ ఐదు ఇన్‌స్టార్లను (Instars) కలిగి ఉంటుంది

డింభకంలో తల ఉరం ఉదరం ఉంటాయి తల ఆరు ఖండితాల కలయికతో ఏర్పడింది తలలో స్పర్శశృంగం హనువులు, జంబికలు కింది పెదవి ఉంటాయి ‌ర్శశృంగం స్పర్శాంగంగా హనువులు ఆహారాన్ని నమలటానికి జంబికలు ఆహారరుచిని ‌చూచటానికి తోడ్పడుతాయి స్పర్శాంగ ఆధారానికి కొంచెంపైన ఆరుజతల నేత్రాలు (celli) ఉన్నాయి స్పర్శశృంగంలో ఐదు ఖండితాలు ఉంటాయి కిందిపెదవి లేదా అధరం (Labium) లో అవభాసినిసహిత మెంటమ్ ఉంటుంది ప్రీమెంటమ్‌లో నల్లటి అవభాసిని స్పిన్నరెట్‌తో (Spinneret) కూడి ఉంటుంది స్పిన్నరెట్ పట్టు గ్రంధుల నుంచి విడుదలైన పట్టును దారంగా మార్చి స్రవించటానికి ఉపయోగపడుతుంది దీనికిరువైపులా అధర స్పర్శాంగాలు (Labial palps) ఉంటాయి

ఉరంలో ప్రాగ్వక్షం మధ్యవక్షం అంత్యవక్షం (Pro, meso, meta thorax) అనే మూడు ఖండితాలు ఉంటాయి ప్రతీ ఖండిత ఉదర తలంలో పార్శ్వంగా ఒక్కొక్క జత మూడు ఖండితాలుకల కాళ్ళు ఉంటాయి ఈ ఉపాంగాలు స్థూపంవలె, చివరలో కొక్కెంతో కూడి ఉంటాయి ఈ ఉపాంగాలు డింభకం ఆహారాన్ని తినేటపుడు ఆకులను పట్టుకోవటానికి ఉపయోగపడతాయి డింభకం మచ్చలు - నేత్ర మచ్చలు అన్నవి మధ్యవక్షం పృష్ఠ తలంలో ఉంటాయి

ఉదరంలో 11 ఖండితాలున్నా కేవలం తొమ్మిది మాత్రం స్పష్టంగా కన్పిస్తాయి చివరి మూడు ఖండితాలు కలిసి పాయు ఫలకం, పుచ్ఛ ఉపాంగాలు ఏర్పడతాయి ఇందుల్లో 3-6, చివరి ఖండితాలలో ఉదర పార్శ్వంగా ఒక్కొక్క జత ఉపాంగాలు ఉంటాయి ఇవి మాంసపు ముద్దవలె కీళ్ళు లేకుండా ఉంటాయి ఎనిమిదవ పృష్ఠ భాగంలో పుచ్ఛ కంటకం (Caudal horn) ఉంటుంది డింభకంలో 4 5 ఇన్‌స్టార్‌లలో 8 9 ఖండితాలలో ఉదరంగా లైంగిక గుర్తులు (Sexual marking) కనిపిస్తాయి స్త్రీ డింభకంలో ఎనిమిదవ ఖండితంలో ఒక జత తొమ్మిదవ ఖండితంలో ఒక జత ఇషివాట (Ishiwata) గ్రంధులు ఉంటాయి పురుష

డింభకంలో 8 9 ఖండితాల మధ్య ఒక తెల్లటి మచ్చ – హెరాల్డ్ (Herold) గ్రంథి ఉంటుంది డింభకంలో పార్శ్వంగా తొమ్మిది జతల శ్వాస రంధ్రాలు (ఖండితాని కొక్కటి) ఉంటాయి శరీర ఉపరితలంలో అనేక ముడుతలుంటాయి శ్వాస రంధ్రాలు ఒక జత మొదటి ఉరః ఖండితంలోనూ మిగిలిన ఎనిమిది మొదటి ఎనిమిది ఉదర ఖండితాలలోనూ ఉంటాయి

3 ప్యూపా

జీవిత చరిత్రలో ఇది విశ్రాంతి దశ ఈ దశలో డింభకం అంతరాంగ అవయవాలు పూర్తిగా మార్పు చెంది ప్రౌఢ కీటకం ఏర్పడుతుంది మొదట డింభకం పూర్వప్యూపాగా మారి ఆ తర్వాత ప్యూపాగా మారుతుంది తొలిదశలో ప్యూపా తెలుపు రంగుతో మృదువుగా ఉండి నెమ్మదిగా క్రమంగా ముదురు గోధుమ రంగులోకి మారుతూ దృఢమైన చర్మాన్ని ఏర్పరచుకొంటుంది ప్యూపాలో ఒక జత పెద్ద సంయుక్త నేత్రాలు (Compound eyes), ఒక జత పొడవైన పెద్ద స్పర్శశృంగాలు రెండు జతల రెక్కలు ఉపాంగాలు ఉంటాయి శరీర ఉదర తలంలో పది ఉదర ఖండితాలు కన్పించగా పృష్ఠ తలంలో తొమ్మిది మాత్రమే కన్పిస్తాయి ఉదర తలంలో ఏడు జతల శ్వాస రంధ్రాలు ఉంటాయి ఇందులో చివరి జత శ్వాస రంధ్రాలు పనిచేయవు ప్యూపాలో లైంగిక గుర్తులు చాలా స్పష్టంగా కనిపిస్తాయి (పటం 5 1 ii C) స్త్రీ ప్యూపాలో ఎనిమిదవ ఉదర ఖండిత మధ్యలో ఆయతచార (Longitudinal line) లేదా X గుర్తు ఉంటుంది ఈ రకం లక్షణం పురుష ప్యూపాలో కనిపించదు అంతేకాకుండా స్త్రీ ప్యూపా ఉదరం పురుష ప్యూపా కంటే లావుగా లేదా వెడల్పుగా ఉంటుంది

4 ప్రౌఢ కీటకం (Adult moth)

ఈ కీటకాలను మచ్చిక చేయడంవల్ల ఎగిరే లక్షణాన్ని కోల్పోయాయి దీని స్వల్ప జీవితకాలంలో ఆహారం తీసుకోదు శరీరమంతా పలుచని పొలుసులచే కప్పబడి ఉంటుంది శరీరంలో తల ఉరం ఉదరం అన్న భాగాలు ఉంటాయి తలకు ఇరువైపులలో సంయుక్త నేత్రాలు ఉంటాయి నేత్రాలు లేవు స్పర్శశృంగాలు స్పష్టంగా పెద్దగా అవభాసిని సహితంగా ఉంటాయి

ఉరంలో ఉండే మూడు ఖండితాల ఉదర తలంలో, ఖండితానికి ఒక జత చొప్పున మూడు జతల చలనాంగాలు ఉంటాయి ప్రతి చలనాంగంలో ఐదు ఖండితాలు ఉంటాయి మధ్య వక్షం అంత్యవక్షం పృష్ఠ తలాలలో ఒక్కొక్క జత రెక్కలు ఉంటాయి కీటకం విశ్రాంతి దశలో ముందు రెక్కలు వెనుక రెక్కలను కప్పివేస్తాయి ఉదరంలో పురుష మాత్‌లో ఎనిమిది స్త్రీ మాత్‌లో ఏడు ఖండితాలు ఉంటాయి ఆరు జతల శ్వాస రంధ్రాలు శరీర పార్శ్వంలో ఉంటాయి

మాత్ స్వరూపాన్నిబట్టి స్త్రీ, పురుష కీటకాలను గుర్తించవచ్చు (పటం 5 1 ii D) స్త్రీ కీటకం శరీరం ఉదరం పెద్దగా ఉంటుంది ఇది సోమరిగా ఉంటుంది స్పర్శశృంగం కొంచెం గుబురుగా (Bushy) ఉంటుంది కీటకం వాల భాగం గుండ్రటి తమ్మెలా పొడుచుకువచ్చిన జ్ఞాన రోమాలతో (Sensory hairs) కూడుకొని ఉంటుంది పురుష కీటకం చిన్నదిగా చాలా చురుకుగా ఉంటుంది దీనిలో స్పర్శశృంగం ఎక్కువ గుబురుగా ఉంటుంది దీని పుచ్ఛ లేదా వాల భాగంలో ఒక జత కొక్కెములుంటాయి వీటిని హార్ప్స్ (Harps) అంటారు ఇవి సంపర్క క్రియలో తోడ్పడుతాయి ప్రౌఢ కీటకాలు సంపర్కం తర్వాత చనిపోతాయి

ప్రశ్నలు

I ఈ కింది అంశాలకు లఘుటీక రాయండి

1 పట్టు పురుగు రకాలను తెలపండి

2 పట్టు పురుగు శాస్త్రీయ నామం ఏమిటి ?

3 పట్టుపురుగుల కుటుంబం పేరు ఏమిటి ?

4 వన్యరకాలైన పట్టు పురుగులేవి ?

5 పట్టు పురుగు వర్గీకరణ రాయండి

6 నిర్మోచనం అంటే ఏమిటి ?

7 పట్టు పురుగు జీవిత చరిత్రలో ఎన్ని ఇన్‌స్టార్‌లు ఉంటాయి ?

8 స్పిన్నరెట్ ఉపయోగం తెలపండి

9 స్త్రీ పురుష ప్యూపాలను ఎట్లా గుర్తిస్తారు ?

10 స్త్రీ పురుష మాత్‌లను ఎట్లా గుర్తిస్తారు ?

II. ఈ కింది వాటికి వ్యాసాలు రాయండి

1 జంతు రాజ్యంలో పట్టు పురుగుల క్రమానుసార స్థానం గురించి వివరించండి

2 పట్టు పురుగు జీవిత చరిత్రను వివరించండి

6.

గుడ్ల ఉత్పత్తి కేంద్రం – అందులోని పరికరాలు

(Equipment of Grainage)

ఆరోగ్యమైన వ్యాధిరహిత (DFL Disease free laying) గుడ్లను అధిక సంఖ్యలో ఉత్పత్తి చేసే కేంద్రాన్ని గ్రెయినేజ్ అంటారు ఇందులో శుద్ధ లేదా సంకరరకం గుడ్లను ఉత్పత్తి చేస్తారు పట్టు పరిశ్రమ బాగా అభివృద్ధి చెందిన లేదా ప్రాచుర్యం పొందిన ప్రాంతాలలో ఈ గుడ్ల ఉత్పత్తి కేంద్రాలను స్థాపించటంవల్ల ఉత్పత్తి అయిన గుడ్లు ఆ ప్రాంతం రైతులకు అందుబాటులో ఉంటాయి ఈ కేంద్రం ఆరోగ్యమైన వాతావరణంలో ఉండాలి దీని చుట్టూ విషవాయువులను వెదజల్లే కర్మాగారాలు ఎరువుల కర్మాగారాలు ఉండకూడదు అంతేకాకుండా మురికి చెత్తాచెదారం ఉండకూడదు ఈ కేంద్రంలో గాలి, వెలుతురు పరోక్షంగా అందటానికి వీలుగా ఉండాలి గదులు విశాలంగా ఉంటే అన్ని విధాల సౌకర్యంగా ఉంటుంది

గ్రెయినేజ్ భవనం

ఇందులో సాంకేతిక శిక్షణ పొందిన నిష్ణాతుల ఆధ్వర్యంలో అధిక సంఖ్యలో వ్యాధిరహిత పట్టుపురుగుగుడ్లు ఉత్పత్తి అవుతాయి ఇందుకు అనుగుణంగా భవనం దాని పరిసరాలు ఉండాలి భవనాన్ని చక్కటి ప్లానింగ్‌తో నిర్మించాలి ఇందులో సరియైన వాతావరణ పరిస్థితులు నెలకొల్పటానికి తద్వార నాణ్యమైన గుడ్లను ఉత్పత్తి చేయటానికి అవకాశ ముంటుంది ఇందులో గుడ్ల గూళ్ల నిలవకు మాత్‌ల నిలవకు గుడ్ల తయారీకి అవసరమైన స్థలం ఆరోగ్యకరమైన పరిస్థితులను నెలకొల్ప ఉండాలి

గ్రెయినేజ్ భవనంలో ఉండవలసిన అంశాలు :

1 గుడ్ల గూళ్ల సేకరణ, పరీక్షించే గదులు

2 గుడ్ల గూళ్లు లేదా ప్యూపా నిలవ గదులు

3 మాత్‌లను జతచేసే మరియు విడదీసే గదులు

4 గుడ్లు పెట్టటానికి గదులు (Egg laying chambers)

5 మాత్‌లను పరీక్ష చేసే హాలు (Moth examination hall)

6 గుడ్ల ప్రోసెసింగ్ ప్రయోగశాల (Egg processing lab)

7 పొదిగించుటకు గదులు (Incubation chamber)

8 శీతల నిలవ గదులు (Cold storage rooms)

9 కార్యాలయం నిద్రించేచోటు (Office and Dormitory)

10 సాధారణ గూళ్ల రంధ్రాలగూళ్ల నిలవగదులు

గ్రెయినేజ్ భవనం పరిమాణం గుడ్ల ఉత్పత్తి లక్ష్యంపై ఆధారపడుతుంది ఈ కింద సంవత్సరానికి 25 లక్షల గుడ్లను (DFL s) ఉత్పత్తి చేయటానికి నమూనా గ్రెయినేజ్ ప్లాను తెల్పడమైంది ఇది ఉత్తర – దక్షిణ దిక్కులో ఉండాలి

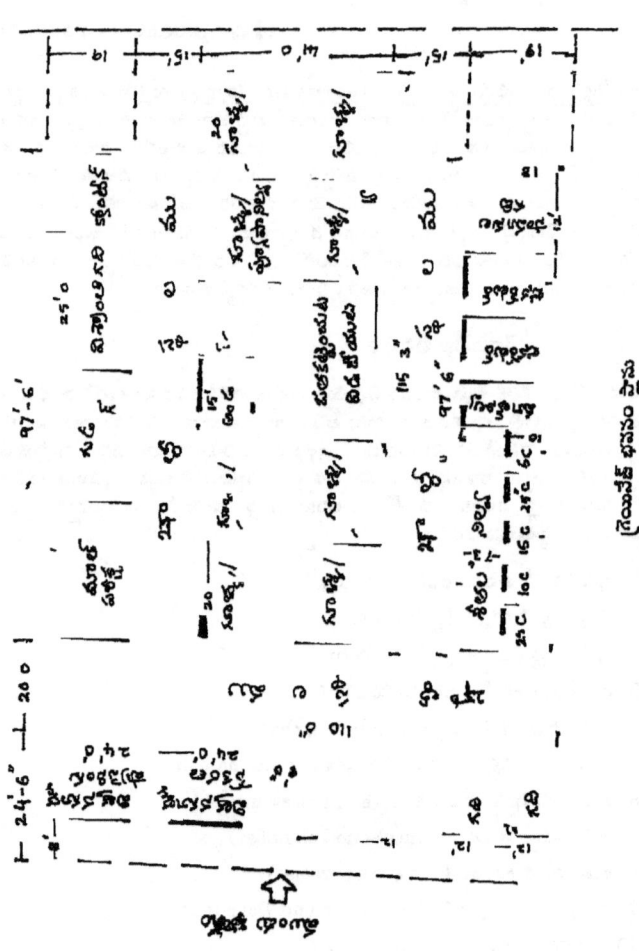

గ్రెయినేజ్ భవనం ప్రశాంతమైన చల్లని ప్రదేశంలో ఉండాలి పారిశ్రామికంగా గుడ్లు ఉత్పత్తిచేసే గ్రెయినేజ్ గుడ్ల ప్రాంతాలలో ఉంటే మంచిది గుడ్ల గూళ్ల ఉత్పత్తికి దగ్గరగా ఉండటం వల్ల అటు రైతులకు అన్ని రకాలుగా సాంకేతిక పరిజ్ఞానం ఉన్న విస్తాతుల ఆధ్వర్యంలో పురుగుల పెంపకం జరపటానికి వీలుంది

గ్రెయినేజ్ పరికరాలు

పట్టుపురుగు గుడ్లఉత్పత్తికి కావలసిన పరికరాలు వాటి అవసరం గురించి కింద వివరించడ మైంది

1 కర్రస్టాండు

గ్రెయినేట్ లో పట్టు గూళ్లను పూ లను మాత్ లను తట్టలలో నిలవ చేయుటకు ఇది ఉపయోగపడుతుంది ఇందులో పది త లను ఉంచటానికి వీలవుతుంది ఇది 228 6 సెం మీ ఎత్తు, 144 8 సెం మీ వెడల్పు, 61 సెం మందం ఉంటుంది (పటం 6 2 A)

2 తట్టలు (Trays)

వీటిని పట్టుకాయలు ప్యూపాలు, మాత్ లను నిలవ చేయటానికి వాడతారు ఇందులో వివిధ రకాలు వేరు వేరు పరిమాణాల్లో ఆకారాల్లో ఉన్నాయి (పటం 6 2 B, C, D)

A. వెదురు తట్టలు

వీటిని పట్టు గూళ్ల నిలవకు గ్రెయినేజ్ లలో వాడతారు ఇవి చాలా తేలికగా ఉంటాయి వీటిని రవాణా చేయటం శుభ్రం చేయటం చాలా సులభం అంతేకాకుండా ప్రతి గ్రామంలో వీటిని తయారుచేసుకోవటానికి వీలుంది ఇవి చవకగా లభిస్తాయి ఈ తట్టలు 137 2 సెం మీ వ్యాసంలో ఉంటాయి

B కర్ర తట్టలు

వీటి అడుగుభాగం ప్లైవుడ్ తో తయారు చేయబడి ఉంటుంది వీటి అడుగున ఇనుపపల కూడా వేయవచ్చు ఈ తట్టలను మాత్ ల సంపర్కానికి గుడ్లు పెట్టించటానికి ఉపయోగిస్తారు ఇది 91 5 × 61 సెం మీ పరిమాణంలో ఉంటుంది

3 నీళ్ళ దిమె లు (Ant wells)

పట్టుగూ కు మాత్ లకు గ్రెయినేజ్ లో అధికంగా నష్టం కలుగచేసేవి చీమలు చీమలను అరికట్టుటకు వీ వి వాడతారు కర్రస్టాండు కాళ్ళను ఈ దిమ్మెలపై నిలబెట్టాలి ఈ దిమ్మెలో ఉన్న గాడిలో నీరు పోయడంవల్ల చీమలు స్టాండు పైకి రావటానికి వీలుండదు ఈ రకమైన దిమ్మెలను సిమెంటుతో చేస్తారు ఇది 21 × 21 సెం మీ కొలతతో ఉంటాయి (పటం 6 3B)

ఇవే కాకుండా ఎనామిల్ పళ్ళెం లేదా ప్లాస్టిక్ పళె ం లేదా వెడల్పు మూతికల ప్లాస్టిక్ గిన్నెను కూడా ఇందుకు వాడవచ్చు కొన్నిసార్లు కిరోసి లో ముంచిన గుడ్డను గమేగ్జిన్ ను స్టాండు కాళ్ళ చుట్టూ వేసి కూడా చీమలను అరికట్టవచ్చు

4 బేసిన్ స్టాండు (ఇనుపది)

ఇందులో 2 శాతం ఫార్మాలిన్ ద్రావాన్ని పోసి ఉంచాలి గదిలోకి వెళ్లటానికి ముందుగా చేతులను రోగకారక క్రిమి నిర్మూలన చేయటానికి దీనినుపయోగిస్తారు పట్టు గూళ్లగది మాత్ ల గది గుడ్ల గదులలోకి చేతులద్వారా సూక్ష్మ జీవులు ప్రవేశించటం అరికట్టటం తప్పనిసరి (పటం 6 3A)

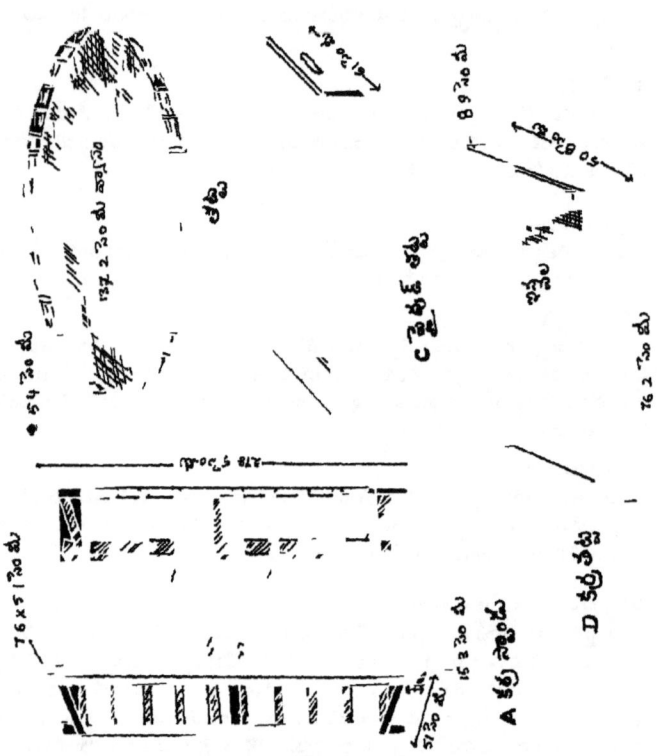

5 సెల్యూల్ (Cellule)

ఇది ప్లాస్టిక్ నిర్మాణం, నల్లగా ఉంటుంది ఇది 3 2 సెం మీ ఎత్తు, 5 1 సెం మీ వ్యాసంతో ఉంటుంది ఇది జతకట్టించిన మాత్‌లను గుడ్లు పెట్టే మాత్‌ను కప్పి వేయటానికి ఉపయోగిస్తారు దీనివల్ల కీటకానికి పాక్షికంగా చీకటిని ఏర్పరచటానికి వీలవుతుంది ఈ ప్రక్రియ అధిక ఫలదీకరణానికి మంచిది (పటం 6 3 C)

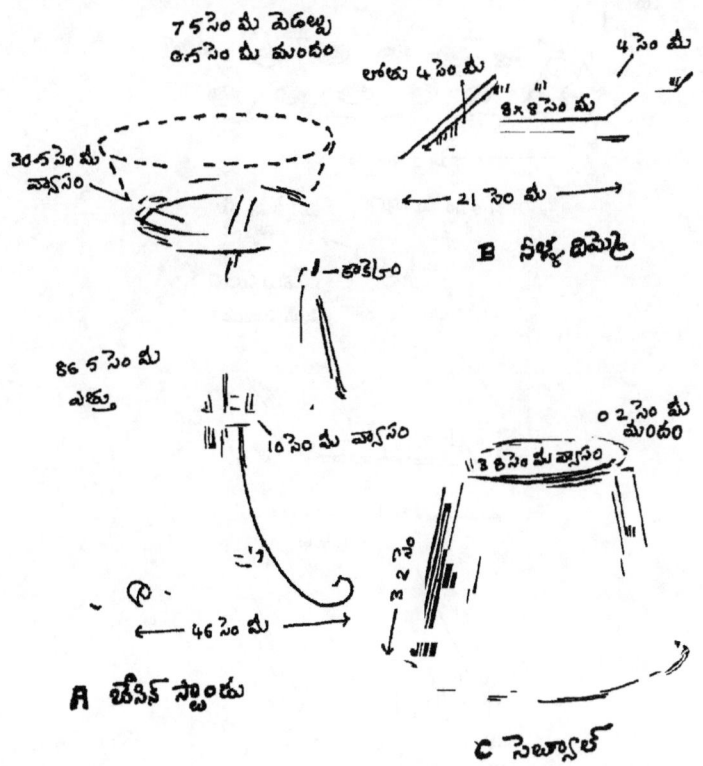

పటం 6 3 గ్రెయినేజ్ పరికరాలు

6 సూక్ష్మదర్శిని

తల్లిమాత్ గుడ్లు పెట్టగానే పరీక్షించటం ప్యూపాను పరీక్షించటం అవసరం దీనివల్ల పెబ్రిన్ వ్యాధిని గుర్తించటానికి వీలవుతుంది వ్యాధిరహిత గుడ్ల ఉత్పత్తికి మాత్‌పరీక్ష తోడ్పడుతుంది

7 మాత్ క్రషింగ్ పరికరాలు (Moth crushing set)

వీటిని పింగాణీతో చేస్తారు ఇందులో 10 కల్వములు (Mortars) వీటికి సరిపోయే ముసలాలు (Pestles) ఉంటాయి వీటితో మాత్‌లను బాగా నూరి ఆ ద్రవంలో పెబ్రిన్ వ్యాధి కారకాల కోసం సూక్ష్మదర్శినిలో గమనించాలి పెబ్రిన్ సోకిన గుడ్లను పురుగుల పెంపకానికి వినియోగించరు ఈ ప్రక్రియను పెద్ద గ్రెయినేజ్‌లలో యంత్రపరికరాల ద్వారా చేస్తున్నారు

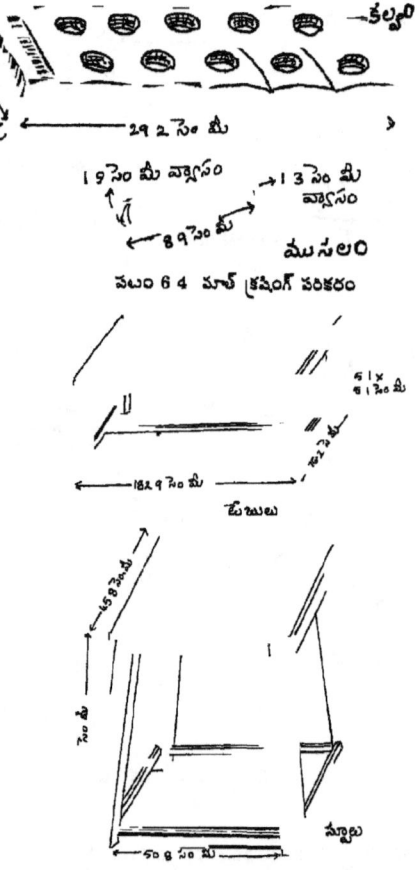

పటం 6 4 మాత్ క్రషింగ్ పరికరం

పటం 6 5 మాత్ పరీక్షకు టేబుల్, స్టూలు

8 మాల్ పరీక్షకు బల్ల, స్టూలు :

ఇవి కర్ర నిర్మితాలు టేబుల్ 182 9 × 76 2 సెం మీ పొడవు, వెడల్పు ఉంటుంది స్టూలు 61 సెం మీ ఎత్తు, 50 8 సెం మీ వెడల్పు ఉంటుంది వీటిని మాల్ పరీక్ష చేసేటపుడు వాడతారు మాల్ క్రషింగ్ పరికరం, స్లైడు, కవర్ గ్లాస్ నీరు లేదా KOH ను సూక్ష్మదర్శిని బల్లపై ఉంచి పరీక్ష చేస్తారు (పటం 6 5)

9 తడి మరియు పొడి ధర్మామీటరు (Dry

దీనితో గది ఉష్ణోగ్రతను సాపేక్ష తేమను కొలుస్తారు

10 హైగ్రోమీటరు (Hygrometer)

ఇది గ్రెయినేజ్ లో కలు

11 ఆమ్ల చికిత్స తొట్టె

దీనితో యునివోల్టిన్ బైవోల్టిన్ గుడ్లకు ఆమ్లచికిత్స చేసి నిద్రావస్థను ఆపుతారు దీని వలన అవి పొదగబడతాయి (పటం 6 6)

పటం 6 6 ఆమ్ల చికిత్స పరికరం

12 హైడ్రో

ఇది ఆమ్ల చికిత్సలోనూ విడిగుడ్ల తయారీలోనూ వాడే ఆమ్లం ఉప్పునీటి విశిష్ట గురుత్వం లేదా తారతమ్య సాంద్రతను (Specific gravity) గుర్తించటానికి ఉపయోగ పడుతుంది

13 పనికి ఉపయోగించే స్టాండు

దీనిపై తట్టలనుంచి, పట్టు గూళ్లను మాల్ లను ఎంపిక చేయటం సంపర్కాం చేయించటం మొదలైన పనులు చేస్తారు గ్రెయినేజ్ లో ఈ పనులను చాలా చురుకుగా వేగంగా నిలబడి చేస్తారు కాబట్టి అందుకు తగినట్లుగా ఈ స్టాండు ఎత్తుగా ఉంటుంది

14 స్ప్రేయర్ (Sprayer)

దీనితో గ్రెయినేజ్ గదిని రోగకారకక్రిమి నిర్మూలన చేస్తారు అంతేకాకుండా పరికరాలను కూడా నీటితో శుభ్రం చేసి తిరిగి రోగకారకక్రిమినిర్మూలన చేస్తారు

15 క్రేట్లు (Crates) వీటిలో పురుష మాత్ లను నిలవ చేస్తారు

16 రిఫ్రిజిరేటరు (Refrigerator)

మాత్ లను సింక్రనైజ్ (Synchronize) చేయటానికిగాను, వెలువడిన పురుష మాత్ లను కేట్లలో ఉంచి ఇందులో నిలవ చేస్తారు రెండవసారి సంపర్కానికి ఉపయోగించే పురుష మా లను కూడా ఇందులో నిలవ చేస్తారు

17 ఇంకుబేటర్ (Incubator)

ఇందులో పట్టు పురుగు గుడ్లను 23-25°C ఉష్ణోగ్రత 80 85 శాతం సాపేక్ష తేమలో ఉంచినట్లైతే పిండం ఒకే రకంగా అభివృద్ధి చెందుతుంది

18 ఫార్మాలిన్ చాప (Formalin mat)

ఇది ఇనుప రేకుతో తయారు చేస్తారు ఈ తట్టలో గోనె సంచిని వేసి దానిపై 2 శాతం ఫార్మాలిన్ ద్రావాన్ని పోయాలి గ్రెయినేజ్ గదులలోకి వెళ్లేటపుడు కాళ్ళను ఈ తట్టలో ఉంచాలి దీనివలన కాళ్ళకు అంటుకొని ఉన్న క్రిములు నిర్మూలించబడతాయి

19 ముసుగు (Mask)

మాత్ లు పట్టు గూళ్ల నుంచి వెలువడే సమయంలో వాటి పొలుసులు అధికంగా గాలిలో విస్తరిస్తాయి గ్రెయినేజ్ పనులను చేసేటపుడు ఈ పొలుసుల నుంచి దుమ్ము, ధూళినుంచి, ఘాటైన ఫార్మాలిన్ వాసనమంచి తట్టు వేసుకోవాలి

20 ఇతర పరికరాలు :

స్లైడ్ తొలగించే యంత్రం పట్టుగూళ్లను కత్తిరించే యంత్రం, హిరనాఫెల్రిన్ సెపరేటర్, మాత్ క్రషింగ్ యంత్రం ఎయిర్ కండీషనర్ లేదా ఎయిర్ కూలర్, స్లైడ్ల డబ్బా కవర్ గ్లాస్ల డబ్బా, విద్యుత్తు పొయ్యి, గుడ్ల కాగితాలు విడిగుడ్ల డబ్బాలు, గడియారం, మొదలైనవి కూడా గ్రెయినేజ్ లో అవసరం

ఈ పరికరాలను సక్రమంగా వినియోగించి నాణ్యతకల రోగరహిత గుడ్లను ఉత్పత్తి చేయాలి

ప్రశ్నలు

I ఈ క్రింది అంశాలకు లఘుటీక రాయండి

1 గ్రెయినేజ్ అంటే ఏమిటి ?

2 DFL అంటే ఏమిటి ?

3 గ్రెయినేజ్ భవనంలో కావల్సిన అంశాలను తెలపండి

4 ఏవేని నాల్గు గ్రెయినేజ్ పరికరాలను తెలపండి

5 సెల్యూల్ ఉపయోగం ఏమిటి ?

6 గ్రెయినేజ్ లో నీళ్ళ దిమ్మెల ఉపయోగం ఏమిటి ?

7 మాత్ క్రషింగ్ పరికరం పటం గీచి భాగాలను గుర్తించండి

8 హైగ్రోమీటరు ఉపయోగం తెలపండి

9 ఇంకుబేటరు ఉపయోగం ఏమిటి ?

10 నీళ్ళ దిమ్మె పటం గీచి భాగాలను గుర్తించండి

II ఈ కింది వాటికి వ్యాసాలు రాయండి

1 గ్రెయినేజ్ భవన నిర్మాణం తెలిపి, తట్టలు, మాత్ క్రషింగ్ పరికారాలను పటాల సహాయంతో వివరించండి

2 గ్రెయినేజ్ పరికరాలను తెలపండి సెల్యూల్ నీళ్ల దిమ్మె, క్రస్టాండు గురించి రాయండి

7.

జనకతరాలు – వాటి విస్తరణ

(Parental Races and their distribution)

పట్టుపురుగులను శరీర ధర్మాలను, జీవావరణాన్ని అనుసరించి వర్గీకరించారు ఇందులో వోల్టినిజం (Voltinism) ప్రకారం యునివోల్టిన్, బైవోల్టిన్ మల్టివోల్టిన్ (Univoltine, Bivoltine and Multivoltine) అనే రకాలున్నాయి ఇక మల్టివోల్టిన్ డింభకం నిర్మోచన క్రియానుసారంగా పట్టు పురుగులను మూడు నిర్మోచనాలు, నాలుగు నిర్మోచనాలు, ఐదు నిర్మోచనాలు ఆరు నిర్మోచనాల సమూహాలుగా వర్గీకరించారు ఇక పట్టుపురుగుల పుట్టుక ఆధారంగా జపాన్ చైనా, యూరోప్ ఉష్ణప్రాంత తరాలుగా వర్గీకరించారు ఇవేకాకుండా నిర్మోచనం, పట్టుగూళ్ల రంగు, ఆకారం ఇంకా ఇతర లక్షణాల ఆధారంగా కూడా అనేక వర్గీకరణాలు ఉన్నాయి

జపాన్‌లో పస్తుతం ఉన్న రకాలన్నీ పై విధంగా వర్గీకరించబడినవే అవి నాల్గు నిర్మోచనాల బైవోల్టి జపాన్ తరం చైనా తరం ఇక ఈ రెండింటి మధ్య సంపర్కం జరిపి జపాన్-చైనా సంకర విత్తనాలను (గుడ్లు) తయారుచేసి రైతులకు సరఫరా చేస్తారు పట్టు పరిశ్రమ అన్ని ప్రాంతాలలో ప్రస్తుతం వాడుకలో ఉన్న రకాలన్నీ పైన తెలిపిన నాల్గు తరాలలో ఉన్న మంచి లక్షణాలతో రూపొందిన సంకరరకాలు ఈ పట్టు పురుగుల జనకతరాల లక్షణాలు ఈ కింద వివరించడమైంది

I. చైనా తరం :

1 గ్రుడ్లు

వీటికి లేత పసుపు కర్పరం ఉంటుంది వీటిలో సిరోహాజిరాన్ (Sirohazeran) తక్కువగా ఉంటుంది

2 డింభకం (Larva)

ఇది సాధారణంగా తెలుపు రంగులో గుండ్రటి శరీర ఆకృతితో ఉంటుంది నిర్మోచన క్రియలో తెలుపు రంగులోనూ పండినపుడు (Ripe) అంటే స్పిన్నింగ్ దశలో (Spinning stage) నీలి రంగులోనూ ఉంటుంది ఈ డింభకాలు చాలా తొందరగా పెరుగుతాయి డింభక దశ చాలా తక్కువ కాలం ఉంటుంది డింభకం మూడు నిర్మోచనాలు పూర్తి చేస్తుంది ఇవి గాలి ఉష్ణోగ్రత తేమ తేడాలను గుర్తించవు ఇవి మస్కార్డిన్ (Muscardine) వ్యాధిని తట్టుకోలేవు

3

ఇవి బంగారు తెలుపు పసుపు, ఊదా రంగులలో ఉంటాయి ఇవి అండాకారంలోనూ (Oval shape), అప్పుడప్పుడు కదురు (Spindle) ఆకారంలోనూ ఉంటాయి ఈ గూళ్లలో దారం చాలా పొడవుగా ఉంటుంది దారం బాగా తీయవచ్చు (Good reelability) ఇవి యునివోల్టిన్ బైవోల్టిన్ పాలివోల్టిన్ (Univoltine Bivoltine and polyvoltine) రకాలు

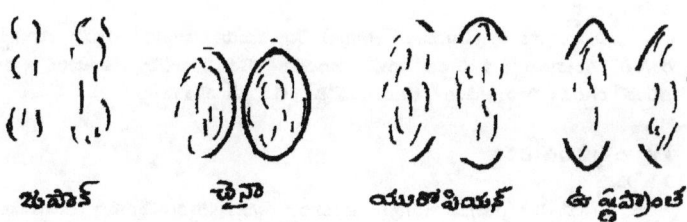

జపాన్
చైనా
యురోపియన్
ఉష్ణప్రాంత

పటం.7 1 జనకతరాలు – పట్టు గూళ్లు

II యూరోపియన్ తరం :

1 గుడ్లు :

ఇవి పెద్దవిగా, బరువుగా ఉంటాయి, క్రమరహితంగా పొదగబడతాయి (Hatching)

2 డింభకం :

శరీరం చాలా పొడవుగా, పెద్దదిగా ఉంటుంది శరీరంపై కొద్దిగా డింభక గుర్తులు (Larval markings) ఉంటాయి ఇవి నిర్మోచన దశలో పసుపు రంగులోనూ, పండినపుడు ఎరుపు రంగులోనూ ఉంటాయి ఇవి చాలా నెమ్మదిగా (ప్రత్యేకంగా చివరి దశ పురుగులు) పెరుగుతాయి కాని డింభకాలు అతిగా ఆకులను తింటాయి ఇవి అనారోగ్య వాతావరణాన్ని గుర్తిస్తాయి వీటిని పెంచటం చాలా కష్టం వీటికి పెబ్రిన్, మస్కార్డిన్ (Pebrine, Muscardine),C - వైరస్ వ్యాధులు వస్తాయి

3 పట్టు గూళ్లు :

ఇవి పొడవుగా అండాకారంలో తెలుపు లేదా లేత పసుపు రంగులో ఉంటాయి ఈ గూళ్లలో ఖాళీ పట్టుగూడు బరువు అధికంగా ఉంటుంది పెంపకంలో ద్వంద్వ గూళ్ళు (Double cocoons) తక్కువగా ఏర్పడతాయి ఈ గూళ్ళలో సెరిసిన్ (Sericin) ఎక్కువగా ఉండి దారం తీయటం చాలా సులువుగా ఉంటుంది ఇవి యునివోల్టిన్ రకం గూళ్లు

III. జపాన్ తరం :

1 గుడ్లు :

ఇవి అనేక రంగులతో ఉండే నిద్రావస్థకు లోనుకాని గుడ్లు ఇందులో అనేక తెల్లని కుళ్ళిన గుడ్లు ఏర్పడతాయి వర్ణకదశ (Pigment stage) తర్వాత అనేక గుడ్లు చనిపోతాయి

2 డింభకం :

సాధారణంగా డింభక గుర్తులు క్వైల్ (Quail) ఉంటాయి శరీరం నలుపు రంగులో ఉంటుంది డింభకం నిర్మోచన దశలో పసుపు రంగులోనూ పండిన దశలో ఎరుపుగానూ ఉంటుంది ఈ పురుగులు కొంచెం నెమ్మదిగా పెరుగుతాయి కాబట్టి ఈ దశ ఎక్కువ

రోజాలు కొనసాగుతుంది పురుగులు ఆకులను నెమ్మదిగా తింటాయి ఆకుల వాణ్యతను గుర్తించవు వీటిలో NF రకం వైరస్ వ్యాధి వస్తుంది

3 పట్టుగూళ్లు :

ఇవి ముద్గరాకారం (Dumbell shape) లేదా కదురు ఆకారంలో తెలుపు లేదా గడ్డి రంగులో ఉంటాయి కాయలలో దారం మందంగా తక్కువ పొడవుగా ఉంటుంది ఈ తరంలో ద్వంద్వ గూళ్ల అధికం ఇవి యునివోల్టిన్, బైవోల్టిన్ రకం గూళ్లు

IV ఉష్ణప్రాంత తరం ·

1 గ్రుడ్లు

ఇవి చిన్నవిగా తక్కువ బరువులో ఉంటాయి గుడ్ల కర్పరం మెరుస్తూ (Lustrous) ఉంటుంది

2 డింభకం

ఇవి చిన్నవిగా పొడవుగా దృఢమైన శరీరంతో ఉంటాయి ఈ దశ శుద్ధ మైసూర్ తరంలో తప్ప మిగిలిన వాటిలో తొందరంగా పూర్తవుతుంది వీటిలో మస్కార్డిన్ వ్యాధి వస్తుంది

3 పట్టు గూళ్లు

ఇవి కదురు ఆకారంలో పసుపు/ఆకుపచ్చ రంగులో ఉంటాయి ఈ గూళ్ళలో ఎక్కువ *ఫ్లాస్ (Floss) వల్ల ఖాళీ పట్టుగూడు బరువు తక్కువ ఉంటుంది ఈ కాయల్లో దారం పలుచగా ఉంటుంది ఇవి పాలివోల్టిన్ రకం గూళ్ళు

ప్రశ్నలు

I ఈ కింది అంశాలకు లఘుటీక రాయండి

1 పట్టు పురుగుల వర్గీకరణ దేని ఆధారంగా జరిగింది

2 వోల్టినిజమ్ ప్రకారం పట్టు పురుగుల రకాలెన్ని ?

3 పట్టు పురుగుల జనకతరాలను తెలపండి ?

4 పట్టు పురుగు జనకతరాల పట్టుగూళ్ళ పటాలను గీయండి ?

II ఈ కింది వాటికి వ్యాసాలు రాయండి

1 పట్టు పురుగు జనకతరాల గురించి వివరించండి

*ఫ్లాస్ పట్టుగూడులో వదులుగా, తెంపులతో ఉండే ప్రాథమికపొరను ఫ్లాస్ అంటారు

8.

గుడ్ల సాంకేతిక రంగం

(Seed Technology)

పట్టు పరిశ్రమకు పట్టు పురుగుల గుడ్లు (Seeds) వెన్నెముక వంటివి నాణ్యమైన గుడ్ల ఉత్పత్తి పట్టు పరిశ్రమ ప్రగతికి తోడ్పడుతుంది పట్టు పురుగు గుడ్ల నాణ తకు గుడ్ల గూళ్లకు (Seed cocoons) మధ్య సంబంధం ఉంది అందువల్ల గుడ్ల గూళ్ల ఉ ్పత్తి, ఎంపిక చేసిన రైతులవద్ద సాంకేతిక నిపుణుల సహకారంతో జరుగుతుంది తర్వాత డ్ల గూళ్లను బాగా పరీక్షించి గుడ్లను (Layings) ఉత్పత్తి చేయాలి ఇందువల్ల రోగరహిత లేయింగ్ ఉత్పత్తికి (Disease free layings DFL s) అవకాశం ఉంది ఈ రకం లేయింగ్స్‌ను గ్రెయినేజ్ లో ఉత్పత్తి చేయటానికి ఉపయోగించే గూళ్లను (Cocoons) "గుడ్ల లేదా విత్తనపు గూళ్లు (Seed Cocoons) అంటారు పూర్వం మనదేశంలో గుడ్ల ఉత్పత్తి కేవలం దేశీయ మల్టీవోల్టిన్ రకంతో (Indigenous multivoltine) జరిగేది 1920లో దేశీయ విదేశీ బైవోల్టిన్ లతో సంకర గుడ్ల (Hybrid eggs) ఉత్పత్తి ప్రారంభమైంది ఈ ఉత్పత్తి ప్రోత్సాహకరంగా లేదు 1970 లో అధిక ఉత్పత్తినిచ్చే బైవోల్టిన్ రకాలను ప్రవేశ పెట్టారు

ప్రస్తుతం మూడు రకాల సంకర రకాలున్నాయి

అవి-సాంప్రదాయ రకం (లోకల్ మల్టివోల్టిన్ × పాత బైవోల్టిన్) , అభివృద్ధి వినిమయాలు (Improved crosses) లోకల్ మల్టీవోల్టిన్ × కొత్త బైవోల్టిన్ , బైవోల్టిన్ వినిమయాలు (బైవోల్టిన్ × బైవోల్టిన్) వీటినుంచి వాణిజ్య ఉత్పత్తి చేస్తున్నారు అయితే ఎక్కువ పట్టు ఉత్పత్తి మాత్రం అభివృద్ధి వినిమయాల (Improved crosses) నుంచి జరుగుతుంది ఈ గుడ్ల ఉత్పత్తికి మల్టీవోల్టిన్, బైవోల్టిన్ పితృ తరాలను శుద్ధ తరాలుగా (Pure races) గా కాపాడాలి ఇది ఒక మంచి విత్తన సంఘం (Sound Seed Organisation) వలన వీలవుతుంది గుడ్ల ఉత్పత్తిలో ఉన్న అంశాలు బ్రీడర్స్ నిలవ (Breeder s stock) , బేసిక్ విత్తన ఉత్పత్తి (Basic seed multiplication), పారిశ్రామిక గుడ్ల ఉత్పత్తి (Industrial seed production), పట్టు పరిశ్రమ పరిశోధనా సంస్థలలో కల బ్రీడర్స్ నిలవ నుంచి బేసిక్ విత్తన ఉత్పత్తి కోసం గుడ్లను అందిస్తారు బేసిక్ విత్తన ఉత్పత్తిలో P_4, P_3 P_2, P_1 అనే వరుసల్లో జరుగుతుంది అయితే మూడు వరుసల్లో (P_3 P_2 P_1) ఉత్పత్తి మంచిది పట్టు పరిశ్రమ అభివృద్ధి చెందిన దేశాల్లో ఈ పద్ధతిని ఆచరిస్తారు ఇందులో ప్రపితామహుల విత్తనాలు P_3 (Great Grand parent seed), పితామహుల విత్తనాలు P_2 (Grand parent seed) ప్రభుత్వ ఆధీనంలో ఉంటాయి P_3 నుంచి విత్తనాలను P_2 కు పంపిస్తారు వీటినుంచి పారిశ్రామికంగా విత్తన ఉత్పత్తికి P_2 నుంచి P_1 కు విత్తనాలను తీసుకు వస్తారు P_1 సంస్థలు ప్రభుత్వ, ప్రభుత్వేతర సంస్థలు ఇందులో P_1 సంస్థలు ఎంపిక చేసిన ప్రాంతాలలో ఏర్పాటు చేస్తారు

పట్టిక 8 1 బేసిక్ విత్తన వినిమయానికి ఆదర్శాలు :

క్రమ సంఖ్య	లక్షణాలు	బైవోల్టీన్			మల్టీవోల్టీన్		
		P_3	P_2	P_1	P_3	P_2	P_1
1	గుడ్లు / లేయింగ్	500	450	400	400	350	300
2	పొదగబడే శాతం	90%	90%	85%	90%	90%	90%
3	ఎఫెక్టివ్ రేట్ ఆఫ్ రేరింగ్ (ERR)	80%	75%	60%	90%	75%	65%
4	ప్యూపా ఏర్పడే శాతం	90%	90%	90%	95%	90%	90%
5	ఒక పట్టుకాయ బరువు	1 8గ్రా	1 5గ్రా	1 4గ్రా	1 1గ్రా	1 0గ్రా	1 0గ్రా
6	పట్టు నిష్పత్తి	20%	20%	18%	13%	13%	12%

ఆధారం : *Appropriate* *1987*

గుడ్ల గూళ్ల పెంపకంపై ప్రాథమిక పరీక్షలు :

P_2 క్షేత్రాలలో ఉత్పత్తి చేసిన P_1 గుడ్లను ఎంపిక చేసిన ప్రాంతంలో రైతులకు పట్టు పురుగుల పెంపకానికి ఇస్తారు ప్రభుత్వం ఈ ప్రాంతాలను విత్తన గుడ్ల ప్రాంతాలుగా (Seed area) గుర్తిస్తుంది ఈ రైతులను ఎంపికయిన విత్తన గూళ్ల పెంపకదారులు (Selected seed rearers) అంటారు వీరు ప్రభుత్వ పట్టుపరిశ్రమ ఆదేశాలకు అవసరాలకు అనుగుణంగా దారి ఆజమాయిషీలో పట్టు పురుగులను పెంచి మంచి గూళ్లను ఉత్పత్తి చేయాలి ఇందుకై వీరికి పారిశ్రామిక పట్టు గూళ్లకంటే $1\frac{1}{2}$ - 2 రెట్లు అధిక ధర గిట్టుబాటు అవుతుంది విత్తన గుడ్ల ప్రాంతాలనుంచి గూళ్లను కొనేటపుడు ఈ కింది అంశాలు గమనించాలి

1 ఇవి పట్టు పరిశ్రమ నిపుణుల ఆధ్వర్యంలో పెంచినవి రోగరహితమూ అని నిర్ధారించినవై ఉండాలి

2 గూళ్లను కొనేముందు జీర్ణనాళ పరీక్ష (Gut examination) చేయాలి

3 ఈ గూళ్లు ఆరోగ్యంగా, రోగరహితంగా ఉండాలి వ్యాధిసోకిన గూళ్లను పూర్తిగా నిరాకరించాలి

4 గూళ్లలో కొద్దిమాత్రం పెబ్రిన్ వ్యాధి ఉన్నపుడు వాటిని కొనగూడదు

5 జీవమున్న ప్యూపాల శాతం 90 ఉండాలి

6 [illegible] ట్ లోనే తొలగించాలి

7 జనక తరం పేర్లు తెలియని గూళ్లు కొనగూడదు

8 నిర్ణయించిన ఉత్పత్తిని మించిన పంట ఉత్పత్తులను కొనాలి

9 అధిక ప్యూపా బరువుకల గూళ్లను కొనగూడదు

10 తర్వాత ప్రమాణాలను అనుసరించి ధర నిర్ణయించాలి

ఎంపిక చేసిన పట్టుగూళ్ల ఎఫెక్టివ్ రేట్ ఆఫ్ రేరింగ్ -
ERR), ప్యూపా బరువు, పట్టుగూడు బరువు, పట్టు నిష్పత్తి, చెడిన గూళ్ల శాతం, మంచి గూళ్ల శాతం, దారం పొడవు, మందం (5 పట్టు గూళ్లవి), ఫ్లాస్ మొదలగు వాటిని లెక్కకట్టాలి పట్టు గూళ్ల ఆకారం, రంగు, పరిమాణం ఒకే రకంగా ఉండాలి ఈ అంశాలకు అవసరమైన వాటిని పట్టిక 8 1లో తెల్పడమైంది

పట్టు గూళ్ల

ధర నిర్ణయించే రోజున 100 లేయింగ్స్‌కు 30 కిలోల బైవోల్టిన్, మల్టివోల్టిన్‌వి 20 కిలోలుండాలి పట్టుగూళ్ల సంఖ్య కిలోకు 550-700 బైవోల్టిన్ 850-1100 మల్టివోల్టిన్‌వి ఉండాలి

ధర నిర్ణయవిధానం :

a) ప్రమాణ పట్టుగూళ్ల సంఖ్య
బైవోల్టిన్ కిలోకి 650 , మల్టివోల్టిన్ కిలోకి 1000.

b) ప్రమాణ ప్రభుత్వం నిర్ణయిస్తుంది

c) రైతు తెచ్చిన గూళ్ల సంఖ్య కిలో ఒక్కింటికి

$$\text{కిలో గూళ్లధర} = \frac{\text{ప్రమాణ ధర} \times \text{కిలోకి ప్రమాణ గూళ్ళ సంఖ్య}}{\text{రైతు తెచ్చిన గూళ్ళ సంఖ్య కిలో ఒక్కింటికి}}$$

మాదిరి లెక్క :

రైతు తెచ్చిన బైవోల్టిన్ గూళ్లు 36 కిలోలు ఇవి కిలో ఒక్కింటికి 640 గూళ్ళు తూగాయి ప్రభుత్వం నిర్ణయించిన ధర 120 రూపాయలు / కిలో అయినట్లయితే రైతుకు రావలసిన డబ్బు లెక్కకట్టండి.

ప్రమాణ గూళ్లు - 650/కిలో

ప్రభుత్వం నిర్ణయించిన ధర కిలోకు = 120 రూపాయలు

రైతు తెచ్చిన గూళ్ల సంఖ్య కిలోకు = 640

$$\text{కిలో ధర} = \frac{\text{ప్రమాణ ధర} \times \text{ప్రమాణ గూళ్ల సంఖ్య కిలోకు}}{\text{రైతు తెచ్చిన గూళ్ల సంఖ్య కిలోకు}}$$

$$= \frac{120 \times 650}{640}$$

$$= \frac{78000}{640} = 121.87$$

కిలో ధర రూ 121 87 పైసలు

రైతు తెచ్చి

అయితే రూ 121 87 × 36 కిలోలు = రూ 4387 32 పైసలు

రైతుకు రావల్సిన మొత్తం పైకం రూ 4387 32 పైసలు

పట్టు గూళ్ల రవాణా

విత్తనం గూళ్లను చిన్న వెదురు బుట్టలు లేదా రంధ్రాల పెట్టెలలో చాలా పదులుగా నింపి రవాణా చేయాలి గూళ్లను బాగా కుదించి నింపితే శ్వాసక్రియ ఇతర శరీర ధర్మాలవల్ల వేడెక్కి ప్యూపాలు చనిపోతాయి గూళ్లను లేత ఎండలో (ఉదయం లేదా సాయంత్రం) రవాణా చేయాలి ఎక్కువ దూరం రవాణా చేసినపుడు వీటికి 24 26° ఉష్ణోగ్రత 70 80 శాతం సాపేక్ష తేమ ఉండాలి

గ్రెయినేజ్ తయారీ

గుడ్లగూళ్లను గ్రెయినేజ్‌కు రవాణా చేయటానికి ముందుగా భవనాన్ని, పరికరాలను శుభ్రంచేసి 2 శాతం ఫార్మలిన్‌తో రోగకారక క్రిమి నిర్మూలన చేయాలి

మొదటగా గూళ్లనుంచి వివిధ రకాల చెడిన గూళ్లను వేరు చేయాలి ఇందులో ద్వంద్వ గూళ్లు రంధ్రాల గూళ్లు వెలుపల బయట మరకలు ఉన్న గూళ్లు మొనదేలిన గూళ్లు పలుచని గూళ్లు సరిగా ఏర్పడని గూళ్లు అధిక ఫ్లాస్ (Floss) గూళ్లు, మధ్యలో పలుచగా ఉండే గూళ్లు ఉంటాయి (పటం 8 1)

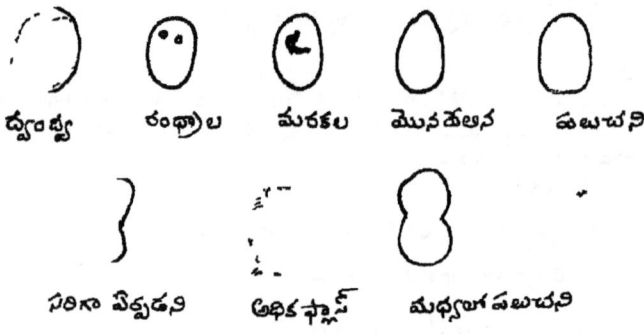

ద్వంద్వ
రంధ్రాల
మరకల
మొనదేలిన
పలుచని
సరిగా ఏర్పడని
అధిక ఫ్లాస్
మధ్యలో పలుచని

పటం 8 1 వివిధ రకాల చెడిన గూళ్ళు

1 చెడిన గూళ్ల

$$= \frac{\text{చెడిన గూళ బరువు}}{\text{మొత్తం గూళ్ల బరువు}} \times 100$$

లేదా

$$= \frac{\text{చెడిన గూళ్ల సంఖ్య}}{\text{మొత్తం గూళ్ల సంఖ్య}} \times 100$$

2 $\text{మంచి గూళ్ల శాతం} = \frac{\text{మంచి గూళ్ల బరువు}}{\text{మొత్తం గూళ్ల బరువు}} \times 100$

లేదా

$= \frac{\text{మంచి గూళ్ల సంఖ్య}}{\text{మొత్తం గూళ్ల సంఖ్య}} \times 100$

ప్యూపా బరువును, పట్టుగూడు బరువును సున్నితపు త్రాసుతో కనుక్కోవాలి వీటి ఆధారంగా పట్టు నిష్పత్తిని లెక్కించాలి

3 $\text{పట్టు నిష్పత్తి} = \frac{\text{ఖాళీ పటుగూడు బరువు}}{\text{పట్టుగూడు బరువు}} \times 100$

4 దారం పొడవును ఎప్రువె (Ep rouvette) తో కనుక్కోవాలి భారతదేశపు మల్టీవోల్టిన్ శుద్ధ రకంలో 300 400 మీట మ వోల్టిన్ సంకర రకాలలో 400 500 మీటర్లు కొత్త రకం సంకరాలలో 600 800 మీట , కాశ్మీ హైబ్రీడ్‌లలో 800 1200 మీటర్లు దారం ఉంటుంది దారం పొడవును ఎప్రువెట్ట చుట్టుకొలతల ఆధారంగా లెక్కకట్టాలి

ఒక ఎప్రువెట్ట చుట్టు కొలత $= \frac{9}{8}$ మీటర్లు లేదా 1 125 మీ

లేదా

400 ఎప్రువెట్ట చుట్టు కొలతలు = 450 మీటర్లు

5 $\text{డినియర్} = \frac{\text{రీలింగ్ చేసిన దారం బరువు (గ్రా)}}{\text{దారం పొడవు}} \times 9000$

6 ప్యూపా పరీక్ష :

దీనికోసం ప్రతి కుప్పనుంచి 20 ప్యూపాలను తీసుకొని పెబ్రిన్ వ్యాధికోసం పరీక్ష చేయాలి ప్యూపా రెక్కల దిగువగా ఉదర తలంపై చిన్న గాటు చేసి కొంచెం వత్తాలి దీనినుంచి మధ్యాంతర నాళం (Mid gut) వెలుపలికి వస్తుంది దీనిని కత్తిరించి మాల్ క్రషింగ్ పరికరంలో వేసి కొన్ని చుక్కల పొటాషియం హైడ్రాక్సైడు ద్రావణం కూడా చేర్చి బాగా మెత్తగా నూరాలి దీనినుంచి ఒక చుక్కను గాజుపలకపై వేసి కవర్ పేనుంచి(Mounting) సూక్ష్మదర్శినిలో గమనించాలి (600 రెట్లు మాగ్నిఫికేషన్) పరీక్షించిన 0 ప్యూపాలలో ఒక్క ప్యూపాలో పెబ్రిన్ కన్పించినా ఆ రైతునుంచి తెచ్చిన గూళ్లను మొత్తం నిరాకరించాలి

7 త్వరితం చేయబడిన ఎక్లోషన్ పరీక్ష

కొన్ని గూళ్లను తీసుకొని 30 32° ఉష్ణోగ్రతలో ఉంచాలి దీనివల్ల ఎక్లోషన్ తొందరగా జరిగి 2 3 రోజులలో మాత్‌లు వెలువడుతాయి వీటిని మాత్ పరీక్ష చేయాలి దీనివల్ల వ్యాధిని ముందుగా గుర్తించటానికి వీలుకలిగి నష్టం జరగదు దీనిలో వ్యాధి గుర్తించనపుడు మామూలు పరిస్థితులలో మొట్టమొదట వెలువడిన మాత్‌లను కూడా పరీక్షించాలి

పట్టుగూళ్లను కత్తిరించి లైంగికంగా వేరు చేయటం :

పట్టుగూళ్లను కత్తిరించి లైంగికంగా వేరుచేసి ఉంచినప్పుడు ఎక్లోషన్ (Ecolosion) శాతం పెరుగుతుంది బైవోల్టిన్ గూడు చాలా మందంగా ఉండటంవల్ల వెలువడుట లేదా ఎక్లోషన్ సులభం అవుతుంది మల్టీవోల్టిన్ గూళ్లు పలుచగా ఉండటంవల్ల నష్టం జరిగే అవకాశాలు చాలా ఎక్కువ ఈ గూళ్ళు పలుచగా అల్లబడి ఉంటాయి గూళ్లను లైంగిక పరంగా వేరుచేసి సంకర గుడ్లను ఉత్పత్తి చేస్తారు ఇందులో ప్యూపాలను మాత్‌లను లైంగికంగా వేరుచేయటం బాగా ప్రాచుర్యం పొందింది. స్త్రీ ప్యూపా పెద్ద పరిమాణంలో, వెడల్పు ఉదరం, ఉదర తలంలో ఎనిమిదవ ఖండితం మధ్య X గుర్తుతో ఉంటుంది పురుష ప్యూ చిన్నదిగా మొనదేలిన ఉదరంతో ఉదర భాగంలో తొమ్మిదవ ఖండితం దగ్గర చుక్క గు ఉంటుంది ఇక మాత్‌లలో పురుష మాత్‌లు చిన్నవిగా, ఇరుకైన ఉదరంతో పెద్ద ర్శ శృంగంతో చాలా చురుకుగా ఉంటాయి స్త్రీ కీటకాలు పెద్దగా, వెడల్పు ఉదరంతో స్పర్శశృంగంతో ఉంటాయి

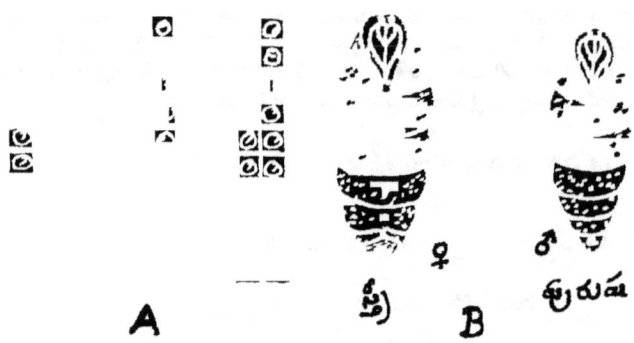

పటం 8.2 A. కత్తిరించిన గూళ్లు B ప్యూపాలు

విత్తనపు పట్టుగూళ్లను నిలవ చేయటం :

గూళ్లను సరియైన పద్ధతిలో నిలవ చేయాలి లేనట్లైతే మాత్‌లు వెలువడటం, అండ నిక్షేపణం (Emergence, Oviposition) మొదలైన ప్రక్రియలు సరిగా జరగవు ఈ గూళ్లను ఒకే పొరలో బాగా గాలి వీచే గదిలో వెలుతురు, చీకటి వచ్చేటట్లు నిలవ చేయాలి గదిలోని హానికర వాయువులు, దుమ్మును వెలుపలికి పంపటానికి ఎగ్జాస్ట్ పంకాలను (Exhaust fans) ఉంచాలి ఒక గదిలో ఒకే జాతిని నిలవ చేయాలి ప్యూపాలను ముడతల కాగితం (Corrugated paper) లేదా ఊక (Husk) పై ఒక సెంటీమీటర్ దూరంలో ఉంచాలి పట్టు కాయల లేదా ప్యూపాల నిలవకు 60 × 90 సెం.మీ. కర్ర తట్టలను వాడాలి లైంగికంగా వేరు చేసిన గూళ్లను లేదా ప్యూపాలను వేరువేరుగా నిలవచేయాలి దీనివలన ఒకే రకం పురుగుల మధ్యసంపర్కం జరుగదు ఈపద్ధతి సంకరజాతి గుడ్ల ఉ బాగా తోడ్పడుతుంది తట్టలపై రంధ్రాలు చేసిన కాగితం లేదా గుడ్డను కప్పినపుడు విడు లైన మాత్‌లు విసర్జించిన మూత్రం ఇతర మాత్‌లకు అంటదు నిలవగదిలో 24°-26°C ఉష్ణో - 70-80% సాపేక్ష తేమ ఉండాలి

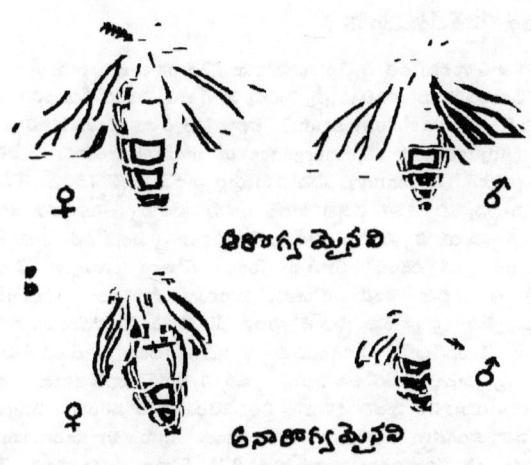

ఆరోగ్యమైనవి
అనారోగ్యమైనవి

పటం 83 A. పట్టుగూడు నుంచి మాత్ వెలువడటం B పట్టుపురుగు మాత్‌లు

అధిక ఉష్ణోగ్రత తక్కువ తేమ వలన ప్యూపాలు చనిపోవటం తక్కువ మాత్‌లు వెలువడటం జరుగుతుంది నిలవ గదిని ఎప్పటికీ చీకటిగా ఉంచి చీడలు రాకుండా జాగ్రత్త తీసుకోవాలి

మాత్‌లు వెలువడటం

పట్టుపురుగుల తరం ఉష్ణోగ్రతలను బట్టి మాత్‌లు స్పిన్నింగ్ లేదా అల్లిక దశ (Spinning) దినం తర్వాత 9 14 రోజులలో వెలువడుతాయి (పటం 8 3 A) సాధారణంగా మల్టీవోల్టీన్ తరాలు అన్నింటికంటే తొందరగా వెలువడుతాయి వీటి తరవాత చైనా జపాన్ బైవోల్టీన్ రకాలు వెలువడతాయి మాత్‌లు వెలువడే దినాన్ని ప్యూపాలలో కన్పించిన అభివృద్ధిని అనుసరించి గుర్తించవచ్చు ఇందుకు ముదురు రంగుగా మారిన నేత్రాలు చలనాంగాలు రెక్కల విభాగాలు ప్యూపా శరీరం నునుపెక్కటం వంటి లక్షణాలు తోడ్పడతాయి ఈ విధంగా మాత్‌లు వెలువడే రోజును గుర్తించి ఆ రోజు తెల్లవారు జామున 4 గంటలకు గదిలో ఎక్కువ వెలుతురును లైట్ల ద్వారా అందించాలి మల్టీవోల్టీన్ మాత్‌లు 9 10 రోజులలోనూ బైవో ్‌లు 11 12 రోజులలోనూ వెలువడుతాయి సాధారణంగా పురుష మాత్‌లు ముందుగానూ । మాత్‌లు తర్వాత వెలువడతాయి లైట్లు వేసిన 1 2 గంటల నుంచి మాత్‌లు వెలువడటం ప్ర రంభ మవుతుంది ఈ విధంగా ఉదయం 8 గంటల వరకు మాత్రం వెలువడుతాయి ఆ తర్వాత నెమ్మదిగా వెలువడటం ఆగిపోతుంది కాబట్టి తిరిగి గదిని చీకటి చేయాలి ఈ విధంగా 3 4 రోజులవరకు మాత్‌లు వెలువడతాయి వెలువడిన కీటకాలను సాంకేతిక పరిజ్ఞానం ఉన్న కూలీలచే ఏరించాలి మాత్‌లలో రెక్కలు సరిగా ఏర్పడని నీరసించిన క్రమరహిత చనిపోయిన మాత్‌లను తీసి పెబ్రిన్ కొరకు పరీక్షించి ఆ వ్యాధి ఉంటే నిరాకరించాలి ఆరోగ్యమైన స్త్రీ, పురుష మాత్‌లను ఏరి వేరువేరుగా తట్టలలో ఉంచాలి

మాత్‌లను సింక్రోనైజ్ చేయటం (S

సంకర జాతి గుడ్లను ఉత్పత్తి చేయటానికిగాను వివిధ రకాల జాతుల మాత్‌లు ఒకే రోజు ఏకకాలంలో వెలువడినపుడు కావల్సిన స్త్రీ, పురుష మాత్‌లతో సంకర చేయించవచ్చు దీనినే సింక్రోనైజేషన్ (Synchronization) లేదా 'మాత్‌లు వెలువడటాన్ని సర్దుబాటు చేయడం (Adjustment of emergence of moths) అంటారు పిత్ర తరాల పురుగులను బ్రషింగ్ (Brushing) చేసిన సమయం నుంచే సింక్రోనైజేషన్ చేసే ఆలోచన చేయాలి పట్టుపురుగు జీవిత చరిత్ర కాలం జాతిని కాలాన్ని అనుసరించి జరుగుతుంది కాబట్టి బ్రషింగ్ సమయాన్ని సరిదిద్ది మాత్‌లు వెలువడటాన్ని సింక్రోనైజ్ చేయాలి ఎంపిక చేసిన జాతులలో ఒక రకంలో మాత్‌లు రెండు రోజులు ఆలస్యంగా వెలువడటానికి వీలున్నపుడు ఆ గుడ్లను రెండు రోజులు ముందుగా పొదిగించాలి (Incubation) పట్టుకాయలను లేదా ప్యూపాలను ఫ్రిజ్‌లో నిలవ చేసి మాత్ వెలువడటాన్ని సరిదిద్దవచ్చు దీనివల్ల మాత్ వెలువడటాన్ని పొడిగించవచ్చు ఇదే మాదిరిగా మాత్‌లను కూడా నిలవ చేయవచ్చు ప్యూపాలలో 2 3రోజుల వయస్సు ఉన్నవి లేదా వెలువడే సమయం దగ్గరయినవి ఫ్రిజ్‌లో నిలవచేయటానికి మంచి దశలు నిలవ చేయటానికి సరియైన సమయం అనేది పురుగు దశపైనా, లింగత్వం పైనా ఆధారపడి ఉంటుంది పురుష ప్యూపాలను మాత్‌లను 7 రోజుల వరకు స్త్రీ ప్యూపాలను మాత్‌లను 2 3 రోజుల వరకు నిలవ చేయవచ్చు పట్టుగూళ్లను ప్యూపాలను 5°C ఉష్ణోగ్రత 65 శాతం తేమలో ఉంచాలి మాత్‌లను 5°C ఉష్ణోగ్రత, 75 80 శాతం తేమలో శీతల నిలవ చేయాలి

మాత్‌లను జత

ఇందుకోసం ఆరోగ్యమైన మాత్‌లను ఎంపిక చేయాలి మొదటగా 90 × 60 సెం మీ కొలతల తట్టలో కాగితాన్ని పరిచి స్త్రీ పురుష మాత్‌లను వేరువేరు తట్టలలో మూత్ర విసర్జన కోసం వదలాలి వీటిని తిరిగి ఇంకొక తట్టలోకి మార్చాలి అందులో 300 400 స్త్రీ మాత్‌లను తీసుకొని 400 500 పురుష మాత్‌లను ఇదే తట్టలో విడుదల చేయాలి కేవలం 20 30 నిమిషాలలో ఆరోగ్యమైన పురుగులు జతకడతాయి జతకట్టగా మిగిలిన మాత్‌లను ఏరి ఇంకొక తట్టలో వేయాలి జతకట్టిన మాత్‌లను 90 × 60 సెం మీ కొలతల తట్టలో సెల్యూల్‌లను (Cellules) పేర్చి ఒక్కొక్క సెల్యూల్‌లో ఒక జతను ఉంచాలి వీటిని కదల్చకుండా చీకటి గదిలో ఉంచాలి జతకట్టించే సమయం మూడు గంటలు ఈ వ్యవధిలో రెండు స్ఖలనాలు -

పటం 8 4 తట్టలో సెల్యూల్స్‌ను అమర్చటం

మొదటి స్ఖలనం మొదటి అరగంట తర్వాత రెండవ స్ఖలనం 90 నిమిషాల తర్వాత జరుగుతాయి కాబట్టి 4 6 గంటలపాటు జతకట్టించినట్లైతే బాగా సంపర్కం జరిగి ఎక్కువ గుడ్లు ఫలదీకరణం చెందుతాయి అంతేకాకుండా గుడ్ల వయస్సు ఒకే రకంగా ఉంటుంది ఆమ్లచికిత్స జరుపుటకు కూడా వీలవుతుంది జతకట్టించటం ఉదయం 8 గంటలలోపుగా చేయాలి ఎట్టి పరిస్థితులలోను 8 గంటలనుంచి మధ్యాహ్నం 12 గంటల వరకు జత కట్టించరాదు జత కట్టించిన తట్టలనుంచిన గదిలో 24°C ± 1°C ఉష్ణోగ్రత 75 శాతం తేమ ఉండాలి

మా

సంపర్క సమయం అంటే 4 5 గంటల తరవాత మాత్‌లను విడదీయాలి ఇందుకు పురుష మాత్‌ను మధ్య వేలుతోనూ బొటన వేలుతోనూ పట్టుకొని చూపుడువేలుతో స్త్రీ మాత్‌ను కొద్దిగా అదిమిపట్టి పురుష మాత్‌ను మెల్లిగా లాగి వేరు చేయాలి

పురుష మాత్‌లను రెండవసారి జతకట్టించటం :

సరియైన పద్ధతిలో నిలవచేసిన పురుషమాత్ ఎనిమిదిసార్లు స్త్రీ మాత్‌తో జతకడుతుంది కాని సంపర్కాలు పెరిగినకొద్దీ గుడ్ల ఫలదీకరణ శాతం తగ్గుతుంది కాబట్టి మూడు సార్లు సంపర్కానికి వాడవచ్చు దీనికోసం పురుష మాత్‌లను 5 7 5°C ఉష్ణోగ్రతలో 4 5 రోజులు నిలవ చేయటానికి వీలవుతుంది నిలవ చేసేటపుడు గుంపుగా కాకుండా ఒకే వరుసలో పలుచగా పేర్చాలి 15 20 నిమిషాలు ముందుగా మాత్‌లను వెలుపలికి తీసి గది ఉష్ణోగ్రతకు తేవాలి

ప్రశ్నలు

I ఈ కింది అంశాలకు లఘుటీక రాయండి

1 గుడ్ల ప్రాంతాలు అంటే ఏమిటి ?

2 విత్తన గూళ్లలో ఉండవల్సిన లక్షణాలను తెలపండి

3 పట్టుగూళ్ల ధర నిర్ణయించుటకు సూత్రం తెలపండి

4 మీకు తెల్సిన నాలుగు చెడిపోయిన గూళ్లను తెలపండి

5 పట్టు నిష్పత్తిని కనుక్కోవటానికి సూత్రం ఏమిటి ?

6 దారం పొడవును కొలవటానికి ఉపయోగించే పరికరం ఏది ?

7 ప్యూపా పరీక్ష ఉద్దేశ్యమేమిటి ?

8 స్త్రీ పురుష ప్యూపాల పటాలను గీయండి

9 గూళ్ల నిలవలో కావల్సిన ఉష్ణోగ్రత, తేమలను తెలపండి

10 సింక్రొనైజేషన్ అంటే ఏమిటి ?

11 మాత్‌లను జతకట్టించే సమయం తెలపండి

12 పురుష మాత్‌లను ఏ విధంగా నిలవ చేయాలి ?

II. ఈ కింది వాటిపై వ్యాసాలు రాయండి

1 గుడ్లగూళ్ల పెంపకంపై ప్రాథమిక పరీక్షల గురించి రాయండి

2 మార్కెట్‌కి రైతు 52 కిలోల మల్టీవోల్టిన్ గూళ్ళను తెచ్చాడు ఈ గూళ్లు కిలో ఒక్కింటికి 900 తూగాయి అయినట్లైతే కిలో పట్టుగూళ్ల ధరను నిర్ణయించి రైతుకు రావలసిన మొత్తం డబ్బును లెక్క కట్టండి

3 రైతు తెచ్చిన మొత్తం 39 కిలోలలో 2 కిలోలు చెడిన గూళ్ళు ఉన్నాయి అయితే చెడిన, మంచి గూళ్ల శాతాలను కనుక్కోండి

4 ఈ కింది విలువలతో పట్టు నిష్పత్తిని కనుక్కోండి

	పట్టుగూడు బరువు ,	ప్యూపాబరువు ,	ఖ ళీ పట్టుగూడు బరువు
a	52 గ్రా	41 గ్రా	---
b	---	32 గ్రా	12 గ్రా
c	41 గ్రా	---	1 గ్రా
d	36 గ్రా	23 గ్రా	---
e	---	4 గ్రా	12 గ్రా

5 విత్తనపు గూళ్ల నిలవను గురించి రాయండి

6 మాత్ లు వెలువడటం గురించి పటాలతో వివరించండి

7 మాత్ ల సింక్రోనైజేషన్ గురించి వివరించండి

8 ఈ కింది వాటి గురించి క్లుప్తంగా రాయండి

a) పట్టు గూళ్ల రవాణా b) ప్యూపా పరీక్ష c) జతకట్టించటం

[illegible] గ్రైనేజీ [illegible] ముఖ్యాంశాలు

[illegible]

గ్రెయినేజ్ ముఖ్య ఉద్దేశ్యం – [illegible] ఉన్న రోగరహితమైన గుడ్లను ఉత్పత్తి చేయటం ఎందుకంటే పట్టు పరిశ్రమ [illegible] రోగరహితమైన గుడ్లు గుడ్ల ఉత్పత్తిలో తగిన జాగ్రత్తలు తీసుకొని గుడ్లకు పెబ్రిన్ వ్యాధి (Pebrine disease) లేదని నిర్ధారించిన తర్వాతనే వాటిని రైతులకు అందించాలి ఎందుకంటే పెబ్రిన్ వ్యాధి వంశపారంపర్యంగా వ్యాప్తి చెందుతుంది

గ్రెయినేజ్ లో పనులను మొదలుపెట్టటానికి ముందుగా గదులను పరికరాలను శుభ్రంగా కడిగి ఆరబెట్టాలి పరికరాలను, గదిని 2 4 శాతం ఫార్మాలిన్ ద్రవంతో శుభ్రం చేయాలి దీనివల్ల పూర్తిస్థాయిలో రోగకారక క్రిమి నిర్మూలన జరుగుతుంది

అండవిక్షేపణం లేదా గుడ్లు పెట్టటం (E

ఇందులో రెండు పద్ధతులు ఉన్నాయి అవి ఏకాంతంగా గుడ్లు పెట్టటం మిశ్రమంగా గుడ్లు [illegible] (Segregated egg laying and mixed egg laying) మొదటి పద్ధతిలో (a) [illegible] (Pasteur s method) (చైనా, జపాన్‌లో పాటిస్తారు) b) సెల్యులార్ బ్యాగ్ పద్ధతి (Cellular bag method) (యూరోపియన్ దేశాల్లో ఆచరిస్తారు) అనే రెండు పద్ధతులు ఉన్నాయి మిశ్రమ పద్ధతిలో కూడా రెండుపద్ధతులు ఉన్నాయి అవి (A) బల్ల పరుపు కార్డు పద్ధతి (Flat card method) (B) విడిగుడ్ల పద్ధతి (Loose formed method)

A. బల్లపరుపు కార్డు పద్ధతి

ఇందులో ఎంపిక చేసిన మాత్‌లను కొన్నింటిని కాగితంపై ఉంచినట్లైతే గుడ్లను పెడతాయి ఈ పద్ధతిలో అధికంగా మాత్‌లను ఒకేసారి గుడ్లు పెట్టించటం వీలుకాదు ఎందుకంటే ప్రతీ కార్డులో పట్టె మాత్‌లతో మాత్రం గుడ్లుపెట్టించటానికి అవకాశం ఉంటుంది కార్డుపై గుడ్లు పెట్టిన ప్రతీ మాత్‌లను పరీక్ష చేయటానికి వీలుంది దీనివల్ల వ్యాధిసోకిన గుడ్లను తొలగించవచ్చు

పటం 9 1 (A) అండ విక్షేపణం (B) పట్టుపురుగు లేయింగ్

B ఏడిగుడ్ల పద్ధతి :

జతకట్టించిన తర్వాత స్త్రీ మాత్‌లను గుడ్ల కాగితంపై ఉంచి సెల్యూల్‌ను ప్రతీ మాత్‌పై కప్పి వేయాలి గుడ్లు పెట్టే సమయంలో గది ఉష్ణోగ్రత 24°C ± 1°C, తేమ 75 80 శాతం ఉండాలి సెల్యూల్‌ను కప్పడం వల్ల చీకటి ఏర్పడి అధిక ఫలదీకరణం జరుగుతుంది మాత్‌లను ఉంచిన తట్టలను కదల్చకుండా జాగ్రత్తగా ఒకదానిపై ఒక తట్టను దొంతరలుగా పేర్చాలి గదిని మూసి పూర్తి చీకటిలో ఉంచాలి వీటిని 24 గంటల వరకు కదల్చకూడదు ,మల్టీవోల్టిన్ పురుగులు 400 500, బైవోల్టిన్ పురుగులు 500 600 గుడ్లు పెడతాయి

మాత్ పరీక్ష

పెబ్రిన్ అనువంశిక వ్యాధి కాబట్టి గుడ్లను ధృవీకరించటానికి ముందుగా పరీక్షించాలి దీని కోసం గుడ్లు పెట్టిన మాత్‌లను తీసుకోవాలి పొడి మాత్ పరీక్షలో (Dry-moth examina tion) మాత్‌లను 60 70°C వద్ద 5 గంటలు ఉంచాలి ఉష్ణోగ్రత తక్కువైనా ఎక్కువైనా పెబ్రిన్ వ్యాధిని గుర్తించటం వీలుకాదు ఈ రకం పరీక్షలో పెబ్రిన్ స్పోరులు స్పష్టంగా కనిపిస్తాయి ఈ పద్ధతిని నిద్రావస్థకు వెళ్లే గుడ్లకు ఆచరించాలి రైతులకు విడుదల చేసే గుడ్లకోసం మాత్‌లు గుడ్లు పెట్టగానే తాజాగా ఉన్నపుడే పరీక్ష చేయాలి మాత్ పరీక్షలో రెండు రకాలున్నాయి

1 ఒక్కొక్క మాత్‌ను పరీక్షించటం

ఇది చాలా మంచి పద్ధతి ఇందులో ప్రతీ మాత్‌ను పరీక్షించి పెబ్రిన్ వ్యాధి ఉన్నదీ లేనిది తెలుసుకుంటారు ఈ పద్ధతిని ప్రత్యుత్పత్తి గుడ్లకు ఆచరిస్తారు ఈ పద్ధతిలో ఎక్కువ మంది పనివాళ్లు ఎక్కువ సమయం పడతాయి

2 ఒక్కసారే ఎక్కువ మాత్‌లను పరీక్ష చేయటం

ఈ పద్ధతిని గుడ్ల ఉత్పత్తి పరిశ్రమలో ఆచరిస్తారు ఈ గుడ్ల నుండి తయారైన పట్టు గూళ్ళను పట్టు ఉత్పత్తికి వినియోగిస్తారు ఇందులో 10 30 మాత్‌లను కలిపి నూరి ఒకేసారి పరీక్షిస్తారు

మాత్‌లను తీసుకొని మాత్ క్రషింగ్ పరికరంలో వేసి బాగా మెత్తగా నూరాలి తర్వాత ఒక చుక్క పొటాషియం హైడ్రాక్సైడును కలపాలి దీనిలోని ద్రవాన్ని గాజుపలకపై తీసుకొని కవర్ స్లిప్ వేసి పరీక్షకు సిద్ధం చేయాలి దీనిని సూక్ష్మదర్శినిలో 40 x మరియు 15 x కటకాల ద్వారా చూడాలి దీనివల్ల సూక్ష్మదర్శినిలో మాగ్నిఫికేషన్ (Magnification) 600 రెట్లు అవుతుంది ఈ దశలో మాత్రమే పెబ్రిన్ స్పోరులు కనిపిస్తాయి

పెబ్రిన్ స్పోర్లు మెరుస్తూ అండాకారంలో ఉంటాయి వీటికి రంగు లేదు అయినా ప్రకాశిస్తాయి సూక్ష్మదర్శినిలో కాంతిని తగ్గించి చూసినట్లైతే స్పోరులను గుర్తించటం చాలా సులభం పరీక్షించిన మాత్‌లలో పెబ్రిన్ వ్యాధి లక్షణాలు కన్పించినట్లైతే మొత్తం గూళ్లను గుడ్ల బ్యాచ్‌ను పూర్తిగా తొలగించాలి

మంచి గుడ్ల ల ణాలు

గుడ్లు పె న తర్వాత మంచి గుడ్లను లేదా లేయింగ్స్‌ను గుర్తించి రైతులకు అందించాలి ఒక స్త్రీ మాత్ ట్టిన మొత్తం గుడ్లను లేయింగ్ అంటారు ఒక్కొక్క లేయింగ్‌లో 300 గుడ్లకు తక్కువైతే వాటిని తొలగించాలి ఫలదీకరణ శాతం తక్కువ ఉన్న గుడ్లను లెక్కించ కూడదు గుడ్లు ఒకదాని పక్కన ఒకటి ఉండాలి ఒకదానిపై ఇంకొక గుడ్డు ఉండ కూడదు మంచి గుడ్లలో గుడ్లు అధికంగా సమానంగా లేదా కాగితంపై ఒకే విధంగా పెట్టబడతాయి వ్యాధి రహి త గుడ్లను 'మంచి గుడ్లు (Good layings) అంటారు

ఉపరితలంపై రోగకారక క్రిమి నిర్మూలన

మాత్ పరీక్షలో పెబ్రిన్ వ్యాధి లేదని గుర్తించిన తర్వాత ఈ మంచి గుడ్లకు ఉపరితలంపై రోగకారక క్రిమి నిర్మూలన చేయాలి గుడ్ల కార్డులో మాత్‌లు సరిగా పెట్టని లేయింగ్స్‌ను పూర్తిగా తొలగించాలి ప్రతీ కాగితంపై లేయింగ్స్ సరిగా ఉన్నదీ లేనిదీ గుర్తించిన తర్వాత వీటిని 2 శాతం ఫార్మాలిన్ ద్రవంలో 5 10 నిమిషాలు ఉంచాలి

పట్టు పురుగులు గుడ్లను పెట్టేటపుడు గుడ్ల ఉపరితలంపై మూత్రం మరకలు, పొలుసులు సూక్ష్మక్రిములు ఉంటాయి కాబట్టి వీటిని పూర్తిగా తొలగించటానికి ఫార్మాలిన్‌లో ముంచటం మంచిది దీనినే "గుడ్ల ప్రాసెసింగ్ (Egg processing)' అంటారు లేయింగ్స్‌లో మంచి వాటిని గుర్తించి చెడిన గుడ్లను తొలగించటానికి చేపట్టే చర్యలను "గుడ్లను వేరు చేయటం" (Egg sorting) అంటారు

ఫార్మాలిన్‌లో ముంచిన గుడ్లను కొంత సమయం తర్వాత తీసి మంచినీటిలో కడగాలి గుడ్లు బాగాకడిగి ఫార్మాలిన్ వాసన లేకుండా చేయాలి తర్వాత లేయింగ్స్‌ను నీడకు ఆరబెట్టాలి మల్టీవోల్టీన్ గుడ్లు పెట్టిన 10 11 రోజుల తర్వాత పొదగబడతాయి బైవోల్టీన్ గుడ్లు నిద్రావస్థకు 48 గంటలలో వెళ్తుంది వీటికి 15 20 గంటలలోపు ఆమ్లచికిత్స చేస్తే 10 11 రోజులలో పొదిగించుటకు వీలవుతుంది

విడిగుడ్లను తయారు

వాణిజ్య గుడ్ల ఉ త్పత్తికోసం ఈ పద్ధతి చాలా మంచిది ఇందులో గుడ్ల నాణ్యత చాలా బాగుంటుంది ఈ ప తిలో ప్రతీ గుడ్డును వేరువేరుగా లేదా విడిగా ఎంపిక చేయటంతో చెడినగుడ్లు ఉండటాని అవకాశం లేదు అంతేకాకుండా తూకంపై గుడ్ల ధరను నిర్ణయించటానికి వీలుంది వీటిని నిలవచేయటం రవాణా చేయడం చాలా సులభం అయితే రవాణాలో బాగా కదలటంవల్ల పొదుగుదలలో నష్టం జరుగుతుంది ముఖ్యమైన అనుకూలనం ఏమిటంటే బరువు ప్రకారం గుడ్ల సంఖ్య తెలుస్తుంది కాబట్టి ఎఫెక్టివ్ రేట్ ఆఫ్ రేరింగ్ (Effective rate of rearing ERR) లెక్కకట్టటానికి వీలవుతుంది

దీనికోసం మరాంట మొక్క దుంప నుంచి తయారు చేసిన చిక్కని గంజిని (Arrow root or Maranta starch) 100 120 గ్రాములు తీసుకొని ఒక లీటరు నీటిలో కలిపి బాగా ఉడకబెట్టి ముద్దగా చేయాలి తర్వాత చల్లార్చాలి ఈ జిగురును గుడ్లు పెట్టించే కాగితం లేదా బట్టపై (Cloth) పలుచగా రాయాలి ఆరిన తర్వాత ఈ కాగితం లేదా బట్టను కర్ర తట్టలో చక్కగా పేర్చాలి మూత్ర విసర్జన చేసిన 30 200 స్త్రీ మాత్‌లను తట్టలో విడుదల చేయాలి ఈ తట్టలను కదల్చకుండా చీకటి గదిలో 1 2 రోజులుంచాలి మరుసటి దినం తీసి మాత్‌లను పెబ్రిన్ (Pebrine) వ్యాధికోసం పరీక్షించాలి గు ఆరోగ్యమైనవని గుర్తించిన తర్వాత కాగితాన్ని లేదా బట్టను నీటిలో 15 నిమిషాలుంచాలి గు ను నెమ్మదిగా తుడుస్తూ కాగితంనుంచి వేరు చేయాలి తర్వాత నీటిని వడపోసి గుడ్లను సే ంచాలి వీటిని 0 5 శాతం బ్లీచింగ్ ద్రావణంలో 5 10 నిమిషాలుంచాలి దీనివలన గుడ్లపై ఉండే జిగురు పూర్తిగా తొలగిపోయి గుడ్లు ముద్దలు కాకుండా ఉంటాయి గుడ్లను నీటిలో కడిగి గది ఉష్ణోగ్రత వద్ద 1 06 1 09 తారతమ్య సాంద్రత (Specific gravity) ఉండే లవణ ద్రావణంలో పోయాలి ఈ పద్ధతిలో మంచి గుడ్లు అడుగుకు చేరి చెడిన గుడ్లు నీటిపైకి తేలతాయి తేలినవాటిని తొలగించాలి గుడ్లను సేకరించి నీటిలో కడగాలి వీటిని 2 శాతం ఫార్మాలిన్‌లో 5 10 నిమిషాలుంచి నీటిలో కడిగి నీడకు ఆరబెట్టాలి ఆమ్ల చికిత్స అవసరమైతే చేయాలి గుడ్లను

సేకరించి విడి గుడ్ల డబ్బాలో పోయాలి (పటం 9 2) యూనిట్‌లో 20,000 గుడ్లుంటాయి వీటి బరువును రికార్డు చేయాలి మల్టీవోల్టిన్ గూళ్ళు ఒక కిలో, బైవోల్టిన్ గూళ్ళు 0 7 కిలోలు కలిసి 55 గ్రాముల మల్టీ × బైవోల్టిన్ సంకర గుడ్ల నిస్తాయి గుడ్లను డబ్బాలో పోసి సీలువేసి చీటిని అతికించాలి

గుడ్లు తయారైన తర్వాత (గుడ్ల కాగితం విడిగుడ్ల డబ్బా) దానిపై గ్రెయినేజ్ పేరు గుడ్ల సంఖ్య లేదా బరువు, గుడ్లు పెట్టిన దినం మాత్ పరీక్ష జరిపిన నిపుణుని సంతకం హైబ్రిడ్ రకాలకు సంబంధించిన వివరాలు ఉండాలి వీటిని రైతులకు అందించాలి

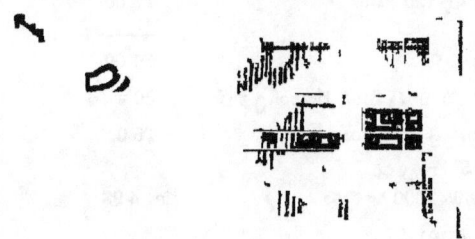

పటం 9 2 విడిగుడ్ల డబ్బా

గుడ్లు పెట్టడంపై తేమ, ఉష్ణోగ్రతల ప్రభావం

గుడ్లుపెట్టే గదిలో 24°C ± 1°C ఉష్ణోగ్రత 80 శాతం తేమ ఉండాలి తేమ తక్కువైనపుడు గుడ్లు పెట్టేటపుడు స్త్రీ మాత్ బీజవాహిక (Oviduct) నుంచి అండ విక్షేపణ (Oviposition) సమయంలో స్రవించబడిన జిగురు (అనుబంధ గ్రంధులనుంచి విడుదలవుతుంది) తొందరగా ఆరి గుడ్లు కిందికి జారవు కాబట్టి అండవిక్షేపణం ఆగిపోతుంది దీనివల్ల గుడ్ల సంఖ్య బాగా తగ్గిపోతుంది కాబట్టి సరియైన తేమ ఉండేటట్లు చూడాలి ఇందుకుగాను విద్యుత్తుతో నడిచే 'తేమగా ఉంచే యంత్రాలను (Humidifiers), తడిపిన గోనె సంచులను మట్టి బెడ్‌లను తయారు చేసుకోవాలి ఉష్ణోగ్రత ఎక్కువైనపుడు గుడ్ల విడుదల సమయంలో జిగురు తొందరగా ఆరి గుడ్లు పెట్టటం జరుగదు ఉష్ణోగ్రత బాగా తక్కువైనపుడు జిగురు తొందరగా ఆరదు కాబట్టి ఉష్ణోగ్రత, తేమ తగినంతగా ఉండాలి దీనివలన గుడ్ల సంఖ్య పెరగటానికి అవకాశం ఉంటుంది

గుడ్ల ఉత్పత్తిలోని వాణిజ్యాన్ని లెక్కకట్టటం

పట్టుపురుగు గుడ్ల ఉత్పత్తిలో విత్తన గూళ్ళ కొనుగోలుకు ఎక్కువ ఖర్చవుతుంది ఈ ఉత్పత్తి వాణిజ్యంలో 60 శాతం విత్తన గూళ్ళ కొనుగోలుకు అవుతుంది అయితే మంచి విత్తనం గూళ్ల వలన నాణ్యమైన లేయింగ్స్‌ను ఉత్పత్తి చేయటానికి అవకాశం ఉంది ఈ లేయింగ్స్ ధరను లెక్కించటానికి విత్తన గూళ్ళ ధర గ్రెయినేజ్ స్థాపన ఖర్చులు కూలీల వేతనాలు తరుగుదల ధర, వడ్డీ, రసాయనాలు, కిరాయిలు, విద్యుచ్ఛక్తి, ఉత్పత్తి చేసిన గుడ్ల సంఖ్య (DFL's) లను పరిగణించాలి

గ్రెయినేజ్‌లో 25 0 లక్షల లేయింగ్స్‌కు అయ్యే ఉత్పత్తి ధరను లెక్కకట్టటం

అంకెలు లక్షలలో చూపబడినవి

క్రమ సంఖ్య	వివరాలు	మల్టీవోల్టీన్	బైవోల్టీన్
I	విత్తన గూళ్ళ ధర		
1	కొన్న విత్తన గూళ్ళు	83 00	41 50
2	చెడిన గూళ్ళు (20 శాతం)	17 00	8 50
3	మంచి గూళ్ళు	66 00	33 00
4	మొత్తం విత్తన గూళ్ళ నుంచి లేయింగ్స్ శాతం	30 శాతం	
5	మొత్తం ఉత్పత్తి చేసిన లేయింగ్స్	25 0	
6	మల్టీవోల్టీన్ గూళ్ళ ధర (a) రూ 60/ 1000 గూళ్ళకు	రూ 4 98	
7	బైవోల్టీన్ గూళ్ళ ధర (a) రూ 80/ 700 గూళ్ళకు	రూ 4 73	
8	విత్తనం గూళ్ళ మొత్తం ధర	9 71	
9	రంధ్రాల గూళ్ళ నుంచి వసూలు		
	a) బైవోల్టీన్ 1 333 కిలోలు @ రూ 80/ కిలోకు మొత్తం రూ 1 06	రూ 1 06	
	b) మల్టీవోల్టీన్ 1 383 కిలోలు @ రూ 80/ కిలోకు మొత్తం రూ 1 06	రూ 1 06	
	విత్తన గూళ్ళ మొత్తం ధర	రూ 7 55	
II.	గ్రెయినేజ్ ఖర్చులు		
A)	సంచిత ఖర్చులు		
	a) కూలీల వేతనాలు	రూ 2 37	
	b) గుడ్ల కాగితాల ధర	రూ 0 20	
	c) రసాయనాల ఖర్చులు	రూ 0 20	
	d) అద్దెలు	రూ 0 36	
	e) గూళ్ళ రవాణా	రూ 0 30	
	f) ఇతర ఖర్చులు	రూ 0 12	
	మొత్తం	రూ 3 55	

B) అసంచిత ఖర్చులు

a) పరికరాల తరుగుదల ధర		రూ 0 [illegible]
b) మూల ధన పెట్టుబడికి వడ్డీ 10%		రూ [illegible]
	మొత్తం	రూ 0-[illegible]

మొత్తం గుడ్ల / లేయింగ్స్ ధర	రూ 11 [illegible]
100 సంకర లేయింగ్స్ (CB) ధర -	రూ 4[illegible]00
ఒక్క లేయింగ్ ధర	రూ 4 [illegible]

ప్రశ్నలు

I ఈ కింది అంశాలకు లఘుటీక రాయండి

1 అండ విక్షేపణలోని రకాలను తెలపండి

2 మాత్ పరీక్షలో రకాలను తెలపండి

3 మాత్ పరీక్ష ఉద్దేశ్యం ఏమిటి ?

4 మంచి గుడ్లు లేదా లేయింగ్స్ అంటే ఏమిటి ?

5 గుడ్ల ప్రాసెసింగ్ అంటే ఏమిటి ?

6 విడి గుడ్ల తయారీలో లవణ తారతమ్య [illegible]

7 విడిగుడ్ల తయారీలో బ్లీచింగ్ ద్రవణం [illegible]

8 అండ విక్షేపణ సమయంలో తేమ, ఉష్ణ[illegible]

9 గుడ్ల ధరలో ఏ అంశాలను పరిగణించాలి

10 విడిగుడ్లలో ఒక యూనిట్‌కు ఎన్ని గుడ్లుం[illegible]

II ఈ కింది వాటికి వ్యాసాలు రాయండి

1 మంచి లేయింగ్స్ తయారీలో మాత్ [illegible]

2 ఈ కింది వాటికి క్లుప్తంగా సమాధానం [illegible]

a) ఉపరితల రోగకారక క్రిమి నిర్మూలన

b) బల్ల పరుపు కార్డు పద్ధతి

c) మంచి గుడ్ల లక్షణాలు

3 విడి గుడ్ల తయారీని వివరించండి

4 గ్రెయినేజ్ లో 25 0 లక్షల లేయింగ్స్ ఉత్పత్తి [illegible]

10.

ఆమ్లచికిత్స

(Acid Treatment)

కీటకాలలో నిద్రావస్థ (Diapause) అనేది అననుకూల పరిస్థితుల నుంచి రక్షణ కోసం వాటిలో ఉండే ఒక పద్ధతి అలాగే పట్టుపురుగులు కూడా శీతాకాలంలో నిద్రావస్థలో ఉంటాయి ఈ నిద్రావస్థ లక్షణాన్ని శరీరధర్మాలపరంగా ప్రకృతిపరంగా, జన్యువుల ఆధారంగా క్రమబద్ధం చేయవచ్చు ఈ ఆమ్ల చికిత్సతో గుడ్డు అభివృద్ధిలో జరిగే కొన్ని శరీర ధర్మాలను ఆపడంవల్ల కొన్ని చర్యలు ఆగిపోయి కొన్ని కొత్త జీవరసాయన చర్యలు కొనసాగడం ఆగిపోతుంది

పట్టుపురుగు గుడ్లను నిద్రావస్థ ఆధారంగా రెండు సమూహాలుగా చేయవచ్చు

1 నిద్రావస్థకులోనుకాని గుడ్లు

వీటి అభివృద్ధి సాధారణ లేదా ప్రకృతి పరమైన స్థితిలో గుడ్లు పెట్టిన తర్వాత 20 గంటల నుంచి జరుగుతుంది ఈ రకం గుడ్లు పొదగబడి (Hatch) 10 రోజులలో లార్వాలు వెలువడతాయి

ఉదా : మల్టీవోల్టిన్ గుడ్లు

2 నిద్రావస్థకులోనయ్యే గుడ్లు

ఇందులో గుడ్ల పరిస్థితి విరుద్ధంగా ఉంటుంది ఇవి గుడ్లు పెట్టిన తర్వాత 20 గం ల నుంచి ప్రకృతిపరమైన స్థితిలో అభివృద్ధి జరుగదు ఇవి ఒక రకమైన స్థితి-నిద్రావస్థకు (Diapause or Hibernation) లోనవుతాయి

ఉదా : యునివోల్టిన్ బైవోల్టిన్ గుడ్లు

నిద్రావస్థ గు ను ఆమ్లచికిత్స చేసి గుడ్లు పెట్టిన తర్వాత 10 రోజుల నుంచి ఒక సంవత్సరం వరకు డైనా పొదిగించవచ్చు ఇదే కాకుండా వివిధ రకాల భౌతిక రసాయనిక ప్రేరకాలు (Physica and chemical stimulants) వాడి కృత్రిమంగా గుడ్లను పొదిగించ వచ్చు

భౌతిక ప్రేరకాలు	రసాయన ప్రేరకాలు
అతి తక్కువ ఉష్ణోగ్రత	హైడ్రోక్లోరిక్ ఆమ్లం (HCl)
వేడి నీటిలో ముంచటం	నైట్రిక్ ఆమ్లం (HNO_3)
అధికస్థాయి విద్యుత్తుప్రేరకం	సల్ఫ్యూరిక్ ఆమ్లం (H_2SO_4)
బ్రష్ లేదా ఈకతో రుద్దటం	అక్వా - రిజియ
అధిక వాతావరణ వత్తిడి	ఎసిటిక్ ఆమ్లం
అల్ట్రా హై ఫ్రీక్వెన్సీ కదలికలు	సోడియం క్లోరైడ్
సూర్యరశ్మికి గుడ్లను బహిర్గతం చేయటం	హైడ్రోజన్ పెరాక్సైడ్

అల్ట్రా వయొలెట్ కిరణాలు/అల్ట్రా షార్ట్‌వేవ్స్	ఎంజైములు చికిత్స
ఆక్సిజన్‌కు బహిర్గతం చేయటం	ఓజోన్ చికిత్స

ఇందులో మొట్టమొదటి పద్ధతిని ఇప్పుడు ఎక్కువగా ఆచరిస్తున్నారు

ఆమ్లం ఎంపిక, ఆమ్ల ద్రావణం తయారీ·

ఆమ్లచికిత్సలో మంచి ఫలితాలకోసం సేంద్రియ ఆమ్లాలకంటే (Organic acids) ఘాటైన అకర్బన ఆమ్లాలు మంచివి ఇందులో నైట్రిక్ ఆమ్లం, సల్ఫ్యూరిక్ ఆమ్లం బాగా అధిక ఘాటైన ద్రావణాలు కాబట్టి వీటిని ఉపయోగించటం కొంచెం కష్టం ప్రస్తుతం హైడ్రోక్లోరిక్ ఆమ్లాన్ని ఎక్కువగా వినియోగిస్తున్నారు

చిక్కని హైడ్రోక్లోరిక్‌ఆమ్లానికి నీటిని కలిపి కావాల్సిన తారతమ్యసాంద్రత (Specific gravity) ఉండే ద్రావణాన్ని తయారు చేయాలి ద్రావణం తగిన విధంగా ఉన్నదీ లేనిదీ హైడ్రోమీటర్ (Hydrometer) తో తెలుసుకోవాలి

పట్టిక 10 1 ఒక లీటరు ఆమ్లాన్ని తయారుచేయటానికి అవసరమైన పట్టిక

(పరిమాణం మిల్లీలీటర్లలో)

ఉన్న HCl	1 075 HCl		1 100 HCl		1 110 HCl	
తారతమ్య సాంద్రత	నీరు	ఆమ్లం	నీరు	ఆమ్లం	నీరు	ఆమ్లం
1 150	500	500	333	667	267	733
1 155	516	484	355	645	290	710
1 160	531	469	375	625	312	688
1 165	545	455	394	606	333	667
1 170	559	441	412	588	353	647
1 175	571	429	429	571	371	629
1 180	583	417	444	556	389	611

తీసుకోవలసిన చిక్కని HCl =

(కావలసిన తారతమ్య సాంద్రత – 1 00) × (కావల్సిన HCl మి లీ)

(ఉన్న తారతమ్య సాంద్రత – 1 00)

1 00 నీటి తారతమ్య సాంద్రత

ఈ సూత్రం ద్వారా వచ్చిన విలువకు కావల్సిన నీటిని కలపాలి

మాదిరి లెక్క : మార్కెటులో లభించిన HCl (1.160 తారతమ్య సాంద్రత) తో 1 075 తారతమ్య సాంద్రత కల 15 లీటర్ల HCl ను తయారు చేయండి

$$= \frac{(1\ 075 - 1\ 00) \times 15000}{(1\ 160 - 1\ 00)}$$

$$= \frac{0\ 075 \times 15000}{0\ 160} = \frac{1125}{0\ 160}$$ = 7031 మి లీ ఆమ్లం

= 7030 మి లీ HCl కు 7969 మి లీ నీటిని కలిపినట్లైతే 15 లీటర్ల

1 075 తారతమ్య సాంద్రతకల ఆమ్లద్రావణం అవుతుంది

పట్టుపురుగు గుడ్లకు ఫార్మాలిన్ చికిత్స •

ప్రౌఢ మాత్ కీటకం గుడ్లను పెట్టేటపుడు దాని అనుబంధ గ్రంధుల స్రావకాలు గుడ్లపై ఒక పలుచని జిగురు పొరనేర్పరుస్తాయి ఈ జిగురు, గుడ్లు కాగితంపై బాగా అంటుకోవటానికి తోడ్పడుతుంది. ఈ గుడ్ల కాగితాలను ఆమ్ల చికిత్స చేసినపుడు ఆమ్లం జిగురును కరిగించటం వల్ల గుడ్లు ఆమ్లద్రవంలో స్వేచ్ఛగా విడుదలవటానికి వీలవుతుంది కాబట్టి ఆమ్లచికిత్సకు ముందుగా గుడ్లను 2 శాతం ఫార్మాలిన్ ద్రావణంలో 15 నిమిషాలుంచాలి దీనివలన గుడ్లు కాగితానికి బాగా అంటుకొని నష్టం జరుగదు అంతేకాకుండా దీనివల్ల ఉపరితలంపై రోగకారక క్రిమి నిర్మూలన (Surface sterilization) కూడ జరుగుతుంది గుడ్ల కాగితాన్ని ఫార్మాలిన్‌లో ముంచి ఆ తర్వాత నీటిలో కడగాలి నీటిలో కడగటం వల్ల ఫార్మాలిన్ ద్రావణం వాసన పోతుంది ఇందుకుగాను కావల్సిన ఫార్మాలిన్‌ను లెక్కకట్టాలి

ఫార్మాలిన్ ద్రావణం తయారుచేసే విధానం మార్కెట్టులో లభించే ఫార్మాలిన్ ద్రావణం 36-38 శాతం ఉంటుంది

A) ఒక్క భాగం ఫార్మాలిన్‌కు కలపవల్సిన నీటి పాళ్లను లెక్కకట్టటం :

$$= \frac{\text{మార్కెట్టులో లభించే ఫార్మాలిన్ శాతం - కావల్సిన శాతం}}{\text{కావల్సిన శాతం}}$$

ఉదాహరణ : మార్కెట్టులో లభించే 36 శాతం ఫార్మాలిన్‌తో రెండు శాతం ద్రావణం తయారు చేయండి

$$\frac{36-2}{2} = \frac{34}{2} = 17$$

ఒక్క భాగం ఫార్మాలిన్‌కు 17 భాగాల నీరు కలపాలి (1 17)

కాబట్టి ఒక లీటరు $= \frac{1000}{(17+1)}$ = 55 55 మిల్లీలీటర్ల ఫార్మాలిన్

ద్రావణానికి 944 45 మిల్లీలీటర్ల నీరు కలపాలి దీనివల్ల ఒక లీటరు పరిమాణంలో 2 శాతం ఫార్మాలిన్ తయారవుతుంది

B) కావల్సిన ఫార్మాలిన్ శాతాన్ని తయారు చేయటం :

$$= \frac{\text{కావాల్సిన ఫార్మాలిన్ శాతం} \times \text{కావాల్సిన ఘనపరిమాణం (మిల్లీ లీటర్లు)}}{\text{మార్కెట్టులో లభించే ఫార్మాలిన్ శాతం}}$$

ఉదాహరణ : మార్కెట్టులో లభించే 36 శాతం ఫార్మాలిన్‌తో ఒక లీటరు 2 శాతం ద్రావణం లెక్కకట్టండి

$$= \frac{2 \times 100}{36} = \frac{2000}{36} = 55\ 55 \text{ మి లీ}$$

కాబట్టి 55 55 మిల్లీ లీటర్ల ఫార్మాలిన్‌కు 944 45 మిల్లీలీటర్ల నీరు కలిపితే ఒక లీటరు పరిమాణంలో 2 శాతం ఫార్మాలిన్ ద్రావణం తయారవుతుంది

గుడ్ల వయస్సు – ఆమ్ల చికిత్స :

సరియైన వయస్సులో ఆమ్ల చికిత్స మంచి ఫలితాలనిస్తుంది లేకపోతే క్రమరహితంగా పొదగబడతాయి

సంపర్కం తర్వాత స్త్రీ మాత్ గుడ్లను విడుదల చేస్తుంది గుడ్లు పెట్టిన రెండు గంటల తర్వాత శుక్రకణం కేంద్రకం అండం కేంద్రకంలో సంయోగం చెంది ఫలదీకరణాన్ని పూర్తి చేస్తుంది ఇది బాహ్య ఫలదీకరణం గుడ్లు పెట్టిన 3 10 గంటల తర్వాత విదళనం జరిగి పిండపొర (Blastoderm) 10 15 గంటలలో ఏర్పడుతుంది ఈ అభివృద్ధి అంతా గుడ్లు పెట్టేటప్పుడు, నిలవలో 25°C ఉష్ణోగ్రత, సాపేక్ష తేమ 75 ± 5 శాతం ఉన్నపుడు జరుగుతుంది

అప్పుడే పెట్టిన తాజా గుడ్లు పాలిన పసుపు లేదా ముదురు పసుపు రంగులో ఉంటాయి ఫలదీకరణం చెందిన, నిద్రావస్థలో ఉన్న గుడ్లలో కొంత అభివృద్ధి తర్వాత గుడ్లు నెమ్మదిగా గోధుమ రంగుకి మారుతాయి దీనికి కారణం సిరోజా కణాలలో (Serosal cells) 'ఓమ్మోక్రోమ్' (Ommochrome) అనే వర్ణకం కనిపించటం ఇది నిద్రావస్థలో మొదటి దశ

ఆమ్లచికిత్స ఈ మొదటి దశకు ముందుగా నిర్వహించాలి గుడ్ల వయస్సు 1-10 గంటల లోపు ఆమ్ల చికిత్స చేయకూడదు దీనివలన చాలా గుడ్లు చనిపోవటం, క్రమరహితంగా పొదగబడటం జరుగుతాయి చికిత్సను 15 గంటల తర్వాత చేయవచ్చు గుడ్లు పెట్టిన 20 24 గంటల మధ్య ఆమ్ల చికిత్స మంచి ఫలితాలనిస్తుంది ఈ సమయానికి పిండం బీజకణ ప క దశను (Germ band stage) చేరుతుంది ఈ దశలో గుడ్డులో బాహ్యంగా ఏ మార్పులు క ుంచవు గుడ్లను 48 గంటల తర్వాత ఆమ్ల చికిత్స చేసినట్లైతే క్రమరహితంగా పొదగ బ యి ఆమ్ల చికిత్సలో 3 రోజుల తర్వాత కేవలం 10 శాతం గుడ్లు పొదుగబడతాయి

ఆమ్ల చికిత్స – రకాలు :

ఇందులో రెండు రకాలున్నాయి

అవి (1) వేడి ఆమ్ల చికిత్స (Hot acid treatment)

(2) శీతల ఆమ్ల చికిత్స (Cold acid treatment)

వీటితో నిద్రావస్థ గుడ్లకు చికిత్స చేసి అవసరానికనుగుణంగా వినియోగించుకోవటానికి అవకాశం కలుగుతుంది

1 వేడి ఆమ్ల చికిత్స

ఈ చర్యలో గుడ్లను 1 075 తారతమ్య సా త కల HCl లో 46° C (115° F) వద్ద 4 7 నిమిషాలపాటు ముంచాలి ఈ పద్ధతిలో ం తారతమ్య సాంద్రత సరిగా ఉండాలి మొదట ఆమ్లం తారతమ్య సాంద్రతను గది ఉష్ణోగ్రత ద్ద సరిచేయాలి HCl ను నేరుగా వేడి చేయకూడదు ఇందుకై ప్రత్యేకమైన ఆమ్ల చికిత్స తొట్టెని (Acid treatment bath) తీసుకోవాలి వీటితో ఆమ్లాన్ని పరోక్షంగా వేడి చేయటానికి వీలవుతుంది ఆమ్లాన్ని గాజు తొట్టెలో తీసుకొని ఆమ్ల చికిత్స తొట్టెలో ఉంచాలి ఆమ్లం ఉష్ణోగ్రత 46°C చేరగానే గుడ్లను నేరుగా ముంచాలి గుడ్లను ముంచే సమయం వివిధ తరాల గుడ్లకు వివిధ రకాలుగా ఉంటుంది దీనికి ముందుగా గుడ్లను 2% ఫార్మాలిన్‌లో 15 నిమిషాలుంచాలి

తరం	ముంచే సమయం (నిమిషాలలో)
యూరోపియన్ రకం	6 7
జపాన్ రకం	5 7
చైనా రకం	4 5

బైవోల్టీన్ రకాలు

KA	చైనారకం	4 5
NB_7		4 5
NN 6D		4 5
CC 1	'	4 5
CA 2	'	4 5
$NB_4 D_2$	జపాన్ రకం	5 6
NB_{18}	'	5 6
PCN	పసుపు బైవోల్టీన్	4 5

చికిత్స తర్వాత గుడ్లను నీటిలో వేసి ఆమ్లం ఆనవాలు లేకుండా కడగాలి ఈ చికిత్సను 20 గంటల వయస్సు దాటిన గుడ్లకు చేయాలి తక్కువ వయస్సు ఉన్న గుడ్లు చికిత్సను తట్టుకోలేవు

2 శీతల ఆమ్ల చికిత్స:

దీనినే గది ఉష్ణోగ్రత వద్ద ఆమ్ల చికిత్స (Room temperature acid treatment) అని కూడా అంటారు ఇందులో ఆమ్లాన్ని వేడి చేయటం ఉండదు గది ఉష్ణోగ్రత 23 30°C లో ఈ ప్రక్రియ చేయవచ్చు ఈ చికిత్సను గుడ్లు పెట్టిన 15 గంటల తర్వాత చేయాలి లేదా 20-24 గంటల మధ్యన చేయటం మంచిది ఇందులో ప్రథమపిండ దశకు చికిత్స చేస్తారు ఇందులో గుడ్లు కాగితం నుంచి రాలిపోవటం చెడిన గుడ్లు ముడతలు పడటంవల్ల వాటిని తొలగించవచ్చు దీనిలో HCl తారతమ్య సాంద్రత 1 110, 15°C వద్ద లేదా 1 105 1 109 తారతమ్య సాంద్రతను గది ఉష్ణోగ్రత వద్ద ఉంచవచ్చు మొదట గుడ్లను 2%

ఫార్మాలిన్ లో ముంచి ఆరబెట్టి తర్వాత చికిత్సచేసి నీటితో కడిగి, ఆమ్లం ఆనవాలు లేకుండా చేయాలి

పట్టిక : 10 2 మార్పు చేసిన శీతల ఆమ్ల చికిత్స పద్ధతి

(‍ ‍)

HCl తారతమ్య సాంద్రత 25°C వద్ద	ఆమ్ల ఉష్ణోగ్రత						
	20°C	**23°C**	**25°C**	**28°C**	**30°C**	**33°C**	**35°C**
1 090	——	100	90–100	70–100	60–100	40–80	30–60
1 100	90–100	60–100	60–100	40–80	30–60	20–40	20–30
1 110	40–100	30–60	30–50	20–40	20	10–20	10

ఆధారం : ఇండియన్ ఎల్క్ర 1987

విడిగుడ్ల ఆమ్ల చికిత్స

ఇందులో విడిగుడ్లను బ్లీచింగ్ పౌడర్ తో కడిగి ఆరబెట్టి రంధ్రాలున్న ప్లాస్టిక్ తొట్టెలో తీసుకొని ఆమ్లచికిత్స చేయాలి మిగిలిన పద్ధతి అంతా పైన తెల్పిన మాదిరిగానే ఉంటుంది చికిత్స తర్వాత పలుచటి మెత్తటి గుడ్డపై గుడ్లను ఆరబెట్టాలి

ఆమ్ల చికిత్సను నిలిపి వేయటం

సాధారణంగా ఆమ్ల చికిత్సను నిలుపరాదు తప్పనిసరి పరిస్థితులలో గుడ్లను కేవలం 5 రోజుల వరకు 5°C వద్ద 7 రోజుల వరకు 2 5°C వద్ద శీతల నిలవ చేయాలి ఈ రకం గుడ్ల నిల్వ గుడ్ల వయస్సు 16 22 గంటలున్నపుడు ఆచరించాలి దీనికి ముందుగా గు ను 15°C వద్ద 2 గంటలుంచాలి తర్వాత పైన తె న విధంగా నిలవ చేయాలి తిరిగి ఆ చికిత్స చేయటానికి ముందుగా 15°C 25°C ఉ గతలో 2 గంటల వ్యవధిలో గది ఉ గ్రతకు తీసుకురావాలి దీనివలన గుడ్లు చెడవు గు నిల్వలో వివిధ ఉష్ణోగ్రతలవద్ద 75 + శాతం సాపేక్ష తేమ ఉండేటట్లు చర్యలు తీసుకోవాలి

ఆమ్ల చికిత్స చేసిన గుడ్లను శీతల నిలవ చేయటం

నిద్రావస్థకు లోనయ్యే గుడ్లకు ఆమ్ల చికిత్స చేసి వాటిని నిద్రావస్థకు లోనుకాకుండా ఆపివేయడం జరుగుతుంది ఈ గుడ్లను 5°C వద్ద మూడు వారాల వరకు శీతల నిలవ చేయవచ్చు ఇంతకు మించి ఎక్కువ రోజుల నిలవను పిండం తట్టుకోలేదు

నిద్రావస్థ గుడ్లకు శీతల నిలవ తరవాత ఆమ్ల చికిత్స (Acid

ఇందులో సాధారణంగా జరిగే నిద్రావస్థను కొంచెం తగ్గించటానికి వీలవుతుంది ఇందులో ఎక్కువకాలం తక్కువకాలం శీతల నిలవచేసి ఆమ్ల చికిత్స చేసి గుడ్లను సరియైన విధంగా వాడుకోవచ్చు

1 ఎక్కువ కాలం శీతల నిలవ

దీనిలో గుడ్లను శీతల నిలవలో 40 50 రోజాలుంచాలి గుడ్లను మొదటగా 25°C వద్ద 70 80 శాతం సాపేక్ష తేమలో 40 50 గంటలుంచాలి గుడ్లు ఎరుపు గోధుమ రంగులోకి మారి పిండం గరిటె దశకు చేరుతుంది ఇప్పుడు వీటిని 15°C ఉష్ణోగ్రత వద్ద 6 గంటలు, ఆ తర్వాత 5°C ఉష్ణోగ్రతలో 40 50 రోజాలు ఉంచాలి ఈ నిల్వలలో తేమ 70 80 శాతముండాలి దీని వల్ల అన్ని గుడ్లు నిద్రావస్థకు చేరతాయి ఆమ్ల చికిత్సకు ముందుగా గుడ్లను గది ఉష్ణోగ్రతలో 3-6 గంటలుంచాలి దీనివలన గుడ్లు ఒకేసారి ఉష్ణోగ్రత మార్పును తట్టుకోగలగటానికి వీలవుతుంది

గుడ్లు పొదుగుటను 60 రోజాలకన్నా ఎక్కువగా పొడిగించుటకు 40 50 గం ల వయస్సులో 25°C ఉష్ణోగ్రత 70 80 శాతం తేమలో ఉన్నవాటిని 5°C శీతల మరియు 70-80 శాతం తేమలో 40 రోజాలపాటు ఉంచాలి తర్వాత వీటిని 20 30 రోజాలవరకు 2 5°C ఉష్ణోగ్రతలో ఉంచాలి ఆ తర్వాత మామూలు ఉష్ణోగ్రతలో 3 6 గంటలుంచి ఆమ్ల చికిత్స చేయాలి

2 తక్కువ కాలం శీతల నిలవ

గుడ్లు పెట్టేటపుడు 25°C ఉష్ణోగ్రత, 70 80 శాతం తేమ ఉండాలి ఈ స్థితిలో పెట్టిన గుడ్లను 30 35 గంటలు ఉంచినట్లైతే పిండం గరిటె దశను చేరుతుంది ఈ దశలో గుడ్లను 15°C ఉష్ణోగ్రతలో 6 గంటలుంచాలి దీనివల్ల గుడ్లు ఎర్రబడతాయి తర్వాత 5°C ఉష్ణోగ్రత, 70 80 శాతం తేమ వద్ద 25 35 రోజాలుంచాలి ఆమ్ల చికిత్సకు ముందుగా గుడ్లను గది ఉష్ణోగ్రతలో 3 6 గంటలు ఉంచి తర్వాత ఆమ్ల చికిత్స చేయాలి

ఎక్కువ కాలంగానీ తక్కువ కాలంగానీ శీతల నిలవ చేసిన గుడ్లను వేడి ఆమ్ల చికిత్స చేయాలి అందుకుగాను 15°C ఉష్ణోగ్రత వద్ద 1 100 తారతమ్య సాంద్రతకల HCl ను 48°C ఉష్ణోగ్రతకు వేడిచేసి ఆమ్ల చికిత్స చేయాలి ఆమ్ల చికిత్స విధానం, సమయం, రోగకారక క్రిమి నిర్మూలన నీటిలో కడగటం మొదలైన అంశాలన్నీ ముందుగా వివరించినట్లుగా చేయాలి

గుడ్లకు సరియైన వాతావరణ పరిస్థితులను (ఉష్ణోగ్రత, తేమ) కల్పించి గుడ్లన్నీ సక్రమంగా పొదగబడి డింభకాలు వెలువడటానికి ఈ పొదగడం అన్నది ఉద్దేశింపబడింది పొదగటానికి ఉపయోగించే గదిలో ఉష్ణోగ్రత, తేమ, వేడినుండి రక్షణ సరియైన గాలి, వెలుతురు మొదలైనవన్నీ సరిగా ఉండాలి బైవోల్టిన్ యునీవోల్టిన్ గుడ్లను శీతల నిలవనుండి తీయగానే పొదుగుట ప్రక్రియ మొదలవుతుంది మల్టీవోల్టిన్ గుడ్లలో గుడ్లు పెట్టిన సమయం నుంచే పొదుగుట చర్య ప్రారంభమవుతుంది ఈ పొదుగుట చర్య వోల్టినిజమ్ (Voltinism), డింభకాల ఆరోగ్యం పట్టు గూళ్ళ ఉత్పత్తిపై అధిక ప్రభావాన్ని చూపిస్తుంది

బైవోల్టిన్ గుడ్లు వసంత రుతువులో పొదిగించుటకుగాను శీతల నిలవనుండి తీయగానే 17° 26° C ఉష్ణోగ్రత 75 80 శాతం తేమ ఉండేటట్లు చూడాలి ఈ ప్రక్రియను 10 రోజాల వరకు ఉష్ణోగ్రతను నెమ్మదిగా పెంచుతూ పొడిగించాలి చివరి రోజు అంటే 10వ రోజు నీలి రంగు దశ (Blue egg stage) కు చేరి 11వ రోజున డింభకాలు వెలువడుతాయి ఇక ఆకురాలు కాలంలో గుడ్లను పొదిగించుటకు శీతల నిలవనుంచి బయటికి తీసిన తర్వాత మొదటి నాలుగు రోజాలు 25°C ఉష్ణోగ్రత 70 80 శాతం తేమలో , చివరి 5 6 రోజాలు 26 27°C ఉష్ణోగ్రతలో 80 85 శాతం తేమలో ఉంచాలి ఇవి కూడా 11వ రోజున పగిలి

మల్టీవోల్టీన్ గుడ్లపై ఉష్ణోగ్రత, తేమ ప్రభావం అంతగా ఉండదు అయినా గుడ్లను 26°C ఉష్ణోగ్రతలో పొదిగించుట మంచిది తేమ శాతం 80-90 వరకు ఉండాలి

గుడ్లు నీలిరంగు దశకు చేరగానే అన్ని రకాల గుడ్లను నల్లటి పెట్టెలో (Black box) పెట్టినట్లైతే ఎ‥ వ గుడ్లు పొదిగించటానికి వీలుంటుంది పొదగబెట్టే దశలో తేమ తక్కువయితే గు ను తడిపిన స్పాంజ్ ముక్కలుంచిన కర్ర తట్టలో ఉంచి పైనుంచి పారాఫిన్ కాగితం కప్పాలి డ్లకు సహజంగా వెలుతురు లాభం చేస్తుంది ఇందుకుగాను 6 గంటల కాంతి పొదగబడే గుడ్లకు అవసరముంటుంది ఈ విధంగా ఉష్ణోగ్రత, తేమ, కాంతులను గుడ్లు పొదగబడే సమయంలో సక్రమంగా అందించినట్లైతే ఎక్కువ శాతం పొదిగిన గుడ్లను పొందటానికి వీలుంటుంది

గ్రెయినేజ్ రిజిష్టర్లు

గ్రెయినేజ్ (గుడ్ల ఉత్పత్తి కేంద్రం) లో గుడ్ల ఉత్పత్తికి సంబంధించిన అన్ని వివరాలు ఉండాలి దీనివల్ల సరియైన యాజమాన్యం, నాణ్యతకల వ్యాధిరహిత గుడ్లు (DFL's Disease Free Layings) ఉత్పత్తి చేయటానికి వీలుంది గ్రెయినేజ్‌లో ఈ కింద వివరించిన రిజిష్టర్లుండాలి

1 డైరి (Dairy) ఇందులో రోజూ చేసిన చేయబోయే పని వివరాలు డబ్బు లావాదేవీలు, వాతావరణ వివరాలు మొదలైనవి ఉండాలి

2 గుడ్ల పట్టుగూళ్ల రిజిష్టరు ఇందులో గుడ్ల గూళ్ల జనకతరం పంట ఉత్పత్తి, పట్టు నాణ్యత వివరాలు, చెడిన గూళ్ల శాతం వివరాలుండాలి విత్తన గూళ్లు అమ్మినవారి వివరాలు ప్రతిసారి కొన్న గూళ్ల ధర బరువు వివరాలుండాలి

3 గుడ్ల ఉత్పత్తి రిజిష్టరు ఇందులో మాత్‌లు వెలువడే దినం, ఆరోజు కావాల్సిన లేదా వినియోగించిన కూలీల వివరాలు వేతనాలు, గుడ్ల ఉత్పత్తికి వినియోగించిన లోకల్ రకం మరియు విదేశీ రకం (Local race and Foreign race) మాత్‌ల వివరాలు, గుడ్ల (Layings) వివరాలు, మాత్ పరీక్ష వివరాలు నిద్రావస్థ గుడ్లు నిద్రావస్థకు లోనుకాని గుడ్లు, శీతల నిలవ గుడ్లు మొదలైన వాటి వివరాలుండాలి వీటివల్ల నాణ్యతకల గుడ్లను ఉత్పత్తి చేయటానికి, గుడ్లకు సరియైన ధర నిర్ణయించటానికి వీలవుతుంది

4 సాధారణ రిజిష్టరు ఇందులో ఆస్తి వివరాలు, భూమి శిస్తు, నీటి శిస్తు, పనిముట్లు పరికరాల వివరాలు రాయాలి

ప్రశ్నలు

I ఈ కింది అంశాలకు లఘుటీక రాయండి

1 ఆమ్ల చికిత్స ఉద్దేశ్యం తెలపండి

2 ఆమ్ల చికిత్సకు వాడే కొన్ని రసాయన ప్రేరకాలను తెలపండి

3 ఆమ్ల ద్రావణం తయారు చేయటానికి సూత్రం ఏమిటి ?

4 ఆమ్ల చికిత్సలో ఫార్మాలిన్ ఉపయోగం తెలపండి

5 ఏ వయస్సు గుడ్లకు ఆమ్ల చికిత్స చేయాలి ?

6 ఒమ్మెక్రోమ్ అంటే ఏమిటి ?

7 ఆమ్ల చికిత్సలోని రకాలను తెలపండి

8 గుడ్లు పొదుగుటకు కావల్సిన వాతావరణ పరిస్థితులు ఏవి ?

9 గ్రెయినేజ్ రిజిష్టర్లను తెలపండి

10 గుడ్లలో పిండపార ఎప్పుడు ఏర్పడుతుంది ?

II ఈ క్రింది వాటికి వ్యాసాలు రాయండి

1 ఆమ్ల చికిత్స ఉద్దేశ్యం తెల్పి, మార్కెట్టులో దొరికే HCl తో 1 075 తారతమ్య సాంద్రత కల 22 లీటర్ల ద్రావణం తయారు చేయండి

2 ఆమ్ల చికిత్సలో ఫార్మాలిన్ చికిత్స ఆవశ్యకత ఏమిటి ? మార్కెట్టులో లభించే 38 శాతం ఫార్మాలిన్‌తో 25 లీటర్ల రెండు శాతం ద్రావణం తయారు చేయండి

3 ఆమ్ల చికిత్స రకాలను తెల్పి వేడి ఆమ్ల చికిత్సను తెలపండి

4 నిద్రావస్థ గుడ్ల శీతలనిలవ తర్వాత ఆమ్ల చికిత్సా విధానం తెలపండి

5 'గుడ్లు పొదగటం గురించి వివరించండి

6 గ్రెయినేజ్ రిజిష్టర్ల గురించి తెలపండి

సంప్రదింపు గ్రంథాలు

Mulberry Cultivation Sericulture   Manual – 1
FAO, United Nations, Rome, 1987

2 Non Mulberry Silks Sericulture Manual – 4
FAO, United Nations, Rome, 1987

- Hand Book of Practical Sericulture by Ullal & Narsimhanna,
CSB, Bombay, 1981

Appropriate Sericulture Techniques by Manjeet S Jolly, ICTRTS,
Mysore, 1987

5 Hand Book on Agriculture, ICAR, New Delhi, 1992

3 Text Book of Tropical Sericulture, Japan Overseas Co-operation
Volunteers, Japan, 1975

7 Plant Propagation, Mahlstede & Haber, New York, Wiley, 1966

3 Principle of Agronomy,
by Mudaliar, Central Art Press, Madras, 1959

9 Genetic resources of Mulberry and Utilisation, by Sengupta &
Dandin, CSRTI, Mysore, 1989

0 Sericulture Instructional cum Practical Manual, Vol-I & IV,
NCERT, New Delhi, 1989

1 Horticulture Instructional cum Practical Manual, Vol III, NCERT,
New Delhi, 1989

2 Manuals on Fertilizers & Manures , Water Management , Soil &
its Properties Weeds & Weed Control, NCERT, New Delhi, 1985

3 Soil Conservation in India, Farm Bulletin   58, Ministry of Food
and Agriculture, New Delhi 1960

4 A Practical Guide to Mulberry Silk Cocoon Production in Tropics,
by Krishnaswami & Sriramulu   Sericulture Consultants,
Bangalore 1994

5 Hand Book on Pest and Disease Control of Mulberry and Silkworm,
ESCAP, United Nations, Thailand, 1990

3 Principles and Techniques of Silkworm Breeding, United Nations,
New York, 1993

7 Bulletins on Sericulture, C S B , Bangalore

8 Silk in India, Statistical Biennial, C S B , Bangalore, 1992

ద్వితీయ భాగం

A. పట్టుపురుగుల పెంపకం

(SILKWORM REARING)

1.

పట్టుపరిశ్రమ స్వభావం – ప్రాముఖ్యత

(Nature and Importance of Sericulture)

పట్టుపరిశ్రమ వ్యవసాయాధార కుటీరపరిశ్రమ భారతదేశం మనుగడ సర్వం వ్యవసాయాధారం అనేది నిర్వివాదాంశం అందులోనూ గ్రామీణ భారతదేశం సంపూర్ణంగా వ్యవసాయంపై ఆధారపడి ఉంది పెరుగుతున్న జనాభా, నిరుద్యోగం అనిశ్చిత వాతావరణ పరిస్థితులు తరుగుతున్న వనరులు తలసరి భూవిస్తీర్ణం మొ లైన అంశాలు ప్రజ్వరిల్లుతున్న ఈ రోజులలో పట్టుపరిశ్రమ దేశంలోని ప ప్రజలకు ఆర్థిక ı గతిని కలిపిస్తూ స్వయంఉపాధిని కలుగజేస్తూంది ఈ పరిశ్రమలో ఉ ıత్తి అయిన పట్టు (Silk) రెండు సమూహాలుగా గుర్తించారు అవి (1) మల్బరీపట్టు ( ) ఇతర పట్టురకాలు మొదట రకంలో పురుగులు మల్బరీ ఆకులను తిని పట్టును ఉత్పత్తి చేస్తాయి ఈ పురుగులను 400 సంవత్సరాల క్రితం నుంచే మచ్చిక చేసి పెంచుతున్నారు ప్రపంచ పట్టు ఉత్పత్తిలో 95 శాతం ఈ రకమే ఈ మల్బరీ అన్ని రకాల వాతావరణ పరిస్థితులలో పెరిగి పట్టుకు అధికప్రాచుర్యాన్ని చేకూర్చింది రెండవ రకంలో మచ్చిక చేయని లేదా వన్యరకాలైన (Wild types) పట్టుపురుగులున్నాయి వీటనుంచి ఉత్పత్తి అయ్యే పట్టు చాలా తక్కువ ఇవి అన్నీ సహజ వాతావరణ పరిస్థితులలో వివిధ రకాలైన ఆటంకాలను ఇబ్బందులను ఎదుర్కొని పట్టును ఉత్పత్తి చేస్తాయి ఈ రకం పట్టు కొన్ని ప్రత్యేక ప్రాంతాలకు మాత్రమే పరిమితమై ఉంది

పట్టుపరిశ్రమ స్వభావం – ప్రాముఖ్యత

పట్టుపరిశ్రమ వ్యవసాయ పరిశ్రమకు సంబంధించింది ఉష్ణ దేశాలలో ఉన్న నిరుద్యోగ సమస్యను తగ్గించటానికి ఈ పరిశ్రమ బాగా ఉపయోగపడుతుంది ఇందులో అనేక రకాల కూలీలు, సాంకేతిక నిపుణులు అవసరం ఈ పరిశ్రమ గ్రామీణ వాతావరణానికి అన్ని విధాల అనుకూలించి సమాజంలోని బీదవర్గాలకు ఎక్కువగా తోడ్పడి వారి సామాజిక ఆర్థిక స్థితిగతులను మెరుగుపరుస్తూ గ్రామీణ పునర్నిర్మాణంలో సహకరిస్తూంది ఎందుకంటే దీనిలో ఒక కుటుంబం అంతా పురుగుల పెంపకంలో పాల్గొనవచ్చు కుటుంబంలోని ముసలివారు, వికలాంగులు చదువురానివారు స్త్రీలు చురుకుగా పట్టుపురుగుల పెంపకంలోనూ ఆకుల తోటల పెంపకంలోనూ దారం తీసే (Reeling) పరిశ్రమలలోనూ పాల్గొనటానికి అవకాశం ఉంది ఒక హెక్టారు మల్బరీ వల్ల 12 13 కూలీలు సంవత్సరమంతా ఆదాయం పొందవచ్చు ఈ పరిశ్రమలోని 4005 పనిదినాల్లో 2116 పని దినాలు (తక్కువ పనిఉండే దినాలు 53 శాతం) స్త్రీలకు తోడ్పడతాయి

పట్టు వస్త్రాలు (Silk fabrics) భారతదేశంలో కొన్ని వేల సంవత్సరాలనుంచి వాడుకలో ఉన్నాయి వేదాలలో ఉన్న లక్ష్మీసూక్తంలో 'శుభవస్త్రోత్తరీయా అన్న పద ప్రయోగమూ అలాగే లక్ష్మీస్తోత్రంలో 'శ్వేతాంబరధరే దేవీనానాలంకార భూషితే అన్న పదప్రయోగమూ కనబడతాయి మన ఇతిహాసాలలో వేదాలలో మల్బరీ ప్రాముఖ్యత పేర్కొన్నారు ఋగ్వేదంలో యుర్న అనే పదం ఎక్కువగా మానున్ర్మట్ అంటే సిల్కుచే నేయబడిన గుడ్డ అనే పదజాలం 140 బి సి లోనే ఉన్నట్లు గుర్తించారు దీనిని బట్టి ఆ రోజులలో వివిధ పట్టు వస్త్ర విశేషాలు వాడుకలో ఉన్నట్లు తెలుస్తోంది

మన దేశంలో పెద్ద పండుగలు, శుభకార్యాలు పర్వదినాలు వివాహాది సందర్భాలలో పట్టు వస్త్రాలు ధరించే సాంప్రదాయం ఉంది భారతదేశ పట్టువస్త్రాలు నాణ్యతలో ప్రపంచ ప్రసిద్ధి గాంచాయి ఇందులో ఘనమైన అలంకరణతో కూడిన బనారస్ సూరత్ పట్టు వస్త్రాలు (Banaras and Surat Silks) మృదువైన కర్ణాటక పట్టురకాలు గుజరాత్‌లోని టై అండ్ డై (Tie and dye) పటోలా (Patola) వస్త్రాలు ఒరిస్సాలోని ఇకట్స్ (Ikats) వస్త్రాలు సున్నితమైన కాశ్మీర్ వస్త్రాలు, బంధేజ్ శుద్ధ పట్టువస్త్రాలు (Bandhej) కాంచీపురం తంజావూరు తమిళనాడు రకాల పట్టు వస్త్రాలు ఉన్నాయి

పట్టుపరిశ్రమ పరిధి – పరిమితులు

ఈ పరిశ్రమలో మల్బరీ తోటను సాగుచేసి, ఆకులను పట్టుపురుగులకు ఆహారంగా వేసి పెంచుతారు భారతదేశంలో ఈ పరిశ్రమకు సాంప్రదాయ రాష్ట్రాలైన కర్ణాటక జమ్ము-కాశ్మీర్ పశ్చిమబెంగాల్ తమిళనాడు, ఆంధ్రప్రదేశ్‌లు అధిక ప్రాచుర్యం పొందాయి ఇతర రాష్ట్రాలైన కేరళ మహారాష్ట్ర, గుజరాత్ ఉత్తరప్రదేశ్ రాజస్థాన్ బీహార్ ఒరిస్సాలలో కూడా ఈ పరిశ్రమ ఉంది

ఈ పరిశ్రమ సమాజంలోని ధనిక వర్గాలనుంచి ధనాన్ని పేదవర్గాలకు చేరవేయటాని తోడ్పడుతుంది పట్టు వస్త్రాలు ఎక్కువగా ధనిక వర్గాలవారు ధరిస్తారు ఈ పరిశ్రమలో వివిధ రకాల ఉత్పత్తులు పనులు వల్ల జీవనాధారం దొరుకుతుంది దీనివల్ల గుడ్ల ఉత్పత్తిదారులు రైతులు లేదా పట్టుపురుగులు పెంచే రైతులు పట్టుదారం తీసేవారు (Reelers), మెలిపెట్టేవార (Twisters) నేతపనివారు (Weavers) వృధా పట్టు ఉత్పత్తులను తయారు చేసేవారు వర్తకులు (Traders) దళారీలు మొదలైన వారు లాభం పొందుతున్నారు ప్రతీ 60 గ్రాముల లేదా మీటరు మృదువైన పట్టు వస్త్రాన్ని అమ్మగా వచ్చే మొత్తం లాభాన్ని వివిధ వర్గాలకు పటం 1 1 లో విధంగా పంచడం జరుగుతోంది

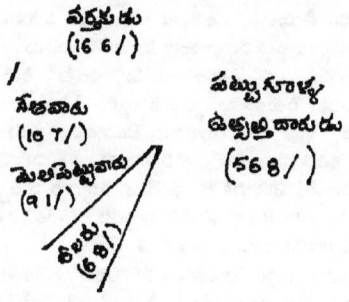

పటం 1 1 పట్టుపరిశ్రమలో ఆదాయం పంపిణి

ఇందులో అధిక భాగం పట్టుకాయల ఉత్పత్తిదారునికి (56 8%) తర్వాత వర్తకుని (16 6%), నేతపనివారికి (10 7%) మెలిపెట్టేవారికి (9 1%) పట్టుదారం తీసెవారికి (6 8% పంచబడుతోంది దీనివల్ల భారతదేశంలో పట్టుపరిశ్రమ ఇతర వాణిజ్య పంటలలాగే అధి ప్రాచుర్యం పొందింది వ్యవసాయ ఆధారపంటలలో తక్కువ రోజులలో పంట ఉత్పత్తు సాధించేది పట్టుపరిశ్రమ మాత్రమే ఈ పరిశ్రమ వల్ల $5\frac{1}{2}$ మిలియన్ వ్యక్తులకు పూర్తిస్థాయి

లోనూ పార్ట్‌టైమ్ స్థాయిలోనూ ఉపాధి లభిస్తోంది ఇందులో ఎక్కువగా గ్రామీణ ప్రాంతాలలో నివసించే షెడ్యూల్ తరగతుల వారు ఉన్నారు

పట్టు ఉత్పత్తులకు ఉండే డిమాండును అనుసరించి మల్బరీ సాగు విస్తీర్ణాన్ని ఇంకా ఎక్కువ చేసి పట్టుకాయలను ఎక్కువగా ఉత్పత్తి చేస్తూ ఇంకా ఎక్కువ నాణ్యతకల బైవోల్టీన్ గూళ్ళను ఉత్పత్తిచేయాలని ప్రభుత్వం నిర్ణయించింది మల్బరీ సాగులోనూ పురుగుల పెంపకంలోనూ అనేక కొత్త మెలకువలను ఆధునిక పద్ధతులను కేంద్ర పట్టు మండలి (Central Silk Board) ఆచరించి అధిక ఉత్పత్తులను సాధించటానికి వీలుందని పరిశోధనల ద్వారా తెలుసుకొని వాటి అమలుకై అనేక చర్యలు చేపట్టింది

మనదేశంలో మల్బరీని వివిధ శీతోష్ణస్థితులలో పెంచుతున్నారు మల్బరీని ఎర్రనేలలు, నల్లనేలలు లాటరైట్ లాటరిక్ నేలలు నదుల ఒండలి నేలలు మొదలైన వాటిలో పెంచుతున్నారు ఆమ్ల క్షార నేలలను అనువుగా మార్చి మల్బరీని పెంచాలి ఈ మల్బరీ పాదల వల్లనే నేల కొట్టుకు పోవటం _ తుంది పనికిరాని బంజరు భూములలో కూడా మల్బరీని వృక్షాలుగా పెంచి జీవావరణవ్యవ ను పెంపొందించవచ్చు మన రాష్ట్రంలో మల్బరీ రాయలసీమలో అధిక ప్రాచుర్యం పొందిం ప్రస్తుతం మల్బరీని వర్షాధారంగాను సాగునీటి పంటగానూ పెంచుతున్నారు ఈ సాగుపద్ధతులకు అనువుగా అధిక దిగుబడినిచ్చే మల్బరీ సంకర రకాలు కేంద్ర పట్టుపరిశ్రమ పరిశోధన-శిక్షణా సంస్థ (Central Sericulture Research and Training Institute) లో ఉన్నాయి ఇప్పటికి,దాదాపుగా 565 మల్బరీ సంకర రకాలు ఉన్నాయి వీటిలో మన దేశ భౌమ్య పరిస్థితులకు అనుగుణంగా ఆయా ప్రాంతాలను అనుసరించి కావలసిన రకాలను ప్రభుత్వశాఖల ద్వారా అందజేయడం జరుగుతోంది

పట్టుపరిశ్రమలో నాలుగు రకాల దశలు ఉన్నాయి అవి మల్బరీ పెంపకం, పట్టు పురుగుల పెంపకం, దారం తీయటం, నేయటం మల్బరీని సాగునీటిలో పెంచుతారు ఇది బాగా దృఢంగా పెరిగే మొక్క కాబట్టి వర్షాధారంగా కూడా పెంచవచ్చు సాగునీటి మల్బరీకి అర ఎకరం వర్షాధార మల్బరీకి ఒక ఎకరం భూమి ఉంటే రైతు మంచి జీవనోపాధిని పొందగలుగుతాడు కొందరు రైతులు మల్బరీని కొబ్బరి టీ కాఫీ రబ్బరు తోటలలో అంతర పంటగా పెంచుతున్నారు ఇంకా కొందరు భూమి లేకపోయినా ఆకులను కొని పట్టుపురుగుల పెంపకం చేస్తున్నారు ఇతర పంటలతో పోల్చినపుడు ఈ పరిశ్రమలో పెట్టుబడి చాలా తక్కువ సాగునీటి మల్బరీకి ఎకరానికి 8 10 వేలు వర్షాధార మల్బరీకి 4 5 వేలు అవసరం ఉంటాయి మల్బరీ నాటిన ఆరు నెలల్లో కోతకు వస్తుంది వీటితో పట్టుపురుగులను పెంచాలి ఇక తర్వాత ప్రతి 45 రోజులకు ఒకసారి ఆకుకోత చేయవచ్చు క్రమ పద్ధతిలో పురుగుల పెంపకం చేసి మంచి లాభాలు ఆర్జించటానికి ఈ పరిశ్రమలో అనేక అవకాశాలు ఉన్నాయి ఈ పరిశ్రమను స్థాపించటానికి ప్రభుత్వం ఐ ఆర్ డి పి / ట్రైజమ్ (IRDP / TRISEM) స్కీమ్‌లను ప్రవేశపెట్టింది అంతే కాకుండా నాబార్డ్ (NABARD), ఐ డి బి ఐ (IDBI) వాణిజ్య సహకార బ్యాంకులు కూడా పెట్టుబడులను అందిస్తున్నాయి ఇంకా మన రాష్ట్రంలో రెండు విదేశీ సహాయ పథకాలు కూడా అమలు జరుగుతున్నాయి అవి

(1) జాతీయ పట్టుపరిశ్రమ పథకం

(2) ఇండో - స్విస్ పథకం

ఈ పరిశ్రమకు సరియైన నేల, పురుగుల పెంపకానికి గది పరికరాలు అవసరం రీలింగ్ పరిశ్రమకు అధిక పెట్టుబడి కావాలి ఈ పరిశ్రమలో ముఖ్యమైన విషయం కూలీలు కూలీల

కత వల్ల నష్టం డవడానికి అవకాశం ఉంది పురుగుల పెంపకం ఆరోగ్యమైన వాతావరణంలో యూరి కలుషిత వాతావరణం పట్టుకాయల (Cocoons) నాణ్యతకు నష్టం కలుగచేస్తుంది

వివిధ రకాల పట్టుపురుగులు – విస్తరణ

ప్రపంచంలో నాలుగు రకాల పట్టుపరుగులు వాణిజ్య పరంగా మానవునికి తోడ్పడు న్నాయి వీటిలో మొత్తం ప్రపంచ పట్టు ఉత్పత్తిలో 95 శాతం మల్బరీ పట్టు మిగిలిన మూడు వన్య రకాలు ఇవి ఎరి (Eri) మూగ (Muga) టసార్ లేదా దసలి (Tasar) పట్టు పురుగులు ఇవి కాకుండా ఆసియా ఆఫ్రికా ప్రాంతాలలో కొన్ని తెగలవారు 400 500 రకాల మల్బరీ పట్టుకాని వాటిని పెంపకం చేస్తున్నారు వివిధరకాలైన పట్టుపురుగుల గురించి కింద తెల్పడమైంది

1 మల్బరీ పట్టు (Mulberry Silk) :

బాంబిక్స్ మోరి (Bombyx mori) అనే పట్టుపురుగులు మోరస్ (Morus) జాతికి చెందిన ఆకులను తిని ప ను ఉ త్తి చేస్తాయి ఇవి బైవోల్టిన్ రకాలు ఈ పురుగులను 4000 సంవత్సరాలకు పూ మే మ ిక చేయడం జరిగింది వీటిని గదులలో పెంచుతారు ఈ పురుగులు తెంపులు ని పా న పట్టుదారాన్ని ఉత్పత్తి చేస్తాయి ఈ పట్టుకు వాణిజ్యపరంగా ఎక్కువ పేరుంది ఇది లేతపసుపు లేదా స్వచ్ఛమైన తెలుపు రంగులో ఉంటుంది

2 టసార్ లేదా దసలి పట్టు (Tasar silk) :

ఈ పురుగులలో *ఆంథిరియా మిలిట్టా (Antheraea mylitta)* మద్ది ఆకులను ***(Terminalia)***, *ఆంథిరియా ప్రోయిలి* ***(A. proylea)*** ***ఓక్ (Oak Quercus serrata)*** ఆకులను తిని ప్రత్యేకమైన పట్టును ఉత్పత్తి చేస్తాయి ఇవి యూని లేదా బైవోల్టీన్ రకాలు వీటిని రీలింగ్ చేసి దారం తీయవచ్చు ఈ రకం పురుగులు మన రాష్ట్రంలోని గోదావరి ప్రాంతంలోని జిల్లాలకు పరిమితమై ఉన్నాయి ఈ కాయలు అన్ని పట్టు కాయలకంటే చాలా పెద్దవిగా ఉండి 7 14 గ్రా బరువు ఉంటాయి వీటిలో 1000 1200 మీటర్ల దారం ఉంటుంది పట్టుకాయకు దృఢమైన కాడ ఉంటుంది పట్టుకాయలు పసుపు లేతపసుపు ఊదా గోధుమ బూడిద వర్ణాలలో ఉంటాయి ఈ పట్టు ఇతర దేశాలలో కూడా అధిక ప్రాచుర్యం పొందింది

3 మూగ పట్టు (Muga silk) :

మూగపట్టు పురుగులు *ఆంథిరియా అస్సామెన్సిస్* ***(Antheraea assamensis)*** సోమ్ (Som) మెచిలస్ *బాంబిసినా* ***(Machilus bombycina)*** సొవాలు (Soalu) లిట్సియా (Litsaea) జాతి మొక్కల ఆకులను తింటాయి మన దేశంలో అస్సాం మేఘాలయ అరుణాచల్‌ప్రదేశ్ త్రిపుర నాగాలాండ్ మణిపూర్ ఉత్తర బెంగాల్ రాష్ట్రాల్లో ఈ మొక్కలు ఉన్నాయి వీటి పట్టుకాయలు బంగారు పసుపు వర్ణంలో లేదా లేత పసుపు తెలుపుగా మెరుస్తూ ఉంటాయి వీటిలో దారం తెంపులు లేకుండా 500 800 మీ పొడవు ఉంటుంది

4 ఎరి పట్టు (Eri silk) :

ఎరి రిసిని ఆముదం ఆకులను (Ricinus communis) తింటాయి మన దేశంలో అస్సాం త్రిపుర పశ్చిమబెంగాల్ బీహార్ మేఘాలయ అరుణాచల్‌ప్రదేశ్ మణిపూర్‌లలో గుట్టలపైనా బంజరు భూములలోనూ

ఈ మొక్కలను పెంచుతారు పట్టుకాయలు వివిధ పరిమాణంలో, రంగుల్లో ఉంటాయి వీటిలో దారం తెంపులతో ఉంటుంది దారం మందం అసమానంగా ఉంటుంది మాత్‌లు వెలువడిన తర్వాత కాయలను రీలింగ్ చేస్తారు ఈ పట్టును సాధారణంగా ఉన్నితో కలిపి నేతకు వాడతారు ఎరిపట్టు తెలుపు లేదా ఇటుక ఎరుపు రంగులో, కొద్ది మెరుపుతో ఉంటుంది

5 ఎనాఫె పట్టు (Anaphe silk) ।

ఇది దక్షిణ మధ్య ఆఫ్రికా లో ఉండే ఎనాఫె జాతికి చెందిన వన్యమైన పట్టుపురుగుల నుంచి లభిస్తుంది ఈ పట్టును బట్టల తయారీకి, ఎంబ్రాయిడరీ పనులకు వినియోగిస్తారు ఈ పట్టుపురుగులు బహుపోషకాలు (Polyphagous) ఈ పురుగులు తినే మొక్కలలో 22 రకాలను గుర్తించారు అందులో ఆల్‌బిజ్జియ ఫస్టిజియోటా, స్టైర్క్యులియ ట్రగికాంత, కార్డియమిల్లని, టామరిండస్ ఇండికస్, సైనోమెట్ర అలెగ్జాండ్రి, జిజిఫస్ జాజాబా, అల్‌బిజ్జియ ఇంఫ్రాక్టా అనేవి కొన్ని రకాల మొక్కలు పట్టుపురుగులు ఆకుపచ్చగా ఉంటాయి వీటి పట్టుకాయలను 12 100 వరకు పురుగులు కలిసి అల్లుతాయి కాయలు గోధుమరంగులో 10 15 సెం మీ పొడవు 5 12 సెం మీ మందం 10 21 సెం మీ వెడల్పుగా ఉంటాయి ఎక్కువ పురుగులు కలిసి అల్లిన కాయ 3 5 కిలోల వరకు ఉంటుంది దీనిని అల్లటానికి 3 4 నెలలు పడుతుంది వీటిని రీలింగ్ చేయలేము ఈ పట్టు మల్బరీ పట్టు మాదిరిగానే ఉంటుంది

6 ఫగారపట్టు (Fagara silk)

ఇది **అట్టాకస్ అట్లాస్ *(Attacus atlas)*** మరియు ఇతర అనుబంధ ప్రజాతులచే తయారవుతుంది ఈ పురుగులు ఇండియా ఆస్ట్రేలియా భూభాగంలోనూ చైనా సూడాన్‌ల లోనూ ఉన్నాయి ఈ పట్టు లేత గోధుమ రంగులో ఉంటుంది కాయలు 6 సెం మీ పొడవుగా కాడతో ఉంటాయి

7 కోన్ పట్టు (Coan silk)

ఈ పట్టు **పచిపాస ఒటస్** ***(Pachypasa otus)*** పురుగులచే తయారవుతుంది ఇవి మధ్యధరా ప్రాంతంలో ఉన్నాయి ఇవి పైన్ సైప్రస్ జునిఫెర్ ఓక్ వృక్షాలపై ఆధార పడతాయి ఇవి తెల్లని పట్టుకాయలను అల్లుతాయి

8 క్రికుల పట్టు (Cricula silk)

ఈ క్రికుల పట్టుపురుగు డింభకాలు బహు పోషకాలు ఇవి 10 రకాల ఆకులను తింటాయి అందులో **అనకార్డియమ్ ఆక్సిడెంటేల్, కరియ ఆర్బోరియ, కామెల్లియ థిపెరా** మొదలైనవి ఉన్నాయి ఇవి కిషన్‌గంజ్ ప్రాంతంలో (బీహార్) మామిడిపై ఆగస్టు డిసెంబర్ మాసాల్లో కనిపిస్తాయి వీటి కాయలు 2 12 గ్రా బరువు ఉంటాయి

9 ఆల్చిప్ప పట్టు (Mussel silk)

ఇది టకంనుంచి కాకుండా మలస్కావర్గ జీవియైన ఆల్చిప్ప నుంచి లభిస్తుంది ఈ పట్టును **పిన్నా స్క్వామోసా *(Pinna squamosa)*** అనే ఆల్చిప్ప స్రవిస్తుంది ఈ ఆల్చిప్పలు ఇటలీ, డాల్మాటియన్ తీరాల్లో కనిపిస్తాయి ఇవి లంగరు వేయటానికి దృఢమైన గోధుమ వర్ణంలో ఉండే దారాన్ని స్రవిస్తాయి దీనినుంచి తీసిన పట్టును 'ఫిష్ ఊల్ (Fish wool) అంటారు ఇది ఎక్కువగా టారంటో ఇటలీలలో లభిస్తుంది

10 సాలీడు పట్టు (Spider silk)

ఇది మృదువుగా దృఢంగా స్థితిస్థాపకతతో ఉంటుంది దీనిని స్రవించేది మడగాస్కర్ ప్రజాతి కీటకాలైన నిఫిల మడగాస్కారెన్సిస్ ***(Nephila*** మిరాండ

ఆరెన్షియ ఇపిరా (*Epeira*) దాదాపుగా ఒక డజను పురుగులు కలిపి ఏర్పరచిన దారాన్ని 4 5 నెలలకొకసారి రీలింగ్ చేస్తారు

ప్రపంచంలో 29 దేశాలలో పట్టు పరిశ్రమ ఉంది ఇందులో జపాన్ చైనా రష్యా, కొరియా ఇండియా దేశాలు మొదటి ఐదు స్థానాల్లోనూ ఉన్నాయి పట్టు పరిశ్రమలో అధిక శాతం (90 శాతం) మల్బరీ పట్టు ఆక్రమించింది దీని తర్వాత దసలి, ఎరి మూగ రకాలు తర్వాత ఇతర పట్టులకు స్థానం ఉంది భారతదేశంలో 1981 లెక్కల ప్రకారం 6 29 143 గ్రామాల్లోనూ 1989 90 లెక్కల ప్రకారం 59,528 గ్రామాల్లోనూ పట్టుపరిశ్రమలు ఉన్నాయి

క్రమ సంఖ్య	వివరాలు	ప్రగతి 1988-89	1889 90
1	మల్బరీ (హెక్టారులు లక్షలలో)	2 557	2 810
2	ముడి పట్టు ఉత్పత్తి (మెట్రిక్ టన్నులు)		
	a మల్బరీ	9683	10905
	b దసలి	358	465
	c ఎరి	565	589
	d మూగ	45	57
3	ఎగుమతులు (విలువ కోట్లలో)	330 54	400 1

ఆధారం ؛ సిల్క్ ఇన్ ఇండియా *1992 (CSB)*

మనదేశంలో కర్ణాటక ఆంధ్రప్రదేశ్, తమిళనాడు పశ్చిమబెంగాల్ జమ్ము-కాశ్మీర్ రాష్ట్రాలు దేశంలోని మొత్తం పట్టులో 98 శాతం మల్బరీ పట్టును ఉత్పత్తి చేస్తాయి ఎరి ముడి పట్టు అస్సాం బీహార్, మేఘాలయ, మణిపూర్‌లు అత్యధికంగా ఉత్పత్తి చేస్తాయి మూగపట్టు కేవలం అస్సాంలోనే ఉంది దసలిపట్టు బీహార్ ఆంధ్రప్రదేశ్ కర్ణాటక రాష్ట్రాల్లో ఉంది

ఆంధ్రప్రదేశ్ లో 1981 లెక్కలప్రకారం 29,281 గ్రామాలలోనూ 1989 90 కేంద్ర పట్టు మండలి లెక్కల ప్రకారం 9377 గ్రామాలలోనూ పట్టుపరిశ్రమ కొనసాగుతోంది దీనివల్లనే దేశంలో "ర్ణాటక రాష్ట్రం తర్వాత రెండవ స్థానంలో ఆంధ్రప్రదేశ్ నిలిచింది ఈ పరిశ్రమలో 1989 90 సంవత్సరంలో 14,460 షెడ్యూల్డు కులాలవారు 9,512 షెడ్యూల్డు తెగలవారు 99 486 ఇతరులు ఉపాధిపొందారు భారతదేశంలో 1990 91 లో మల్బరీని 1,09,236 హెక్టార్లలో వర్షాధారంగాను 2 03,873 హెక్టార్లలో సాగునీటి పంటగా పెంచారు ఇందులో మన రాష్ట్రంలో 7,63,118 హెక్టార్లలో సాగునీటిలో మల్బరీ పెంపకం చేసారు వీటితో 249 20 లక్షల గుడ్లను పెంచి 32,262 టన్నుల పట్టుగూళ్ళను ఉత్పత్తి చేసారు

వాణిజ్య ప్రాముఖ్యత :

ఈ పరిశ్రమ‐ వివిధ పట్టుపురుగులు ఉత్పత్తి చేసిన పట్టుగూళ్ల వల్ల అనేక మందికి వివిధ స్థాయిలలో ఉపాధి లభిస్తోంది ఈ పరిశ్రమలో (1) పట్టుగూళ్ళ ఉత్పత్తి (2) ముడిపట్టు (Raw silk) తయారీ (3) ఉప ఉత్పత్తుల వినియోగం అనే మూడు అంశాలు ఉన్నాయి ఇవి కాకుండా ప్రయివేటు రంగంలో గుడ్ల ఉత్పత్తి కేంద్రంస్థాపించి కూడా అధికస్థాయి ఉత్పత్తితో అనేక మందికి ఉపాధి కలిపించవచ్చు పట్టుపరిశ్రమలో వివిధ స్థాయిల్లో ఆదాయ వివరాలను,

లబ్ధిదారులకు సంబంధించిన వివరాలను పట్టిక 1 1 లో చూపించడమైంది ఈ పరిశ్రమలో ఉన్న అన్ని అంశాలు ఒకదానితో ఒకటి పరస్పర సంబంధం కలిగి ఉన్నాయి దీనివల్ల ఒక స్థాయిలో జరిగిన పొరపాట్లు ఇంకొక స్థాయిలో నష్టాన్ని కలుగచేస్తాయి కాబట్టి ప్రతీ స్థాయిలో జాగ్రత్తగా పనులను నిర్వహించినట్లైతే అధిక లాభం పొందవచ్చు ఈ పరిశ్రమలో తక్కువ పెట్టుబడితో మంచి లాభాలను పొందటానికి వీలుంది 1989 90 లెక్కల ప్రకారం భారతదేశంలో 10,31,439 కుటుంబాలు ఈ పరిశ్రమ వల్ల లాభం పొందుతున్నాయి ఈ పరిశ్రమలో 1990-91 సంవత్సరంలో దేశంమొత్తంలో 1,16,672 టన్నుల రీలింగ్‌కు పనికివచ్చే మల్బరీ పట్టుగూళ్ళ ఉత్పత్తి జరిగింది (ఇందులో ఆంధ్రప్రదేశ్ ఉత్పత్తి 32,262 టన్నులు) ఈ గూళ్ళనుంచి 11,487 టన్నుల ముడి పట్టు, 3,953 టన్నుల వృధాపట్టు ఉత్పత్తి అయ్యాయి దీనిలో ఆంధ్రప్రదేశ్‌లో 3 194 టన్నుల ముడిపట్టు 1,140 టన్నుల వృధాపట్టు ఉత్పత్తి జరిగింది దసలిపట్టుగూళ్ళు దేశం మొత్తంలో 4 70 లక్షల *కహన్‌లు (Kahan) వీటినుంచి 484 టన్నుల ముడిపట్టు 170 టన్నుల వృధాపట్టు ఉత్పత్తి జరిగింది మన రాష్ట్రంలో 0 03 లక్షల కహన్‌ల పట్టుగూళ్ళు వీటిద్వారా ఒక్కొక్క టన్ను ముడిపట్టు వృధాపట్టు ఉత్పత్తి జరిగింది ఎరిపట్టుగూళ్ళు మన దేశంలో 1019 లక్షలు వీటినుంచి 624 టన్నుల ముడిపట్టు ఉత్పత్తి అయ్యాయి ఇందులో 44 టన్నులు వృధాపట్టు ఇక మూగ ఉత్పత్తులలో 4195 71 లక్షల పట్టుగూళ్ళు వీటితో 70 టన్నుల ముడిపట్టు 3 టన్నుల వృధాపట్టు ఉత్పత్తి అయ్యాయి ఈ విధంగా మొత్తం వన్యరకాలైన పురుగులనుంచి 1178 టన్నుల ముడిపట్టు, మల్బరీ ద్వారా 11 487 టన్నుల ముడిపట్టు మొత్తం కలిపి 12,665 టన్నుల ముడిపట్టు ఉత్పత్తి జరిగింది ఈ మల్బరీ దసలి మిశ్రమ పట్టులను వృధాపట్టులను ఎగుమతిచేయడం ద్వారా మనదేశానికి 440 53 కోట్ల ఆదాయం లభించింది

పట్టిక : 1 1 మల్బరి, మిశ్రమ పట్టు సరుకుల ఎగుమతుల –లాభాల విలువలు (1990–90)

వివరాలు - లక్షలలో

క్రమ సంఖ్య	సరుకులు	మల్బరీపట్టు	మిశ్రమ / బ్లెండెడ్
1	చీరలు	3 094 54	612 36
2	స్కార్ఫ్‌లు స్టోల్‌లు (Scarves, stoles)	2,481 30	14 73
3	దుస్తుం బట్టలు	16,090 98	293 29
4	రెడిమెడ్ దుస్తులు	10,494 42	4 91
5	కార్పెట్లు	4,987 88	3 17
6	టైలు		0 09
7	ఇతరత్రా	4470 55	37 11
	మొత్తం	రూ॥ 41 719 67	రూ॥ 965 57

* ఒక కహన్‌కు బీహార్‌లో 1280 కాయలు ఒరిస్సాలో 1600, మధ్యప్రదేశ్‌లో 1000 కాయలుగా పరిగణిస్తారు

ఇవే కాకుండా స్పన్‌పట్టు యార్న్ 185 టన్నులు, నోయిల్ యార్న్ (Noil yarn) 124 టన్నులు ఉత్పత్తి అయ్యాయి పట్టు వస్త్రాల తయారీలో మల్బరీ పట్టు 1723 లక్షల చదరపు మీట వన్యరకాల మల్బరీ 141 లక్షల చ మీ స్పన్‌పట్టు యార్న్ నోయిల్ యార్న్ 19 ల ల చ మీ ఉత్పత్తి అయ్యాయి ఈ విధంగా పట్టుపరిశ్రమలో వస్త్రాల తయారీ వృధాపట్టు ఉ త్తులే కాకుండా, పొలంలో మిగిలిన మల్బరీ కొట్టెలు ప్యూపాలు చెడిన గూళ్ళు, ఫ్లాస్ రీలింగు యగా మిగిలిన ప్యూపాలు రీలింగు నీళ్ళు మల్బరీ ఫలాలు మల్బరీ మొక్కల ఆకులు వేళ్ళు ఒకటేమిటి పట్టుపరిశ్రమలో అన్నికూడా తిరిగి వినియోగించి లాభం పొందటానికి వీలుంది ఈ రకమైన లాభాలు ఇతరత్రా ఏ పంటలనుంచీ పొందటానికి వీలులేదు కాబట్టి మానవ ఆర్థిక స్థితిగతులను పెంపొందించటానికి ఈ పరిశ్రమ అధికంగా తోడ్పడుతోందని నిస్సందేహంగా చెప్పవచ్చు

ప్రశ్నలు

I ఈ కింది అంశాలకు లఘుటీక రాయండి

1 మీకు తెల్సిన ప్రసిద్ధి చెందిన పట్టువస్త్రాల పేర్లను తెలపండి

2 పట్టుపరిశ్రమలో ఆదాయ పంపిణీ వివరాలను తెలపండి

3 పట్టుపరిశ్రమలో లబ్ధిదారులను తెలపండి

4 CSB CSR & TI అంటే ఏమిటి ?

5 పట్టు పరిశ్రమను స్థాపించటానికి ప్రభుత్వ స్కీములు ఏమిటి ?

6 మన రాష్ట్రంలో పట్టు పరిశ్రమలో అమలులో ఉన్న విదేశీ సహాయ పథకాలు ఏవి ?

7 మీకు తెల్సిన వివిధ పట్టుపురుగుల శాస్త్రీయ నామాలు ఏమిటి ?

8 మల్బరీ దసలి పట్టుపురుగుల శాస్త్రీయనామాలు ఏమిట ?

9 మీకు తెల్సిన వివిధ పట్టు సరుకులకు తెలపండి ?

10 "ఫెష్ ఊల్' అంటే ఏమిటి ?

II ఈ కింది వాటికి వ్యాసాలు రాయండి

1 పట్టు పరిశ్రమ స్వభావం-ప్రాముఖ్యత గురించి వివరించండి

2 పట్టుపరిశ్రమలో ఉండే అవకాశాలు దాని పరిధి గురించి రాయండి

3 వివిధ రకాల పట్టుపురుగుల గురించి రాయండి

4 పట్టు పరిశ్రమ వాణిజ్య ప్రాముఖ్యతను వివరించండి

2.

పట్టుపురుగుల పెంపకగృహం, పరికరాలు

(Rearing)

మన దేశంలో పట్టుపురుగుల పెంపకం సంవత్సరం పొడవునా జరుగుతుంది సమశీతోష్ణ ప్రాంతాలలో (Temperate) (కాశ్మీర్ పంజాబ్, ఉత్తరప్రదేశ్‌లోని డెహ్రాడూన్) పురుగుల పెంపకం రెండుసార్లు (వసంతరుతువు ఆకురాలేకాలం) లేదా మూడుసార్లు (వసంతరుతువు గ్రీష్మరుతువు ఆకురాలేకాలం) చేస్తారు సంవత్సరంలో కాలాన్ని అనుసరించి, మల్బరీ ఆకు ఉత్పత్తి ఆధారంగా పెంపకం చేస్తారు ఉష్ణమండల ప్రాంతంలో (కర్ణాటక, పశ్చిమబెంగాల్ ఆంధ్రప్రదేశ్ తమిళనాడు) పురుగుల పెంపకం సంవత్సరం పొడవునా చేస్తారు దీనివల్ల 5 6 పంటలు వస్తాయి పురుగుల పెంపకం ఆరోగ్యంగా కొనసాగటానికి పెంపకం సమయంలో యాజమాన్య పద్ధతులను సాంకేతిక అంశాలను దృష్టిలో ఉంచుకోవాలి

1 మల రీ పెరుగుదల, ఆకు ఉత్పత్తి

టలో మల్బరీ పెరుగుదల ఆకు ఉత్పత్తిపై పట్టుపురుగుల పెంపకం ఆధార పడుతుంది మల్బరీ ఆరోగ్యంగా మొగ్గలు వేస్తూ ఎక్కువ ఆకులను ఉత్పత్తి చేసే సమయం పురుగుల పెంపకానికి అనువైన కాలం మల్బరీ పెరుగుదల ఆకు ఉత్పత్తి అంశాలు పొలంలో ఆచరించే వివిధ వ్యవసాయ పనులపై అంటే నీటిపారుదల, ఎరువుల వాడకం, కలుపుతీత, ప్రూనింగ్‌లపై ఆధారపడి ఉంటాయి పట్టుపురుగుల గుడ్ల సంఖ్యను తోటలో ఆకు ఉత్పత్తి ఆధారంగా నిర్ణయించాలి ఇందుకుగాను ఆకు ఉత్పత్తిని అంచనావేయాలి హెక్టారు మల్బరీ తోటలో సరియైన పరిస్థితులలో 20,000 నుంచి 25,000 కిలోల ఆకు ఉత్పత్తి అవుతుంది సాగునీటి మల్బరీలో ఈ ఉత్పత్తి ఇంకొక 5,000 కిలోల ఎక్కువ ఉంటుంది ఈ ఉత్పత్తి పరిమాణం ఆధారంగా బ్రష్ చేయవలసిన గుడ్ల పరిమాణం లేదా సంఖ్యను నిర్ణయించాలి వివిధ రకాల పురుగుల పెంపకానికి ఈ కింద తెల్పిన విధంగా ఆకు అవసరం ఉంటుంది అయితే పెంపకం సమయంలో ఆకు తక్కువ కాకుండా ముందే జాగ్రత్తగా ఉండాలి

వ్యాధిరహిత లేయింగ్	రకం	కావల్సిన ఆకు (కిలోలు)
100	మల్టివోల్టిన్ × బైవోల్టిన్	700
100	బైవోల్టిన్ × బైవోల్టిన్	800

2 కూలీలు

ఈ పరిశ్రమలో యాంత్రిక పరికరాలు చాలా తక్కువ కాబట్టి కూలీల అవసరం ఉంటుంది భారతదేశంలో ఈ పరిశ్రమ ఎక్కువగా గ్రామీణ ప్రజలకు జీవనాధారం కాబట్టి పెంపకంలో యజమాని, కుటుంబ సభ్యులు మొత్తం కూలీకి వినియోగించబడతారు అయితే గుడ్లసంఖ్య పెరిగినపుడు ఈరకం వినియోగం వల్ల లాభం ఉండదు అందువల్ల పురుగుల

పెంపకందారుడు తప్పనిసరిగా వేతనంపై కూలీలను నియమించుకోవాలి చాకిదశలో కూలీల అవసరం చాలా తక్కువ చివరి దశలో ఆకు కోతకు పడక శుభ్రతకు పురుగులను అల్లిక పరికరంపై వేయటానికి తప్పనిసరిగా కూలీలు అవసరం వ్యవసాయపనులలో కోతల సమయం పురుగు పెంపకానికి ఆటంకం కలగకుండా ముందే జాగ్రత్త పడాలి మనదేశంలో కూలీలకు రోజుకు 4 5 గంటల పని ఉంటుంది ఈ పని దినాలను ఇంకా తగ్గించటానికి సాంకేతిక పద్ధతులను ఆచరించాలి పట్టుపరిశ్రమలో బాగా అభివృద్ధి చెందిన దేశాలలో (జపాన్) కూలీలకు కేవలం మూడు గంటల పని ఉంటుంది ఏదిఏమైనా పెంపకం సమయంలో కూలీల ఆవశ్యకతను, సంఖ్యను అంచనావేసి తర్వాత నియమించినపుడు పెంపకం సజావుగా కొనసాగుతుంది

3 పెంపకం చేయవలసిన పట్టుపురుగు రకాలు

పట్టుపురుగులను వోల్టినిజం (Voltinism) ఆధారంగా యునివోల్టిన్ (Univoltine) సంవత్సరానికి ఒక పంట బైవోల్టిన్ (Bivoltine) రెండు పంటలు , మల్టీవోల్టిన్ (Multivoltine) నాలుగు లేదా ఎక్కువ పంటలుగా విభజించారు కరాటకలో మైసూర్ రకాన్ని లోకల్ గుడ్ల గూళ్ళ ఉత్పత్తికోసం పెంపకం చేస్తారు దీనినుంచి మాత్ను తీసుకొని వాణిజ గూళ్ళ ఉత్పత్తికి సంకరగుడ్లను ఉత్పత్తి చేస్తారు బెంగాల్‌లో ని రి (Nistari) అనే మల్టీవా న్ రకాన్ని, కాశ్మీర్‌లో బైవోల్టిన్ సంకరాలను పెంచుతున్నారు న తెల్పిన వాటిలో అన్నిటి ంటే బైవోల్టిన్ రకాలు మంచివి వీటికి సరియైన పెంపకం పరిస్థితులను కల్పించి మంచి లాభాలను ఆర్జించవచ్చు

పట్టిక 2 1 వివిధ రకాల జాతుల పట్టుకాయల వాణిజ్య లక్షణాలు :

క్రమ సంఖ్య	వోల్టినిజం	వా ధిరహిత • యింగ్స్	ఉత్పత్తి (కిలోంలో)	ఖాళీ పట్టుగూడు బరువు (గ్రా)	రెండిట్టా (కిలో లలో)	శుభ్రత	రాబడి
1	బైవోల్టిన్	100	<30	0 30 0 40	1/10 కిలోల కాయలు	అధికం	ఎక్కువ
2	మ వోల్టిన్ • ళు లోకల్ ర ం	100	<20	0 10 0 15	1/16 కిలోల కాయలు	తక్కువ	ఎక్కువ
3	ˉ న్ × వో న్ ంక ం	100	25	–	–	–	–

వాణిజ్య గూళ్ళ ఉత్పత్తికి రైతులు ఎక్కువగా సంకరరకాలను వాడతారు ఇందులో లోకల్ స్త్రీ పురుగు × బైవోల్టిన్ స్త్రీపురుగు , బైవోల్టిన్ స్త్రీపురుగు × బైవోల్టిన్ పురుషపురుగు రకాలు ఉన్నాయి కర్ణాటకలో నంది బైవోల్టిన్ రకం అధికప్రాచుర్యం పొందింది

4 పెంపకగదికి సౌకర్యాలు •

a) ఎంపిక

పట్టుపురుగుల పెంపకానికి సరియైన ఉష్ణోగ్రత తేమ కావాలి వీటిలో ఎక్కువ తేడాలను పురుగులు తట్టుకోలేవు కాబట్టి ఈ వాతావరణ పరిస్థితులను సక్రమంగా అందించటానికి పెంపకగృహం నిర్మించి గూళ్ళ ఉత్పత్తిని అధికంగా పొందాలి పురుగు పెంపకంలో మూడురకాల పద్ధతులున్నాయి అవి (1) షెల్ఫ్ పెంపకం (2) కొమ్మ పెంపకం (3) మిద్దె పద్ధతి వీటిలో మొదటి పద్ధతిలో తక్కువ స్థలంలో ఎక్కువ పురుగులను పెంచటానికి వీలవుతుంది మనదేశంలో రైతులు పెంపకగృహాన్ని లేదా గదిని నిర్మించే స్థితిలో లేరు తాము నివసిస్తున్న గృహంలో గదిని పెంపకానికి అనువుగా మారుస్తారు లేదా అనువైన స్థలంలో పెంపకం చేస్తారు

పెంపకగృహం చుట్టు ఆరోగ్యకరమైన పరిస్థితులుండటం అన్నింటికంటే ముఖ్యం గృహంకోసం ఎంపిక చేసిన స్థలం తాలూకు పరిసరాలలో మురికి నీటిగుంటలు దట్టంగా పెరిగిన వృక్షాలు ఎత్తైన మేడలు ఉండకూడదు గృహంపై సూర్యరశ్మి ప్రభావం తక్కువ ఉండాలి గృహం చుట్టు నీరు నిలిచినట్లైతే ఆ నీరు దూరంగా ప్రవహించేటట్లు చేయాలి లేదా గృహం ఎత్తును కొంచెం పెంచాలి గృహంలో తేమను తగ్గించటానికి కిటికీల సంఖ్యను పెంచి స్వచ్ఛమైన గాలి ప్రవేశించటానికి అవకాశం కలిగించాలి పక్కనున్న చెరువు లేదా నది దిక్కునుంచి వీచేగాలి గదిలో తేమను పెంచినపుడు ఆ వైపున ఎత్తైన చెట్లను పెంచి లేదా గోడను నిర్మించి నేరుగా లోనికి వీచే గాలిని అడ్డగించాలి ఒకవేళ గదిలో గాలి కొరత ఏర్పడినపుడు గృహ పరిసరాలలోని చెట్లను కొన్నింటిని నరికి వేయాలి పెంపకం గదిలో అధిక వేడి అధిక చల్లదనం నిరోధించటానికి చెట్లను పెంచాలి మధ్యహ్నం గదిలోనికి ఎండ రాకుండా చర్యలు తీసుకోవాలి గదిలో ఉష్ణోగ్రత ఒక్కసారిగా పెరిగినా, తగ్గినా పురుగుల ఆరోగ్యం దెబ్బతింటుంది ఈ నష్టాన్ని అరికట్టే చర్యలు చేపట్టాలి

b) నిర్మాణం

పురుగులపెంపకం చక్కగా ఉండటానికి గృహనిర్మాణం ఉత్తరం-దక్షిణం దిశలలో ఉండాలి గదిద్వారం ఉత్తరంలో ఉన్నపుడు చల్లని పిల్లగాలులు గదిలోకి ప్రవేశిస్తాయి గదికి కిటికీలు దక్షిణంలో ఉండాలి దీని వల్ల తగినంత వెలుతురు వస్తుంది గది పార్శ్వాలు తూర్పు పడమరలో ఉండాలి ఈ దిశలు గది నిర్మాణానికి వీలులేనపుడు ఉత్తరం-పడమర ఎదురుగా దక్షిణం-తూర్పు వెనుకకు ఉండేటట్లు నిర్మించాలి తూర్పువైపు ముఖద్వారం ఉండాలి పడమరలో ముఖద్వారం ఉండటం వల్ల సాయంకాలం ఎండ తీవ్రత కారణంగా గది వేడెక్కి ఆకులు తొందరగా వాడిపోతాయి కాబట్టి ఈ దిశ పెంపకానికి లాభంకన్నా నష్టాన్ని కలిగిస్తుంది తూర్పు లేదా పడమర ముఖద్వారంతో గది నిర్మిస్తే, చుట్టూ వెడల్పయిన వరండా నీడనిచ్చే వృక్షాలు ఉండాలి - పెంపకం సమయంలో గదిలో పడమర దిశలో పురుగులను ఆకులను ఉంచకూడదు ద్వారానికి ఎదురుదిశలో కిటికీలను అమర్చి గాలిరావటానికి అవకాశం కలిపించాలి

పైన తెల్పిన విధంగా ఏ పద్ధతిలో గృహం నిర్మించినా గదిచుట్టు పైకప్పుకల వరండా నీడనిచ్చే వృక్షాలు ఉండాలి దీనివల్ల ఎండప్రభావం తగ్గుతుంది

నిర్మాణంలో గుర్తుంచుకోవలసిన అంశాలు

1) గది వెడల్పు పొడవుకంటే తక్కువగా 15 18 అడుగులకు ఎక్కువ ఉండరాదు గది ఎక్కువ విశాలంగా ఉంటే ఉష్ణోగ్రతను క్రమపరచటానికి ఇబ్బంది ఏర్పడుతుంది గది చాలా చిన్నదైతే గాలి ఆడక, విషవాయువులు ఒయటకి వెళ్లటానికి తక్కువ అవకాశం ఉంటుంది గది పొడవు పెంచాల్సినపుడు వెడల్పు పెంచకూడదు

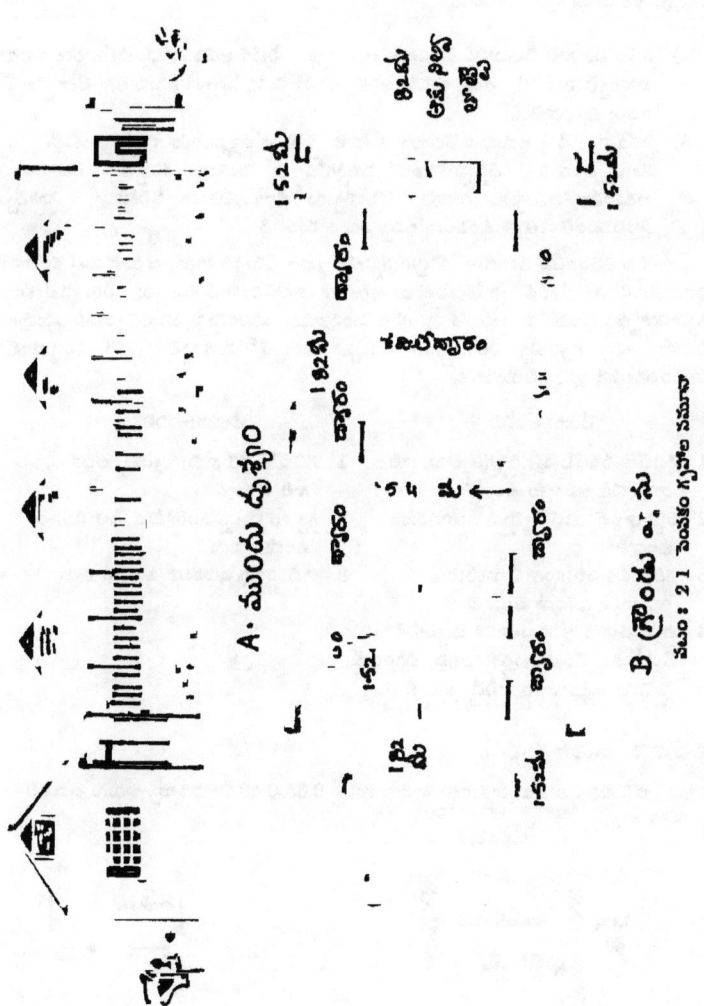

2) గదిలోనికి గాలి వీచటానికి కిటికీలను అమర్చాలి వీటికి అదనంగా వెంటిలేటర్లను కూడా అమర్చితే మంచిది ఊజీ ఈగను అరికట్టటానికి వీటికి సన్నటి ఇనుప తీగ లేదా నైలాన్ వలను బిగించాలి

3) వరండాలు 4 6 అడుగుల వెడల్పు ఉండాలి పైకప్పు ఉష్ణవాహకం కానిదై వెంటిలేటర్లతో కూడి ఉండాలి ఉష్ణప్రదేశాలలో మట్టిగోడలపై పెంకులు కప్పాలి లేదా తాటి ఆకులను పైకప్పుకు వాడాలి పైకప్పుకు జింక్ రేకులు పనికిరావు పైకప్పు వీలయినంత ఎత్తుగా ఉండటం అన్ని విధాల మంచిది

పైన వివరించిన పనులను కొత్తగా గృహనిర్మాణం చేపట్టిన వారికి ఆర్థికస్తోమత కలవారికి వీలవుతుంది మనదేశంలో గ్రామీణరైతులు ఆర్థికంగా చాలావెనుకబడి ఉన్నారు వీరు ప్రత్యేకంగా గృహనిర్మాణం చేయలేరు అయితే పురుగుల పెంపకానికి, అవసరమైన పనులన్నింటికి అనువుగా నివాసం ఉన్న గృహాన్ని వీలయినంత తక్కువ ఖర్చుతో మార్చాలి గది నిర్మాణంలో పాటించవలసిన కొన్ని నియమాలు -

చేయవలసినవి	చేయకూడనివి
1 గదిలోకి సరియైన ఉష్ణోగ్రత తేమ, గాలి రావడానికి అవకాశం ఉండాలి	1 గదిలోకి నేరుగా సూర్యరశ్మి అధిక తేమ గాలి రాకూడదు
2 పరిసరాలలో ఆరోగ్యమైన వాతావరణం ఉండాలి	2 గృహం చుట్టు మురికినీరు చెత్త నిలవలు ఉండకూడదు
3 గదిలోనికి పరోక్షంగా వెలుతురు రావడానికి వరండా ఉండాలి	3 గది చాలా ఇరుకుగా ఉండకూడదు
4 ఊజీ ఈగను అరికట్టటానికి ద్వారానికి కిటికీలకు వెంటిలేటర్లకు వలను బిగించాలి	
5 పైకప్పు ఉష్ణవాహకం కానిదై ఉండాలి	

నమూనా పెంపక గృహం

లోపలికి ఎలుకలు రాకుండా గృహం చుట్టు 0 35 0 40 మీ వెడల్పు అరుగు ఉండాలి

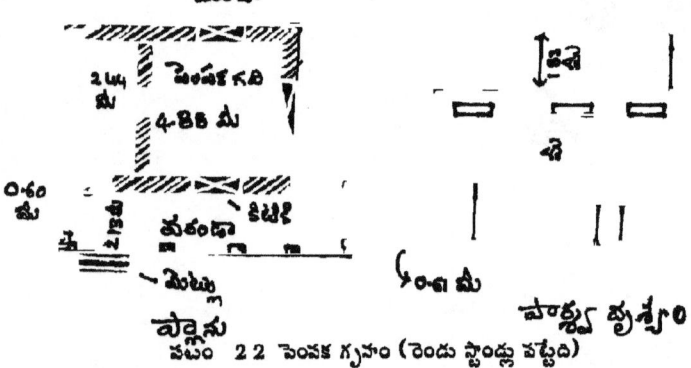

పటం 2 2 పెంపక గృహం (రెండు స్టాండ్లు పట్టేది)

మెట్లు కదలించటానికి వీలుగా నిర్మించినట్లైతే రాత్రివేళల్లో వాటిని తొలగించి, ఎలుకలు రాకుండా నిరోధించవచ్చు గృహానికి 2 45 మీ వరండా కిటికీలు, ద్వారం ఉండాలి దీనివల్ల గాలి వెలుతురు తగినంత ప్రవేశించటానికి అవకాశం ఉంటుంది గృహం పైకప్పు సిమెంటు లేదా పెంకులతో నిర్మించాలి దీనికి తగినవిధంగా కర్ర లేదా కార్డ్‌బోర్డుతో ఫాల్స్‌సీలింగ్ 3 65 మీ ఎత్తులో (False ceiling) ఏర్పాటు చేయాలి

పెంపక గృహాన్ని నాలుగు భాగాలు చేయాలి ఒక గదిలో అధిక ఉష్ణోగ్రత తేమ ఉండాలి ఈ గదిని చాకీ పురుగుల పెంపకానికి వాడాలి పట్టుపరిశ్రమ బాగా అభివృద్ధి చెందిన దేశాలలో (జపాన్ దక్షిణకొరియా) పెంపకం గదులను ప్లాస్టిక్‌తో నిర్మిస్తారు ఈ విధమైన నిర్మాణం కాశ్మీర్ ప్రాంతానికి ఎక్కువ ఉపయోగకరంగా ఉంటుంది ఉష్ణప్రాంతాలలో ఈ రకం నిర్మాణం మంచిది కాదు పెంపక గృహాన్ని మట్టి గోడలతో నిర్మించి పై కప్పుగా తాటి ఆకులను వేయాలి ఇది ఉష్ణప్రాంతాలకు మంచిది ఈ గదులకు 6 అడుగుల వరండాను చుట్టూ ఏర్పరచాలి అప్పుడు చల్లనిగాలి వలన పురుగులు ఆరోగ్యంగా పెరుగుతాయి ఈ కింద వివిధ రకాలైన పెంపక గృహాల పటాలను, ప్లానులను తెల్పడమైంది

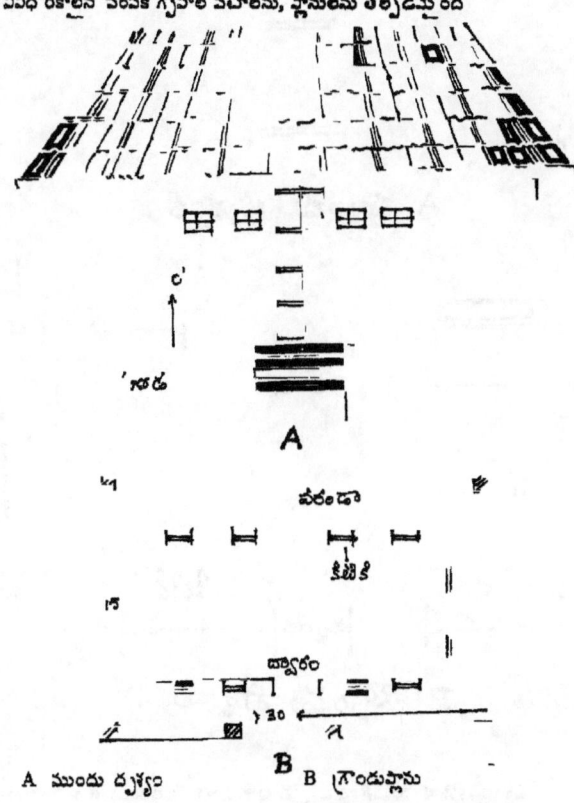

A

B

A ముందు దృశ్యం B గ్రౌండుప్లాను

పటం 2 3 రెండు గోడలు, మంగళూరు పెంకులు కల గృహం

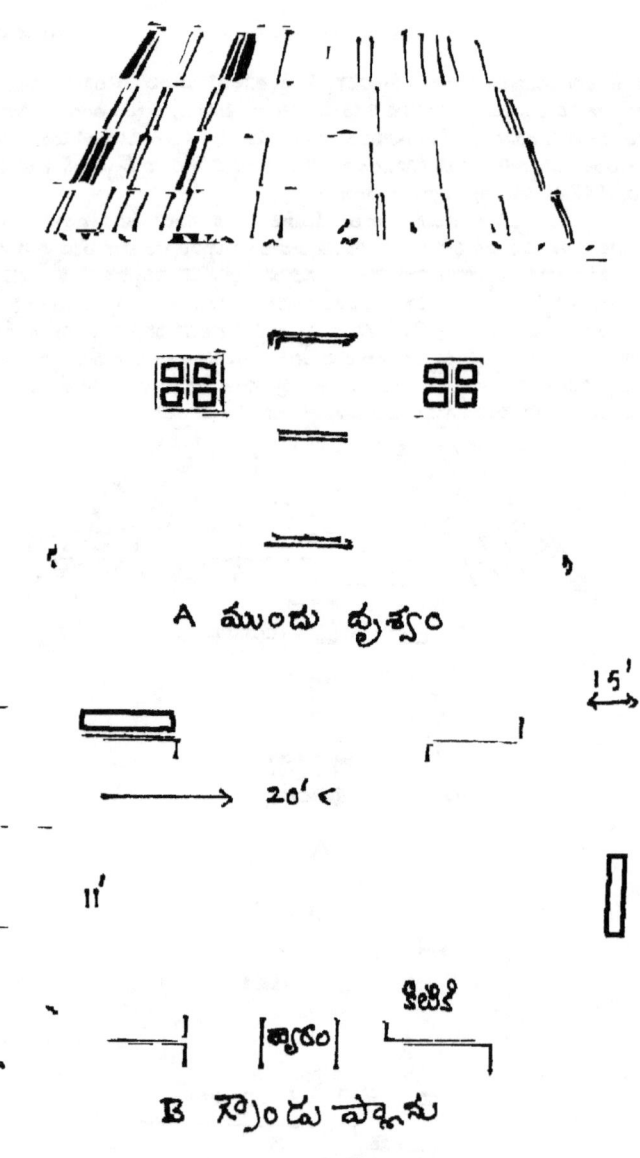

A ముందు దృశ్యం

B గ్రౌండు ప్లాను

పటం 24 మట్టిగోడలు, మంగుళూరు పెంకులు కల గృహం

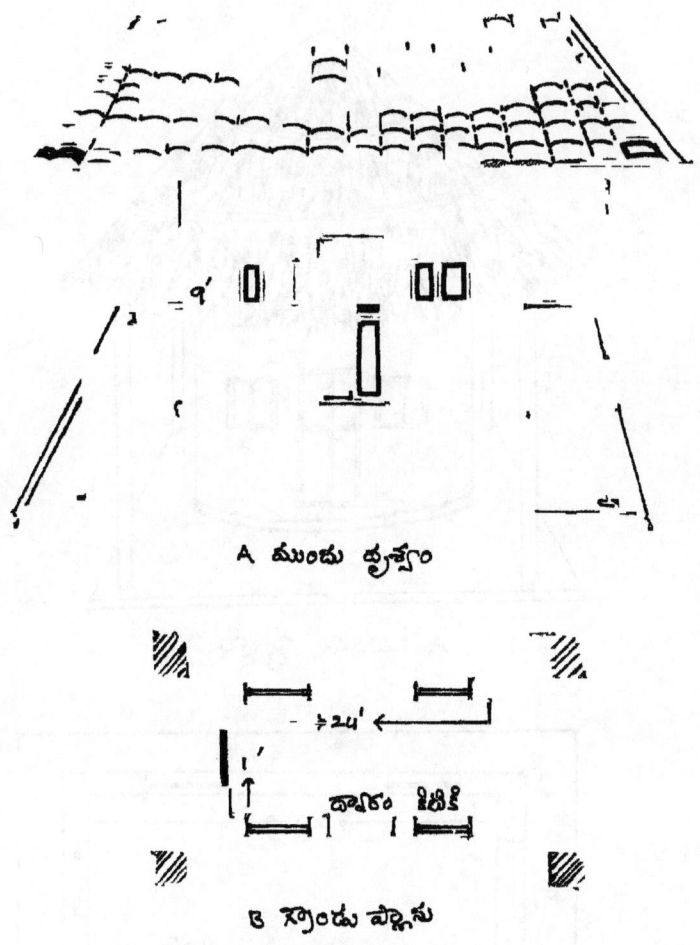

A ముందు దృశ్యం

B గ్రౌండు ప్లాను

పటం 25 మట్టిగోడలు, పెంకుల కప్పుఉన్న గృహం

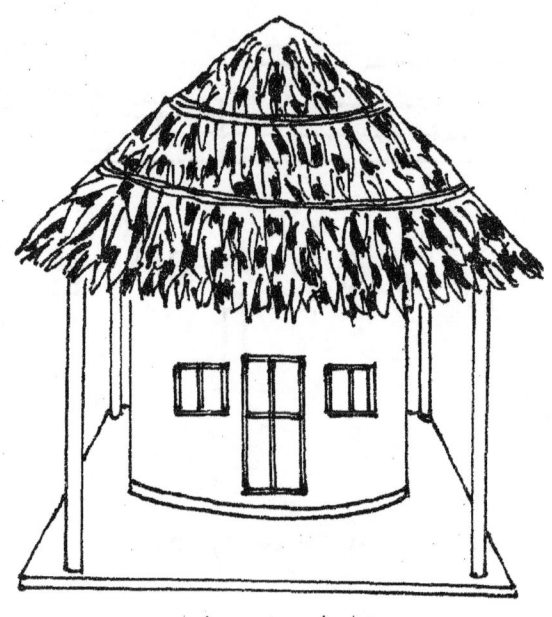

A. ముందు దృశ్యం

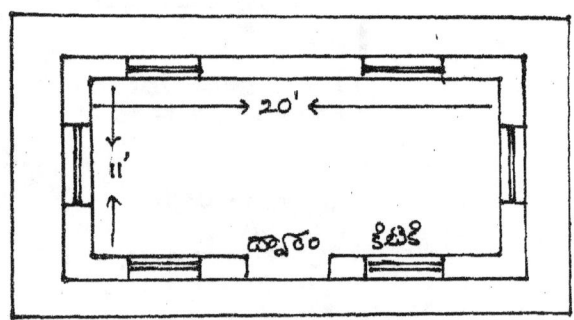

B. గ్రౌండు ప్లాను

పటం : 2.6. మట్టిగోడలు, తాటిఆకు కప్పుకల గృహం

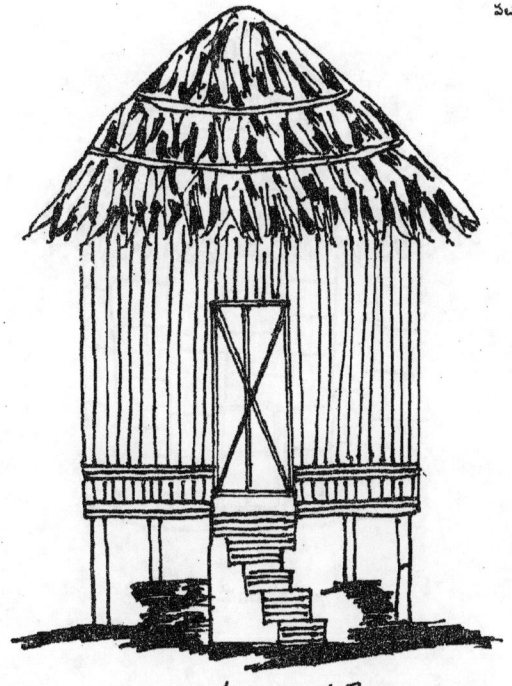

A. ముందు దృశ్యం

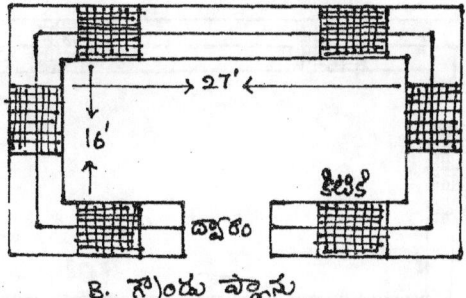

B. గ్రొండు పళ్ళాను

A ముందు దృశ్యం   B గ్రొండుప్లేను

పఠం: 2 7. వెదురు గొడలు, తాటిఆకు కప్పుకల గృహం

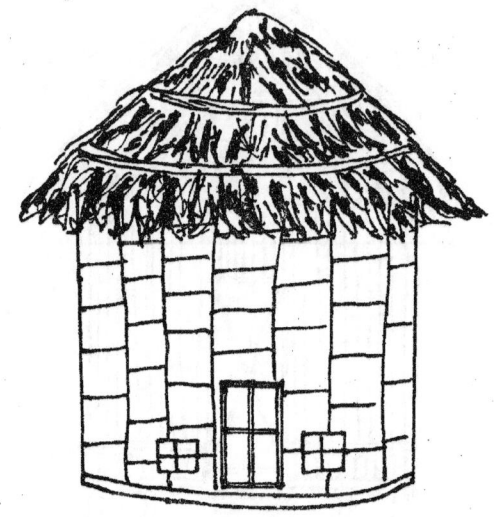

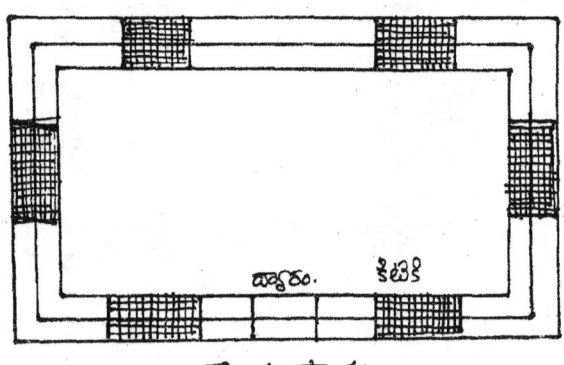

A. ముందు దృశ్యం
B. గ్రౌండు ప్లాను

పటం : 2 8 ప్లాంకుగోడలు, తాటిఆకు కప్పు ఉన్న గృహం

పెంపక పరికరాలు (Rearing equipment)

పెంపక గదిలో స్థలాన్ని వృధా చేయకూడదు అందులో పెంపక స్టాండు తట్టలను అమర్చాలి పెంపక పనులను ఆచరించటానికి తగిన పరికరాలు పనిముట్లు కావాలి బెడ్ శుభ్రత తర్వాత వ్యర్థపదార్థాలను గదినుండి తొందరగా తొలగించాలి గదిలో ఎల్లప్పుడు శుభ్రత పాటించటం చాలా అవసరం. పెంపకానికి అవసరమైన వివిధ పరికరాలను పనిముట్లను ఈ క్రింద తెల్పడమైంది

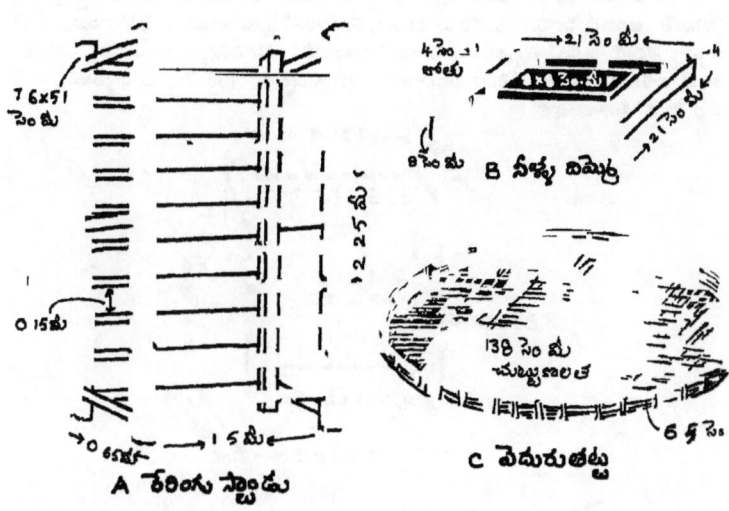

పటం 2 9 పెంపక పరికరాలు

1 పెంపక లేదా రేరింగు స్టాండు (Rearing stand)

దీనిని కర్ర లేదా వెదురుతో తయారు చేస్తారు ఇది 2 25 మీ ఎత్తు, 1 5 మీ పొడవు 0 65 మీ వెడల్పు ఉంటుంది దీనిలో 10 12 షెల్ఫులు (Shelves) 0 15 మీ దూరదూరంగా ఉంటాయి వీటిలో పెంపక తట్టలను అమర్చాలి ఒక్కొక్క నమూనా పెంపక గృహానికి ఆరు స్టాండులు అవసరమవుతాయి

2 నీళ్ల దిమ్మె (Ant wells)

చీమలవల్ల పురుగులకు ఎక్కువ నష్టం కలుగుతుంది వీటిని అరికట్టటానికి ఈ నీళ్ళ దిమ్మెలపై పెంపక స్టాండును నిలబెట్టాలి ఇందు కోసం ప్లాస్టిక్ లేదా ఎనామిల్ పళ్ళెం

(20 సెం మీ వెడల్పు 4 5 సెం మీ లోతు) ను స్టాండు కాళ్ళక్రింద పెట్టి నీరుపోయాలి ఇంకొక పద్ధతిలో సిమెంటు దిమ్మెలను 21 x 21 x 8 సెం మీ కొలతలతో, నీరు నిల్పుటకు వీలుగా 4 సెం మీ గాడిలో తయారు చేయించాలి ఇవి వీలుకాకపోతే కిరోసిన్ లో ముంచిన గుడ్డ ముక్కను లేదా గమేగ్జిన్ పొడిని స్టాండు కాళ్ళవద్ద వేసి చీమలను అరికట్టాలి

3 పెంపక తట్టలు (Rearing trays)

పెంపక తట్టలు సులభంగా వీలైనంత దూరానికి తీసుకు వెళ్ళటానికి వీలుగా ఉండాలి వీటిని తయారు చేయటానికి వాడే సామాగ్రిని బట్టి, వీటి ఆకారం, పరిమాణాలను బట్టి అనేక రకాలు ఉన్నాయి

వీటి తయారీకి ఎక్కువ డబ్బులు వెచ్చించకూడదు ఎందుకంటే రైతులు ఆర్థికస్థోమత లేనివారే అయితే పూర్తిగా చవకబారు రకంగా తయారుచేస్తే తొందరగా పాడైపోతాయి వీటి దృష్ట్యా వెదురు కర్రలతో తట్టలను తయారు చేయించాలి ఇవి ఎక్కువ కాలం పనికి వస్తాయి అంతే కాకుండా చవకగా, తేలికగా ఉంటాయి ఇవి గుండ్రంగా 138 సెం మీ వ్యాసంలో, 6 5 సెం మీ లోతుగా ఉండాలి

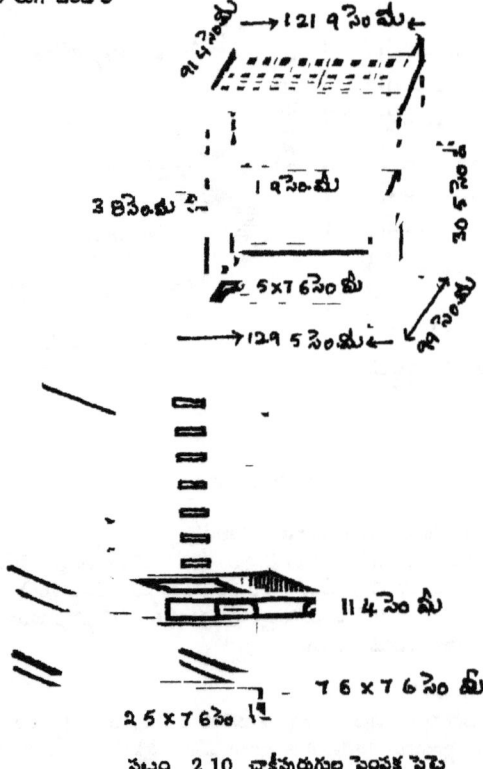

పటం 2 10 చాకీపురుగుల పెంపక పెట్టె

చాకీపురుగులను పెంచటానికి 1 2 × 0 9 × 0 12 మీ కొలత కర్ర పెట్టెలను తయారు చేయించాలి 100 వ్యాధి రహిత లేయింగ్స్‌ను పెంచటానికి రెండు తట్టలు కావాలి వీటిని ఒక దానిపై ఇంకొకటి స్టాండుపై పేర్చి పెంపకం చేయాలి

4 చాకీపురుగుల పెంపక తట్టలు

ఇవి దీర్ఘచతురస్రాకారంలో వాడుకకు అనువుగా ఉండాలి ఇవి 0.9 × 0 7 మీ కొలతతో 7 5 15 సెం మీ లోతుగా ఉండాలి పెంపకంలో 800 1000 లేయింగ్స్‌ను రెండవ ఇన్‌స్టార్ వరకు పెంచటానికి ఈ రకం తట్టలు 80 కావాలి (పటం 2 10)

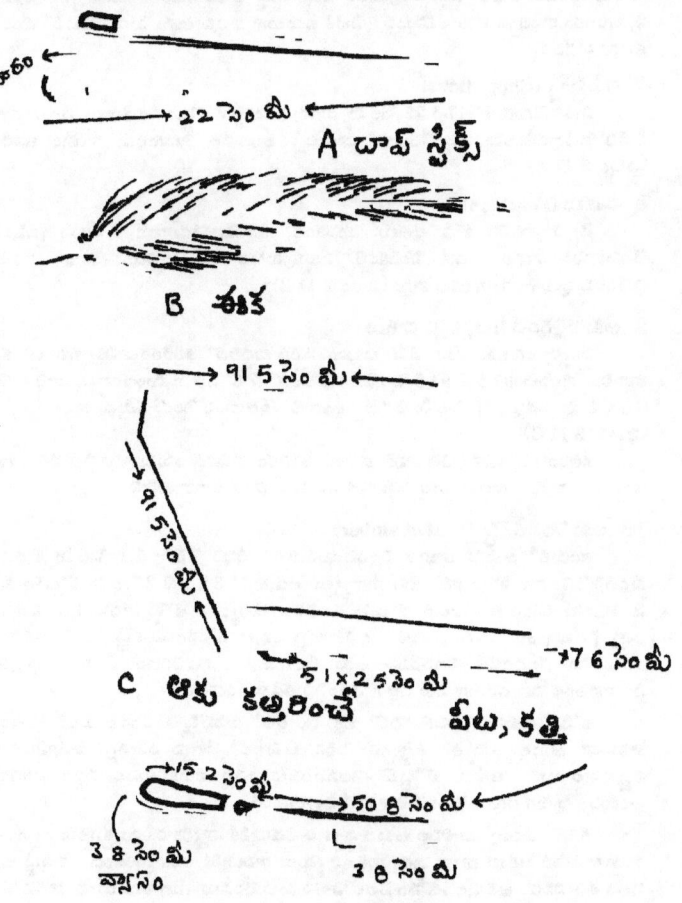

పటం 2 11 పెంపక పరికరాలు

5. పారాఫిన్ కాగితం (Paraffin paper)

ఇది మందమైన క్రాఫ్ట్ కాగితం దీనిపై పారాఫిన్ వాక్స్‌ను 55° C ద్రవీభవన స్థానంలో (Melting point) పూతపూస్తారు దీనిని చాకీపురుగుల పెంపకంలో ఆకు ఎండిపోకుండా తేమ నష్టం రాకుండా వినియోగించాలి

6 స్పాంజ్‌ముక్కలు

ఆధునిక పెంపకంలో ఇవి చాలా అవసరం పొడవైన స్పాంజ్ ముక్కలను (2 5 – 2 5 సెం మీ మందం) నీటిలో ముంచి పురుగుల బెడ్ చుట్టు చాకీపెంపకంలో అమర్చాలి దీనివల్ల పురుగులకు కావల్సిన తేమ లభిస్తుంది వీటికి బదులుగా వార్తాపత్రికను మడిచి నీటిలో ముంచి కూడా వాడవచ్చు

7 చాప్ స్టిక్స్ (Chop sticks)

వీటిని వెదురుతో 17 5 22 సెం మీ పొడవుగా సన్నగా కోసుగా తయారు చేయించాలి వీటిని చాకీపురుగులను పట్టుకోవటానికి వాడాలి అందువల్ల పురుగులకు గాయం అవదు (పటం 2 11 A)

8 ఈకలు (Feathers)

తెల్లని పొడవైన కోడి ఈకలు పెంపకంలో ఉపయోగపడతాయి వీటిని బ్రషింగ్ చేయటానికి వాడాలి చాకీ పెంపకంలో పట్టుపురుగుల బెడ్ శుభ్రతకు కూడా వాడాలి వీటివలన పురుగులకు గాయం కాదు (పటం 2 11 B)

9 ఆకు కత్తిరించే పీట, కత్తి, చాపలు

పట్టుపురుగులకు మేత వేసే ఆకును సరైన పద్ధతిలో కత్తిరించటానికి కర్రపీట కత్తి కావాలి కర్రపీట 91 5 x 91 5 సెం మీ కొలతలతో 7 6 సెం మీ మందంగా ఉండాలి కత్తి 0 3 0 5 మీ పొడవు 3 8 సెం మీ వెడల్పు ఉండాలి ఇలాంటివి రెండు కత్తులు కావాలి (పటం 2 11 C)

కత్తిరించిన ఆకును ఎత్తటానికి చాపలు అవసరం దీనికి అనువుగా చాపల పరిమాణం ఉండాలి చాకీపురుగులకు ఆకు ఎత్తటానికి ఎనామిల్ పాత్ర కూడా కావాలి

10 ఆకు నిలవతొట్టె (Leaf chamber)

ఇందులో ఆకును తాజాగా నిలవచేయవచ్చు దీనిని 7 5 x 5 1 సెం మీ కొలతల కర్రతో పెట్టెలాగా నిర్మించాలి దీని పార్శ్వాలు అడుగులో 3 2 x 1 3 సెం మీ కొలతల కర్ర ముక్కలను బిగించాలి (పటం 2 12)• ఈ విధంగా నిర్మించిన తొట్టె పొడవు 152 సెం మీ, ఎత్తు, వెడల్పు 90 సెం మీ ఉండాలి దీనికి అన్ని వేపులా గోనెసంచిని కట్టి నీటితో తడపాలి ఇందులోని చల్లదనానికి నిలవచేసిన ఆకు చెడిపోదు వాతావరణం వేడిగ ఉన్నప్పుడు ఎండాకాలంలోనూ తరచుగా నీరు చల్లి గోనెసంచిని తడిగా ఉంచాలి

కోసిన ఆకును పెంపక గదిలో ఒక మూలలో పోసినట్లైతే ఎండిపోతుంది అంతే కాకుండా ఆకుల కుప్పలో ఉష్ణోగ్రత పెరిగి ఆకులలో కిణ్వన చర్యవల్ల పోషకవిలువలు నష్టమవుతాయి ఆకును తొట్టెలో నిలవచేయటం వల్ల పోషకవిలువల నష్టం ఉండదు అందువల్ల పురుగులకు ఆకును మేతగా వాడే వీలుంటుంది

గదిలో దుమ్ము ధూళివల్ల ఆకుల నాణ్యత చెడటానికి వ్యాధికారక సూక్ష్మక్రిములు గదిలో కుప్పగా పోసిన ఆకుల ద్వారా పురుగులకు వ్యాధులు రావటానికి అవకాశం ఉంది కాబట్టి ఆకు నిలవ తప్పనిసరి ఆకునిలవ కోసం నేలలోపాతిన మట్టికుండలు ,పిట్ లను కూడా వాడవచ్చు

పటం : 2 12 ఆకునిలవతొట్టె

11 శుభ్రం చేయటానికి వలలు (Cleaning nets)

పురుగులకు వేసిన ఆకుల్లో కొంత తినగా మిగిలింది తట్టలోనే ఉంటుంది ఈ విధంగా మిగిలిన ఆకు మలం బెడ్‌లో పేరుకుపోయి పురుగులకు నష్టం కలుగుతుంది కాబట్టి దీనిని తొలగించాలి పడక మందం పెరిగితే ఉష్ణోగ్రత విషవాయువులు కూడా పెరుగుతాయి

కర్ణాటక, బెంగాల్‌లో పురుగులను చేతితో ఒక తట్టనుంచి ఇంకో దాంట్లోకి మారుస్తారు ఈ పద్ధతిలో చాకీపురుగులను ఏరటం కష్టం ఇంకా పురుగులకు గాయమవటానికి అవకాశం ఉంటుంది అందుచేత బెడ్ శుభ్రతకు వలలను వాడాలి వలను నూలు లేదా నైలాన్ దారంతో తయారు చేస్తారు వీటిలో వివిధ పరిమాణంలో ఉండే వలలు ఉన్నాయి (పటం 2 13) వలరంధ్రాలుపురుగుల పరిమాణానికి సరిపోవటంవల్ల బెడ్ శుభ్రతవీలవుతుంది వీటిలో చిన్న వలను (2 మి మీ^{2} సైజు) మొదటి, రెండవ దశ పురుగులకు, మధ్య రకం వలను (10 మి మీ^{2} సైజు) మూడవ దశకు పెద్ద వలను (20 మి మీ^{2} సైజు) చివరిదశ పురుగులకు వాడాలి

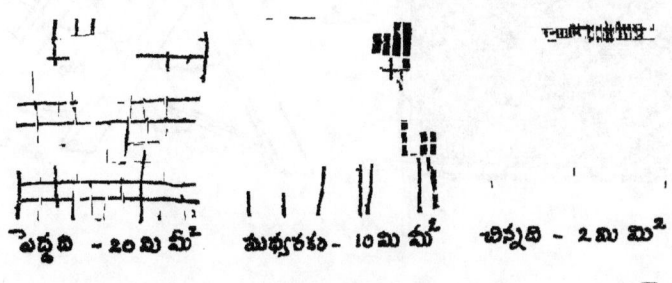

పెద్దవి - 20 మి మీ^{2}
మధ్యరకం - 10 మి మీ^{2}
చిన్నది - 2 మి మీ^{2}

పటం 2 13 వలలు

12. అల్లిక పరికరాలు (Mountages) :

వీటిని పట్టుపురుగులు పూర్తిగా పెరిగిన తర్వాత పట్టుగూళ్లను అల్లటానికి వాడాలి. వీటిలో అధిక ప్రాచుర్యం పొందినవి-'చంద్రికలు' చంద్రిక 1 8 × 1 2 మీ కొలతలో ఉంటుంది. దీనికి ఒక వైపు 4.5 సెం.మీ వెడల్పు రిబ్బను వలయాలుగా కుడతారు. వలయాల మధ్య 4-5 సెం.మీ. దూరం ఉండాలి. ఇది దీర్ఘచతురస్రాకారంలో ఉన్న వెదురు చాప (పటం 2 14) దీని వల్ల అనేక లాభాలు ఉన్నాయి.

1) వీటిని ప్రతీ గ్రామంలో మేదరివాళ్ళతో తయారు చేయించవచ్చు
2) వీటిని నిలవ చేయటానికి, చాపను ఇతర పనులకు వాడటానికి వీలుంది
3) వీటినుంచి గాలి అటు ఇటు వీచటానికి అవకాశం ఉంది కాబట్టి అల్లిక దశలో పురుగులు విసర్జించిన మలం తొందరగా గట్టిపడి గూళ్ళకు అంటదు.
4) వీటిని ఒక ప్రాంతం నుంచి ఇంకొక ప్రాంతానికి తరలించటం సులభం.
5) వీటిని రోగకారక క్రిమి నిర్మూలన చేయటం చాలా సులభం
6) ఇవి చవకగా లభిస్తాయి, తేలికగా ఉంటాయి.

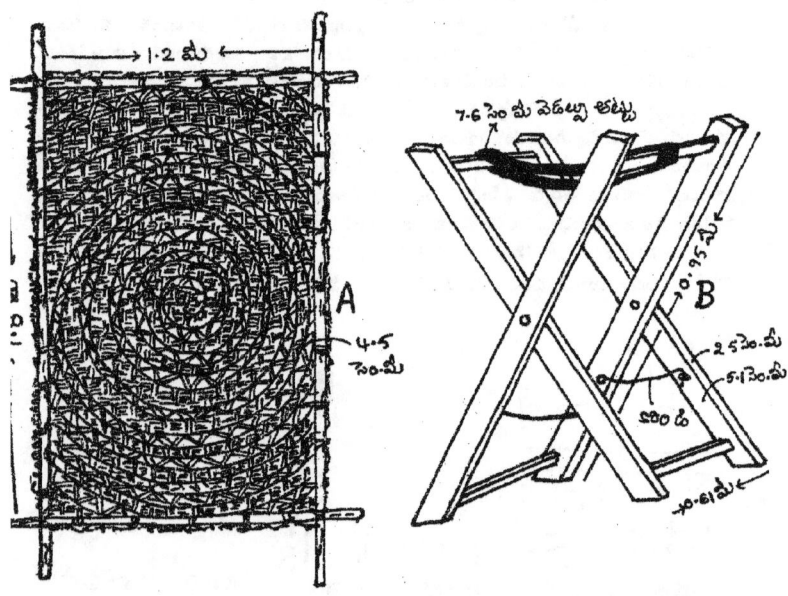

పటం:2.14 A. చంద్రిక B. కర్ర స్టాండు

ఇవి కాకుండా సెంటిపెడ్ రకం, బాటిల్ బ్రష్ రకం, తిరిగే అల్లిక పరికరం మొదలైన ఇతర రకాల అల్లిక పరికరాలు కూడా ఉన్నాయి అవి ఎండుగడ్డితో చేసినవి ఇందులో తిరిగే అల్లిక పరికరం తప్ప మిగలిన వాటిని తయారు చేయటం సులభం

13 కర్ర స్టాండు :

పురుగులకు మేతవేసేటపుడు తట్టలను ఈ స్టాండుపైన పెట్టాలి దీనివల్ల పురుగులను గమనించటానికి, మేతవేయటానికి వీలుంటుంది ఇది 0 95 మీ ఎత్తు ఉండాలి

14 పాదాలను శుభ్రం చేయటానికి

పట్టుపురుగులు చాలా సున్నితమైనవి గదిలోనికి దుమ్ము ధూళి, సూక్ష్మజీవులు చేరి పురుగులకు హాని చేస్తాయి దీనిని అరికట్టటానికి గదిలోకి వెళ్ళే పనివాళ్ళ సంఖ్యను బాగా తగ్గించాలి అంతేకాకుండా లోనికి వెళ్ళేటపుడు పాదాలను చేతులనుఫార్మాలిన్‌తో శుభ్రం చేసుకోవాలి ఇందుకు 1 1 × 0 5 × 0 1 మీ కొలతలున్న తట్ట కావాలి దీని అడుగున రేకును బిగించాలి ఇందులో సరిపడే కొలతలున్న గోనె సంచిని లేదా స్పాంజ్‌ముక్కను ఉంచాలి దీనిపై రెండుశాతం ఫార్మాలిన్ ద్రావణం పోయాలి (పటం 2 15) గదిలోకి వెళ్ళేటపుడు పాదాలను ఈ ద్రావణంలో ఉంచి శుభ్రం చేసుకోవాలి దీనివల్ల సూక్ష్మక్రిములు గదిలోకి ప్రవేశించే అవకాశం లేదు

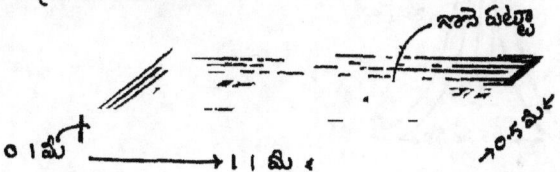

పటం 2 15 పాదాలను శుభ్రం చేయటానికి ఉపయోగించే తట్ట

15 ఇతర పని సామాగ్రి

పెంపక గదిలో తేమ ఉష్ణోగ్రతను తెలుసుకోవటానికి థర్మామీటరు హైగ్రోమీటరు కావాలి

పెంపక గదిలో ఉష్ణ పెంచటానికి బొగ్గుల కుంపటిని వాడాలి దీనితో చిన్న మంటపెట్టి ఎర్రగా కాలిన బొ లతో కొద్దికొద్దిగా గది ఉష్ణోగ్రతను పెంచాలి దీనికి బదులుగా కరెంటు పొయ్యి లేదా రూమ్ టర్లను కూడా వాడవచ్చు

బేసిన్ స్టాండు బేసిన్ రోగకారకక్రిమి నిర్మూలనకు అవసరం స్టాండు ఇనుపరాడ్‌తో తయారు చేయించాలి ఇది 90 సెం మీ ఎత్తు, 45 సెం మీ వెడల్పు ఉంటుంది దీనికి మూడు కాళ్ళు ఉంటాయి (పటం 2 16) పైవైపు 30 5 సెం మీ వ్యాసం కల రింగుపై పింగాణి బేసిన్‌ను ఉంచాలి దీనిలో 2 శాతం ఫార్మాలిన్ ద్రవాన్ని పోసి పెంపక గదిలోనికి వెళ్ళే మనుషుల చేతులను శుభ్రం చేసుకోవడానికి వాడాలి

స్ప్రేయర్‌ను పెంపక గదిలో రోగకారక క్రిమి నిర్మూలనకు ఆకు నిలవబొట్టికి నీరు చల్లటానికి ఎండాకాలంలో కప్పుపై నీరు చల్లటానికి వాడాలి

గదిలో తేమను పెంచటానికి తేమగా ఉంచే యంత్రాలు (Humidifiers), రోగ నిర్ధారణ చేయటానికి మాత్ క్రషింగ్ పరికరం సూక్ష్మదర్శిని, స్లైడ్లు కావాలి ఆకుకోసేటపుడు, రవాణా చేసేటపుడు వెదురు బుట్టలు, దుమ్ము, ధూళి, మలాన్ని ఎత్తటానికి చెత్తబుట్టలు కావాలి

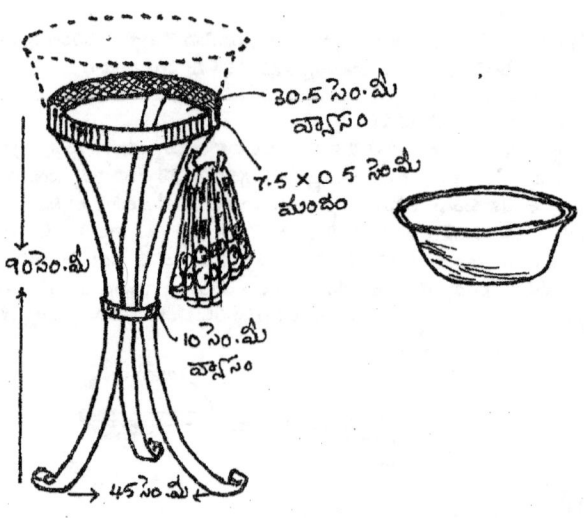

పటం : 2.16. బేసిన్‌స్టాండు, బేసిన్

ఊజీ ఈగలను అరికట్టటానికి అవసరమైన నైలాన్ లేదా సన్నటి ఇనుప వల అవసరం ఉంటుంది ఎండతీవ్రతను తగ్గించటానికి ద్వారానికి, కిటికీలకు తడిపిన గోనెపట్టాలను వేలాడదీయాలి ఫార్మలిన్‌ను కొలవటానికి, కావలసిన సాంద్రత తయారు చేయటానికి కొలత బీకరు, బకెట్టు కావాలి గుడ్లను పొదిగించటానికి నల్లడబ్బా, ఆకుమేతను లేదా పురుగుల బరువును తూకం వేయటానికి త్రాసు, రోగకారకక్రిమి నిర్మూలన సమయంలో ముఖాన్ని కప్పుకోవటానికి 'మాస్క్' (Mask) అవసరం ఉంటాయి

16. రసాయనాలు **(Chemicals) :**

పెంపక గృహంలో ఆరోగ్యమైన పరిస్థితులు అధిక ఉత్పత్తికి తోడ్పడతాయి సూక్ష్మ క్రిముల నిర్మూలనకు ఫార్మాల్‌డిహైడ్, పారాఫార్మాల్‌డిహైడ్, బ్లీచింగ్‌పౌడర్, సోడియ హైపోక్లోరైట్, సున్నంపొడి మొదలైనవి అవసరం చేతులు శుభ్రం చేసుకోవడానికి ఫార్మా డెట్టాల్, క్రిసాల్, సబ్బు నీరు కావాలి. పురుగుల వ్యాధులను అరికట్టటానికి రేషమ్‌కీట్ ఔ (Reshamket Oushadh), ఊజిసైడ్ (Uzicide) , చైనామట్టి (China clay) , డి (Dimilin) , డైథేన్ M_{45} , కాప్టాన్‌లను ముందు జాగ్రత్తగా ఉంచుకోవాలి

ప్రశ్నలు

I ఈ కింది అంశాలకు లఘుటీక రాయండి

1 వాణిజ్య పట్టుకాయల ఉత్పత్తికి వాడే సంకర గుడ్ల రకాల పేర్లను తెలపండి

2 పట్టుపురుగుల పెంపక గదికి మంచి దిశ ఏది ?

3 పట్టుపురుగుల పెంపక గదికి వరండా వల్ల లాభమేమిటి ?

4 పట్టుపురుగుల పెంపక నిర్మాణంలో తెలపండి

5 మీకు తెలిసిన నాలుగు పట్టుపురుగుల పెంపక గృహాల పేర్లను రాయండి

6 ఏవేని రెండు పట్టుపురుగుల పెంపక గృహాల పటాలను గీయండి

7 మీకు తెలిసిన పెంపక పరికరాలను తెలపండి

8 పట్టుపురుగుల పెంపకంలో నీళ్ళదిమ్మె ఉపయోగం ఏమిటి ?

9 పారఫిన్ కాగితం ఉపయోగం ఏమిటి ?

10 పట్టుపురుగుల పెంపకంలో వలల ఉపయోగం ఏమిటి ?

11 చాప్‌స్టిక్స్, నీళ్ళదిమ్మె చంద్రిక పటాలను గీయండి

12 పట్టుపురుగుల పెంపకంలో వినియోగించే రసాయనాలు ఏమిటి ?

II ఈ కింది వాటికి వ్యాసాలు రాయండి

1 పట్టుపురుగుల పెంపకగది నిర్మాణానికి కావాల్సిన సౌకర్యాలను వివరించండి

2 పట్టుపురుగుల పెంపకంలో వెదురు తట్ట, చంద్రిక పెంపకస్టాండుల ఉపయోగాన్ని పటాలతో వివరించండి

3 పట్టుపురుగుల పెంపకంలో ఆకు నిలవతొట్టె, వలలు అల్లిక పరికరాల ఉపయోగాన్ని పటాలతో వివరించండి

4 పెంపక పరికరాలను తెల్పి ఆకు నిలవతొట్టె చంద్రికలను గురించి రాయండి

5 పట్టుపురుగుల పెంపకంలో రసాయనాలు, పాదాలను శుభ్రం చేయటానికి తట్టల ఉపయోగాన్ని వివరించండి

3.

పట్టుపురుగుల పెంపకానికి అనువైన గృహాన్ని తయారుచేయటం

పట్టుపురుగులు చాలా సున్నితమైనవి వాటికి అనేకరకాల వ్యాధులు రావటానికి ఎక్కువ అవకాశాలు ఉన్నాయి అందువల్ల పురుగుల పెంపకాన్ని జాగ్రత్తగా చేయాలి వాతావరణంలోని దుమ్ము ధూళిలో ఉన్న అనేక హానికరమైన సూక్ష్మజీవులు — ముఖ్యంగా వైరస్‌లు ప్రోటోజోవన్‌లు బాక్టీరియమ్‌లు పట్టుపురుగులకు వ్యాధిని కలిగిస్తాయి పురుగులకు అవసరమైన వాతావరణ పరిస్థితులు ఈ సూక్ష్మజీవుల అభివృద్ధికి కూడా తోడ్పడతాయి పురుగులకు ఒకసారి వ్యాధి సోకితే అది చాలా వేగంగా ప్రబలుతుంది కాబట్టి వ్యాధులను అరికట్టటానికి మంచి ఆరోగ్యవంతమైన పరిస్థితులు, శుభ్రమైన వాతావరణం అవసరం దీనికోసం పెంపక పరికరాలను, పెంపక గృహాన్ని శుభ్రం చేయాలి తర్వాత వీటిని వివిధ రకాల రోగకారక క్రిమి నిర్మూలన ద్రావకాలతో కడగాలి

శుభ్రం చేయటం (Cleaning)

రోగకారక క్రిముల నిర్మూలనకు ముందుగా గదిని పరికరాలను శుభ్రం చేయాలి పెంపక గృహంలోని పనికిరాని పరికరాలను దుమ్ము ధూళిని రాళ్ళురప్పలను గృహం పరిసరాలలోని చెత్తా చెదారాన్ని పూర్తిగా తొలగించాలి తర్వాత చీపురుతో శుభ్రంగా ఊడ్చాలి పరిసరాలలో మురికి నీరు నిలిచినట్లైతే కాలవలు తీసి నీటిని దూరంగా తరలించాలి ఈ మురికినీరు సూక్ష్మ ములకు నిలయం శుభ్రంచేసిన తర్వాత తేమ ఉన్న ప్రదేశంలో సున్నంపొడి లేదా చింగ్‌పౌడర్‌ను చల్లాలి గృహం పరిసరాలను మంచిగా ఊడ్చి వేడనీరును బాగా చల్లాలి ర్వాత పెంపక గృహం గోడలను, పరికరాలను చక్కగా శుభ్రం చేయాలి గోడలకు కల పగుళ్ళను నేలలో రంధ్రాలను బంకమట్టితో మూసివేయాలి గృహంలోని పరికరాల దుమ్ము ధూళిని చనిపోయిన డింభకాలను పురుగులను ప్యూపాలను పూర్తిగా తొలగించి బాగా శుభ్రంగా నీటితో కడిగి ఎండబెట్టాలి

రోగకారక క్రిమి నిర్మూలన (Disinfection)

వ్యాధులను కలిగించే క్రిములను చంపడాన్ని వ్యాధులు రాకుండా నిరోధించటాన్ని 'రోగకారకక్రిమి నిరూ లన అంటారు ఈ చర్య పట్టుపురుగుల పెంపకంలో అతి ముఖ్యమైంది వివిధ రసాయనిక వాలను రోగకారక క్రిమి నిర్మూలన ద్రావకాలను వాడి ఈ నిర్మూలనను సాధారణ పద్ధతిలో మర్థవంతంగా చేయవచ్చు ఈ ద్రావకాలను ఎంపిక చేయటానికి అనేక అంశాలను పరిశీలించాలి అంటే ద్రావణం ప్రభావం వివిధ సూక్ష్మజీవులపై ఏవిధంగా ఉంటుంది, పనిచేసే సమర్థత, వాడుకకు సులభతరమా లేదా వాడే విధానం మానవులకు ఇతర జంతువులకు హానికరమా, సులభంగా లభ్యమవుతుందా చవకగా దొరుకుతుందా, భవనాలను పరికరాలను పాడుచేయకుండా ఉంటుందా—ఈ విషయాలన్నీ గమనించి తగిన వాటిని ఎంపి చేయాలి ఈ పరిశ్రమలో సాధారణంగా వాడుకలో ఉన్నరోగకారక క్రిమి, నిర్మూలన ద్రవాలు

ఫార్మలిన్

పారాఫార్మల్‌డిహైడ్

బ్లీచింగ్‌పౌడర్

సోడియం హైపోక్లోరైట్

సున్నపుపొడి

ఈ ద్రవాలు సమర్థవంతముగా పనిచేయటం అన్నది వాటి సాంద్రత, సరియైన ఉష్ణోగ్రత తేమ చల్లిన ప్రదేశాలపై ఆధారపడుతుంది

రోగకారక క్రిములను పెంపకగది, పెంపక పరికరాలనుంచి నిర్మూలించటానికి ముందుగా వాటిని ఈ కింది విధంగా సిద్ధం చేసుకోవాలి

1) చనిపోయిన డింభకాలను ప్యూపాలను పట్టుకాయలను కాగితం ముక్కలను ఇతర దుమ్ము,ధూళిని సేకరించి తగులబెట్టాలి
2) రేరింగు పనిముట్లను గదినుంచి వెలుపలికి తీసుకువచ్చి 5 శాతం బ్లీచింగ్‌పొడి లేదా 0 5 శాతం సోడియం హైపోక్లోరైట్ ద్రావణంతో కడగాలి పెంపక స్టాండు చంద్రికలను బాగా శుభ్రంచేసి చనిపోయిన డింభకాలను, ఫ్లాజ్ (Floss - పట్టుగూడులో ప్రాథమిక పొర) తొలగించి బాగా కడగాలి
3) పెంపకగది గోడలను గచ్చును బాగా నీటితో కడిగి తర్వాత బ్లీచింగ్‌పొడితో శుభ్రం చేయాలి
4) పెంపక పరికరాలను ఎండలో ఆరబెట్టాలి
5) గదిలోని పగుళ్ళను రంధ్రాలను పూర్తిగా మూసివేయాలి
6) చివరగా గదిలోని కిటికీలను ద్వారాన్ని మూయాలి పరికరాలను గదిని నీళ్ళతోనే కాకుండా రోగకారకక్రిమి నిర్మూలన ద్రవంతో కడగాలి పరికరాలు ఎండకు బాగా ఆరిన తర్వాత పురుగులు పెంచటానికి ముందు గదిలోనికి తీసుకురావాలి

రోగకారక క్రిమి నిర్మూలన పద్ధతులు •

ఇందులో రెండు పద్ధతులు ఉన్నాయి అవి భౌతిక రసాయనిక పద్ధతులు భౌతిక పద్ధతిలో నీటి ఆవిర్లు లేదా మరిగే నీటిని వాడతారు రసాయనిక పద్ధతిలో వివిధ రకాల రసాయనాలను చల్లుతారు భౌతికపద్ధతి కేవలం కర్రతో, లోహంతో నిర్మించే పరికరాలకు మాత్రం సరిపోతుంది కాని ఎక్కువ విస్తీర్ణానికి పెంపకగదికి పనికిరాదు

1 పెంపక పరికరాలను రోగకారక క్రిమి నిర్మూలన ద్రవంతో కడగటం

పెంపక పరికరాలలో పెంపక తట్టలు ఆకు మేతకు వాడే స్టాండు బేసిన్ నీళ్ళదిమ్మెలు మొదలైన వాటిని నేరుగా 0 5 శాతం సోడియం హైపోక్లోరైట్ లేదా 5 శాతం బ్లీచింగ్‌పొడి కలిపిన ద్రావణంలో 10 నిమిషాలు ముంచి ఎండకు ఆరబెట్టాలి శుభ్రపరచే వలలు గోనెపంచి టవల్స్ స్పాంజ్ ముక్కలను 2 శాతం ఫార్మలిన్ ద్రావణంలో ముంచి ఆరబెట్టాలి ఇక పెద్ద పరికరాలు అంటే స్టాండు, ఆకు నిలవతొట్టె చంద్రికలు మొదలైన వాటిపై 2 శాతం ఫార్మలిన్ లేదా 5 శాతం బ్లీచింగ్‌పౌడర్ ద్రవాన్ని స్ప్రేయర్ ఉపయోగించి చల్లాలి ఇక స్ప్రే చేయలేని ద్రావణంలో ముంచలేని పరికరాలను పొగవేసి శుభ్రం చేయాలి

పట్టుపరిశ్రమ రైతులు సాధారణంగా వెదురు తట్టలకు పేడ పూతపూస్తారు అందువల్ల అవి ఎక్కువ కాలం మన్నుతాయి అయితే ఇందుకుగాను పేడలో 5 శాతం బ్లీచింగ్‌పొడి లేదా

2 శాతం ఫార్మాలిన్‌ను కలిపి వాడితే ఇంకా మంచిది ఇంకొక పద్ధతిలో మెంతి గింజలను నానబెట్టి, వార్తాపత్రికలను, పేపర్లను చిన్నముక్కలుగా తుంచి అన్నీ మెత్తగా నూరి తట్టలకు పూయాలి చంద్రికలకు అంటుకొన్న ఫ్లాజ్ పోగులను జాగ్రత్తగా చిన్న మంటతో లేదా కొవ్వొత్తిలో కాల్చి శుభ్రం చేయాలి

2 పెంపక గదిని రోగకారక క్రిమి నిర్మూలన ద్రవంతో కడగటం

పెంపక గదిని గాలి చొరకుండా మూసిన తర్వాత 2 శాతం ఫార్మాలిన్ స్ప్రే చేయాలి ఈ చర్యలో గోడలు, గచ్చు, పెంపక పరికరాలు పూర్తిగా తడిచేటట్లు అంతా సమానంగా స్ప్రే చేయాలి పెంపక గదిలో 25° C ఉష్ణోగ్రత ఉండేటట్లు చూసినట్లైతే ఫార్మాలిన్ పొగగా మారి తొందరగా గదంతా ఆక్రమించుకొంటుంది ఒకవేళ ఉష్ణోగ్రత తక్కువైనట్లైతే ఫారా లిన్ ప్రభావం తగ్గుతుంది తద్వారా నిర్మూలనాక్రియ వృధా అవుతుంది కాబట్టి ఉష్ణో తను పెంచాలి ఫార్మాలిన్ స్ప్రే చేయటానికి ఉదయం 11 గంటలు తగిన సమయం గటి సమయం పెరిగే కొద్దీ నిర్మూలనా ప్రభావం పెరుగుతుంది స్ప్రే చేసిన తర్వాత గదిని కనీసం ఒక రోజు వరకు మూసి ఉంచాలి వైరస్ క్రిమి నిర్మూలనకు 2 శాతం ఫార్మాలిన్‌లో 0 5 శాతం సున్నంపొడి కలిపి వాడితే మంచి ఫలితం కనిపిస్తుంది ముక్కులోని శ్లేష్మస్తరం కళ్ళు బాగా దురదపుట్టి నీరు కారతాయి కాబట్టి ఫార్మాలిన్ స్ప్రే చేసేటపుడు ముక్కు, కళ్ళు కప్పివేసే మాస్క్‌ను ముఖానికి తగిలించుకోవాలి రోగకారక క్రిమి నిర్మూలనకు బ్లీచింగ్‌పౌడర్ సోడియం హైపోక్లోరైట్‌లను కూడా వాడవచ్చు దీనికోసం బ్లీచింగ్‌పొడిని నీటిలో కరిగించి 5 శాతం ద్రావణం తయారుచేయాలి దీనిని బాగా చిలికించి పైన పేరుకొన్న గాలిత ద్రవాన్ని (Super natent) తీసుకొని స్ప్రే చేయాలి బ్లీచింగ్‌పౌడర్ తాజాది లేదా సరిగా ప్యాక్ చేసిన డబ్బానుంచి తీసుకోవాలి సరిగా నిలువ చేయని పౌడర్‌లో క్లోరిన్ అస్థిరత్వంగా ఉంటుంది కాబట్టి నిరూ లన ప్రభావం తగ్గుతుంది పట్టుపురుగులకు సైటోప్లాజమిక్ పాలిహైడ్రోసిస్ వైరస్ నూ యర్ పాలిహైడ్రోసిస్ వైరస్ ఫ్లాచరీ వైరస్‌లు, శిలీంధ్ర వ్యాధి-మస్కార్డిన్, పెబ్రిన్‌లు కినపుడు బ్లీచింగ్‌పౌడరు బాగా పనిచేస్తుంది

ఫార్మాలిన్ ద్రవాన్ని తయారుచేసే సూత్రం

ఈ ద్రవాన్ని తయారు చేయటానికి రెండు సూత్రాలు ఉన్నాయి అవి

1 కావాల్సిన ఫార్మాలిన్ సాంద్రత

$$= \frac{\text{వాణిజ్యంగా లభించే ఫార్మాలిన్ సాంద్రత} - \text{కావాల్సిన ఫార్మాలిన్ సాంద్రత}}{\text{కావాల్సిన ఫార్మాలిన్ సాంద్రత}}$$

2 కావాల్సిన ఫార్మాలిన్ పరిమాణం

$$= \frac{\text{కావాల్సిన సాంద్రత} \times \text{కావాల్సిన ద్రావణ పరిమాణం}}{\text{వాణిజ్యంగా లభించే ఫార్మాలిన్ సాంద్రత}}$$

పెంపకగది వైశాల్యాన్ని అనుసరించి కావాల్సిన ఫార్మాలిన్ ద్రవాన్ని తయారుచేయాలి గది వైశాల్యం 100 అడుగులు ఉంటే ఒక లీటరు ఫార్మాలిన్ కావాలి అయితే 1000 అడుగులకు ఆరు లీటర్లు, పరికరాలకు ఇంకో రెండు లీటర్ల ఫార్మాలిన్ కావాలి పైన తెల్పిన మొదటి సూత్రంతో వచ్చిన విలువ నీటికి ఒక భాగం ఫార్మాలిన్‌ను కలిపితే కావాల్సిన సాంద్రతకల ద్రవం తయారవుతుంది రెండవ సూత్రంతో కావాల్సిన ఫార్మాలిన్ తెలుస్తుంది

వాణిజ్యంగా లభించే ఫార్మాలిన్ 36 40 శాతం ఉంటుంది ఫార్మాలిన్‌తో పాటు 0 2 శాతం సాంద్రతకల తడిపే వాహకం (Wetting agent) డిటర్జెంట్ లాంటివి (టీపాల్ ఎడిబాండ్ సనాన్) కలిపి చల్లితే అధిక ప్రభావం ఉంటుంది వీటి వల్ల ద్రావణం విస్తరణ తీక్షణత పెరుగుతాయి

నమూనా లెక్క :

రాజయ్య పెంపక గృహం 6 మీ × 10 మీ (వెడల్పు × పొడవు),4మీ ఎత్తు ఉంది దీనికి కావాల్సిన 2 శాతం ఫార్మాలిన్‌ను, వాణిజ్య ఫార్మాలిన్‌ను లెక్కకట్టండి

పెంపకగది వైశాల్యం 100 చ మీ కు 5 73 లీటర్ల 2 శాతం ఫార్మాలిన్ కావాలి కాబట్టి దీనిననుసరించి ఈ క్రింది విధంగా లెక్కకట్టవచ్చు

1 గచ్చు విస్తీర్ణం = పొడవు × వెడల్పు

2 రెండు గోడల విస్తీర్ణం = పొడవు × ప్రతీ గోడ ఎత్తు × 2

3 ఇంకో రెండు గోడల విస్తీర్ణం = వెడల్పు × ప్రతీ గోడ ఎత్తు × 2

4 పై కప్పు = పొడవు × వెడల్పు

కాబట్టి 6 × 10 × 4 కొలతల గది విస్తీర్ణాన్ని ఈ కింది విధంగా లెక్కకట్టాలి

1 గచ్చు విస్తీర్ణం = 6 × 10 మీ = 60 మీ^{2} లేదా (20 × 33 3) = 666 చ అ

2 రెండుగోడల విస్తీర్ణం = 6 × 4 × 2 మీ = 48 మీ^{2} లేదా (20 × 10 3 × 2) = 412 చ అ

3 రెండుగోడల విస్తీర్ణం = 10 × 4 × 2 మీ = 80మీ^{2} లేదా(33 3 × 10 3 ×2) = 685 9 చ అ

4 పై కప్పు విస్తీర్ణం = 6 × 10 మీ = 60మీ^{2} లేదా (20 × 33 3) = 666 చ అ

మొత్తం విస్తీర్ణం = 248 చ మీ లేదా 2429 9 చ అ

కావలసిన 2 శాతం ఫార్మాలిన్ ద్రావణం = $\frac{248 \times 5\ 73}{100}$ = 14 21 లీటర్లు

గదిని రోగకారకక్రిమి నిర్మూలన చేయటానికి 14 21 లీటర్ల 2 శాతం ఫార్మాలిన్ కావాలి దీనికి అదనంగా ఇంతే ద్రావణం పరికరాలను శుభ్రం చేయడానికి అవసరముంటుంది

కావలసిన మొత్తం 2 శాతం ఫార్మాలిన్ = 28 42 అంటే 29 లీటర్లు

మొదటిపద్ధతి •

కావలసిన 29 లీటర్ల 2 శాతం ద్రావణానికి కావలసిన వాణిజ్యంగా లభించే ఫార్మాలిన్‌ను లెక్కకట్టటానికి మొదటి సూత్రంలో విలువలను ప్రతిక్షేపించగా = $\frac{40-2}{2} = \frac{38}{2} = 19$

ఒక లీటరు వాణిజ్యంగా లభించే ఫార్మాలిన్‌కు 19 లీటర్ల నీటిని కలిపితే 20 లీటర్ల 2 శాతం ఫార్మాలిన్ అవుతుంది అయితే 29 లీటర్ల 2 శాతం ఫార్మాలిన్ కోసం = $\frac{29}{20}$ = 1 45 లీటర్లు

కాబట్టి 1 45 లీటర్ల వాణిజ్య ఫార్మాలిన్‌తో గదిని (6 × 10 × 4 మీ), పరికరాలను రోగకారక క్రిమి నిర్మూలన చేయవచ్చు

రెండవపద్ధతి .

రెండవ సూత్రంలో విలువలను ప్రతిక్షేపించగా

$$= \frac{2 \times 1000}{40} = \frac{2000}{40} = 50$$ మి లీ వాణిజ్యంగా లభించే ఫార్మాలిన్

పెంపకగదికి పరికరాలకు మొత్తం 29 లీటర్ల ద్రావణం కావాలి

కాబట్టి $= \frac{2 \times 29}{40} = \frac{58}{40} = 1\ 45$ లీటర్లు

కావలసిన వాణిజ్య ఫార్మాలిన్ = 1 45 లీటర్లు

పొగవేయటం (Fumigation)

ద్రవాన్ని వాయురూపంలో వినియోగించి రోగకారక క్రిమి నిర్మూలన చేయటాన్ని 'పొగవేయటం లేదా పొగపెట్టటం అంటారు పూర్తిగా మూసిన గదిలో ఈ పద్ధతి అమలు పరిస్తే చాలా సమర్ధవంతంగా ఉంటుంది ఈ పద్ధతిలో ఒకేసారిగా పెంపక గృహం పెంపక సామాగ్రిని రోగకారకక్రిమినిర్మూలన చేయవచ్చు ఈ పద్ధతి క్రిమినిర్మూలనకు ఫార్మాలిన్‌ను ఉపయోగించవచ్చు గది వైశాల్యాన్ని లనుసరించి కావాలసిన ఫార్మాలిన్‌ను లెక్కకట్టి దాని 4-5 రె నీరు కలపాలి దీనిని ఒక వెడల్పాటి పాత్రలో పోసి బొగ్గుల కుంపటిపై లేద ఎలక్ట్రిక్ స్టవ్‌పై పెట్టి వేడిచేయాలి వేడైన తర్వాత నెమ్మదిగా ద్రావణం వాయువుగా మారి గది మొత్తం మ్మెదిగా ఆక్రమించుకొంటుంది వేడిచేసేటపుడు ద్రావణానికి మంటలు అంటుకోకుండా జాగ్రత్తపడాలి ద్రావణం నేరుగా మండితే దాని ప్రభావం ఉండదు ఈ పద్ధతిలో 4 5 సార్లు పొగవేయాలి ఈ చర్యలో గది ఉష్ణోగ్రత 20° C లకు ఎక్కువ తేమ 70 శాతం లేదా ఎక్కువ ఉండాలి లోహంతో చేసిన పరికరాలను ఈ పద్ధతిలో చాలా చక్కగా శుభ్రం చేయవచ్చు ఈ పద్ధతికి పారాఫార్మాల్‌డిహైడ్‌ను కూడా వాడవచ్చు దీనిని వేడిచేస్తే ఫార్మాలిన్ వెలువడుతుంది అయితే 10 క్యుబిక్ మీటర్ల వైశాల్యాన్ని శుభ్రం చేయటానికి 60 గ్రా ॥ పారాఫార్మాల్‌డిహైడ్ అవసరముంటుంది

రోగకారక క్రిమి నిర్మూలన కార్యక్రమం తర్వాత పెంపక గదిని ఒక రోజువరకు మూసి ఉంచాలి పెంపకగదిని వాడటానికి 1 2 రోజుల ముందు కిటికీలు ద్వారం తెరచి స్వచ్ఛమైన గాలి లోపలకు రావటానికి వీలు కలిపించాలి

ఆరోగ్యకరమైన పరిస్థితులను నెలకొల్పటం

పెంపకగృహం పరిసరాలలోనూ లోపల ఆరోగ్యకరమైన పరిస్థితులు నెలకొన్నపుడు వ్యాధికారక సూక్ష్మజీవులు లోనికి రాకుండా నిరోధించబడి, వ్యాధులు రావు పురుగుల పెంపకం

సమయంలో గదిలోనికి కేవలం కొంతమంది కూలీలను మాత్రమే రానివ్వాలి వీరు లోపలికి వచ్చేటపుడు చేతులు, కాళ్ళు శుభ్రం చేసుకోవాలి రోగకారక క్రిములను నిర్మూలించే ద్రావకాలైన ఫార్మాలిన్ డెట్టాల్, క్రిసాల్‌లను నీటితో కలిపి చేతులు శుభ్రం చేయటానికి వాడాలి పాదాలను శుభ్రం చేయటానికి రేకు తట్టలో గోనెసంచిని ఫార్మాలిన్ ద్రావణంతో తడిపివేయాలి ఈ గోనెసంచిపై బ్లీచింగ్‌పౌడర్‌ను లేదా అప్పుడే తయారు చేసిన సున్నంపొడిని కూడ చల్లి పెంపకగది ద్వారం ముందు ఉంచాలి గదిలోకి వెళ్ళేటపుడు పాదాలను ఈ గోనెసంచితో తుడుచుకోవాలి ఇక గృహం చుట్టూ సున్నంపొడి చల్లాలి

పురుగుల పెంపకంలో చనిపోయిన పురుగులను, వ్యాధిసోకిన వాటిని సేకరించి ఒక పాత్రలో వేయాలి వీటిని తర్వాత తగులబెట్టాలి ఎనామిల్ బేసిన్‌లో ఒక శాతం ఫార్మాలిన్ పోసి స్టాండుపై ఉంచి గది ద్వారం వద్ద ఉంచాలి ఇది చేతులను శుభ్రం చేసుకోవటానికి వాడాలి పెంపక గృహానికి దూరంగా పెంటకుప్పను ఏర్పాటు చేయాలి పురుగుల బెడ్ శుభ్రం చేసేటపుడు మలం గృహంలో పడకుండా జాగ్రతగా ఉండాలి బెడ్ శుభ్రత పూర్తి కాగానే గదిని శుభ్రం చేసి కాళ్ళు చేతులను శుభ్రంగా కడుక్కోవాలి గదిలోని పగుళ్ళు రంధ్రాలలో వ్యాధిసోకిన మలం పడకుండా చూడాలి ఎప్పటికప్పుడు రంధ్రాలను పగుళ్ళను గమనించాలి పురుగుల బెడ్‌ను కేవలం వలతో మాత్రమే శుభ్రం చేయాలి ఒకవేళ వ్యాధి ఎక్కువయితే పురుగులను రోగకారకక్రిమి నిర్మూలనా ద్రావకంతో కడిగిన తట్టలలోనికి మార్చాలి పెంపక పరికరాలను ఇంకొకరి వద్దనుంచి అరువు తేకూడదు దీనివల్ల ఒక గది నుంచి ఇంకొక గదికి సూక్ష్మక్రిములు చేరటానికి అవకాశం ఉంది ఒకసారి వాడిన కాగితాలను పారాఫిన్ పేపరును ఇంకొకసారి వాడకూడదు ఒకేసారి రెండు పెంపకాలు చేయకూడదు

పై విధంగా చేయటం వల్ల వ్యాధికారక క్రిములను సమర్థంగా అరికట్టి మంచి ఫలితాలను పొందవచ్చు

ప్రశ్నలు

I. ఈ కింది అంశాలకు లఘుటీక రాయండి

1 రోగకారక క్రిమి నిర్మూలన అంటే ఏమిటి ?

2 మీకు తెలిసిన కొన్ని రోగకారక క్రిమి నిర్మూలన ద్రవాలను తెలపండి

3 భౌతిక పద్ధతిలో రోగకారక క్రిమి నిర్మూలన అంటే ఏమిటి ?

4 ఫార్మాలిన్ స్ప్రే చేయటానికి తగిన సమయం ఏది ?

5 ఫార్మాలిన్ ద్రావణాన్ని తయారు చేయటానికి సూత్రం తెలపండి

6 గది శుభ్రతకు 2 లీటర్ల 3 శాతం ఫార్మాలిన్‌ను తయారు చేయండి

7 'పొగవేయటం అంటే ఏమిటి ?

8 పొగవేసే ప్రక్రియలో ఉష్ణోగ్రత తేమ ఎంత ఉండాలి ?

9 పాదాలను తుడుచుకొనే తట్టలో కల రసాయనం ఏది ?

10 పట్టుపురుగులకు వ్యాధులు రాకుండా తీసుకోవలసిన జాగ్రత్తలేవి ?

11 చంద్రికలపైకల పట్టుదారం పోగులను ఎలా తొలగించాలి ?

12 స్ప్రే చేసేటపుడు మాస్క్‌ను ఎందుకు ఉపయోగించాలి ?

II ఈ క్రింది ప్రశ్నలకు వ్యాసాలు రాయండి

1 రోగకారక క్రిమి, నిర్మూలనను గురించి తెలపండి

2 రోగకారక క్రిమి, నిర్మూలనా పద్ధతులను వివరించండి

3 సోమయ్య పెంపక గృహం 4 × 6 మీ (వెడల్పు × పొడవు) 4 మీ ఎత్తు ఉంది దీనికోసం 2 శాతం ఫార్మాలిన్‌ను తయారు చేయండి

4 పొగవేసే పద్ధతిని వివరించండి

5 పెంపకగదిలో ఆరోగ్య పరిస్థితులను ఎట్లా నెలకొల్పాలి?

4.

పట్టుపురుగుల పెంపకానికి కావలసిన వాతావరణ పరిస్థితులు

పట్టుపురుగులను కొన్ని శతాబ్దాల క్రితమే మచ్చిక చేయటం వల్ల పురుగులు చాలా సున్నితంగా ఉండి వాతావరణ పరిస్థితులలో చిన్న మార్పులను కూడా తట్టుకోలేవు వాణిజ్య పరంగా పట్టుకాయల ఉత్పత్తిలో చక్కటి వాతావరణ పరిస్థితుల ప్రభావం ఎక్కువగా ఉండి మేలు రకమైన పట్టుకాయలు నాణ్యమైన పట్టు ఉ త్తి అవుతాయి పట్టుకాయల ఉత్పత్తిపై ప్రభావాన్ని చూపించే వాతావరణ పరిస్థితులలో ఉ గ్రత, పెంపక గృహంలోని తేమ ఆకుల పరిమాణం-నాణ్యత పెంపక పద్ధతులలో ఆకుమే శుభ్రం చేయటం స్థలావకాశం అనేవి ముఖ్యమైనవి పట్టుపురుగుల ప్రవర్తనపై జరిగిన అనేక పరిశోధనల వల్ల తెలిసింది ఏమిటంటే పురుగులు అభివృద్ధి చెందేకొద్దీ వాతావరణ పరిస్థితులు మారటం అవసరం చెడు వాతావరణ పరిస్థితులు పురుగుల ఆరోగ్యానికి హాని కలిగిస్తాయి పై విషయాలను దృష్టిలో ఉంచుకొని ఆధునిక సాంకేతిక పెంపక పద్ధతులను కేంద్ర పట్టుపరిశ్రమ రూపొందించింది వీటిని ఆచరించి మేలైన పట్టుకాయలను అధిక నాణ్యతకల పట్టును ఉత్పత్తి చేయవచ్చు

ఉష్ణోగ్రత (Temperature)

పట్టుపురుగుల పెరుగుదలపై ఉష్ణోగ్రత ప్రముఖపాత్ర వహిస్తుంది పట్టుపురుగులు శీతల రక్త జంతువులు కాబట్టి శరీరధర్మాలపై ఉష్ణోగ్రత అధిక ప్రభావం ప్రదర్శిస్తుంది ఉష్ణోగ్రత పెరిగినపుడు జీవన చర్యలన్నీ తొందరగా వేగంగా జరుగుతాయి ఉష్ణోగ్రత తగ్గినపుడు చర్యల వేగం కూడా తగ్గుతుంది పట్టుపురుగుల శరీర ధర్మాలలో జీవక్రియల రేటు, ఎంజైముల చర లు పోషక పదార్థాల మార్పిడి, జీర్ణక్రియ శోషణం విసర్జన నాడీప్రేరణ, హార్మోనుల చ లు మొదలైనవి అన్నీ వాతావరణ ఉష్ణోగ్రతచే ప్రభావితం అవుతాయి ఉష్ణోగ్రత పె పుడు పురుగుల పెరుగుదల వేగంగా జరిగి డింభకదశ కాలం తగ్గుతుంది తక్కువ ఉష్ణోగ్రతలో పెరుగుదల అతి నెమ్మదిగా జరిగి డింభకదశ కాలం అధికంగా పొడిగించబడుతుంది పట్టుపురుగుల పెరుగుదలకు సరియైన ఉష్ణోగ్రత 23°C 28°C మధ్య ఉంటుంది పురుగులు 15 40°C ఉష్ణోగ్రతలో కూడా పెరుగుతాయి ఉ గత 30°C కు పెరిగినపుడు పురుగుల ఆరోగ్యానికి హాని కలుగుతుంది ఉష్ణోగ్రత పూర్తిగా త పుడు అంటే 20°C కు తకు వైనపుడు శరీరధర్మాలు బాగా తగ్గి పెరుగుదల అధికంగా మం గిస్తుంది ఈ ప్రభావం చాకి రుగులపై ఎక్కువగా కనిపిస్తుంది పురుగులు పెరగక, నీరసించటం వల్ల వ్యాధులు వస్తాయి చా పురుగులు అధిక ఉష్ణోగ్రత తేమ తట్టుకొనే సామర్థ్యాన్ని కలిగి ఏపుగా పెరుగుతాయి ఈ తొలిదశ పురుగులు అధిక ఉష్ణోగ్రతలో చురుకుగా మల్బరీని తిని ఆరోగ్యంగా పెరుగుతాయి ఈ పురుగులు పెరిగినకొద్దీ పరిస్థితులను తట్టుకొనే విధంగా అభివృద్ధిచెంది చివరి దశలలో వాతావరణ పరిస్థితులలో మార్పులు సంభవించినా నష్టపోవు అంతే కాకుండా తొలిదశలో పురుగులలో కల వ్యాధి నిరోధక శక్తి తరవాత దశలలో వాటి జీవించే రేటును (Survival rate) అభివృద్ధి చేస్తూ నాణ్యతకల పట్టుగూళ్ళ ఉత్పత్తి జరిగేలాగా చేస్తుంది

పట్టుపురుగుల పెరుగుదలకు, ఉష్ణోగ్రతకు చాలా దగ్గర సంబంధం ఉంది కాబట్టి ఉష్ణోగ్రత అధికంగా పెరగకుండా, తగ్గకుండా చర్యలు తీసుకొని నష్టం రాకుండా కాపాడాలి వివిధ దశలలో పట్టుపురుగుల పెంపకానికి కావల్సిన ఉష్ణోగ్రతలు ఈ కింది విధంగా ఉండాలి

పురుగుల వయస్సు	ఉష్ణోగ్రత °C లలో
I దశ లేదా ఇన్‌స్టార్	26 28
II దశ	26 28
III దశ	24 26
IV దశ	24 25
V దశ	23 24

పైన తెల్పిన విధంగా ఉష్ణోగ్రతలను పెంపకగదిలో ప్రతీ ఇన్‌స్టార్‌కు (Instar) పాటించినపుడు, పురుగులకు తగినన్ని నాణ్యతకల మల్బరీ ఆకులను మేతకు వేయాలి దీనివల్ల పురుగులు అధికంగా పెరుగుతాయి మేత తక్కువగా వేసినపుడు ఉష్ణోగ్రతను కొంచెం తగ్గించటం మంచిది పురుగులకు మొదటి దశలో ఎక్కువ ఉష్ణోగ్రత కావాలి దశలు లేదా పురుగుల వయస్సు పెరిగే కొద్దీ ఉష్ణోగ్రతను కొద్దికొద్దిగా తగ్గించాలి పెంపకగదిలో ఉష్ణోగ్రతను ధర్మామీటరుతో కొలవాలి ప్రతీ దశలో ఉష్ణోగ్రతను ప్రతీదినం గమనించటం మంచిది

ఉష్ణోగ్రతనుక్రమపర ుటం (Reg

వాతావరణం ఉష్ణోగ్రత ఎల్లకాలం ఒకే రకంగా ఉండదు ఇది కాలాన్ని అనుసరించి మారుతుంది అంతేకాకుండా వాతావరణంలో అధిక మార్పులు కూడా ఉ గ్రత మార్పుకు కారణాలవుతాయి సకాలంలో వర్షాలు కురిసినపుడు పురుగుల పెంపకం ఆగ మాసం నుంచి ప్రారంభమవుతుంది సాధారణంగా వర్షాకాలంలో శీతాకాలంలో గది ఉష్ణోగ్రత ువవుతుంది దీనివల్ల పెంపకం కష్టమవుతుంది కాబట్టి పెంపకగదిని ఎలక్ట్రిక్‌హీటర్ లేదా బొగ్గుల కుంపటిలో వేడెక్కించి ఉష్ణోగ్రతను పెంచాలి దీనికి ఎలక్ట్రిక్‌హీటర్ మంచిది ఎందుకంటే దీనితో పొగరాదు కాని హీటర్లు రైతులకు అందుబాటులో ఉండవు అంతేకాకుండా కొన్ని గ్రామాలలో రైతుల గృహంలో విద్యుత్తు ఉండదు కాబట్టి ఇందుకోసం బొగ్గుల కుంపటిని వాడాలి బొగ్గుల కుంపటిని పెంపకగది బయటనే ఎర్రగా వేడిగా తయారుచేసిన తర్వాత గదిలోకి తీసుకురావాలి దీనినుండి పొగరాకుండా చర్యలు తీసుకోవాలి కుంపటిలో బాగా ఎర్రగా కాలిన బొగ్గులపై కొంచెం బూడిద ఉంటే అధిక ఉష్ణం ఒకే రకంగా విస్తరిస్తుంది పెంపక గదిలో ఎట్టి పరిస్థితులలో కూడ కర్రలను తగులబెట్టరాదు దీనివల్ల గదిలో కార్బన్-డై-ఆక్సైడు ఇతర వాయువులు పెరిగి పురుగులకు హాని కలుగుతుంది రాత్రి సమయంలో గది కిటికీలను ద్వారాలను పూర్తిగా మూసి ఉంచాలి పగటి సమయం పెరిగిన కొద్దీ ఎండపెరిగినపుడు నెమ్మదిగా గదిని తెరవాలి ఎండాకాలంలో ఉష్ణోగ్రత చాలా అధికంగా పెరుగుతుంది ఈ కాలంలో ఉష్ణోగ్రతను పురుగుల పెరుగుదలకు అనుకూలమైనంత వరకు తగ్గించటం చాలా కష్టం రాత్రి సమయంలో ద్వారం, కిటికీలను తెరచి ఉంచాలి ఎండ తీవ్రత పెరగటం గమనించి కిటికీలను ద్వారంను మూసివేయాలి ఇంకా తప్పని పరిస్థితులలో ద్వారానికి కిటికీలకు గోనెసంచులను కట్టి స్ప్రేయరుతో నీటిని చల్లి గది ఉష్ణోగ్రత తగ్గించాలి లేదా ఎయిర్‌కూలర్‌ను కూడా

వాడవచ్చు ఉష్ణోగ్రతలో హెచ్చుతగ్గులను అన్ని కాలాల్లో ఎయిర్ కండిషనర్‌తో క్రమపరచ వచ్చు కానీ ఇవన్నీ రైతుకు అందుబాటులో ఉండవు

తేమ (Humidity)

తేమకూడా పట్టుపురుగుల పెంపకంపై అధికంగా ప్రభావాన్ని చూపుతుంది అయితే సరియైన ఉష్ణోగ్రతలో తేమలో పెంచిన పురుగులు నాణ్యత కల పట్టుకాయలను ఉత్పత్తి చేస్తాయి తేమ నేరుగా పురుగుల శరీరధర్మాలపై ప్రభావాన్ని చూపిస్తుంది తేమ ఎక్కువైనపుడు జీవక్రియలు వేగంగా కొనసాగి డింభకం పెరుగుదల కాలం తగ్గుతుంది తేమ శాతం పెరిగినపుడు (80 90%) రక్తం pH విలువ బాగా తగ్గుతుంది కార్బన్ డై ఆక్సైడు విడుదల పెరుగుతుంది తేమ తక్కువైతే డింభక దశ ఎక్కువ కాలం కొనసాగుతుంది ఉష్ణోగ్రత తేమల సరియైన కలయిక పట్టుపురుగుల పెరుగుదలను వృద్ధి చేస్తుంది తేమ ప్రభావం ప్రత్యక్షంగా పరోక్షంగా ఉంటుంది ప్రత్యక్ష ప్రభావం పురుగుల శరీర ధర్మాలపైనా పరోక్ష ప్రభావం మల్బరీ ఆకులపైనా ఉంటుంది

పురుగుల పెరుగుదలకు 75 శాతం తేమ చక్కగా తోడ్పడుతుంది తొలిదశ పురుగులు ఎక్కువ తేమను తట్టుకొని శరీరంలోని నీటిని ఏ మాత్రం నష్టపోకుండా పెరుగుతాయి చివరిదశ పురుగులు ఇందుకు విరుద్ధంగా ఉంటాయి ఇవి ఎక్కువ తేమను తట్టుకోలేవు తేమ సరిగా లేనపుడు ఆకులు బాగా వాడిపోయి పురుగులు తినటానికి పనికిరావు కాబ పురుగులలో పోషణలోపం కనిపిస్తుంది గదిలోని గాలిలో ఎక్కువ తేమ ఉన్నపుడు సూక్ష్మ ములు పెరిగి పురుగులకు వ్యాధులను కల్గించి పంటకు నష్టం చేస్తాయి పురుగుల పెంప ం సక్రమంగా కొనసాగి మంచి ఉత్పత్తులను సాధించటానికి కింద తెల్పిన తేమ శాతాలను గదిలో నెలకొల్పటానికి చర్యలు చేపట్టాలి

పురుగుల వయస్సు	తేమ శాతం
I దశ	85
II దశ	85
III దశ	80
IV దశ	75
V దశ	70

తొలిదశ పురుగులకు ఎక్కువ తేమ అవసరం కాబట్టి పురుగులను మూతకల పెట్టెలలో పెంపకం చేయటం మంచిది ఎందుకంటే ఉష్ణోగ్రత ఎక్కువగా ఉన్నపుడు ఆకులు వడలి పోతాయి అయితే పురుగులకు ఎక్కువసార్లు ఆకు వేయటం మంచిదికాదు అధిక తేమ, ఉష్ణోగ్రతలలో చాకీపురుగులు చాలా ఆరోగ్యంగా వేగంగా పెరుగుతాయి దీనిని ఆధారం చేసుకొని చాకీపురుగుల పెంపకాన్ని అధిక తేమ ఉష్ణోగ్రతలలో పెంచి, మంచి ఫలితాలను సాధించవచ్చు చివరిదశ పురుగుల పెంపకం పొడి వాతావరణంలో జరుగుతుంది గదిలో ఎక్కువ మల్బరీకొమ్మలుండటం వల్ల తేమ పెరిగి ఆకులు తొందరగా వడలిపోవు అంతేకాకుండా గదిలో కూడా తేమ విస్తరిస్తుంది ఎక్కువ తేమను చివరిదశ పురుగులు

భరించవు తేమ శాతం 90 దాటినా, ఉష్ణోగ్రత 20 28°C ఉన్నపుడు కూడా పురుగులు బాగా పెరుగుతాయి ఈ దశ పురుగులు తక్కువ ఉష్ణోగ్రత తేమ శాతంలో చక్కగా పెరుగుతాయి

తేమ పరోక్ష ప్రభావం వల్ల పురుగుల బెడ్ లో ఉన్న ఆకులు వడలిపోతాయి ఎండ ఎక్కువగా ఉన్న రోజులో ఆకులు తొందరగా ఎండిపోయి, పురుగులకు ఆహారంగా పనికిరావు దీనివల్ల పురుగుల పెరుగుదల తగ్గి ఆకు వృధ అవుతుంది ఈ రకమైన పరిస్థితులలో పెరిగిన చాకీ పురుగులు బాగా నీరసించి వ్యాధులు ప్రబలటానికి అవకాశం ఉంది ఇక చివరి దశలో తేమ అధికంగా పెరిగినపుడు బెడ్ లో తేమ పెరిగి వ్యాధులు సంభవిస్తాయి అందువల్ల ప్రతీ దశలో ఒక ప్రత్యేకమైన తేమ బెడ్ లో ఉండేటట్లు చూడాలి

తేమను క్రమపరచటం

వాతావరణంలో తేమ ఎల్లప్పుడు ఒకే రకంగా ఉండదు దినం అంతా కూడా తేమ ఒకే రకంగా ఉండదు అంతేకాకుండా వివిధ కాలాల్లో వివిధ స్థాయిల్లో ఉంటుంది తేమను క్రమ పరచటానికి చాకీ దశలో పారఫిన్ కాగితాన్ని ఉపయోగించి పెంపకం బెడ్ లో తేమను పెంచాలి అవసరమైనపుడు నీటితో తడిపిన స్పాంజ్ ముక్కలను లేదా ఉండలా చుట్టి తడిపిన వార్తాపత్రికను బెడ్ చుట్టు అమర్చి తేమను పెంచాలి నిర్మోచన సమయంలో తేమను 70 శాతానికి తగ్గించటం వల్ల నిర్మోచనం ఒకే రకంగా ఉంటుంది లేకపోతే పురుగులు వల కిందనే ఉండిపోయి క్రమరహితంగా పెరిగి వ్యాధులకు లోనవుతాయి అంతేకాకుండా బెడ్ శుభ్రతకు ఎక్కువ సమయం ఎక్కువ కూలీల అవసరం పురుగుల సంఖ్య తగ్గడం జరుగుతాయి పెంపకంలో పారాఫిన్ కాగితం తొలగించటం వల్ల ఆకులు తొందరగా వాడిపోతాయి ఆకు మేత సమయంలో ఎక్కువ తేమ వల్ల ఆకులు ఎక్కువ సమయం తాజాగా ఉండి మేతకాలం పొడిగించబడుతుంది జపాన్ వంటి దేశాల్లో చివరిదశ పురుగుల పెంపకంలో తేమను పెంచటానికి నేలపై నీళ్ళు చల్లుతారు ఉష్ణదేశాల్లో ఉష్ణోగ్రతకు ఎక్కువైతే తేమ మాత్రం పెరగకూడదు ఎందుకంటే తేమ ఉష్ణోగ్రత రెండూ పెరిగినట్లైతే చివరిదశ పురుగులకు ఎక్కువ హాని జరుగుతుంది పెంపక గదిలోని ఆకులు ఎక్కువ ఉష్ణోగ్రత, తక్కువ తేమ వల్ల తొందరగా ఎండిపోతాయి ఆకుల నిలవలో వాటిపై నీరు చల్లటం మంచిది అంతేకానీ ఎక్కువ ఉష్ణోగ్రత ఉన్నపుడు కృత్రిమంగా తేమను పెంచటం ఆరోగ్యకరం కాదు

గాలి (Air)

ఇతర జంతువులలాగా పట్టుపురుగులకు వాటి శరీరధర్మక్రియలు చక్కగా కొనసాగటానికి స్వచ్ఛమైన గాలి అవసరం పట్టుపురుగుకు ఉండే 9 జతల శ్వాసరంధ్రాలు రక్తానికి ఆక్సిజన్‌ను వాయునాళాల ద్వారా అందిస్తాయి జీవక్రియలో విడుదలైన CO_2 తిరిగి వెలుపలకు తీసుకురాబడుతుంది పెంపక గదిలో కార్బన్ డై ఆక్సైడు సల్ఫర్ డై ఆక్సైడ్ కార్బన్ మోనాక్సైడ్, అమ్మోనియా, ఫార్మాల్డిహైడ్ వాయువులు ఉంటాయి ఇవి కూలీలు లేదా రైతు శ్వాసక్రియలో పట్టుపురుగులు, మల్బరీ ఆకులు మలంలో కిణ్వనం వల్ల బొగ్గులు కాల్చటం వల్ల విడుదలతాయి వీటి వల్లనే గదిలోని గాలి కాలుష్యమవుతుంది ఈ విధమైన విషపూరిత వాతావరణం పట్టుపురుగుల ఆరోగ్యానికి హాని కలిగిస్తుంది పెంపకగదిలో విషవాయువులు తగిన స్థాయికి మించినట్లైతే పట్టుపురుగులు నీరసించి ఆహారం సరిగా గ్రహించవు కాబట్టి గదిలోని విషవాయువులను ఎప్పటికప్పుడు వెలుపలికి తరలించటానికి తగిన ఏర్పాటు చేసి స్వచ్ఛమైన గాలి లోపలికి రావటానికి అవకాశం కలిపించాలి గదిలోని వాయువుల స్థాయి ఈ కింది తెల్పిన విధంగా ఉంటే పురుగులకు హాని కలగదు

1 2 శాతం కార్బన్ డై ఆక్సైడ్

1 శాతం ఫార్మాల్డిహైడ్

0 02 శాతం సల్ఫర్‌డైఆక్సైడ్

0 1 శాతం అమ్మోనియా

తొలిదశ పురుగుల CO_2 ను తట్టుకొన్నా, ఇతర విషవాయువులను తట్టుకోలేవు పైన తెలిపిన వాయువులు తొలిదశలోకంటే చివరిదశలో ఎక్కువ ఉత్పత్తి అవుతాయి సల్ఫర్ డై ఆక్సైడ్ పట్టుకాయలో ప్రొథిటిలి (Prothetely) ని కలిగిస్తుంది ప్రొథిటిలి అంటే కీటకాల జీవితచరిత్రలో డింభకానికి, ప్యూపాకు మధ్య ఉండే దశ దీని వల్ల కాయల నాణ్యత బాగా తగ్గి రీలింగుకు (Reelıng) అనువుగా ఉండవు పెంపకగదిలో అమ్మోనియా (0 1 శాతం) ఉన్నపుడు రీలింగు చర్యలో సెరిసిన్ (Serıcın) కరగదు

గాలిని క్రమపరచటం•

గదిలోకి గాలి సక్రమంగా వీచటానికి తగిన చర్యలు తీసుకోవాలి దీనివల్ల గదిలోని విషవాయువుల సాంద్రత బాగా తగ్గుతుంది పట్టుపురుగులకు హాని కల్గించే క్రిమిసంహారక మందులు రోగకారక క్రిమి నిర్మూలన ద్రవాలు, పాదరస రసాయనాలు, డి డి టి బి హెచ్ సి, ఇతర వ్యవసాయరసాయన పదార్థాలు, పొగాకు మొదలైన వాటిని పెంపక గృహాలలో ఉంచ కూడదు చాకీపురుగులు వీటి వల్ల తొందరగా ప్రభావితమవుతాయి కాబట్టి ఈ విషయంలో తగిన జాగ్రత్తలు తీసుకోవాలి చివరి దశలో గాలి ప్రవాహం సెకనుకు ఒక మీటరు ఉన్నపుడు పురుగులు చనిపోవటం తగ్గి ఆహారం తినటం, జీర్ణక్రియ, శరీరబరువు పట్టుకాయల బరువు, ప్యూపాల శాతం పెరుగుతాయి తొలిదశ పురుగుల పెంపకంలో ప్రతీ మేత సమయంలో పారాఫిన్ కాగితాన్ని తొలగించి, తాజా గాలి ప్రసరించ టానికి అవకాశం కలిగించాలి

పెంపక గదిలో ఉష్ణోగ్రతను, తేమను క్రమపరచటంలో గాలి ప్రముఖపాత్ర వహిస్తుంది ఇందుకుగాను కృత్రిమంగా గాలిని గదిలోనికి పంపించి అధిక ఉష్ణోగ్రతను, తేమను తగ్గించటానికి వీలవుతుంది

కాంతి లేదా వెలుతురు (Lıght)

పట్టుపురుగులు తక్కువ కాంతిని ఇష్టపడతాయి ఇవి పూర్తి చీకటిని లేదా ఎక్కువ వెలుతురును ఇష్టపడవు పూర్తి చీకటిలో డింభక దశకాలం తగ్గుతుంది ఎక్కువ కాంతిలో బరువైన పట్టుకాయలు తయారవుతాయి చీకటిలో ఉన్న పురుగులకంటే వెలుతురులో పెరిగిన పురుగులకు ఆకలి (Appetıte) ఎక్కువ వెలుతురు సమయంలో డింభకాలు బెడ్‌పైకి త్వరగా పాకుతాయి అదే చీకటిలో అయితే పురుగులు కదలవు ఏది ఏమైనా పురుగులను పూర్తి చీకటి లేదా పూర్తి వెలుతురులో పెంచటం మంచిది కాదు పట్టుపురుగులు మసక చీకటిని (15 20 లక్స్) ఎక్కువ ఇష్టపడతాయి పెంపకం అధిక కాంతి లేదా చీకటిలో జరిగితే పెరుగుదల నిర్మోచనం సక్రమంగా ఉండవు పురుగులకు రోజుకు 16 గంటలు కాంతి మిగిలిన సమయం చీకటి అవసరం కాబట్టి పురుగుల పెంపకాన్ని దినంలో తక్కువ కాంతిలో, మిగిలిన సమయం చీకటిలో (రాత్రి) ఉండేటట్లు పెంచినట్లైతే ఆరోగ్యంగా పెరిగి నాణ్యతగల పట్టుకాయలు, పట్టు ఉత్పత్తి పెరుగుతుంది

ప్రశ్నలు

I ఈ కింది అంశాలకు లఘుటీక రాయండి

1 పట్టుపురుగుల పెంపకానికి కావలసిన వాతావరణ పరిస్థితి అంశాలను తెలపండి

2 పట్టుపురుగులకు కావలసిన తేమ ఉష్ణోగ్రతలను తెలపండి ?

3 గదిలో ఉష్ణోగ్రతను ఎట్లా క్రమపరుస్తారు ?

4 తేమను క్రమపరచటం వల్ల లాభాలేవి ?

5 పెంపక్ష గదిలో కల విషవాయువులు ఏవి ?

6 పురుగులపై సల్ఫర్ డై ఆక్సైడ్ ప్రభావం తెలపండి ?

7 పెంపక గదిలో గాలి ప్రవాహం ఎంత ఉండాలి ?

8 పెంపకగదిలో పురుగులకు కావలసిన కాంతి ఎంత ?

II ఈ కింది వాటికి వ్యాసాలు రాయండి

1 పెంపక గదిలో పురుగులకు కావలసిన వాతావరణ పరిస్థితులను గురించి తెలపండి

2 పెంపకానికి అనువుగా వాతావరణ పరిస్థితులను ఏ విధంగా క్రమపర్చాలి ?

5.

పొదగటం, బ్రషింగ్

(Hatchıng and Brushıng)

పట్టుపురుగుల పెంపకంలో గుడ్ల నాణ్యత అధిక పాత్ర వహిస్తుంది గ్రెయినేజ్ నుంచి తెచ్చిన గుడ్లను సరియైన పద్ధతిలో పొదిగించాలి ఈ ప్రక్రియ వల్ల అధిక శాతం గుడ్లు పొదగబడి పురుగులు వెలువడతాయి కాబట్టి పెంపకంలో పురుగుల సంఖ్య పొదిగించే ప్రక్రియపై ఆధారపడి ఉంటుంది దీనికోసం సరియైన పద్ధతులను ఆచరించినట్లైతే ఎక్కువ పురుగులు గుడ్లనుంచి విడుదలవుతాయి

పట్టుపురుగు గుడ్లను పొదిగించటం

ఇందులో గుడ్డులోని పిండాలు అన్నీ ఒకేసారి అభివృద్ధి చెంది, ఒకేసారి పొదగబడటానికి అవసరమైన వాతావరణ పరిస్థితులను కృత్రిమంగా కలిపిస్తారు దీని వల్ల ముందు తరంలో వోల్టినిజం (Voltınısm) లక్షణం, డింభకం అభివృద్ధి, పెరుగుదల, పట్టుకాయల నాణ్యత, ఉత్పత్తి అధికమవుతాయి అందువల్ల గుడ్లను అవసరమైన శీతలనిలవ చికిత్స (Cold preservatıon treatment), ఆమ్ల చికిత్స (Acıd treatment) చేసి కృత్రిమంగా గుడ్లు పొదగబడటానికి తయారుచేసి, ఆ తరవాత సరియైన పద్ధతిలో మళ్ళీ కృత్రిమంగా పొదిగించాలి

గుడ్లను పొదిగించే గది పెట్టె శుభ్రంగా ఉండాలి ఈ సమయంలో రోగకారక క్రిమి నిర్మూలన ద్రవాలను, ఇతర పరికరాలను అందుబాటులో ఉంచాలి ఈ చర్యలో ఉష్ణోగ్రతను పెంచటానికి, తగ్గించటానికి కావలసిన పరికరాలను సేకరించి, తగిన సదుపాయాన్ని ముందే అమర్చుకోవాలి గుడ్ల కాగితాలు (Egg sheets), గుడ్ల పెట్టెలు మొదలైన వాటిని పెంపక గృహంలో సరియైన ఉష్ణోగ్రత, తేమను బహిర్గతం (expose) చేయటానికి అవసరమైన ఏర్పాట్లు చేయాలి గుడ్లను పొదిగించటానికి 80 85 శాతం తేమ కావాలి నిద్రావస్థకు పోని గుడ్లకు, ఆమ్ల చికిత్స తర్వాత తొందరగా పొదిగించటానికి 24 25°C ఉష్ణోగ్రత ఉండాలి

శీతాకాలంలో నిలవ చేసిన గుడ్లను శీతల నిలవనుంచి తీయగానే అప్పుడే పొదిగించటానికి వీలుకాదు వీటిని మొదటగా 24 25°C ఉష్ణోగ్రతకు నెమ్మదిగా తీసుకురావాలి మొట్టమొదటగా గుడ్లను 15°C ఉష్ణోగ్రతలో మూడు రోజులుంచి, తర్వాత మామూలుగా పొదిగించే ఉష్ణోగ్రత 24-25°C లో ఉంచాలి ఈ మాధ్యమిక చర్య వల్ల ఒక్కసారిగా మారిన ఉష్ణోగ్రత (2 5°C నుండి 24 25°C) వల్ల గుడ్లకు నష్టం కలగదు అంతేకాకుండా పిండం అభివృద్ధి ఒకేరకంగా ఉంటుంది ఆమ్లచర్య తర్వాత శీతల నిలవ చేసిన గుడ్లను (పొదిగే కాలం పొదిగించటానికి) 15°C వద్ద 12 గంటలుంచి, తర్వాత మామూలు పొదిగే ఉష్ణోగ్రత 24 25°C లోనికి తీసుకురావాలి

పొదిగే కాలం ముగింపుకు దగ్గరయిన కొద్దీ గుడ్లు నీలిరంగు దశకు లేదా పిన్‌హెడ్ దశకు మారతాయి ఈ దశలో గుడ్లను నల్లటి పెట్టెలో (Black box) ఉంచటం వల్ల గుడ్లన్నీ ఒకేసారి పొదగబడతాయి (పటం 5 1)

పటం 5 1 గుడ్లను పొదిగించటానికి ఉపయోగించే పెట్టె

గుడ్లను కృత్రిమంగా పొదిగించే చర్య మొదలయిన తర్వాత అనుకోని కారణాల వల్ల పొదిగించటాన్ని పొడిగించటం కొంతవరకు వీలవుతుంది అపుడు కృత్రిమంగా పొదిగించటం 2-3 రోజులయితే 5°C శీతల విలవలో గుడ్లను వారం రోజులుంచాలి నీలిరంగు దశలో గుడ్లను పొదగకుండా ఆపటానికి 5°C ఉష్ణోగ్రతలో వారం రోజులుంచవచ్చు గుడ్లు పొదిగిన తర్వాత డింభకాలను పొదిగిన గుడ్లనుంచి వేరుపరచే చర్యను ఆపటానికి డింభకాలను 7 5 10°C వద్ద శీతల విలవలో మూడు రోజులు ఉంచవచ్చు శీతల విలవలో తేమ 75 శాతానికి తగ్గకూడదు

నీలిగుడ్డు దశ (Blue egg stage)

సరియైన ఉష్ణోగ్రత తేమలో పొదిగించిన గుడ్లలో పిండం 7 8 రోజులలో (గుడ్లు పగులుటకు 48 గంటల ముందు) అభివృద్ధి చెంది పిన్ హెడ్ (Pin head) లేదా తల వర్ణక విధానం (Head pigmentation) దశకు చేరుతుంది ఇక గుడ్లు పగులుటకు 24 గంటల ముందు నీలిరంగుకు మారుతుంది (పటం 5 2)

పటం : 5 2 పిండాభివృద్ధి దశలు

గుడ్లను నల్లటి డబ్బాలో పెట్టటం

గుడ్లు నీలిరంగు దశకు చేరగానే నల్లటి డబ్బాలో లేదా నల్లటి కాగితం లేదా నల్లని బట్టను చుట్టి పెట్టటం వల్ల గుడ్లన్నీ సమానంగా పొదగబడటానికి తయారవుతాయి ఈ పద్ధతి వల్ల ముందుగా పరిపక్వం చెందిన పిండం పొదగకుండా నిరోధించబడి నెమ్మదిగా పెరిగే పిండం

కూడా ముందుగా పరిపక్వం చెందిన పిండం దశకు చేరుతుంది దీనివల్ల గుడ్లన్నీ నీలిరంగు దశకు చేరతాయి మరుసటి దినం ఉదయం 8 9 గంటల మధ్య గుడ్లను డబ్బానుంచి తీసి వెలుతురుకు బహిర్గతం (Expose) చేయాలి కాంతి చర్య వల్ల ప్రేరేపించబడి 90 95 శాతం గుడ్లు ఒకటి రెండు గంటల సమయంలో పగిలి డింభకాలు వెలువడతాయి

కృత్రిమంగా గుడ్లను పొదిగించిన తర్వాత పగిలే దశను (Hatching) పొడిగించటానికి 5°C వద్ద వారం రోజులు శీతలనిలవ చేయాలి పొదిగిన తర్వాత గుడ్లు అన్నీ పగలకుండా మొదటిరోజు కేవలం 50 60 శాతం మాత్రమే డింభకాలు వెలువడినట్లైతే బ్రషింగ్‌ను (Brushing) మరునటి రోజు చేయాలి అవసరమైతే డింభకాలను ఈకతో గుడ్ల పెంకులనుంచి వేరుచేసి టిష్యూ కాగితంలో ఉంచి, 10°C వద్ద శీతల నిలవలో ఉంచాలి తరవాత రోజు పొదిగిన పురుగులతో, నిలవ చేసిన పురుగులను కలిపి పెంపకం చేయాలి నీలిరంగు దశలో గుడ్లను 5°C శీతల నిలవలో 2 3 రోజులుంచవచ్చు గుడ్లు అన్నీ పొదుగుటకు కృత్రిమంగా పొదిగించే గదిలో 24 గంటలు ముందుగా 26°C ఉష్ణోగ్రతలో ఉంచాలి

పట్టుపురుగుల గుడ్లు (లేయింగ్స్) కాగితంపై లేదా విడిగా లభిస్తాయి ఈ గుడ్లు నుంచి వెలువడిన డింభకాలను వేరుచేసి పెంపకం చేస్తారు గుడ్డు నుంచి వెలువడిన డింభకాలు నల్లగా, వెంట్రుకలలో చిన్న చీమల వలె కన్పిస్తాయి కాబట్టి వీటిని చీమదశ (Ants) లేదా కెగో (Kego) అంటారు (పటం 5 3) డింభకాలను గుడ్లపెంకుల నుంచి వేరు చేయటానికి ఉదయం పూట మంచి సమయం గుడ్లను తెల్లవారుజామున లేదా ఎండ ఎక్కువైన తర్వాత బహిర్గతం చేసినట్లైతే పొదుగుట సక్రమంగా ఉండదు కృత్రిమంగా పొదిగించే ఉష్ణోగ్రత 25°C లో గుడ్లు పొదుగుటకు 1 2 రోజులు పడుతుంది పగిలిన గుడ్లనుంచి డింభకాలను వేరు చేయటం ఆలస్యం చేయకూడదు అయితే పొదుగుట సక్రమంగా లేనప్పుడు రెండు రోజుల తర్వాత బ్రషింగ్ చేయాలి ఎండవేళల్లో డింభకాలను బ్రషింగ్ చేయటం ఆరోగ్యకరం కాదు అపుడే వెలువడిన డింభకాలను కూడా 7 10°C వద్ద ఒకరోజు నిలవ చేయవచ్చు

పటం 5 3 పొదగటం

I పొదిగించుటలో ఉష్ణోగ్రత ప్రభావం

1 అధిక ఉష్ణోగ్రత వల్ల గుడ్లు తొందరగా పగులుతాయి అయితే అధిక శాతం గుడ్లు చనిపోతాయి లేదా పొదగబడవు గుడ్డు నుంచి వెలువడిన పురుగులు చాలా నీరసించి ఉంటాయి వీటినుంచి నాసిరకం గూళ్ళు ఉత్పత్తి అవుతాయి పంట దిగుబడి సరిగా ఉండదు

2 తక్కువ ఉష్ణోగ్రత వల్ల పొదిగే సమయం పెరిగి అనేక గుడ్లు పగలవు డింభకాలు క్రమరహితంగా వెలువడతాయి

3 బైవోల్టిన్ గుడ్లను ఫ్రిజ్‌నుంచి తీసినపుడు 15°C వద్ద మూడు రోజులు ఉంచాలి లేకుంటే అధిక ఉష్ణోగ్రతలోని మార్పులను గుడ్లు తట్టుకోలేవు శీతలనిలవ గుడ్లను 15°C వద్ద 12 గంటలు ఉంచాలి

II తేమ ప్రభావం

1 క్రమరహితమైన తేమ వల్ల చాలా తక్కువ గుడ్లు పొదగబడతాయి

2 తేమ ఎక్కువైనపుడు వ్యాధులు వస్తాయి

పొదిగించుటకు కావల్సిన ఉష్ణోగ్రత, తేమ

పట్టుపురుగు రకం	ఉష్ణోగ్రత (°C)	తేమ శాతం
యునివోల్టిన్	24 26	75 80
బైవోల్టిన్	24 26	75-80
మల్టీవోల్టిన్	21 24	75-80

గుడ్డులో అభివృద్ధి చెంది పిండం గుడ్డు నుంచి వెలువడటాన్ని లేదా అభివృద్ధి చెందిన పట్టుపురుగు డింభకం గుడ్డు నుంచి వెలువడటాన్ని పొదగటం అంటారు గుడ్డు నుంచి వెలువడిన డింభకాన్ని చీమదశ లేదా కెగో (Kego) అంటారు

పొదిగిన గుడ్ల శాతం

పొదిగిన గుడ్లకు, మొత్తం లేయింగ్స్‌లోని గుడ్లకు గల నిష్పత్తిని పొదిగిన గుడ్ల శాతం అంటారు గుడ్ల శాతాన్ని లెక్కించటానికి బ్రషింగ్ తర్వాత పొదిగిన చెడిన లేదా ఫలదీకరణం చెందని గుడ్లను వేర్వేరుగా లెక్కించాలి ఇందుకు రంగుపెన్నులో గుడ్లపై చుక్కలు పెట్టి లెక్కించాలి తర్వాత ఈ కింది సూత్రంతో వాటి శాతం కనుక్కోవాలి

$$\text{పొదిగిన గుడ్ల శాతం} = \frac{\text{మొత్తం పొదిగిన గుడ్లసంఖ్య}}{\text{మొత్తం గుడ్ల సంఖ్య}} \times 100$$

$$\text{చెడిన గుడ్ల శాతం} = \frac{\text{చెడిన గుడ్ల సంఖ్య}}{\text{మొత్తం గుడ్ల సంఖ్య}} \times 100$$

మొత్తం గుడ్ల సంఖ్య = పొదిగిన గుడ్లు + చెడిన గుడ్లు

మాదిరి సమస్య : ఒక లేయింగులో మొత్తం 515 గుడ్లు ఉన్నాయి ఇందులో 503 గుడ్లు పొదిగినవి అయితే పొదిగిన చెడిన గుడ్ల శాతాలను కనుక్కోండి

మొత్తం గుడ్లు = 515

పొదిగిన గుడ్లు = 503

చెడిన గుడ్లు = మొత్తం గుడ్లు – పొదిగిన గుడ్లు

= 515 – 503

= 12

చెడిన గుడ్లు = 12

పొదిగిన గుడ్ల శాతం = $\frac{503}{515} \times 100$ = 97 66%

చెడిన గుడ్ల శాతం = $\frac{12}{515} \times 100$ = 2 33%

ఉదాహరణ ఒక లేయింగ్‌లో మొత్తం 450 గుడ్లు ఉన్నాయి ఇందులో 18 గుడ్లు చెడినవి అయితే మంచి గుడ్ల చెడిన గుడ్ల శాతాలను కనుక్కోండి

మొత్తం గుడ్లు = 450

చెడిన గుడ్లు = 18

మంచి గుడ్లు = మొత్తం గుడ్లు – చెడిన గుడ్లు

= 450-18

= 432

మంచిగుడ్ల శాతం = $\frac{432}{450} \times 100 = 96\%$

చెడిన గుడ్ల శాతం = $\frac{18}{450} \times 100 = 4\%$

ఉదాహరణ పెంపకగదిలో బ్రషింగ్ తర్వాత గుడ్లను లెక్కించగా పొదిగిన గుడ్లు 2360 చెడిన గుడ్లు 75 ఉన్నాయి అయితే మంచిగుడ్ల చెడిన గుడ్ల శాతాలను కనుక్కోండి

పొదిగిన గుడ్లు = 2360

చెడిన గుడ్లు = 75

మొత్తం గుడ్లు = పొదిగిన గుడ్లు + చెడిన గుడ్లు

= 2360 + 75

= 2435

మంచి గుడ్ల శాతం = $\frac{2360}{2435} \times 100$ = 96 9%

చెడిన గుడ్ల శాతం = $\frac{75}{2435} \times 100$ = 3 1%

బ్రషింగ్ పద్ధతులు, అనుకూలనాలు

బ్రషింగ్ (Brushing) ... లేదా కాగితం వేరు చేయటాన్ని బ్రషింగ్ అంటారు

పట్టుపురుగుల గుడ్లు (లేయింగ్స్) కాగితంపై లేదా విడిగా లభిస్తాయి బ్రషింగ్ ఈ రెండింటికి వేరువేరుగా ఉంటుంది

I. విడిగుడ్ల షింగ్

ఈ ప తిలో గుడ్లను విడిగుడ్ల పెట్టె నుంచి తీసి శుభ్రమైన తట్టలో పలుచగా, సమానంగా ఒకేవరుసలో ర్చాలి నీలిరంగుదశలో వీటిని నల్లటికాగితం లేదా డబ్బాలో పేర్చాలి మరునటి

పొదగటం బ్రషింగ్

పటం : 5 4 విడిగుడ్ల బ్రషింగ్

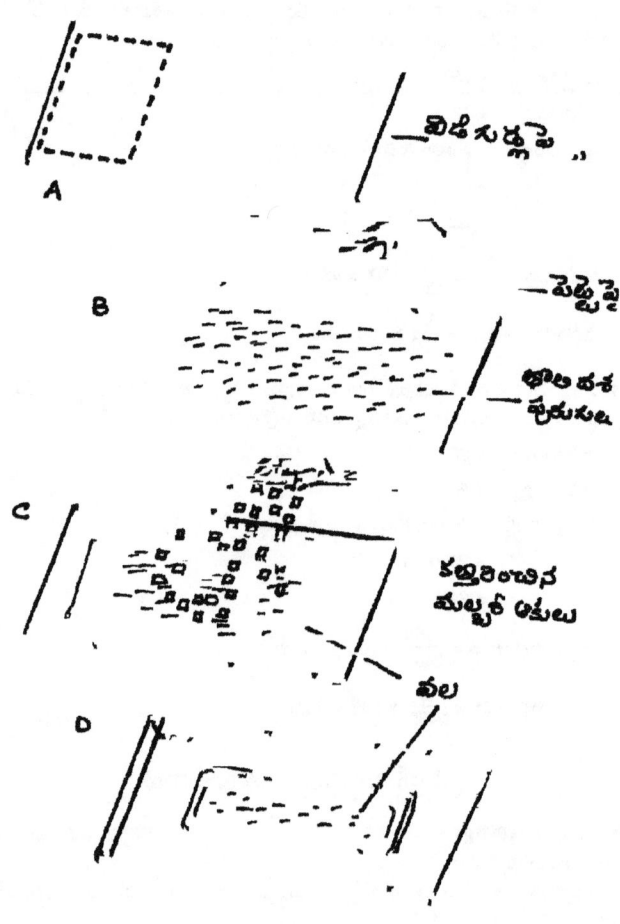

రోజా వల్ల కాగితం తొలగించి గు కు తగులునట్లుగా పలుచటి రంధ్రాలుకల బట్టను లేదా వలను లేదా రంధ్రాలు కల కాగితా ١ కప్పాలి ఈ కాగితం కేవలం గుడ్ల ఉపరితలాన్ని తాకి ఉండాలి గుడ్లు పగిలి డింభకాల బ్రషింగ్ చేసే సమయం ఆసన్నమైనపుడు చిన్నగా కత్తిరించిన మల్బరీ ఆకులను వల లేదా కాగితంపై చల్లాలి ఈ విధంగా చ న మల్బరీ పురుగుల ఆహారంకోసం కాదు పురుగులు పగిలిన గుడ్లనుంచి వలపైకి పాకటానికి తో ١డతాయి పురుగులన్నీ పైకి వచ్చిన తర్వాత వలను తీసి ఇంకొక కొత్త శుభ్రమైన తట్టలోనికి రుగులను మార్చాలి తర్వాత తెల్లని ఈకతో పురుగులను తట్ట మధ్యలోనికి ఊడ్చి ఒకే రకంగా చతురస్రాకారంలో అమర్చాలి (పటం 5 4)

II గుడ్ల కాగితాన్ని బ్రషింగ్ చేయటం

నీలిరంగు దశ తర్వాత పొదిగిన (Hatch) గుడ్లనుంచి డింభకాలు బయటికి రాకుండా తట్టపై వెడల్పయిన కాగితాన్ని కప్పాలి ఎందుకంటే బైవోల్టీన్ పురుగులు బయటకి పాకుతాయి అయితే మల్టివోల్టీన్ పురుగులు పాకవు గుడ్ల కాగితంనుంచి డింభకాలను వేరు చేయటానికి లేదా బ్రషింగ్ చేయటానికి అనేక పద్ధతులు ఉన్నాయి

1 ఊకపద్ధతి (Husk method)

భారతదేశంలో ఈ పద్ధతి బాగా ప్రాచుర్యం పొందింది ఈ పద్ధతిలో గుడ్డునుంచి వెలువడిన డింభకాలపై ఊకను చల్లాలి వీటిపై చిన్నగా కత్తిరించిన మల్బరీ ఆకులను వేయాలి డింభకాలు నెమ్మదిగా మల్బరీ ఆకుపైకి పాకుతాయి తర్వాత 30 నిమిషాలకు పురుగులను శుభ్రమైన తట్టలోనికి ఊకతో వేరు చేయాలి (పటం 5 5)

పటం : 5 5 ఊకతో బ్రషింగ్ చేయటం

2 కాగితం లేదా గుడ్డ లేదా వల పద్ధతి :

ఈ పద్ధతి విడి గుడ్లకు ఎక్కువగా ఉపయోగపడుతుంది గుడ్లపై కాగితం లేదా వలను పరవాలి గుడ్లు పగలగానే డింభకాలు కాగితం కిందివైపుకు పాకుతాయి కొంత సమయం తర్వాత కాగితాన్ని శుభ్రమైన తట్టలో దులిపి పురుగులను వేరుచేయాలి

3 ఈకప ది

గు పగలగానే చిన్నగా కత్తిరించిన మల్బరీ ఆకులను డింభకాలపై చల్లాలి తర్వాత గుడ్ల కాగితాన్ని ంపక తట్టలో ఏటవాలుగా పట్టుకొని తెల్లని ఈకతో పురుగులను బ్రషింగ్ చేయాలి ఈ పద్ధతి చాలా సులభమైంది అయితే ఈ పద్ధతి వల్ల పురుగులకు గాయమవటానికి అవకాశం ఉంది

4 వల, మేత వేసి వేరుచేయటం

ఇందులో మొదట ఊకను గుడ్లు పగలగానే పురుగులపై చల్లాలి తర్వాత వాటిపై వలను పరిచి చిన్నగా కత్తిరించిన మల్బరీని చల్లాలి ఒక 30 ని || లలో పురుగులు వలనుంచి మల్బరీ ఆకుపైకి పాకుతాయి తర్వాత పురుగులను వలతోసహా తీసి శుభ్రమైన తట్టలోనికి మార్చాలి

బ్రషింగ్ తర్వాత పెంపకం బెడ్‌ను తెల్లని ఈకతో బాగా సరిచేసి సమానంగా చాప్‌స్టిక్స్‌తో సర్దడం చేయాలి రెండు గంటల తర్వాత మేత ఇచ్చేముందు డింభకాలపై 1 శాతం డైథేన్ M_{45} లేదా కాప్టాన్‌ను చల్లాలి దీనివల్ల మస్కార్డిన్ వ్యాధిని నియంత్రించవచ్చు

ప్రశ్నలు

I ఈ కింది అంశాలకు లఘుటీక రాయండి

1 గుడ్లను పొదిగించటం (Incubation) అంటే ఏమిటి ?
2 గుడ్లను పొదిగించుటకు ఉష్ణోగ్రత, తేమ ఎంత ఉండాలి ?
3 నీలిరంగు దశ అంటే ఏమిటి ?
4 పిన్ హెడ్ దశ అంటే ఏమిటి ?
5 పట్టుపురుగు గుడ్డు పటం గీయండి
6 పట్టుపురుగు గుడ్డు నీలిరంగు దశ పటం గీయండి
7 గుడ్లను నల్లటి డబ్బాలో పెట్టటం వల్ల లాభమేమిట ?
8 గుడ్లను నల్లటి డబ్బాలో ఎప్పుడుంచాలి ?
9 కెగో అంటే ఏమిటి ?
10 పొదగటం (Hatching) అంటే ఏమిటి ?
11 పొదిగిన గుడ్ల శాతం కనుక్కోవటానికి సూత్రం తెలపండి
12 బ్రషింగ్ అంటే ఏమిట ?
13 బ్రషింగ్ పద్ధతులను తెలపండి
14 బ్రషింగ్‌లో ఈక ఉపయోగమేమిటి ?

II ఈ కింది వాటికి వ్యాసాలు రాయండి

1 గుడ్లను పొదిగించటాన్ని (Incubation) గురించి వివరించండి

2 పొదిగించేటపుడు ఉష్ణోగ్రత తేమ ప్రభావం తెలపండి

3 నల్లటి డబ్బాలో గుడ్లనుంచుట వల్ల లాభం ఏమిటి ?

4 పెంపక గదిలో ఒక గుడ్ల కాగితంలో 18 లేయింగ్‌లో బ్రషింగ్ తర్వాత లెక్కించగా 7230 గుడ్లు ఉన్నాయి ఇందులో 75 గుడ్లు చెడినవి అయితే మంచి గుడ్ల, చెడిన గుడ్ల శాతాలను కనుక్కోండి ?

5 బ్రషింగ్ పద్ధతులను తెలిపి వివరించండి

6 ఈ కింది వాటికి సంక్షిప్త సమాధానాలు రాయండి

a) నీలిరంగు దశ

b) పొదగటం (Hatching)

c) ఈక బ్రషింగ్

7 ఈ కింది వాటికి సంక్షిప్త సమాధానాలు రాయండి

a) విడిగుడ్ల బ్రషింగ్

b) నల్లటిపెట్టె ఉపయోగం

c) పొదిగిన గుడ్ల శాతం

6.

చాకీ లేదా తొలిదశ పట్టుపురుగుల పెంపకం

(Chawki or Young Age Silk Worm Rearing)

పట్టుపురుగు జీవిత చరిత్రలో ఉన్న నాలుగు దశలలో డింభకదశ చాలా చురుకుగా ఆహారం తింటుంది డింభకం గుడ్డునుంచి వెలువడి పట్టుకాయలు అల్లేవరకు దాదాపుగా 26 రోజాలు పడుతుంది డింభకదశలో తీసుకొన్న ఆహారం జీవితచరిత్ర తర్వాత దశలోనికి (ప్యూపా) మారటానికి ముందుగా పట్టుకాయను అల్లటానికి తోడ్పడుతుంది డింభకదశలో పెరిగిన శరీర పరిమాణానికి అనుగుణంగా ఈ దశలో ఐదు ఇన్‌స్టార్‌లు నాలుగు నిర్మోచనాలు లేదా కుబుస విసర్జనాలు (Moulting) ఉంటాయి మొదటి మూడు ఇన్‌స్టార్‌లను (మూడవ నిర్మోచనం చివరి వరకు) తొలిదశ లేదా చాకీ పురుగులనీ మిగిలిన దశలను లేదా ఇన్‌స్టార్‌లను చివరి దశ పురుగులనీ అంటారు

తొలిదశ పురుగుల పెంపక ప్రాముఖ్యత

తొలిదశ, చివరి దశ పురుగుల పెంపకంలో సాంకేతికంగా ఎక్కువ తేడాలు ఉన్నాయి పురుగుల పోషణ ఆవరణ పరిస్థితులలో ఈ తేడాలు అధికం తొలిదశ పురుగులు అధిక ఉష్ణోగ్రతను తేమను తట్టుకొని దారుఢ్యతతో బలంగాపెరుగుతాయి చివరి దశ పురుగులు చల్లగా పొడి వాతావరణ పరిస్థితులలో ఆరోగ్యంగా పెరుగుతాయి తొలిదశ పురుగులు ఎక్కువ నీరు ఉండే లేత ఆకులను తింటాయి చాకీ పురుగులు చాలా వేగంగా పెరుగుతాయి కాబట్టి వీటికి సరియైన పోషక విలువలు కల మల్బరీ ఆకును ఆహారంగా ఇవ్వాలి సరిగా పెరగని నాణ్యత లేని ఆకుమేత వల్ల పురుగులకు వ్యాధులు సంభవిస్తాయి పైగా పెరుగుదల తగ్గుతుంది ఈ లక్షణాలు ముందు దశలపై ప్రభావం చూపించి పంట దిగుబడిని నష్టపరుస్తాయి ఈ దశ పురుగులు రసభరితమైన (Succulent) లేత ఆకులను తింటాయి ఈ పురుగులు ఆహారం తినే సమయం చివరి దశ పురుగులకంటే తక్కువగా ఉంటుంది పురుగులు (అన్ని దశలు) డింభక కాలంలో తినే మొత్తం ఆకులో కేవలం 6 33 శాతం తొలిదశ పురుగులు తింటాయి అయినా 400 రెట్లు శరీరం బరువు, 300 రెట్లు శరీరం పరిమాణం 500 రెట్లు పట్టుగ్రంధులు పెరుగుదల చాకీ దశలో ఉంటుంది ఈ పెరుగుదల మొదటి ఇన్‌స్టార్‌లో ఎక్కువగా ఉంటుంది డింభకం పెరిగిన కొద్దీ అంటే దశలు పెరిగిన కొద్దీ పెరుగుదల తగ్గుతుంది కీటకనాశనులు, రోగకారకక్రిమి నిర్మూలనద్రవాలు విషవాయువులు ఈ దశ పురుగులకు అధిక నష్టం కలిగిస్తాయి ఈ విషయాలను దృష్టిలో ఉంచుకొని ఈ పురుగులను ప్రత్యేకంగా పెంచటం మంచిది

వాతావరణ పరిస్థితులు :

సహజంగా ఈ పురుగులు చాలా మృదువుగా, సున్నితంగా ఉంటాయి వీటిపై వాతావరణ పరిస్థితుల ప్రభావం ఎక్కువగా ఉంటుంది ఇందులో ముఖ్యంగా ఉష్ణోగ్రత తేమ గాలి వెలుతురు అనే అంశాలు అధికప్రభావం ప్రదర్శించి డింభకం పెరుగుదలను చివరగా పట్టుకాయల నాణ్యతను ప్రభావితం చేస్తాయి పై అంశాలే కాకుండా పెంపక సమయంలో

ఆచరించే వివిధ పనులను కూడా పరిగణనలోకి తీసుకోవాలి. పురుగుల వోల్టినిజమ్, శరీర ధర్మాలను అనుసరించి వాతావరణ పరిస్థితుల ప్రభావం ఉంటుంది.

1. ఉష్ణోగ్రత :

ఈ శీతల రక్త జీవుల శరీర ధర్మ చర్యలపై ఉష్ణోగ్రత ప్రత్యక్ష ప్రభావం చూపిస్తుంది. కాబట్టి పురుగులు ప్రభావితం అవుతుంది. ఉష్ణోగ్రత పెరిగినపుడు జీవక్రియలు వేగంగా [illegible] డింభక కాలం తగ్గుతుంది. ఉష్ణోగ్రత తక్కువైనపుడు పెరుగుదల తగ్గి, డింభక కాలం పెరుగుతుంది. పురుగుల పెంపకానికి 23-28°C ఉష్ణోగ్రత మంచిది. ఉష్ణోగ్రత 30°C దాటినప్పుడే పురుగుల ఆరోగ్యం దెబ్బతింటుంది. ఉష్ణోగ్రత 20°C కంటే తగ్గినపుడు జీవన చర్యలు చాలా నెమ్మదిగా కొనసాగుతాయి. ఈ ప్రభావం తొలిదశ పురుగులలో బాగా [illegible] చాలా నీరసించి వ్యాధులకు గురిఅవుతుంది. అందువల్ల ఈ పురుగులకు ఎక్కువ ఉష్ణోగ్రత అవసరం ఉంటుంది. ఈ ఉష్ణోగ్రతలో డింభకం ఎక్కువ చురుకుగా ఆహారం తీసుకుని అధికంగా పెరుగుతుంది. ఈ లక్షణం, వ్యాధులను తట్టుకోవటంలో తోడ్పడు తుంది. ఈ దశ పురుగులు ఇష్టపడే అధిక ఉష్ణోగ్రత పురుగులకు తోడ్పడి జీవించే రేటును (Survival rate), పట్టుగూళ్ళ నాణ్యత లక్షణాలను వృద్ధి చేస్తుంది. పురుగులకు కావల్సిన ఉష్ణోగ్రతలలో అధిక హెచ్చు తగ్గులు అనారోగ్యానికి సోపానాలు

పురుగుదశ	సరియైన ఉష్ణోగ్రత (0° C)
I దశ	26 - 28
II దశ	26 - 28
III దశ	24 - 26

ఉష్ణోగ్రతను క్రమపరచటం :

శీతాకాలంలో, వర్షాకాలంలో గది ఉష్ణోగ్రత బాగా తగ్గుతుంది కాబట్టి గదిని కొంచెం వేడెక్కించాలి ఇందుకు ఎలక్ట్రిక్ స్టవ్ లను లేదా బొగ్గుల కుంపటిని ఎంపిక చేయాలి ఎలక్ట్రిక్ స్టవ్ అయితే పొగ విషవాయువులు వెలువడవు కాని దీనికి ఖర్చు ఎక్కువ కాబట్టి ఎర్రగా కాల్చిన బొగ్గులపై కొంచెం బూడిద ఉండగానే గదిలోకి తీసుకు వెళ్ళాలి. గదిలో బొగ్గులను, కట్టెలను మండించరాదు. గది ద్వారం, కిటికీలను రాత్రుల్లో మూసి ఉంచాలి దినంలో ఎండ ఎక్కువయిన తర్వాత గదిని తెరచి గాలిని లోనికి అనుమతించాలి. ఎండాకాలంలో పగటి ఉష్ణోగ్రత చాలా ఎక్కువగా ఉంటుంది. అందువల్ల పగలు గదిని పూర్తిగా మూసి రాత్రివేళల్లో తెరవాలి. ఉదయం కిటికీలను తెరచినట్లైతే చల్లగాలి గదిలోకి వీస్తుంది అంతేకాకుండా కిటికీలకు, ద్వారానికి గోనెసంచులను కట్టి నీటితో తడపాలి గది కప్పుపై గడ్డిని లేదా తాటి [illegible] ఉష్ణోగ్రతను తగ్గించాలి. అంతేకాకుండా ఎయిర్ కూలర్లను కూడా వాడవచ్చు. కానీ ఖర్చు [illegible]తుంది

2. తేమ :

ఉష్ణోగ్రత, తేమ ప్రభావాల వల్ల పురుగులు ఆరోగ్యంగా పెరిగి, నాణ్యమైన పట్టుకాయల ఉత్పత్తి పెరుగుతుంది. ఇది ప్రత్యక్షంగా పురుగుల శరీర ధర్మాలను ప్రభావితం చేస్తూ పరోక్షంగా

పెంచే బెడ్‌లోని ఆకులు ఎండటానికి కారణమవుతుంది. తొలిదశ పురుగులు అధిక తేమను తట్టుకొని ఆరోగ్యంగా పెరుగుతాయి. ఎక్కువ తేమలో పెరుగుదల అధికంగా ఉంటుంది. పొడి వాతావరణంలో ఆకులు తొందరగా ఎండిపోయి, పురుగుల మేతకు పనికిరావు. పెంపక బెడ్‌లో ఆకులు ఎండిపోవటం వల్ల పురుగులు ఆకులను తక్కువగా తింటాయి. దీనివల్ల పురుగుల పెరుగుదల తగ్గుతుంది. అంతేకాకుండా పెంపకం బెడ్‌లో ఆకు త్వరగా [illegible] పురుగులలో పెరుగుదల ఆగిపోవటం వల్ల అవి నీరసించి, వ్యాధులకు గురవుతాయి. కాబట్టి తేమను 90 శాతం కంటే పెంచి ఉష్ణోగ్రతను 26-28°C ఉండేటట్లుగా పురుగులు ఆరోగ్యంగా పెరుగుతాయి. పెంపకం గదిలో ఎప్పుడు తేమ ఎక్కువగా ఉంటే ఆకు ఎండిపోదు తద్వారా పురుగుల పెరుగుదలకు ఆటంకం ఉండదు

పురుగుల వయస్సు	సాపేక్ష తేమ శాతం
I -దశ	85
II దశ	85
III దశ	80

తేమను క్రమపరచటం :

వాతావరణంలో తేమ శాతం ఎప్పుడు మారుతూ, అస్థిరత్వంగా ఉంటుంది. కాబట్టి పెంపక సమయంలో తేమను క్రమపరచటం తప్పనిసరిగా ఆచరించాలి. పెంపక పారాఫిన్ కాగితాన్ని పెంపక పడకలో వినియోగించి తేమను పెంచాలి. అంతేకాకుండా తడిపిన స్పాంజి ముక్కలను లేదా వారపత్రికను బెడ్‌చుట్టూ ఉంచి తేమను పెంచవచ్చు. ఈ తేమను నిర్మోచన సమయంలో 70 శాతానికి తగ్గించాలి. అందువల్ల పురుగుల పెరుగుదల ఒకే రకంగా ఉంటుంది. నిర్మోచన సమయంలో తేమ శాతం పెరిగినప్పుడు పురుగులు పలకిందనే ఉండి, క్రమరహితమైన పెరుగుదలతో వ్యాధులకు లోనవుతాయి. కాబట్టి నిర్మోచన సమయంలో తేమను తగ్గించి రోగకారకక్రిమి నిర్మూలనద్రవాన్ని కూడా చల్లాలి. నిర్మోచన సమయంలో పారాఫిన్ కాగితాన్ని తొలగిస్తే తేమ శాతం తగ్గుతుంది

3. గాలి :

పురుగుల శ్వాసక్రియ వల్ల కార్బన్ డై ఆక్సైడ్ పెంచే బెడ్‌లో పేరుకుంటుంది. ఇదే కాకుండా కార్బన్ మోనాక్సైడ్, అమ్మోనియా, సల్ఫర్ డై ఆక్సైడులు కూడా బొగ్గుల కుంపటి వల్ల గదిలో విడుదలవుతాయి. కాబట్టి జాగ్రత్తలు చేపట్టి స్వచ్ఛమైన గాలి వీచేటట్లు సరియైన కిటికీలను అమర్చాలి. లేకపోతే ఈ విషవాయువుల సాంద్రత ఎక్కువగా పెరిగి పురుగుల పెంపకం తగ్గుతుంది. గదిలో పురుగుల మందులు, రోగకారక క్రిమి నిర్మూలన ద్రావణాలు ఉంచ కూడదు.

గాలి క్రమపరచటం : గాలివలన తేమ, ఉష్ణోగ్రతలు సక్రమంగా ఉంటాయి. కాబట్టి కృత్రిమంగా గాలిని ప్రసరింపచేసి ఎక్కువైన ఉష్ణోగ్రత,తేమలను తగ్గించాలి

4. కాంతి :

పట్టుపురుగులు మసకచీకటిని ఇష్టపడతాయి ఎక్కువవెలుతురు. పూర్తి చీకటి పెంపకానికి మంచిది కాదు. పురుగులకు రోజులో 16 గంటల వెలుతురు 8 గంటల చీకటి మంచిది

మల్బరీ ఆకు నాణ్యత :

పట్టుపురుగుల పెరుగుదల మల్బరీ ఆకు నాణ్యతపై ఆధారపడి ఉంటుంది పట్టు పురుగులకు మల్బరీ ఒక్కటే ఆహారం వీటికోసం కృత్రిమాహారం తయారీ విధానాలు పురుగులపై దాని ప్రభావం ఇంకా పరిశోధన స్థాయిలోనే ఉంది పురుగులకు వేసే మల్బరీ ఆకు నాణ్యత సాగు పద్ధతులపై, ఇతర అంశాలపై (నేల, ప్రూనింగ్, ఎరువులు, వర్షపాతం, నీటిపారుదల) ఆధారపడుతుంది ఈ అంశాలన్నీ సరిగా ఉన్నపుడు మల్బరీ అధికంగా పెరిగి ప్రోటీన్లు, పిండిపదార్థాల విలువలు ఎక్కువగా ఉంటాయి ఆకులు అధిక రసభరితమై తినడానికి రుచిగా ఉంటాయి ఈ ఆకులను పురుగులు ఇష్టంగా తిని శరీరాన్ని పెంచుకొని నాణ్యతకల పట్టుగూళ్ళను ఉత్పత్తి చేస్తాయి బురదనేలలో పెరిగిన మల్బరీ ఆకులలో నీరు, ప్రోటీన్లు ఎక్కువగా, పిండిపదార్థాలు పీచు పదార్థం (Fibres) తక్కువగా ఉంటాయి అంతేకాకుండా ఆకులు చాలా నెమ్మదిగా పరిపక్వం చెందుతాయి నేలలో కొంచెం ఇసుక లేదా గులకరాళ్ళు ఉంటే పెరిగిన మొక్కల ఆకులు తొందరగా ముదురుతాయి వీటిలో తేమ, ప్రోటీన్లు తక్కువగాను, పిండిపదార్థాలు, పీచు ఎక్కువగానూ ఉంటాయి ఈ నేలలో పెరిగే మల్బరీకి ఎరువులను ముఖ్యధాతువులతో కలిపి సమతుల్యంగా వేసి ఆకుల రసాయనిక భౌతిక లక్షణాలను పెంచాలి సరియైన వర్షపాతం లేదా నీటిపారుదల కల ప్రాంతాల నేలల్లో మల్బరీ ఆరోగ్యంగా ఏపుగా పెరుగుతుంది ఈ రకం పరిస్థితులలో పెరిగిన మల్బరీ ఆకులు అధిక పోషక పదార్థాలతో, మృదువుగా రసభరితమై ఉంటాయి

వాతావరణంలో ఉష్ణోగ్రత పగలు, రాత్రి సమయాల్లో అధికంగా ఉన్నపుడు ఆకు నాణ్యత బాగా ఉంటుంది ఆకులలో రాత్రి సమయంలో తయారైన పోషకపదార్థాలను మొక్క చాలా తక్కువ కాబట్టి ఉదయాన్నే ఆకులలో హెచ్చు పోషక విలువ లుంటాయి మంచి వాతావరణంలో, మంచి సాగు పద్ధతిలో పెంచిన మల్బరీ ఆకుల నాణ్యత చక్కగా ఉంటుంది ఈ ఆకులలో అధిక ప్రోటీన్లు, చక్కెరలు, పిండి పదార్థాలు, తేమ ఉంటాయి ఆకులు చాలా మృదువుగా, రసభరితంగా ఉంటాయి ఈ ఆకులను పట్టు పురుగులు చాలా సులువుగా జీర్ణం చేసుకొని శోషణం జరుపుకొంటాయి

చాకీపురుగులకు లేత, మృదువైన రసభరిత ఆకులు కావాలి వీటిలో ఎక్కువగా నీరు, ప్రోటీన్లు చక్కెరలు తక్కువగా పిండిపదార్థాలు పీచు ఉండాలి అయితే ఎక్కువ లేత లేదా చిగురాకులు మేతకు పని రావు ఆకుల నాణ్యత ఎల్లకాలం ఒకే రకంగా ఉండదు ఇది వాతావరణాన్ని, సాగు ప తులను అనుసరించి ఒక కాలం నుంచి మరొక కాలానికి మారు తుంటుంది ఎండాకాల లో ఆకులు తొందరగా పెరిగి వేగంగా పరిపక్వం చెందుతాయి అయితే ఇవి తొందరగా వాడిపోతాయి కాబట్టి పెంపక సమయంలో ఈ ఆకులు వాడటం వల్ల ఎక్కువ సార్లు మేత వేయాల్సి ఉంటుంది వర్షాకాలంలో మల్బరీ తొంటరగా పెరిగి, పరిపక్వం చెందిన ఆకులలో ఎక్కువ తేమ ఉంటుంది కాబట్టి పురుగులకు ఆకు తినటానికి ఎక్కువ సమయం ఉంటుంది ఆకులలో ఎక్కువ తేమ వల్ల పెంచే బెడ్‌లో తేమ శాతం పెరుగుతుంది. కాబట్టి తేమను తగ్గించటానికి చర్యలు తీసుకోవాలి ఇందుకోసం రెండవ ఇన్‌స్టార్‌కు ఇచ్చే ఆకును మొదటి ఇన్‌స్టార్‌కు ఇవ్వాలి ఇదే విధంగా మూడవ ఇన్‌స్టార్‌కు ఇచ్చే ఆకులను రెండవ ఇన్‌స్టార్‌కు మేతగా ఇవ్వాలి చలికాలంలో మల్బరీ నెమ్మదిగా పెరిగి క్రమంగా పరిపక్వం చెందుతుంది ఈ రకం ఆకులు మంచి నాణ్యతతో తగినంత తేమతో ఉండటం వల్ల పురుగులు ఇష్టంగా తింటాయి ఇవి వాడవు పెంచే బెడ్‌లో తేమను పెంచవు ఈ లక్షణాలు అధిక పంట దిగుబడికి తోడ్పడతాయి మల్బరీ ఆకులు ఉదయం లేదా లేత ఎండలో కోయడం మంచిది

మల్బరీ ఆకు ఎంపిక :

రేత పురుగులపై మల్బరీ ప్రభావం అధికంగా ఉంటుంది కాబట్టి ఆకు ఎంపికకు అధిక ప్రాముఖ్యత ఉంది ఆకులు చాలా మృదువుగా, ఎక్కువ నీటితో ప్రోటీన్లు, పిండి పదార్థాలతో ఉండాలి ఆకులలోని నీటికి చాకీపురుగుల పెరుగుదల-నిర్మోచనాలకు సంబంధం ఉంది అందుచేత ఆకుల ఎంపిక జాగ్రత్తగా చేయాలి దీనిలో రెండు రకాల ఆకు ఎంపిక పద్ధతులు ఉన్నాయి అవి 1) గ్లాసీ ఆకు పద్ధతి 2) వాయు రంధ్రాలు మొగ్గ పద్ధతి

1 గ్లాసీ ఆకు పద్ధతి

గ్లాసీ ఆకును గుర్తించటానికి మల్బరీ కొమ్మ పై భాగాన్ని చేతితో పట్టుకొని నెమ్మదిగా చేతిని పైకి జరపాలి ఈ కదలికలో వెడల్పయిన ఆకు బయటికి వస్తుంది దీన్ని గ్లాసీ ఆకుగా గుర్తించాలి ఇంకొక పద్ధతిలో కొమ్మ అగ్ర భాగాన్ని పట్టుకొని కొద్దిగా పక్కకు వంచాలి వంచిన కొమ్మకు లంబంగా నిలబడిన ఆకును గ్లాసీ ఆకుగా గుర్తించాలి (పటం 6 1) ఈ ఆకు పెద్దగా, లేత ఆకుపచ్చగా మెరుస్తూ ఉంటుంది

ఇక ఆకుల ఎంపికలో గ్లాసీ ఆకుకు దిగువన ఉన్న 4, 5 ఆకులను మొదటి ఇన్‌స్టార్‌కు 5 నుండి ఏడు ఆకులను రెండవ దశకు 7 8 ఆకులను మూడవ ఇన్‌స్టార్‌కు మేతగా ఇవ్వాలి

2. వాయురం

ఇందులో వాయురంధ్రాలు, అనుబంధ (Axillary) మొగ్గల రంగును అనుసరించి ఆకును కోస్తారు ఈ మొగ్గల రంగు కొమ్మపై నుంచి క్రిందికి ఉండే మొగ్గలలో మారుతుంది కొమ్మ అగ్రంనుంచి కిందికి కల మొగ్గల రంగులు ఆకుపచ్చ అగ్ర గోధుమ రంగు (Apical brownish), చారల మొగ్గ (Striped bud), నాన్‌అకంప్లిష్డ్ మొగ్గ (Non accomplished bud) మరియు అకంప్లిష్డ్ మొగ్గ (Accomplished bud) ఉన్నాయి (పటం 6 2) కాండం మీద కణుపుల నుంచి పెరిగే మొగ్గల సంఖ్య ఆధారంగా, ఒక కణుపు నుంచి ఒక మొగ్గ వస్తే నాన్ అకంప్లిష్డ్ మొగ్గ అని, ఒకటి కంటే ఎక్కువ మొగ్గలు వస్తే అకంప్లిష్డ్ మొగ్గ అని అంటారు ఆకు కోతలో అగ్ర గోధుమరంగు మొగ్గపైన ఉన్న పత్రవృంతం ఆధారంలో పసుపుపచ్చ వాయురంధ్రాలు ఉన్నాయి వీటి వద్ద ఉ ఆకును మొదటి ఇన్‌స్టార్‌కు గోధుమరంగు వాయురంధ్రాల నుండి అగ్ర గోధుమరంగు మొ వరకు ఉన్న ఆకులను రెండవ ఇన్‌స్టార్‌కు, గోధుమరంగు వాయురంధ్రాల నుంచి నాన్ అకం ష్డ్ మొగ్గవరకు ఉన్న ఆకులను మూడవ ఇన్‌స్టార్‌కు మేతగా వాడాలి

ఆకు నిలవ చేయటం

నాణ్యమైన ఆకులను ఉత్పత్తి చేయడమే కాకుండా వాటిని పురుగులకు మేతగా ఉపయోగించే వరకు జాగ్రత్తగా నిలవ చేయాలి కోసిన తాజా రసభరితమైన ఆకులలో ఎక్కువ మార్పులు జరుగుతాయి ఎండ ఎక్కువుండే రోజులలో ఆకుల్లోని తేమ నశించి తినడానికి రుచించవు ఆకుల్లోని తేమ తగ్గిన కొద్దీ పురుగులు ఆకు తినటం తగ్గుతుంది వాడిన ఆకులను పురుగులుతినవు కాబట్టి పెంపకగదిలో సరియైన తేమ ఉండటానికి చర్యలు చేపట్టాలి తోటలో

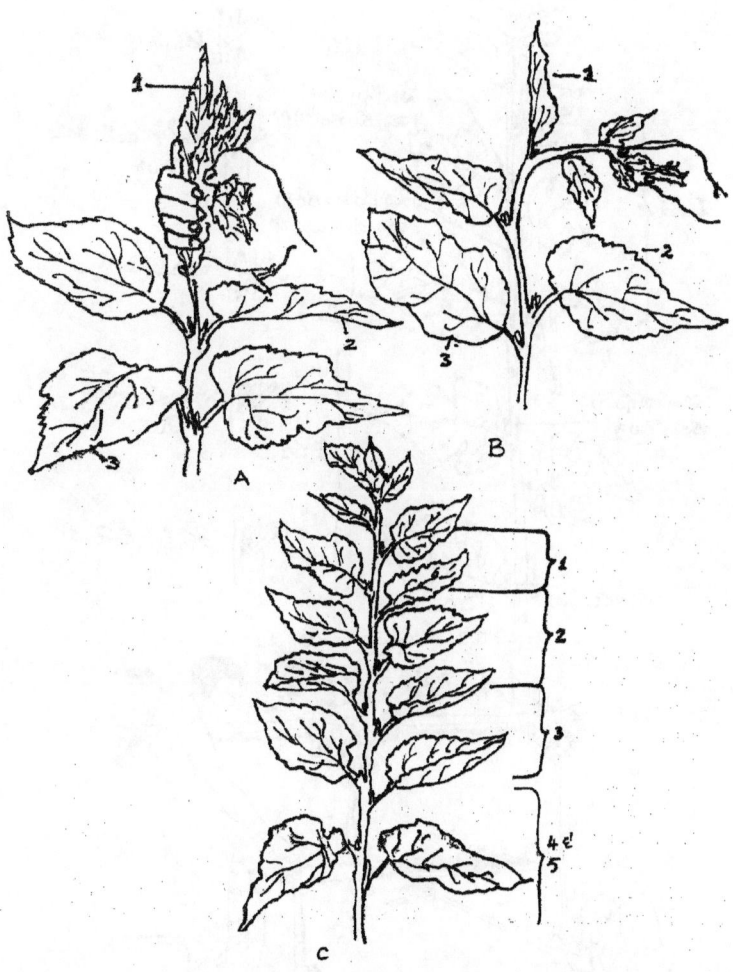

పటం:6.1. A, B, C గ్లాసీ ఆకు ఎంపిక

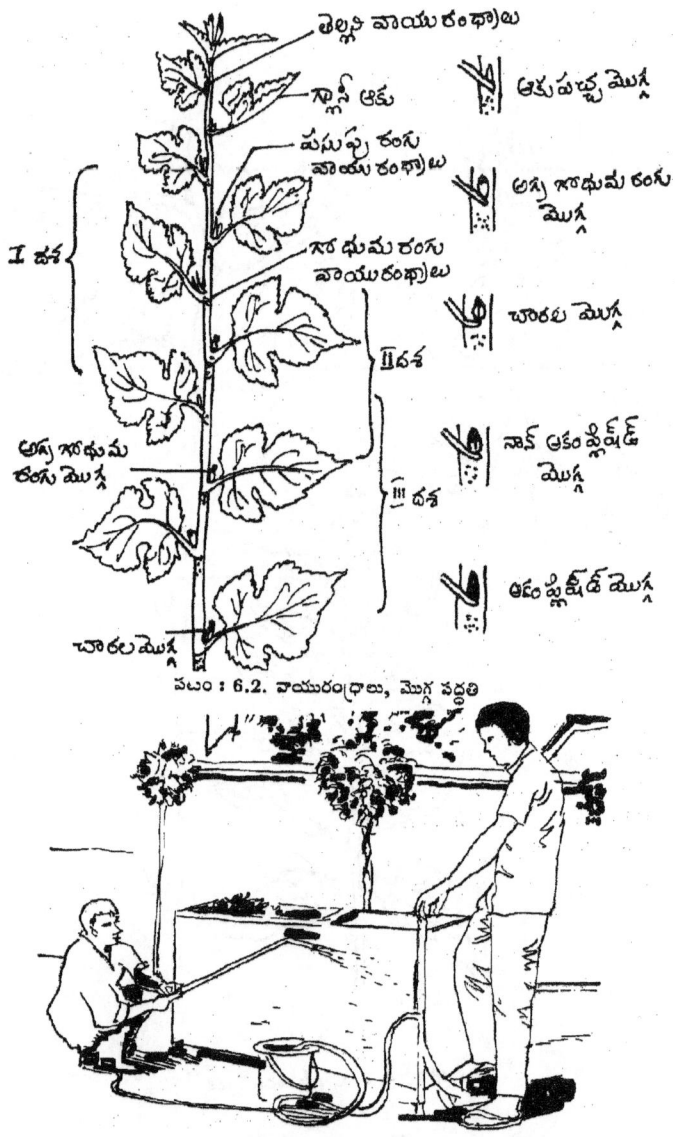

తెల్లని వాయురంధ్రాలు
గ్లాసీ ఆకు
పసుపు రంగు వాయురంధ్రాలు
గోధుమ రంగు వాయురంధ్రాలు
I దశ
II దశ
III దశ
చారల మొగ్గ
ఆకుపచ్చ మొగ్గ
చారల మొగ్గ
నాన్ అకంప్లిష్డ్ మొగ్గ
అకంప్లిష్డ్ మొగ్గ

పటం : 6.2. వాయురంధ్రాలు, మొగ్గ పద్ధతి

పటం : 6 3. ఆకు నిల్వ తొట్టెపై నీటిని స్ప్రే చేయ బం

ఆకు కోసేటపుడు, ఎక్కువ ఆకు అవసరమైనపుడు ఆకును బుట్టలలో వేయాలి, లేకపోతే వాడిపోతాయి ఇందుకుగాను వెదురు బుట్టకు తడి గోనె పట్టాను కట్టి ఆకు సేకరించటం మంచిది తరవాత పెంపకగదికి తీసుకొనివచ్చి ఆకునిలవతొట్టెలోనికి ఆకును మార్చాలి ఆకు నిలవలో ఎక్కువ తేమ తక్కువ ఉష్ణోగ్రత ఉండాలి నిలవ చేసిన ఆకులను తరుచుగా తిరగవేసినట్లైతే ఉష్ణం నష్టపోవడం వల్ల ఆకు చెడదు అంతేకాకుండా కిణ్వనం చర్య జరుగదు ఆకు నిలవకు కర్ర నిర్మితమైన తొట్టెకు తడిగోనె సంచిని కట్టి అందులో ఆకు వేయాలి ఈ పద్ధతి చాలా మంచిది ఎక్కువ తేమ వల్ల ఆకులు తాజాగా ఉంటాయి సాధారణంగా నిలవ చేసిన ఆకులలో తేమ ప్రోటీన్లు ఎక్కువగా ఉంటాయి ఎక్కువ తేమ పురుగులలో జీర్ణక్రియకు తోడ్పడుతుంది ఆకు అధికంగా ఉన్నపుడు నేలపై వేసి తడిగోనె సంచిని కప్పాలి ఎండాకాలంలో గోనెసంచిని తరచుగా తడపాలి (పటం 6 3) ఆకులను శుభ్రమైన తేమ ప్రదేశంలో నిలవ చేయాలి లేత ఆకులను తడిగోనెసంచి కప్పిన బుట్టలు డబ్బాలలోనూ నేలలో పాతిన కుండలలోనూ నిలవ చేయాలి

మేత వేయటం (Feeding)

పట్టు పురుగులకు సరిపడేటంత ఆకును మేతగా వేయాలి దీనివల్ల పురుగులు ఆరోగ్యంగా పెరుగుతాయి ఒకేసారి అధికంగా ఆకులను మేతగా ఇవ్వడం ఆరోగ్యకరం కాదు మేత వేయటంలో ముఖ్య ఉద్దేశ్యాలు-

1 ఆకును పురుగులకు సరిపడేటంత వేయాలి
2 తిన్న ఆకును పురుగులు జీర్ణం చేసుకోవటానికి తగిన సమయం ఇవ్వాలి
3 తినేటపుడు బెడ్‌లో ఎక్కువ ఆకులను ఉంచాలి
4 పెంచే బెడ్‌ను శుభ్రంగా ఉంచాలి
5 ఆకును వృథా చేయకూడదు
6 పని మనుషులను, కూలీలను వృథాగా నియమించరాదు

పై విషయాలను అనుసరించి పురుగులకు ఆకు మేత వేయాలి

ఆకు మేతలో తొలిదశ పురుగులు ఆకును ఉపరితలం నుంచీ చివరిదశ పురుగులు ఆకును అంచులనుంచీ తింటాయి పట్టుపురుగు ప్రతీ దశలో లేదా ఇన్‌స్టార్‌లో ఆకు మేతలో ఏడు దశలు ఉన్నాయి అవి

1 మొదటి మేత దశ
2 అధికంగా మేత తినే దశ
3 మితంగా మేత తినే దశ
4 చురుకుగా మేత తినే దశ (Actively eating stage)
5 పూర్వ నిర్మోచన దశ (Premoulting stage)
6 చివరి మేత తినే దశ (Last feeding stage)
7 నిర్మోచన దశ (Moulting stage)

ఈ దశలన్నింటిలో పురుగులు ఎక్కువ ఆకలిగా ఉంటాయి డింభకాలు మొదటి మేత తినే దశలో బాగా ఆకలిగానూ అతిగా మితంగా మేత తినే దశలో కొద్ది ఆకలితోనూ ఉంటాయి చురుకుగా మేత తినే దశలో డింభకాలు అధికంగా తింటాయి పురుగులలో చివరి మేత తినే దశ వరకు ఆకలి నెమ్మదిగా పెరుగుతుంది నిర్మోచన దశలో తినడం పూర్తిగా తగ్గి పురుగుల

నిర్మోచన దశలో తినడం పూర్తిగా ఆపివేసి నిర్మోచనం చెందుతాయి ఒక ఇన్‌స్టార్ ప్రారంభంలో ఆకలి పూర్తిగా తగ్గి, పురుగుల వయస్సు పెరిగిన కొద్దీ ఆకలి నెమ్మదిగా పెరిగి, నిర్మోచనదశలో పూర్తిగా తగ్గుతుంది డింభకాలు చురుకుగా ఉన్నపుడు అవి ఎక్కువ ఆకలిగా ఉన్నాయని గ్రహించాలి పురుగులు చురుకుగా లేనపుడు వాటికి ఆకలి లేదని గుర్తించాలి

పురుగులలో నిర్మోచనం పూర్తి కాగానే తుప్పు (Rust) రంగులో కనిపిస్తాయి ఇవి చాలా ఆకలిగా ఉంటాయి ఆకలి తగ్గిన కొద్దీ ఈ రంగు తగ్గుతుంది తరవాత పురుగు ఖండితాలలో నీలిరంగు చారలు కన్పిస్తాయి తరవాత ఇవి శరీరమంతా వ్యాపిస్తాయి ఈ రంగుకూడా ఆకలిని సూచిస్తుంది ఆకలి ఎక్కువైనపుడు తెలుపు రంగు నీలిరంగుతో కలుస్తుంది నిర్మోచనానికి ముందు పురుగు లేత పసుపు (Amber) రంగుకు మారుతుంది ఈ దశలో పురుగుల ఆకలి పూర్తిగా తగ్గుతుంది

పురుగుల పెరుగుదల ఒకే రకంగా ఉండటం, అన్ని పురుగులకు ఒకేసారి పోషణ లభించటం అన్నవి మేత వేయటంలో ముఖ్య ఉద్దేశాలు ఇందులో పురుగులు ఆకు తినడానికి ఎక్కువ సమయం లభించి ఆకు వృధాకాదు అందువల్లనే ప్రతీ దశలో శరీరం బరువు పరిమాణం పెరుగుతాయి ఈ పురుగులు ప్రతి ఇన్‌స్టార్‌లో పెరిగిన బరువుకు రెండున్నర రెట్లు అధికంగా ఆకును తింటాయి ఐదవ దశలో $4\frac{1}{2}$ రెట్లు ఎక్కువ ఆకును తింటాయి అయితే పురుగుల పెరుగుదలలో కాలాన్ని జాతిని అనుసరించి తేడాలు కనిపిస్తాయి

డింభకాల పెరుగుదల

పట్టుపురుగులలో పెరుగుదల చాలా అధికం పురుగు డింబక దశ కొనసాగే 24 25 రోజులలో (అంటే పొదిగిన రోజు నుంచి అల్లిక దశ వరకు) శరీరంబరువు 10,000 రెట్లు పెరుగుతుంది ఈ రకమైన పెరుగుదలకు క్రొత్తవి మంచివి అయిన పెంపక పద్ధతులను ఆచరించాలి సరియైన పద్ధతిలో పెంచిన పురుగు చివరిదశలో 4 5 గ్రా బరువుంటుంది

పట్టిక 6 1 పట్టుపురుగులు (మల్టివోల్టీన్) తిన్న, జీర్ణించుకొన్న ఆహార విలువలు (1000 లార్వాలు), అంతర్గ్రహణం

దశ	మేతగా ఇచ్చిన ఆకు (గ్రా)	అంతర్గ్రహణం అయిన ఆకు విలువ (గ్రా)	అంతర్గ్రహణం శాతం	అంతర్గ్రహణం అయిన మొత్తం శాతం	జీర్ణమైన ఆకుల విలువ (గ్రా)	జీర్ణక్రియ శాతం	మొత్తం జీర్ణక్రియ శాతం
I	59 8	14.4	24 4	0 06	7 7	53 4	0 08
II	223.4	88.8	39 7	0 37	45.3	51 0	0 48
III	970 0	480 4	49 5	1 86	192 3	40 0	1 90
IV	5,333 0	2,419 7	45 4	10 16	961 2	39 7	10 30
V	35,150 0	19,610 5	55 7	87 55	7,655 1	39 1	87 24
మొత్తం	41,736.2	22,613 8	54 2	100 00	8 861 6	39 2	100 00

ఆధారం : సింథటిక్ సెరికల్చర్

పట్టిక : 6 2 పురుగుల పెరుగుదల పరిమాణ వివరాలు

దశ	పొడవు	లావు
I	గుడ్డునుంచి వెలువడిన డింభకానికి $2\frac{1}{2}$ రెట్లు ఎక్కువ	రెట్లు
II	గుడ్డునుంచి వెలువడిన డింభకానికి 4 5 రెట్లు	గుడ్డునుంచి వెలువడిన డింభకానికి 4 రెట్లు
III	7 10 రెట్లు	6 7 రెట్లు

వీటినుంచి నాణ్యమైన 1 75 2 గ్రా బరువుగల పట్టుగూళ్ళు తయారవుతాయి పురుగుల పెరుగుదల అంతాతినే ఆహారంపైనా జీర్ణక్రియ పోషణలపైనా ఆధారపడతాయి పురుగుల పెరుగుదల రేటు వాతావరణ పరిస్థితులపై కూడా ఆధారపడి ఉంటుంది అంటే అధిక ఉష్ణోగ్రతలో పెరుగుదల వేగంగానూ తక్కువ ఉష్ణోగ్రతలో నెమ్మదిగానూ ఉంటుంది డింభకం బరువు గుడ్డునుంచి వెలువడిన రోజునుంచి మొదటి ఇన్‌స్టార్ లేదా దశవరకు 15 రెట్లు రెండవ దశలో 75 100 రెట్లు, మూడవ దశలో 500 రెట్లు నాల్గవ దశలో 2,200 రెట్లు 5 దశలో 10 000 రెట్లు పెరుగుతుంది గుడ్డునుంచి వెలువడిన డింభకం 3 మి మి పొడవు 0 003 0 0005 గ్రా బరువు ఉంటుంది

పట్టిక 6 3 పట్టుపురుగుల శరీరం బరువు, పరిమాణ విలువలు

బరువు కొలిచిన దశ	పెరిగిన బరువు రెట్లు	గుడ్డునుంచి వెలువడిన డింభకంతో పోల్చినపుడు పెరిగిన శరీర బరువు
గుడ్లు పగిలిన తర్వాత	1	——
2 వ దశ, నిర్మోచనం తర్వాత	10 15	10 12 రెట్లు
3 వ దశ, నిర్మోచనం తర్వాత	75 100	50 80 రెట్లు
4 వ దశ నిర్మోచనం తర్వాత	350 500	300 400 రెట్లు
5 వ దశ నిర్మోచనం తర్వాత	1800 2200	1500 1800 రెట్లు
బాగా పెరిగిన తర్వాత	8000 10000	8000 9000 రెట్లు

ఆధారం : సింథటిక్ సెరికల్చర్

పట్టిక : 6 4 పురుగులకు కావలసిన ఆకు వివరాలు

పురుగుల వయస్సు	ఇవ్వవలసిన ఆకు (కిలోలలో)	
	మల్టి వోల్టీన్ X కొత్త బైవోల్టీన్ సంకరకం	బైవోల్టీన్ X బైవోల్టీన్ సంకరం
I	2 25 కిలోలు	25 3 కిలోలు
II	6 70 కిలోలు	80 9 కిలోలు
III	25 300 కిలోలు	350 45 కిలోలు

చాకీపురుగులకు ఆకు మేతను తయారుచేయటం

చాకీపురుగులు చాలా చిన్నవిగా ఉంటాయి కాబట్టి వీటికి తగిన పరిమాణానికి ఆకు కత్తిరించి వేయాలి ఆకును కత్తిరించి మేత వేయటం వల్ల పురుగులన్నింటికి సమానంగా మేత లభిస్తుంది (పటం 6 4) అయితే కత్తిరించిన ఆకులనుంచి తేమ నష్టమై అవి తొందరగా వాడిపోతాయి కాబట్టి ఆకు మేతలో నష్టం రాకుండా పెంచే బెడ్‌లో పారాఫిన్ కాగితం తడిపిన స్పాంజ్ ముక్కలు లేదా తడిపిన వారపత్రికలను వాడాలి దీని వల్ల బెడ్‌లో తేమ పెరిగి ఆకు తొందరగా వాడిపోదు శీతాకాలంలో కత్తిరించిన ఆకుల వల్ల పెంపకం బెడ్ తేమగా ఉంటుంది వాతావరణం పొడిగా ఉన్నప్పుడు ఆకులు ముడతపడవు అయినప్పటికీ కత్తిరించిన ఆకులు వృధా అవడమే కాకుండా కూలీల వేతనం కూడా వృధా అవుతుంది

కత్తిరించిన ఆకులఆకారాన్ని అనుసరించి మూడురకాల ఆకుకత్తిరించే (Leaf chopping) పద్ధతులు ఉన్నాయి అవి చతురస్రాకారం దీర్ఘ చతురస్రం త్రికోణాకారం అన్నింటిలోకి చతురస్రాకార పద్ధతి మంచిది పురుగుల శరీర పరిమాణానికి అనుగుణంగా ఆకును కత్తిరించాలి

పట్టిక 6 5 కత్తిరించే ఆకు పరిమాణం

దశ	ఆకు పరిమాణం (సెం మీ^{2})		
	మొదటిరోజులలో	అధికంగా మేతవేసే సమయంలో	నిర్మోచన సమయంలో
I	05	20	10
II	20	40	15
III	40	ఆకును నాలుగు భాగాలు చేయాలి	20

ఆకును కత్తిరించటానికి క్రర పీటను, కత్తిని వాడాలి మొదట ఆకును ఒక దానిపై ఒకటి వరుసగా పేర్చి కావాల్సిన పరిమాణంలో కత్తిరించాలి కత్తిరించిన ఆకును శుభ్రమైన చాపలలో ఎత్తి, వదులుగా విడిపోవటానికి చేతులతో కలపాలి తరవాత కత్తిరించిన ఆకును తట్టలో పురుగులపై చల్లాలి

ఆకు మేత సమయాలు

చాకీ దశ పురుగులకు రోజుకు అంటే ఉదయం 6 గంటల నుంచి రాత్రి 9 గంటల లోపు 3 4 సా ఆకు వేయాలి ఉదయం 6 గం॥ లకు మధ్యాహ్నం ఒంటి గంటకు, రాత్రి 8 గం॥ మొ ం మూడు సార్లు వేసవిలో అయితే ఉదయం 6 గం॥ లకు 11 గం॥ లకు, మధ్యాహ్నం గంటలకు, రాత్రి 8 గంటలకు మొత్తం నాలుగు సార్లు ఆకు వేయాలి పురుగులు తినగా మిగిలిన ఆకును బెడ్‌లోనే ఉంచటం మంచిది కాదు మలంతో పాటుగా మిగిలిన ఆకును కూడా తొలగించాలి

పెంచే బెడ్‌ను శుభ్రం చేయటం :

పెంచే బెడ్‌లో పురుగులు తినగా మిగిలిన ఆకులను విసర్జించిన మలంను తొలగించటాన్ని పడక శుభ్రత అంటారు సాధారణంగా పురుగులు తినే దానికి ఎక్కువ ఆకులు పడకలో వేస్తారు తినగా మిగిలిన ఆకులు వాడినవి తిన్న ఆకుల ఈనెలు మలం అంతా బెడ్‌లో మిగులుతుంది దీనివల్ల బెడ్ మందం పెరుగుతుంది ఈ విధంగా ఉండటం మంచిదికాదు పురుగులు తిన్న ఆకులో 3/5 వంతును మలంగా విసర్జిస్తాయి మిగిలిన 2/5 వంతు మాత్రం శరీరంలోకి అంతర్గ్రహణం చెందుతుంది బెడ్‌లో మలం ఎక్కువైతే తేమ పెరిగి, కిణ్వనం చర్య వలన విష వాయువులు వెలువడటం, సూక్ష్మజీవులు విభజన చెందటం జరుగుతాయి అందువల్ల పురుగుల ఆరోగ్యరీత్యా బెడ్ శుభ్రంగా, కావలసిన మందంలో ఉంచాలి

1 పెంచే బెడ్ శుభ్రత సమయాలు :

ఇందుకోసం కూలీలను వినియోగించాలి తరచుగా బెడ్‌ను శుభ్రంచేయటం మంచిది కాదు శుభ్రత సమయంలో కొన్ని పురుగులు నష్టమవుతాయి చాకీపురుగులకు బెడ్ శుభ్రత ఈ కింది విధంగా చేయాలి

I దశ - ఒకసారి

II దశ - రెండుసార్లు (మొదటి నిర్మోచనం తరవాత రెండవ నిర్మోచనం ముందు ఒక్కొక్కసారి)

III దశ - మూడుసార్లు (నిర్మోచనం తరవాత, మధ్యలో ఒకసారి మూడవ నిర్మోచనం ముందు)

2 బెడ్ శుభ్రత పద్ధతులు · ఇందులో మూడు పద్ధతులు ఉన్నాయి

a ఊకను ఉపయోగించి శుభ్రం చేయటం :

పురుగులపై పలుచగా వరి ఊకను సాధారణంగా రోజులో మొదటి మేతకు ముందు చల్లాలి పురుగులు మెల్లగా ఊక పొరనుంచి మల్బరీ ఆకుపైకి పాకుతాయి ఇక కొన్ని గంటల తరవాత రెండవ విడత మేత సమయంలో పడకను శుభ్రం చేయాలి పురుగులను నెమ్మదిగా,

జాగ్రత్తగా ఊకలో ఊడ్చి కొత్త తట్టలోనికి మార్చాలి ఈ పద్ధతిలో ఊక చల్లగానే పురుగులు పైకి పాకుతాయి

ఊకను వాడటానికి ముందుగా దానిని చిన్నగా పలగొట్టాలి ఎందుకంటే మామూలుగా లభించే ఊక పురుగుకంటే చాలా పెద్దదిగా ఉంటుంది ఊకను మొదట ఫార్మాలిన్‌లో శుభ్రం చేసి వాడటం మంచిది ఊకతోపాటు దుమ్ము, ధూళి పెంచే బెడ్‌లో ఎడకుండా జాగ్రత్త తీసుకోవాలి

b వలలో శుభ్రం చేయటం :

ఇందులో సరియైన రంధ్రాలు ఉన్న వలను పురుగులపై మొదటి మేతకు ముందు తట్టలో పరవాలి ఇక రెండవ మేత ఇచ్చిన తరవాత పడకను శుభ్రం చేయాలి ఇందులో కూలీల అవసరం ఉండదు వలను తీసి నేరుగా శుభ్రమైన తట్టలోనికి పురుగులను మార్చాలి ఈ రకం శుభ్రతలో స్థలావకాశం (Spacing) చేయటం వీలుకాదు చాకీ పురుగులకు ఉపయోగించే వలల రంధ్రాలు I, II దశకు 2 మి మీ^{2}, III వ దశకు 10 మి మీ^{2} పరిమాణంలో ఉండాలి

c ఊకలో, వలతో శుభ్రం చేయటం :

మొదటి మేతకు ముందు పురుగులపై ఊకను పలుచగా చల్లి దానిపై వలను పరచాలి రెండవ మేత తరవాత వలను తీసి, ఇంకొక శుభ్రమైన తట్టలోనికి పురుగులను మార్చాలి ఈ పద్ధతిలో ఖర్చు ఎక్కువ ఇందులో స్థలావకాశం చేయటానికి వీలుకాదు

స్థలావకాశం (Spacing)

పట్టుపురుగులు అతిగా పెరుగుతాయనడంలో సందేహం లేదు వీటి డింభక కాలంలో శరీరం బరువు 10,000 రెట్లు, శరీరం పరిమాణం 7,000 రెట్లు పెరుగుతాయి ఇందుకు తగిన విధంగా పురుగుల బరువు పరిమాణం పెరిగిన కొద్దీ పెంపకం తట్టల సంఖ్యను పెంచి, పురుగుల మధ్య దూరం పెంచాలి వత్తుగా ఉన్న పురుగుల తట్టలో ఆహారం సరిపోదు కాబట్టి పెరుగుదల సరిగా ఉండదు దూరం పెంచినపుడు పెరుగుదల బాగుంటుంది గుంపుగా ఉన్న పురుగుల తట్టలో విషవాయువులు, ఉష్ణం పెరిగి మలంలో కిణ్వనం జరుగుతుంది తొలిదశలో తేమ ఉష్ణోగ్రత చాలా ఎక్కువ కాబట్టి కిణ్వనం తప్పకుండా జరుగుతుంది దీనివల్లనే పురుగులు సరిగా తినక ఆరోగ్యంగా పెరగవు అందువల్ల పురుగుల కొన్ని చిన్నవిగా, కొన్ని మామూలుగా కనిపిస్తాయి వీటివల్ల వ్యాధులు సంభవిస్తాయి అంతేకాకుండా పట్టుకాయల లక్షణాలు కూడా నష్టమవుతాయి సాధారణంగా మొదటి దశనుంచి మూడవ దశ వరకు రెండు లేదా మూడు రెట్లు తట్టలను పెంచినట్లైతే పురుగులు ఆరోగ్యంగా ఉంటాయి

పురుగుల పెరుగుదల మొదటి దశలో ఎక్కువగా ఉంటుంది కాబట్టి తరుచుగా స్థలావకాశాన్ని ఎక్కువ చేయాలి మొదటగా బ్రషింగ్ చేసిన ఒక రోజు తర్వాత, అటుపై రోజూ స్థలావకాశం చేయాలి ఇక రెండవ దశనుంచి ఐదవ దశ వరకు పెంచే బెడ్‌ను శు చేసేటపుడు స్థలావకాశాన్ని ఎక్కువ చేయాలి మొత్తం మీద బ్రషింగ్ నుంచి అల్లిక దశ వ 80 100 రెట్లు స్థలావకాశాన్ని పెంచాలి

పట్టిక : 6 6 50 లేయింగ్స్ 20,000 గుడ్లపెట్టెకు వివిధ దశలలో కావలసిన స్థలావకాశం

(చ మీ లలో)

పురుగుల రకం	వయస్సు	స్థలావకాశం ప్రారంభంలో	చివరలో
యునివోల్టిన్	I	0 2	1 0
బైవోల్టిన్	II	1 0	2 0
	III	2 0	50
మల్టివోల్టిన్	I	0 2	0 5
బైవోల్టిన్	II	0 5	1 5
	III	1 5	3 0

నిర్మోచనం (Moulting)

పట్టుపురుగు డింభక కాలం 24 25 రోజులలో ఐదు ఇన్‌స్టార్లు నాలుగు నిర్మోచనాలు ఉన్నాయి డింభకం దశలో శరీరం పెరుగుదలకు అనువుగా డింభకం చర్మాన్ని విడుస్తుంది ఈ దశ పురుగు జీవితంలో చాలా సున్నితమైంది డింభక దశలో పాత చర్మాన్ని విడిచి కొత్త చర్మాన్ని ఏర్పరచుకోవటాన్ని నిర్మోచనం లేదా కుబుస విసర్జనం (Moulting) అంటారు పట్టు పరిశ్రమలో ఈ చర్యను సాధారణంగా 'జ్వరం అని పిలుస్తారు డింభకదశలో పురుగు శరీరం బాగా లావెక్కుతుంది అంతే కాకుండా మెరుస్తూ, పసుపు వర్ణంలో (Amber color) కనిపిస్తుంది ఈ లక్షణాలు నిర్మోచన సమయం దగ్గరయిన కొద్దీ స్పష్టంగా కనిపిస్తాయి ఈ దశలో డింభకం శరీరం పరిమాణంలో పెద్దదిగానూ తల చిన్నదిగా నల్లగానూ ఉంటాయి ఈ దశలో బెడ్‌ను శుభ్రం చేసి స్థలావకాశాన్ని పెంచాలి అంతేకాకుండా నిర్మోచనానికి కూర్చున్న పురుగులకు ఆకును ఇవ్వాల్సిన పరిమాణం కంటే కొంచెం చిన్నదిగా కత్తిరించి ఒకటి లేదా రెండు మేతలను ఇవ్వాలి దీనివల్ల కొంచెం తేమ తగ్గి నిర్మోచనం ఒకే రకంగా సమానంగా పూర్తవుతుంది అధిక తేమ ఉన్నపుడు బెడ్‌లో పలుచగా సున్నం పొడిని చల్లాలి దీని వల్ల నిర్మోచనం పూర్తయిన డింభకాలు ఆహారం తినవు అందువల్లనే డింభకాల పరిమాణం ఒకే రకంగా ఉంటుంది అన్ని పురుగులు నిర్మోచనానికి కూర్చున్నపుడు మేతను పూర్తిగా ఆపాలి.

మొదటి దశ పురుగులకు నిర్మోచనానికి 20 గంటలు II, III దశలకు ఒక రోజు సమయం పడుతుంది నిర్మోచనం పూర్తి అయిన పురుగులు శరీర పరిమాణానికి విరుద్ధంగా పెద్దతలతో తుప్పు (Rust) రంగులో కొద్దిగా మెరుస్తూ ముడతలగల చర్మంతో ఉంటాయి పురుగులన్నీ నిర్మోచనం దాటిన తర్వాత వాటికి మేత ఇవ్వాలి పురుగులన్నీ ఒకేసారి నిర్మోచనానికి సిద్ధం కాకపోతే సిద్ధమైన వాటిని తీసి వేరే తట్టలోనికి మార్చి రెండవ జట్టుగా పెంచాలి నిర్మోచనంలో పొడి వాతావరణం వల్లనే చర్మం తొందరగా విడిపోవటానికి అవకాశం ఉంది

పట్టిక 6 7 స్థల దూరం వివరాలు

పురుగు జీవనదశ	$3\frac{1}{2}$ అడుగుల వ్యాసం గల తట్టలైతే		4 అడుగుల వ్యాసం గల తట్టలైతే		$4\frac{1}{2}$ అడుగుల వ్యాసం గల తట్టలైతే	
	కావల్సిన సంఖ్య	ఆక్రమించాల్సిన స్థల వైశాల్యం (చా వె)	కావాల్సిన సంఖ్య	ఆక్రమించాల్సిన స్థలవైశాల్యం (చా వె)	కావాల్సిన సంఖ్య	ఆక్రమించాల్సి స్థలవైశాల్యం (చా వె)
1	2	3	4	5	6	7
<u>మొదటి దశ</u>						
ఆరంభంలో (బ్రషింగ్)	2	$1\frac{1}{2}\times1\frac{1}{2}$ అ	2	$1\frac{1}{2}\times1\frac{1}{2}$ అ	1	2×2 అ
చివర్లో	2	$2\frac{1}{2}\times3$ అ	2	$2\frac{1}{2}\times3$ అ	1	3×4 అ లేదా తట్ట పూర్తిగా ఆక్రమించవచ్చు
<u>రెండవ దశ</u>						
ప్రారంభంలో	2	$2\frac{1}{2}\times3$ అ లేదా తట్ట పూర్తిగా ఆక్రమించవచ్చు	2	$2\times3\frac{1}{2}$ అ	1	3×4 అ తట్టపూర్తిగా ఆక్రమించవచ్చు
చివర్లో	5	తట్ట పూర్తిగా ఆక్రమించవచ్చు	4	$3\times\frac{3}{4}$ అ	3	3×4 అ తట్టపూర్తిగా ఆక్రమించవచ్చు
<u>మూడవ దశ</u>						
ప్రారంభంలో	5	తట్టపూర్తిగా ఆక్రమించవచ్చు	4	$3\times\frac{3}{4}$ అ	3	3×4 అ తట్టపూర్తిగా ఆక్రమంచవచ్చు
చివర్లో	10	తట్టపూర్తిగా ఆక్రమించవచ్చు	8	తట్టపూర్తిగా	6	3×4 అ తట్టపూర్తిగా ఆక్రమించవచ్చు

ఆధారం *CSB* బులెటిన్

పట్టిక : 6 8 తొలిదశ పురుగుల పెంపకం – ముఖ్యాంశాలు
(ప్రతి వంద రోగంలేని లేయింగులకు)

పురుగు యొక్క జీవన దశ	ఉష్ణోగ్రత (డిగ్రీ ల సెంగ్రేడు)	గాలిలో తేమ (శాతం)	ఆకుసైజు (సెం మీ)	మొత్తం కావాల్సిన ఆకు పరిమాణం (కె జీలు)	రోజుకు వేయవల్సిన మేతల సంఖ్య	ప్రతి దశలో పడకను శుభ్రం చేయాల్సిన పర్యాయాలు	కావాల్సిన స్థలావకాశం (చదరపు అడుగులలో)	దశకొనసాగే కాలం రో గం	నిర్మోచన కాలం రోజులు గంటలు రో గం
1	2	3	4	5	6	7	8	9	10
			మేలైన మల్టి వోల్టైన్ సంకర జాతులకు						
మొదటిది	27	80 90	0 5 2 0	2 25	3 4	1	4-14	3 12	0 20
రెండోది	27	80 90	2 0 4 0	6 70	3 4	2	15 45	2 12	1 00
మూడోది	26	80	4 0 6 0	25 30	3 4	3	45-90	3 12	1 00
			బైవోల్టిన్ సంకర జాతులకు						
మొదటిది	27	80-90	05 20	25 3	3 4	1	4 14	3 12	0-20
రెండోది	27	80 90	2 0 4 0	8 9	3 4	2	15 45	2 12	1-00
మూడోది	26	80	4 0 6 0	35 45	3 4	3	45 90	3 12	1-00

ఆధారం : CSB బులెటిన్

తొలిదశ పురుగుల పెంపక పద్ధతులు ఇందులో మూడురకాల పద్ధతులు ఉన్నాయి అవి

1) పారాఫిన్ కాగితం కప్పి పెంచటం (Covered rearing with paraffin paper)
2) పెట్టెలలో పెంచటం (Box rearing)
3) కోఆపరేటివ్ పెంపకం (Co operative rearing)

1 పారాఫిన్ కాగితం కప్పి పెంచటం :

ఇందులో పెంపకం తట్ట అడుగు భాగంలోనూ పురుగులపైనా పారాఫిన్ కాగితాన్ని కప్పి పురుగులను పెంచాలి ఈ కాగితం మంచి నాణ్యతతో పెట్రోలు వాసన లేనిదై ముడతలు లేకుండా పొడిగా ఉండాలి (పటం 6 5 B) మొదట తట్టలో పారాఫిన్ కాగితాన్ని వేయాలి దీనిపై పురుగులను పెంచటానికి బెడ్ తయారుచేయాలి ఇంకొక కాగితాన్ని పురుగులపై వదులుగా కప్పాలి ఈ రెండు కాగితాల మధ్యలో పెంచే బెడ్‌కు నాలుగు వైపులా తడిపిన స్పాంజ్ ముక్కలు లేదా తడి కాగితం ముక్కలను అమర్చి, కావలసిన తేమను పురుగులకు లభించేలా చేయాలి

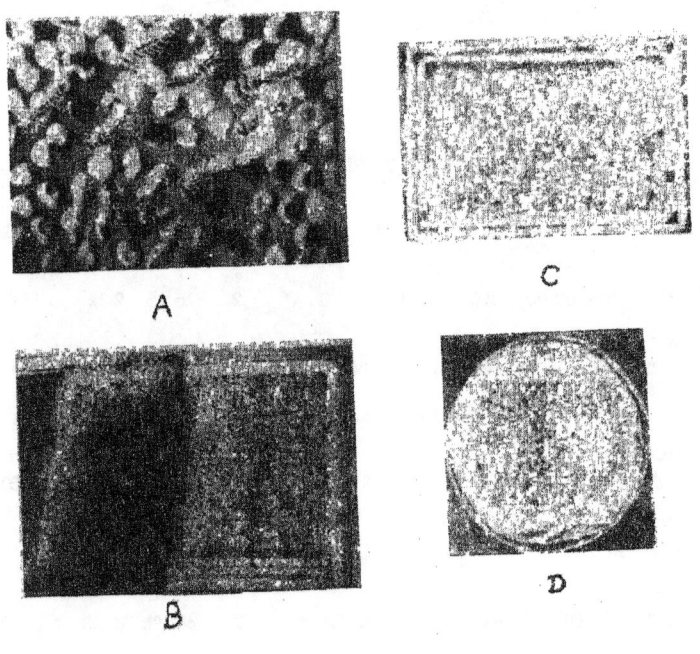

A. గుడ్డు నుంచి వెలువడిన డింభకం (కెగోదశ) B. పారాఫిన్ కాగితం కప్పి పెంచటం
C. క్రర పెట్టెలలో పెంపకం D. గుండ్రటి వెదురు తట్టలో పెంపకం

పటం : 6.5. తొలిదశ పురుగుల పడకలు

2 పెట్టెలలో పెంచటం :

ఇందులో పురుగులను కర్ర పెట్టెలలో పెంచాలి ఈ పెట్టెలు 10 15 సెం మీ లోతుగా ఉంటాయి (పటం 6 5 C) ఈ పెంపకం పెట్టెలను గురించి రెండవ అధ్యాయంలో తెల్పడమైంది ఇందులో రెండు రకాలు ఉన్నాయి

a మూత ఉన్న పెట్టెలలో పెంచటం :

పారాఫిన్ కాగితర కప్పు పెంచే పద్ధతిలో మాదిరిగానే ఈ పద్ధతిలో కూడా పెంచే బెడ్‌ను తయారు చేయాలి దీనిపై మూతపెట్టి తట్టలను పెంపక స్టాండులో అమర్చాలి ఈ పద్ధతిలో మూడవ దశ పురుగులకు తట్టలపై మూత అవసరం లేదు పురుగులు నిర్మోచనానికి సిద్ధమైనపుడు పారాఫిన్ కాగితం స్పాంజ్ ముక్కలు మూతను తీసి పడక పొడిగా ఉండేటట్లు చేయాలి

b మూత లేకుండా పెంపకం

దీనిలో కూడా పైన తెల్పిన పద్ధతిలో పెంపకం బెడ్‌ను తయారుచేయాలి తట్టలను ఒకదానిపై ఒకటి పేర్చి మొదటి దశ పురుగులను పెంచాలి రెండవ మూడవ దశ పురుగులను పెంచటానికి తట్టల మధ్య 2–3 సెం మీ దూరం ఉండాలి దీనివల్ల గాలి ఆడుతుంది పురుగులకు మేత వేయటానికి 30 నిముషాల ముందుగాను నిర్మోచనానికి ముదుగాను తట్టలను పూర్తిగా వేరుచేయాలి

పటం : 6 6 A. చాప్‌స్టిక్‌తో పెంచే బెడ్‌ను సరిచేయటం B రెండవ దశ పురుగులు

3 కోఆపరేటివ్ పెంపకం

తొలిదశ పురుగుల పెంపకానికి సాంకేతిక మెలకువలు అవసరం సాధారణంగా రైతులకు పెంపకానికి అవసరమైన సాంకేతిక మెలకువలు తెలియవు అంతేకాకుండా ఈ పెంపకానికి కావాల్సిన పరికరాలు అందుబాటులో ఉండవు అయితే రైతులు అందరూ కలిసి సహకార పద్ధతిలో పెంపకం చేపట్టినట్లైతే అధిక లాభాలు ఉంటాయి పురుగుల పెంపకానికి అవసరమైన గదిలో తేమ ఉష్ణోగ్రత అంశాలను క్రమ పద్ధతిలో ఆచరించి సాంకేతిక పద్ధతిలో పురుగులను పెంచాలి ఈ పద్ధతిలో మల్బరీ ఆకులను ఒకే పొలం నుంచి సేకరించటం వల్ల వాటి నాణ్యత ఒకే రకంగా ఉంటుంది ఇందులో భాగస్వాములైన రైతులందరూ తమ నైపుణ్యాన్ని ప్రదర్శించటానికి మంచి అవకాశం ఉంటుంది తద్వారా పురుగుల పెంపకం కూడా ఆరోగ్యకరంగా ఉంటుంది (పటం 6 7)

పటం : 6 7 కోఆపరేటివ్ పెంపకం

ఈ పెంపకంలో పురుగులను రెండవ నిర్మోచనం లేదా మూడవ నిర్మోచనం వరకుపెంచవచ్చు పెంపకం తరవాత నాల్గవ దశ పురుగులను రైతులకు పంచాలి ఈ పెంపకంలో పురుగులు ఎక్కువ ఆరోగ్యంగా ఉంటాయి పెంపకానికి అవసరమైన పరికరాలు ఖర్చులు చాలా తక్కువ ఈ పెంపకంలో 200 500 డబ్బాల గుడ్లను మూడవ నిర్మోచనం వరకు లేదా ఇంతకు రెట్టింపు గుడ్లను రెండవ నిర్మోచనం వరకు పెంచటానికి వీలవుతుంది కోఆపరేటివ్ పెంపకం పట్టుపరిశ్రమ అధికంగా అభివృద్ధి చెందిన జపాన్ చైనా కొరియా దేశాలలో ఎక్కువ ప్రాచుర్యం పొందింది

ప్రశ్నలు

I ఈ కింది అంశాలకు లఘుటీక రాయండి

1 చాకీ పెంపకం అంటే ఏమిటి ?

2 తొలిదశ పురుగులకు కావాల్సిన వాతావరణ పరిస్థితుల స్థాయిని తెలపండి

3 చాకీ పురుగులకు వేసే మల్బరీ ఆకు లక్షణాలు తెలపండి

4 మల్బరీ ఆకు ఎంపిక పద్ధతులు ఏవి ?

5 మల్బరీ గ్లాసీ ఆకు లక్షణాలు ఏమిటి ?

6 మల్బరీ ఆకు నిల్వ పద్ధతులను గురించి రాయండి

7 పట్టు పరిశ్రమలో ప్రాచుర్యం పొందిన ఆకు ఎంపిక పద్ధతి ఏది ?

8 పట్టు పురుగుల ఆకు మేతలో కల నాలుగు దశలను తెలపండి

9 చాకీ పురుగుల ఆకు మేత సమయాలు రాయండి

10 మల్బరీ ఆకు కత్తిరించే పద్ధతులు ఏవి ?

11 పట్టు పురుగుల బెడ్ శుభ్రం చేయటం అంటే ఏమిటి ?

12 చాకీ పురుగులకు బెడ్ శుభ్రతకు వాడే వల పరిమాణం ఎంత ?

13 పట్టు పురుగుల బెడ్ శుభ్రతకు అనుసరించే పద్ధతులను తెలపండి

14 స్థలావకాశం అంటే ఏమిటి ?

15 నిర్మోచనం అంటే ఏమిటి ?

16 నిర్మోచనం పట్టు పురుగు లక్షణాలు తెలపండి

17 నిర్మోచనం ముగిసిన పట్టు పురుగు లక్షణాలు తెలపండి

18 తొలిదశ పట్టు పురుగుల పెంపక పద్ధతులను తెలపండి

19 కెగో అంటే ఏమిటి ?

20 కోఆపరేటివ్ పెంపకంలో గల లాభాలు ఏమిటి ?

II ఈ కింది వాటికి వ్యాసాలు రాయండి

1 చాకీ పురుగుల పెంపక ప్రాముఖ్యతను తెలపండి

2 తొలిదశ పట్టు పురుగులకు కావలసిన వాతావరణ పరిస్థితులనుగురించి వివరించండి

3 పట్టు పురుగుల పెంపకంలో మల్బరీ ఆకు నాణ్యత ప్రాముఖ్యత ఏమిటి ?

4 చాకీ పురుగులకు కావల్సిన మల్బరీ ఆకు ఎంపిక పద్ధతులను వివరించండి

5 మల్బరీ ఆకు నిలవ ప్రాముఖ్యతను వివరించండి

6 పట్టు పురుగుల మేత ప్రాముఖ్యతను తెలపండి

7 నాణ్యత కల మల్బరీ ఆకులు పట్టు పురుగుల పెరుగుదలకు తోడ్పడతాయి చర్చించండి

8 పట్టు పురుగుల బెడ్ శుభ్రతా పద్ధతులను వివరించండి

9 స్థలావకాశం ఆవశ్యకతను వివరించండి

10 నిర్మోచనం గురించి రాయండి

11 తొలిదశ పురుగుల పెంపక పద్ధతులను వివరించండి

12 ఈ కింది వాటిని గురించి సంక్షిప్తంగా రాయండి

a) ఆకు మేత సమయాలు b) కోఆపరేటివ్ పెంపకం

7.

చివరిదశ పట్టుపురుగుల పెంపకం

(Late age Silk worm rearing)

ఈ దశలో పురుగులు అధికంగా ఆకు తింటాయి పురుగులకు ఇచ్చే మొత్తం మేతలో 90 95 శాతం ఆకును ఈ దశలో తింటాయి ఈ ఆహారం పట్టు ఉత్పత్తికి జీవక్రియలకు తోడ్పడుతుంది అంతేకాకుండా రాబోయే దశల (ప్యూపా మాత్) ఆహార నిలవలకు కూడా ఈ దశలోనే సేకరించుకుంటాయి కాబట్టి ఈ దశలో పురుగులకు నాణ్యమైన ఆకును మేతగా ఇవ్వాలి తొలిదశ పురుగుల కంటే ఈ దశ పురుగుల పెంపకం సులభం నాలుగు ఐదవ దశ పురుగుల పెంపకాన్ని చివరిదశ పురుగుల పెంపకం అంటారు

చివరి దశ పురుగుల పెంపకం ప్రాముఖ్యత

ఈ పురుగులు తొలిదశపురుగులులాగా సున్నితమైనవి వీటికి సరియైన ఉష్ణోగ్రత తేమ కావాలి ఈ దశలో పురుగు ఎక్కువ మరుకుగా తిని శరీరాన్ని పట్టు నిల్వలను పెంచి రాబోయే రూపవిక్రియ దశలకు ఆహార నిలవలను కూడా పెంచుతుంది అందుచేత ఈ దశ పట్టుపురుగు జీవిత చరిత్రలో ముఖ్యమైనది ఇక వాణిజ్య ఉత్పత్తి దృష్ట్యా ఈ దశకు అధిక ప్రాముఖ్యత ఉంది ఈ దశలోనాణ్యమైన ఆకును తిని నాణ్యమైన కాయలను అల్లటానికి అవకాశం ఉంది ఇవి తినే ఆకులలో తక్కువ తేమ ఉంటుంది ఈ దశలో పురుగు శరీర పరిమాణం 29 రెట్లు శరీర బరువు 25 రెట్లు పట్టుగ్రంధి బరువు 200 రెట్లు పెరుగుతుంది జీవావరణ వాతావరణ పరిస్థితులు ఈ దశలో తొలిదశ పురుగులకు భిన్నంగా ఉంటాయి జీవావరణ పరిస్థితులు పెరుగుదలకు అధికంగా తోడ్పడతాయి కాబట్టి ఈ దశ పురుగుల పెంపకానికిముఖ్యమైనది

వాతావరణ పరిస్థితులు

పురుగుల పెరుగుదలను ఈ అంశం అధికంగా ప్రభావితం చేస్తుంది ఇందులో ఉష్ణోగ్రత తేమ ఆకు మేతను ప్రభావితం చేస్తాయి మంచి పెరుగుదలకు పట్టుగూళ్ళ ఉత్పత్తికి సరియైన వాతావరణ పరిస్థితులు తప్పనిసరిగా కావాలి

1 ఉష్ణోగ్రత

ఈ దశ పురుగులు తక్కువ ఉష్ణోగ్రతలో పెరుగుతాయి తొలిదశ పురుగులను తక్కువ ఉష్ణోగ్రతలో (24°C) చివరి దశ పురుగులను అధిక ఉష్ణోగ్రతలో (28°C) పెంచినపుడు డింభకాలు మరణించే శాతం పెరుగుతుంది ఉష్ణోగ్రత పురుగుల శరీర ధర్మాలను ప్రభావితం చేయటం వల్ల పట్టు ఉత్పత్తికి పంటకు నష్టంరాదు కాబట్టి ఉష్ణోగ్రతలో అధిక తేడాలు ఉండరాదు

దశ	ఉష్ణోగ్రత (0°C)
IV	24 25
V	23 24

ఉష్ణోగ్రతను క్రమపరచటం

ఉష్ణోగ్రత 36°C చేరినట్లైతే పురుగులు జీవించటం ప్యూపాలు ఏర్పడటం పట్టుకాయల ల ణాలు అధికంగా దెబ్బతింటాయి ఉష్ణదేశాలలో చివరిదశలో పురుగులకు కావల్సిన ఉ గతను ఏర్పరచటం చాలా కష్టం అందువల్ల ఉష్ణోగ్రత పెరగకుండా చర్యలు చేపట్టాలి పెం కగది కప్పు జింక్ లేదా పెంకులయినట్లైతే వాటిపై స్టైరాల్ (Styrol) మొదలైన ఉష్ణబంధకాలను వాడాలి (పటం 7 1) దీని వల్ల గది ఉష్ణోగ్రత ఎక్కువ పెరగదు ఈ ఉష్ణబంధకం దొరకని పరిస్థితిలో తాత్కాలిక కప్పును వేయటం మంచిది గది చుట్టూ వృక్షాలను పెంచి ఉష్ణోగ్రతను తగ్గించాలి నీటికొరత లేనపుడు ఉష్ణం అధికంగాకల సమయాలలో గదిపై నీటిని చల్లాలి సాధారణంగా స్థిరఉష్ణోగ్రతకంటే రోజూ సహజంగా లభించే 25° ± 4°C ఉష్ణోగ్రత పెంపకానికి మంచిది

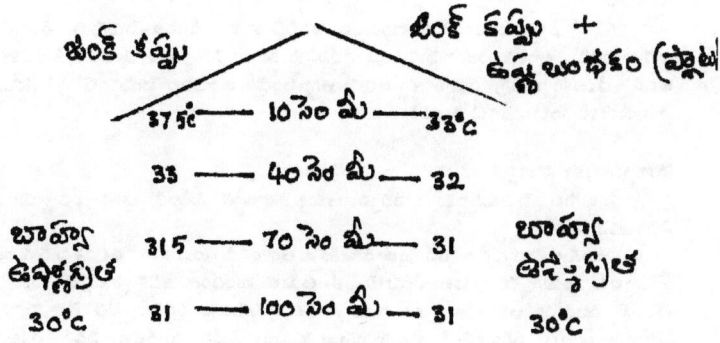

పటం : 7 1 పెంపక గదిలో ఉష్ణోగ్రత విస్తరణ

2 తేమ

ఈ దశ పురుగులు అధిక తేమను తట్టుకోలేవు వీటికి నాల్గవ దశలో 75 శాతం ఐదవ దశలో 70 శాతం సాపేక్ష తేమ మంచి పెరుగుదలకు తోడ్పడుతుంది ఆకు మేత నిర్మోచన సమయాల్లో తేమ శాతం భిన్నంగా ఉంటుంది ఆకు మేతలో అధిక తేమ వల్ల ఆకులు చెడిపోకుండా తేటగా ఉండి పురుగులకు ఆకుల్ని తినడానికి ఎక్కువ సమయం లభిస్తుంది నిర్మోచన చర్యలో తేమ కొంచెం తక్కువగా ఉండాలి

3 గాలి

పెంపక గదిలో కార్బన్ డై ఆక్సైడ్ కార్బన్ మోనాక్సైడ్ అమ్మోనియా సల్ఫర్ డై ఆక్సైడ్ వాయువులు వెలువడతాయి ఇవి కూలీలు పట్టుపురుగులు మల్బరీ ఆకులు

మలంలో కిణ్వనం వల్ల బొగ్గుల కుంపటి వల్ల ఏర్పడతాయి ఈ దశలో గదిలో గాలి లేనపుడు ఈ విషవాయువులు ఇంకా అధికంగా పెరిగి పురుగుల శరీరధర్మ చర్యలను నష్టపరుస్తాయి దీని వల్లనే పురుగులు నీరసించి వ్యాధులు సంభవిస్తాయి కాబట్టి స్వచ్ఛమైన గాలి గదిలోనికి వీచునట్లు చర్యలు తీసుకోవాలి గదిలో పెంపక పనులు పూర్తికాగానే శుభ్రం చేసి గదిని మూసి వేయాలి పురుగుల పెరుగుదలకు గాలికి పరస్పర సంబంధం ఉంది గదిలో కార్బన్ డై ఆక్సైడు ఒక శాతం పెరిగినా మంచిది కాదు అధిక ఉష్ణోగ్రతలో పురుగులు CO_2 ను అధికంగా విడుదల చేస్తాయి అంతేకాకుండా గదిలో తేమ కూడా పెరుగుతుంది ఈ లక్షణాలు పెంపకం గదిలో మంచివికాదు ఈ దశలో గదిలోనికి సెకనుకు ఒక మీటరు గాలి వీచినపుడు పురుగులు చనిపోవటం తగ్గుతుంది అంతేకాకుండా ఆకు మేత జీర్ణక్రియ శరీర బరువు పట్టుగూళ్ళ బరువు పెరిగి మంచి ప్యూపాలు ఏర్పడతాయి నాణ్యమైన పట్టుకాయలు ఉత్పత్తి అవుతాయి

4 కాంతి

గదిలో ఎల్లపుడు వెలుతురు ఉండటం మంచిది కాదు దీనివల్ల పెరుగుదల నెమ్మదిగా జరుగుతుంది అంతేకాకుండా పురుగులు ఐదవసారి కూడా నిర్మోచనం చెందటానికి అవకాశం ఉంది డింభకం బరువు పట్టుగూళ్ళ బరువు తగ్గుతుంది అందువల్ల పెంపకంలో 16 గంటల వెలుతురు 8 గంటల చీకటి మంచిది

మల్బరీ ఆకు నాణ్యత

పురుగుల పెరుగుదలకు కావల్సిన ఆకుల నాణ్యత గురించి ఆరవ అధ్యాయంలో వివరించడమైనది

పురుగుల పెరుగుదల తినే మల్బరీ ఆకుపై ఆధారపడి ఉంటుంది ఈ దశ పురుగులకు కొమ్మలకు కిందుగా కల ఆకులు వేయాలి ఈ ఆకులు మందంగా అధిక ప్రోటీన్లతో తక్కువ తేమతో ముదురు ఆకుపచ్చగా ఉంటాయి ఈ పురుగులకు పూర్తిగా లేత లేదా పూర్తిగా ముదురు ఆకులు పనికిరావు ఈ పురుగులు దుమ్ము పట్టిన ముడతలు పడిన తక్కువ తేమకల చెడిన ఆకులను కూడా తింటాయి వీటివల్ల పెరుగుదల చాలా నెమ్మదిగా కొనసాగి వ్యాధులు రావటానికి అవకాశం ఉంటుంది పురుగులు ఈ రకం ఆకులను తిని అల్లిక దశకు చేరినా నాణ్యత తక్కువ పట్టుకాయలను ఉత్పత్తి చేస్తాయి కాబట్టే ఆకుల ఎంపికలో తగు జాగ్రత్త అవసరం

చివరి దశ మూడవ రోజునుంచి పట్టు గ్రంధులు చాలా అధికంగా వేగంగా పెరుగుతాయి అందువల్ల ఈ దశ పురుగులకు మంచి నాణ్యతకల ఆకులను వేయటం శ్రేయస్కరం ఈ దశలో పురుగులు తినే ఆహారం ఎక్కువగా ఉండి జీర్ణక్రియకూడా అధికంగా పెరుగుతుంది అయితే తొలిదశ పురుగులతో పోల్చినపుడు జీర్ణక్రియ నిష్పత్తి చాలా తక్కువ

వసంత ఋతువు గో రాత్రి సమయంలో వాతావరణ ఉష్ణోగ్రత బాగా తగ్గి పురుగులు నీరసించి ఆహారాన్ని సరిగా జీర్ణంచేసుకోలేవు కాబట్టే ఈ సమయంలో ఉష్ణోగ్రతను పెంచాలి అంతేకాకుండా రాత్రి సమయంలో మేత కొద్దిగా తగ్గించి ఉదయం మేతను తగిన విధంగా పెంచాలి దీని వల్ల పురుగులకు జీర్ణక్రియలో ఇబ్బంది ఉండదు

ఆకులను ఉదయం కోయటం మంచిది ఈ దశలో ఆకులు ఎక్కువగా అవసరం కాబట్టే కావాల్సిన ఆకును తక్కువ సమయంలో కోసి తొందరగా పెంపక గదికి తరలించాలి ఈ ఆకులను చక్కగా నిలవ చేయాలి ఆకులలో పూర్తిగా ముదిరిన పసుపురంగు ఆకుల కోయరాదు ఇవి నాణ్యత తక్కువ ఆకులు మల్బరీని వరుసల పెంపకం చేసినపుడు కొమ్మ చివరను ఆకుకోతకు ఒక వారం ముందు క్లిప్పింగ్ (Clipping) చేసి కాండాలను కొమ్మ

కత్తిరించి IV V దశ పురుగులకు వాడాలి ఇది మంచి ఫలితాన్ని ఇస్తుంది దీనివల్ల మిగిలిన ఆకులు బాగా పరిపక్వం చెందుతాయి

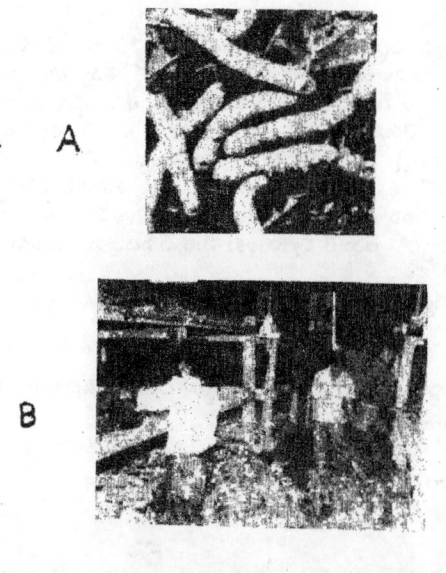

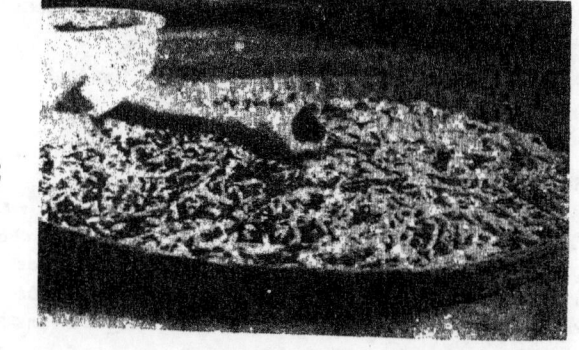

పటం : 7 2. A. V దశ పురుగులు B. మేతవేయటం
C. పురుగులకు ఫార్మలిన్ చల్లడం

ఈ దశ పురుగులకు ఆకు ఎంపికలో చాకీ పురుగులకు కోసిన ఆకుల తర్వాత కొమ్మపై కల ముదురు ఆకులను వేయాలి అయితే నేలకు దగ్గరగా కల ఆకులను బాగా ముదిరిన పసుపు రంగు ఆకులను మేతగా వాడకూడదు చివరిదశ పురుగులు ముదురు ఆకుపచ్చ రంగులో ముదిరిన ఆకులను తింటాయి

ఆకు నిలవ చేయటం

ఆకులను చల్లని శుభ్రమైన తేమ ప్రదేశంలో నిలవ చేయాలి దీనికోసం ఆకు నిలవ తొట్టె మంచిది ఎండాకాలంలో సాధారణంగా ఆకులలో తేమ తక్కువగా ఉంటుంది ఆకులను కోసిన తర్వాత నీరు వేగంగా ఇగిరి పోవటం వల్ల తేమ నష్టం ఇంకా పెరుగుతుంది అందుకుగాను గదిలో తేమను పెంచితే ఆకు ఎడలదు అయితే ఈ చర్య పురుగులకు హాని కలిగిస్తుంది కాబట్టి సరియైనపద్ధతిలో ఆకు నిల్వచేసి తేమనష్టం లేకుండా చర్య తీసుకోవాలి ఇందుకోసం నిలవ ఆకులపై తరచుగా నీటిని చల్లి తేమ నష్టాన్ని పూరించాలి అంతేకాకుండా ఆకు నిలవ తొట్టెకి కల గోనెసంచిని నీటితో తడపాలి లేదా ఆకు కుప్పలపై తడి గోనెసంచిని కప్పాలి అయితే పురుగులకు మేత వేసేటపుడు ఆకులకు నీరు లేకుండా జాగ్రత్త వహించాలి

ఆకు నిలవ పద్ధతులను ఆరవ అధ్యాయంలో వివరించడమైనది

మేత వేయటం

పట్టు పురుగులకు ఆకు మేత ప్రాముఖ్యత డింభకం పెరుగుదల గురించి ఆరవ అధ్యాయంలో తెల్పడమైనది

పట్టిక 7 1 పురుగుల పెరుగుదల పరిమాణ వివరాలు

దశ	పొడవు	లావు
I	గుడ్డు నుండి వెలువడిన డింభకానికి 13 15 రెట్లు	గుడ్డునుండి వెలువడిన డింభకానికి 10 13 రెట్లు
II	గుడ్డునుండి వెలువడిన డింభకానికి 23 27 రెట్లు	గుడ్డునుండి వెలువడిన డింభకానికి 17 22 రెట్లు

చివరి దశ పురుగులకు ఆకుమేతను తయారుచేయటం

ఈ దశ పురుగులకు పూర్తి ఆకును వేయాలి వీటి ఆకు మేత అంశం ఆకు కోత పద్ధతులపై ఆధారపడి ఉంటుంది ఆకు కోతను విడిగా లేదా కాండంతో సహా కత్తిరించాలి ఒకవేళ విడి ఆకులు కోసినపుడు మొత్తం ఆకును పురుగులకు-వేయాలి వర్షాకాలంలో పెం గది తేమ ఆధారంగా ఆకును రెండుగా కోసి మేతగా వేయాలి కొమ్మ కోత పద్ధతిలో పెం తట్ట పొడవుకు అనుగుణంగా కొమ్మలను కత్తిరించి వేయాలి దీనివల్ల బెడ్ శుభ్రత కు సులభమవుతుంది

నాలుగు ఐదు దశలలో 50 లేయింగ్స్ లేదా 20 000 గుడ్లకు అవసరమైన ఆకు వివరాలు ఈ కింది పట్టికలో ఉన్నాయి

పట్టిక 7 2 పురుగులకు కావాల్సిన ఆకు వివరాలు

	ఇవ్వవలసిన ఆకు (కిలోలలో)	
పురుగుల వయస్సు	మల్టీ వోల్టీన్ × కొత్త బైవోల్టీన్ సంకరం	బైవోల్టీన్ × బైవోల్టీన్ సంకరం
IV	75 85 కిలోలు	105 125 కిలోలు
V	600 625 కిలోలు	700 725 కిలోలు

ఆకు మేత సమయాలు

కాలాన్ని అనుసరించి పురుగులకు మేత వేయాలి సాధారణంగా IV V దశ పురుగులకు రోజుకు నాలుగుసార్లు మేతవేయాలి అంటే ఉదయం 5 గం || మధ్యాహ్నం 11 గం || సాయంత్రం 4 గం || రాత్రి 10 గం || ఆకు మేత సమయాలు వర్షాకాలంలో తక్కువ సార్లు ఎండాకాలంలో ఎక్కువ సార్లు మేత వేయటం మంచిది ఎందుకంటే వర్షాకాలంలో అధిక తేమ వల్ల ఆకు చెడిపోదు కాబట్టి మేత మేతకు మధ్య ఎక్కువ సమయం పడుతుంది అదే ఎండాకాలంలో అయితే ఆకు ఎండిపోవటానికి ఎక్కువ అవకాశం ఉంది అందువల్ల మేత ఎక్కువసార్లు వేసి పురుగులకు ఆకు అందుబాటులో ఉండేలా చూడాలి మేత సమయాలు పెంచినా తగ్గించినా పురుగులకు ఇవ్వవలసిన ఆకు పరిమాణం (కిలోలలో) మించకూడదు

పురుగులను పెంచే బెడ్‌ను శుభ్రం చేయటం

ఈ దశ పురుగుల పెంపకంలో రోజుకు ఒకసారి బెడ్‌ను శుభ్రం చేయాలి పెంపకాలలో కొమ్మమేత పూర్తి కొమ్మమేత విడి ఆకుకోత పద్ధతిలో వీటిని పెంపక తట్టకు సరియైన పొడవు కత్తిరించి పురుగులకు మేతగా వేయాలి సాధారణంగా ప్రతీరోజు మొదటి మేత తర్వాత రెండవ

పటం 7 3 వలలో బెడ్ శుభ్రం చేయటం

మేతకు ముందు బెడ్‌ను శుభ్రం చేయాలి ఈ దశ పురుగులకు పెద్ద వలను (20 మి మి^{2}) శుభ్రతకు వాడాలి మొదటి మేతకు ముందుగా బెడ్‌పై వలను పరచి మేత వేయాలి పురుగులు వలపైకి పాకి ఆకులను తింటాయి రెండవ మేతకు ముందుగా వలను జాగ్రత్తగా తీసి పురుగులను ఆకులో సహా నెమ్మదిగా శుభ్రమైన త లోకి మార్చాలి (పటం 7 3)

పెంచే బెడ్‌లో మిగిలిన ఆకులను మలా తీసి శుభ్రం చేయాలి పడక శుభ్రం చేసేటపుడు గదిలోనూ పరిసరాలలోనూ చెత్త ప కుండా జాగ్రత్త పడాలి పడక శుభ్రత పద్ధతులను ఆరవ అధ్యాయంలో తెల్పినాము

స్థలావకాశం

స్థలావకాశం పురుగుల అభివృద్ధిలోనూ పట్టుకాయల ఉత్పత్తిలోనూ ముఖ్యపాత్ర నిర్వహిస్తుంది డింభక కాలంలో మొత్తం పురుగులు తినే ఆకులో 93 శాతం ఆకును చివరి దశ పురుగులు తింటాయి పెంపక తట్టలో పురుగులు క్రిక్కిరిసి ఉన్నపుడు గదిలోకి సరియైన గాలి ప్రవేశం లేకపోవడం వల్ల బెడ్ లో విషవాయువులు ఎక్కువై పురుగులకు హాని కలుగుతుంది (పటం 7 4) అంతేకాకుండా పురుగులను చిక్కగా, వత్తుగా పెంచినపుడు అల్పపోషణ క్రమరహితమైన తక్కువ పెరుగుదల కనిపిస్తాయి దీనివల్ల వ్యాధులు సోకి పట్టుగూళ్ళ దిగుబడి నాణ్యత తగ్గుతుంది అయితే స్థలావకాశం అధికమైతే ఆకు వృధా అవుతుంది అంతేకాకుండా కాయలు ఆకు నిష్పత్తి పెరుగుతుంది కాబట్టి మంచి పెరుగుదలకు సరియైన స్థలావకాశం కల్పించి మేత ఇవ్వాలి (పటం 7 4 B) పురుగుల పెరుగుదలను అనుసరించి తగిన విధంగా స్థలావకాశం చేయటం మంచిది దీనివల్ల కూలీల ఖర్చులు కూడా తగ్గుతాయి

పటం : 7 4 స్థలదూరం వివరాలు

A. సరిగాలేని స్థలదూరం B మంచి స్థలదూరం

పట్టిక 7 3 స్థల దూరం వివరాలు

పురుగు జీవన దశ	$3\frac{1}{2}$ అడుగుల వ్యాసం గల తట్టలైతే		4 అడుగుల వ్యాసం గల తట్టలైతే		$4\frac{1}{2}$ అడుగుల వ్యాసం గల తట్టలైతే	
	కావాల్సిన సంఖ్య	ఆక్రమించాల్సిన స్థల వైశాల్యం (పా వె)	కావాల్సిన సంఖ్య	ఆక్రమించాల్సిన స్థల వైశాల్యం (పా వె)	కావాల్సిన సంఖ్య	ఆక్రమించాల్సిన స్థలవైశాల్యం (పా వె)
1	2	3	4	5	6	7
నాలుగో దశ	10	తట్ట పూర్తిగా	8	తట్ట పూర్తిగా	6	తట్ట పూర్తిగా
ప్రారంభంలో	10		8		6	
చివర్లో	20		15		12	
ఐదో దశ						
ప్రారంభంలో	20		15		12	
చివర్లో	40		30		25	

ఆధారం , CSB బులెటిన్

నిర్మోచనం:

నిర్మోచనం ప్రాముఖ్యతను పురుగుల లక్షణాలను ఆరవ అధ్యాయంలో వివరించడమైనది

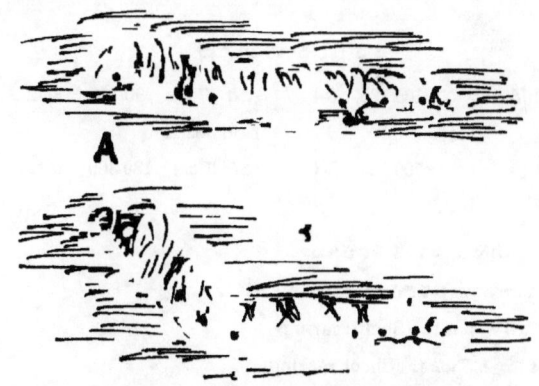

పటం 7 5 పట్టుపురుగుల నిర్మోచనం

A. నిర్మోచనం ముందు B నిర్మోచనం తరువాత

నాల్గవ నిర్మోచనానికి (చివరిది) మొదటి మూడు నిర్మోచనాలకంటే ఎక్కువ సమయం అవసరం సరియైన వాతావరణ పరిస్థితులలో నిర్మోచనానికి 30 గం॥ సమయం పడుతుంది (పటం 7 5) పురుగులు నిర్మోచన దశకు చేరినపుడు బెడ్‌ను పలుచగా చేయాలి అంటే స్థలావకాశాన్ని పెంచాలి దీనివల్ల పురుగులు తినగా మిగిలిన ఆకులు ఎండి బెడ్‌లో తేమ తగ్గుతుంది పెంపక గదిలో తేమ ఎక్కువైనపుడు చివరి మేత తర్వాత పలుచగా సున్నం పొడిని బెడ్‌పై చల్లాలి దీనివల్ల పొడి వాతావరణం ఏర్పడి నిర్మోచనం బాగా పూర్తవుతుంది పెంచే బెడ్‌లో 90 95 శాతం పురుగులు నిర్మోచనానికి చేరగానే మేత ఆపి వేయాలి పురుగులను కదల్చరాదు అధిక శాతం (95 శాతం) నిర్మోచనం దాటగానే మేత వేయాలి

పట్టిక 7 4 ఎదిగిన పురుగుల పెంపకంలోని ముఖ్యాంశాలు

(ప్రతి వంద రోగంలేని లేయింగులకు)

పురుగు జీవన దశ	గాలిలో తేమ	ఆకు సైజు	మొత్తం కావల్సిన ఆకు పరిమాణం (కిలోలలో)	రోజుకు వెయ్యాల్సిన మేతల సంఖ్య	ప్రతి దశలోనూ బెడ్‌ని శుభ్రం చెయ్యాల్సిన పర్యాయాలు	కావల్సిన స్థలావకాశం (చదరపు అడుగులలో)	దశ కొనసాగే కాలం	నిర్మోచన కాలం
1	2	3	4	5	6	7	8	9
				మేలైన మల్టీవోల్టీన్ సంకర జాతులు			రోజ గం	రోగం
నాలుగోది	70 75	పూర్తి ఆకు	75 85	3-4	ఉదయం ఒకసారి	90 180	4 12	1 6
ఐదోది	70		600 625	3-4	ప్రతి రోజూ	180 360	6 12	—
				బై వోల్టీన్ సంకర జాతులు				
నాలుగోది	70 75	పూర్తి ఆకు	105 125	3-4	ప్రతి రోజూ ఉదయంఒకసారి	90 180	4 12	1 6
ఐదోది	70		700 725	3-4	ప్రతి రోజూ	180 360	6 12	—

ఆధారం : CSB బులెటిన్

చివరి దశ పురుగుల పెంపక పద్ధతులు

ఇందులో మూడు రకాల పద్ధతులు ఉన్నాయి అవి

1 షెల్ఫ్ పెంపకం (Shelf rearing)

2 కొమ్మల పెంపకం (Shoot rearing)

3 మిద్దె లేదా గట్టుపై పెంపకం (Floor rearing)

1 షెల్ఫ్ పెంపకం

ఈ పద్ధతిలో పురుగులను వెదురు తట్టలలో పెంచాలి వీటిని ఒక దానిపై ఒకటి వరు పెంపక స్టాండులో పేర్చాలి ఈ స్టాండులను రెండు వరుసలలో గోడలకు సమాంతరంగా

మధ్యలో స్థలాన్ని వదిలి అమర్చాలి అందువల్ల మేత వేయటం బెడ్ శుభ్రం చేయటం సులువవుతాయి ఒక్కొక్క స్టాండులో పది తట్టలు అమర్చాలి భారతదేశంలో గుండ్రటి వెదురు తట్టలు 1 2 1 4 మీ వ్యాసం కల వాటిని వాడతారు ఈ పెంపక పద్ధతిలో ఆకులను విడిగా కోసి రోజుకు 4 5 సార్లు మేత వేయాలి వలలో బెడ్ శుభ్రం చేయాలి సరియైన స్థలావకాశం కలిగించాలి (పటం 7 6 A)

అనుకూలనాలు

1 తక్కువ స్థలంలో ఎక్కువ పురుగులను పెంచవచ్చు

2 అన్ని పురుగులను తట్టలో పరీక్షించటం వీలవుతుంది

3 తగినంత గాలి వెలుతురుకు అవకాశం ఉంది

ప్రతికూలనాలు

1 ప్రతీరోజు బెడ్ శుభ్రత తప్పకుండా చేయాలి కాబట్టి కూలీల వ్యయం ఎక్కువ

పటం 7 6 చివరిదశ పురుగుల పెంపక పద్ధతులు

A. షెల్ఫ్ పెంపకం **B** కొమ్మల పెంపకం **C** మిద్దె పెంపకం

2 కొమ్మల పెంపకం

ఈ పద్ధతిలో తక్కువ ఖర్చుతో పురుగుల పెంపకం వీలవుతుంది కూలీల ఖర్చును నాల్గవ దశలో 60 శాతం ఐదవ దశలో 50 శాతం తగ్గించవచ్చు ఇందులో ఆకును కూడా పొదుపుగా వాడవచ్చు ఆకు పొదుపు నాల్గవ దశలో 25 శాతం ఐదవ దశలో 10 శాతం ఉంది ఇందులో పెంచే బెడ్ ఒక మీటరు వెడల్పు గది పొడవును అనుసరించి వీలయినంత పొడవు ఉంటుంది ఈ పద్ధతిలో కేవలం ఒకే వరుసలో నేల నుండి 20 సెం మీ ఎత్తులో పురుగుల బెడ్‌ను వేయాలి ఒక్కొక్కసారి రెండు బెడ్‌లను మిద్దెలుగా మధ్యలో స్థలాన్ని వదిలి గదిలో అనువైన బెడ్‌లను తయారు చేయాలి ఈ పెంపక పద్ధతిని గృహంలోనూ ఆరుబయట కూడా ఆచరించవచ్చు (పటం 7 6 B) అయితే ఆరుబయట పెంపకానికి వాతావరణ పరిస్థితులు అనుకూలించవు

ఈ పెంపకంలో పెద్ద కొమ్మలను మల్బరీ పొదలనుండి కోసి నేరుగా బెడ్‌మీద మేతగా వేయాలి పెద్ద కొమ్మలను పెంచేబెడ్‌కు అనుకూలంగా కోయటం వలన పురుగులు ఆకులను తింటూ పైకి పాకుతాయి ఈ పద్ధతిలో ఆకులు పురుగులకు త్రిమితీయంగా (Three dimension) విస్తరించి ఉంటాయి దీనివల్ల పెంచే బెడ్‌లో అధికంగా గాలి ప్రసరిస్తుంది కాబట్టి పెంచే బెడ్‌లోని ఒక యూనిట్ విస్తీర్ణానికి 50 శాతం అధిక పురుగులు పెరగటానికి వీలవుతుంది ఈ రకమైన పెంపకం షెల్ఫ్ మిద్దె పద్ధతులలో వీలుకాదు బెడ్ శుభ్రత చాలా సులభం చివరి దశ పురుగులకు కేవలం ఒక్కసారి బెడ్ శుభ్రత సరిపోతుంది బెడ్ శుభ్రం చేయటానికి బెడ్‌కు సమాంతరంగా దారాలను పరిచి వీటిపై మల్బరీ కొమ్మలను మేతగా వేయాలి తర్వాత రెండు మూడు మేతల అనంతరం పురుగులు అన్నీ కొత్త కొమ్మల పైకి పాకుతాయి ఈ దశలో దారాల సాయంతో బెడ్‌ను మొత్తం ఒక చివరనుండి చుట్టాలి పాత కొమ్మలు మలం ధూళి మొ॥ వాటిని తొలగించి తిరిగి బెడ్‌ను శుభ్రంగా పరవాలి

అనుకూలనాలు

1 తక్కువ కూలీల ఖర్చు
2 ఆకు పొదుపు
3 బెడ్‌కు సరియైన గాలి లభిస్తుంది
4 ఎక్కువ పురుగులను పెంచటానికి వీలవుతుంది
5 బెడ్ శుభ్రత చాలా సులభం
6 ఆకు తినడానికి త్రిమితీయ రూపం తోడ్పడుతుంది

3 మిద్దె పెంపకం

ఇందులో పెంచే బెడ్స్ స్థిరంగా ఉంటాయి వీటిని ఒక దానిపై ఒకటిగా మిద్దెవలె (రెండు లేదా మూడు వరకు) స్థిరంగా ఏర్పరచి పురుగులను పెంచుతారు (పటం 7 6 C) వీటి పొడవు 5 7 మీటర్లు వెడల్పు 1 1 5 మీ॥ ఉంటుంది మిద్దె పొడవు పెంపక గదిని అనుసరించి పెంచటం లేదా తగ్గించటం చేయాలి మిద్దెకు మిద్దెకు మధ్య 0 6 0 8 మీ॥ దూరం ఉండాలి పెంపకపనులను సులువుగా ఆచరించటానికి మిద్దెల చుట్టు సరియైన స్థలం ఉండాలి ఈ మిద్దెలు కర్రతో లేదా వెదురుతో చేస్తారు పెంపకంలో పురుగులకు విడి ఆకులు లేదా కొమ్మకోతను మేతగా వాడాలి రోజుకు 3 4 సార్లు మేత వేయాలి బెడ్‌ను వలతో శుభ్రం చేయాలి బెడ్ శుభ్రతను నాల్గవ దశలో రెండుసార్లు ఐదవ దశలో మూడుసార్లు చేయాలి

అనుకూలనాలు

1 మేతకు బెడ్ శుభ్రతకు తక్కువ సమయం అవసరముంటుంది
2 కూలీల ఖర్చు తక్కువ

ప్రశ్నలు

I ఈ కింది అంశాలకు లఘుటీక రాయండి

1 చివరి దశ పెంపకం అంటే ఏమిటి ?
2 చివరి దశ పురుగులకు కావల్సిన ఉష్ణోగ్రత తేమ ఎంత ?
3 చివరి దశ పురుగులకు వేయవల్సిన ఆకు లక్షణాలు తెలపండి
4 పురుగుల మేతకు ఆకు ఎప్పుడు కోయాలి ?
5 చివరి దశ పురుగుల ఆకు మేత సమయాలు తెలపండి
6 బెడ్ శుభ్రతకు కావల్సిన వల పరిమాణం ఎంత ?
7 పట్టుపురుగుల డింభకం ఎన్నిసార్లు నిర్మోచనం చెందుతుంది ?
8 ఇన్‌స్టార్ అంటే ఏమిటి ?
9 నాల్గవ నిర్మోచనానికి ఎంత సమయం కావాలి ?
10 చివరిదశ పురుగుల పెంపక పద్ధతులు తెలపండి
11 పురుగులకు హాని కల్గించే వాయువులు ఏవి ?
12 చివరిదశ పురుగుల పెంపకానికి మంచి పద్ధతిని తెలపండి

II ఈ కింది వాటికి వ్యాసాలు రాయండి

1 చివరి దశ పురుగులకు కావల్సిన వాతావరణ పరిస్థితులను వివరించండి
2 చివరి దశ పురుగులకు కావల్సిన ఆకు నాణ్యతను తెలపండి
3 ఈ క్రింది వాటి గురించి సంక్షిప్తంగా రాయండి
a) చివరి దశ పురుగుల పెంపక ప్రాముఖ్యత
b) ఆకు మేత సమయాలు
4 చివరి దశ పెంపక పద్ధతులను తెల్పి షెల్ఫ్ పెంపకాన్ని వివరించండి
5 కొమ్మల పెంపకాన్ని వివరించండి
6 మిద్దె పెంపకం గురించి తెలపండి ?
7 ఈ క్రింది వాటిపై సంక్షిప్తంగా రాయండి ?
a) స్థలావకాశం
b) ఆకు మేత తయారు చేయటం
c) బెడ్ శుభ్రత
8 ఈ క్రింది వాటిని సంగ్రహంగా వివరించండి
a) నిర్మోచనం
b) ఆకు నిలవ చేయటం
c) ఆకు మేత సమయాలు

8.

ఒకేసారి 300 రోగరహిత లేయింగ్స్‌ను పెంపకం చేయటానికి కావలిసిన పరికరాలు, ఇ.ఆర్.ఆర్

(Equipment required for rearing le batch and ERR)

పట్టుపురుగుల పెంపకానికి గృహాన్ని ఎంపిక చేసిన తర్వాత పరికరాలను సమకూర్చుకోవాలి ఇందులో వివిధ రకాల పరికరాలు వివిధ ప్రాంతాలలో లభించేవి ఉంటాయి కాబట్టి పట్టుపరిశ్రమ అధికారులను రైతులను సంప్రదించి వివరాలు సేకరించి నాణ్యత ధర మన్నిక విషయాల ఆధారంగా ఎంపిక చేసికోవాలి పెంపక గది వైశాల్యాన్ని అనుసరించి లేయింగ్స్‌ను లెక్కించి తదనుగుణంగా పరికరాల సంఖ్యను నిర్ణయించాలి పెంపకగదిలో ఏ మాత్రం కూడా స్థలాన్ని వృధాగా వదలకూడదు దీనివల్ల పెంపకం సులువు ఉండి ఎక్కువ గూళ్ళ ఉత్పత్తికి అవకాశం కలుగుతుంది పెంపకానికి అవసరమైన పరికరాలకు సంబంధించిన వివరాలు అంటే తయారీకి ఉపయోగించే పదార్థం కొలతలు ఆవశ్యకత గురించి రెండవ అధ్యాయంలో వివరించడమైనది ఇందులో 300 రోగరహిత లేయింగ్స్‌ను ఒకేసారి (ఒకే బ్యాచ్ లో) పెంపకం చేయడానికి కావల్సిన పరికరాల సంఖ్య రసాయనాలు తెల్పడమైనది ఈ పరికరాలతో సరియైన విధంగా పెంపకం చేసి అధిక లాభాలను ఆర్జించటానికి అవకాశం ఉంది అందువల్ల ఈ అధ్యాయంలో పరికరాలతోపాటు అదనంగా ఎఫెక్టివ్ రేట్ ఆఫ్ రేరింగ్ (Effective Rate of Rearing ERR) ను లెక్కించడం కూడా వివరించాము

ఒకేసారిగా 300 రోగరహిత లేయింగ్స్‌ను పెంపకం చేయటానికి కావల్సిన పరికరాలు

క్రమసంఖ్య	పరికరాలు	కావల్సిన సంఖ్య
1	చాకీ పెంపక తట్టలు (కర్రవి, దీర్ఘచతురస్రాకారం)	6
2	వెదురు తట్టలు (గుండ్రటివి)	90 96
3	పెంపక స్టాండులు	9
4	నీళ్ళ దిమ్మెలు	36
5	ఆకు నిల్వ తొట్టె	2
6	ఆకు కోతకు కత్తులు	2
7	ఆకు కత్తిరించటానికి పీట	1
8	చాప్ స్టిక్స్	12
9	ఆకు ఎత్తటానికి చాపలు	2
10	వెదురు బుట్ట	5 10
11	ఆకు మేత స్టాండు	1
12	బేసిన్ స్టాండు	1

13	బెడ్ శుభ్రతకు వలలు (రకానికి ఒక్కొటి)	3
14	పాదాలను శుభ్రం చేయటానికి తట్ట	1
15	హైగ్రోమీటరు	1
16	థర్మామీటరు	1
17	అల్లిక పరికరాలు - చంద్రికలు	90
18	పారాఫిన్ కాగితం	20 షీట్లు
19	స్పాంజ్ ముక్కలు	1 కిలో
20	బొగ్గుల కుంపటి లేదా విద్యుత్ కుంపటి	1
21	స్ప్రేయర్	1
22	ఊజీ ఈగను అరికట్టటానికి వలలు	కిటికీలు ద్వారం ఆధారంగా కావాల్సిన పరిమాణం నిర్ణయించాలి
23	చెత్త లేదా మలం బుట్ట	1
24	త్రాసు	1
25	మాస్క్	1
26	సూక్ష్మదర్శిని	1
27	మాత్ క్రషింగ్ పరికరం	1
28	కొంత జాడీ స్లైడులు	1 డబ్బా
29	బకెట్	1
30	ఈకలు నల్లటి డబ్బా హ్యూమిడ్ ఫైయర్స్ (తేమనిలిపే యంత్రాలు)	ఒక్కొక్కటి

రసాయనాలు

1 ఫార్మాల్‌డిహైడ్
2 బ్లీచింగ్ పౌడరు
3 పారాఫార్మాల్‌డిహైడ్
4 బెంజొయిక్ ఆమ్లం
5 ఊజిసైడ్
6 సున్నంపొడి
7 రేషం కీట్ ఔషధ్ (R K. O)
8 డిమిలిన్
9 డెట్టాల్ లేదా క్రిసాల్
10 చైనా మట్టి
11 గమ్మేగ్జిన్
12 కిరోసిన్

ఎఫెక్టివ్ రేట్ ఆఫ్ రేరింగ్ (Effectıve Rate of Rearıng - ERR)

ఇది పట్టుపురుగుల పెంపకంలో ఒక ఇన్‌స్టార్‌లోని మొత్తం డింభకాల సంఖ్యకు ఉత్పత్తి అయిన పట్టుకాయల బరువుకు మధ్య నిష్పత్తిని తెలియజేస్తుంది దీనివల్ల పెంపకం స్థాయిని తెలుసుకోవచ్చు దీనిని లెక్కించే సూత్రం సాధన ఈ క్రింద వివరించాము

ఎఫెక్టివ్ రేట్ ఆఫ్ రేరింగ్ (ERR) సంఖ్యా పరంగానూ బరువు ఆధారంగానూ రెండు రకాలుగా లెక్కించవచ్చు

సూత్రాలు

1 బరువు ఆధారంగా = $\dfrac{\text{ఉత్ప}}{\text{బ్రషింగ్ చేసిన డింభకాల సంఖ్య}} \times 100$

2 సంఖ్య ఆధారంగా = $\dfrac{}{\text{బ్రషింగ్ చేసిన డింభకాల సంఖ్య}} \times 100$

I మాదిరి లెక్క •

పెంపకంలో ఉత్పత్తి అయిన గూళ్ళు	సంఖ్య	బరువు వివరాలు
మంచిగూళ్ళు	1413	2 020 కిలోలు
పలుచని గూళ్ళు	40	0 052 కిలోలు
ద్వంద్వ గూళ్ళు	51	0 061 కిలోలు
	1504	2 133 కిలోలు

బ్రషింగ్ చేసిన లార్వాలు మొత్తం 1615

సంఖ్య ఆధారంగా ఎఫెక్టివ్ రేట్ ఆఫ్ రేరింగ్‌ను లెక్కించటం

విలువలను పైన తెల్పిన సూత్రంలో ప్రతిపాదించగా

$$= \frac{1504}{1615} \times 100 = 93\ 12$$

అంటే ప్రతి 10,000 డింభకాలకు 9312 పట్టుగూళ్ళు ఉత్పత్తి అవుతాయి

బరువు ఆధారంగా ఇ ఆర్ ఆర్ విలువలను సూత్రంలో ప్రతిపాదించగా

$$= \frac{2\ 133}{1615} \times 100 = 13\ 20 \text{ కిలోలు}$$

బ్రషింగ్ చేసిన 1615 డింభకాలకు 13 20 కిలోల గూళ్ళు ఉత్పత్తి అవుతాయి

II మాదిరి సమస్య

ఈ కింది తెల్పిన వివరాలతో ప్రతి 100 లేయింగ్స్‌కు పట్టుగూళ్ళు ఉత్పత్తిని లెక్కించండి

ఇ ఆర్ ఆర్ - 80 , మూడవ ఇన్‌స్టార్‌లో పురుగుల సంఖ్య 310

$$\text{ఇ ఆర్ ఆర్} = \frac{\text{ఉత్పత్తి సంఖ్య}}{\text{మూడవ ఇన్‌స్టార్ పురుగుల సంఖ్య}} \times 100$$

ఉత్పత్తి అయిన మొత్తం గూళ్ళ సంఖ్య

$$= \frac{\text{మూడవ ఇన్‌స్టార్‌లో పురుగులసంఖ్య} \times \text{ERR}}{100}$$

$$= \frac{310 \times 80}{100} = 248$$

100 DFLs కు = 248 × 100 = 24800

ఒక్కొక్క పట్టుగూడు బరువు = 1 5 గ్రా

మొత్తం 248 గూళ్ళ బరువు = 248 × 1 5 = 372 గ్రా

మొత్తం 100 రోగరహిత లేయింగ్స్‌కు = 372 × 100 = 37200 గ్రా

= 37 2 కిలోలు

మొత్తం 100 రోగరహిత లేయింగ్స్ ఉత్పత్తి

= ఒక్క లేయింగ్‌నుండి ఉత్పత్తి అయిన గూళ్ళ బరువు × 100 = 372 × 100 = 37 2 కిలోలు

III మాదిరి సమస్య

మూడవ ఇన్‌స్టార్‌లో పురుగుల సంఖ్య 360, ఎఫెక్టివ్ రేట్ ఆఫ్ రేరింగ్ 92 అయినట్లైతే ఉత్పత్తి అయిన గూళ్ళ సంఖ్యను కనుక్కోండి

$$\text{ఇ ఆర్ ఆర్} = \frac{\text{ఉత్పత్తి అయిన మొత్తం గూళ్ళ సంఖ్య}}{\text{పురుగుల సంఖ్య}} \times 100$$

$$\text{ఉత్పత్తి అయిప గూళ్ళు} = \frac{\text{పురుగుల సంఖ్య} \times \text{ఇ ఆర్ ఆర్}}{100}$$

$$= \frac{360 \times 92}{100} = 331\ 2$$

ఉత్పత్తి అయిన మొత్తం గూళ్ల సంఖ్య = 331

ప్రశ్నలు

I ఈ కింది అంశాలకు లఘుటీక రాయండి

1 మీకు తెల్సిన కొన్ని పెంపక పరికరాలను తెలపండి
2 మీకు తెల్సిన కొన్ని రోగకారక నిర్మూలన రసాయనాలను తెలపండి
3 ఇ ఆర్ ఆర్ అంటే ఏమిటి ?
4 ఇ ఆర్ ఆర్‌ను నిర్వచించండి
5 ఇ ఆర్ ఆర్ కనుక్కోవటానికి సూత్రం ఏమిటి ?

II ఈ కింది వాటికి వ్యాసాలు రాయండి

1 ఈ కింద తెల్పిన వివరాలతో ఇ ఆర్ ఆర్ కనుక్కోండి

	సంఖ్య	బరువు
మంచిగూళ్ళు	1520	2350 కిలో
మరకల గూళ్ళు	20	0 030 కిలో
ద్వంద్వ గూళ్ళు	29	0 038 కిలో

బ్రష్ చేసిన మొత్తం పురుగులు 1750

2 పెంపక పరికరాలను తెల్పి వాటి ఆవశ్యకతలను వివరించండి

9.
అల్లేదశ, మౌంటింగ్

(, g)

పట్టుపురుగు డింభక దశలో ఆహారం తిని ప్యూపాగా మారటానికి ముందుగా రక్షణకోసం పట్టుగూడును అల్లుతుంది డింభకం చివరి (ఐదవ) దశ చివరి రోజులలో మల్బరీ ఆకులను తినడం ఆపి పారదర్శకంగ మారి పరిపక్వం చెందుతుంది తర్వాత డింభకం పట్టును స్రవించి పట్టుకాయను అల్లటం ప్రారంభిస్తుంది పురుగుల పెంపకంలో లోపాలున్న పరిపక్వం చెందిన పురుగులు అననుకూల పరిస్థితులలో కూడా కాయలను అల్లుతాయి ఆ దశ వల్ల పురుగులు బాహ్య అలజడి నుంచి సహజ శత్రువుల బారినుంచి తప్పించుకొని రూపవి యతో ప్యూపా అనే కీలక దశకు మారతాయి అంతేకానీ మానవునికి తోడ్పడే ఉద్దేశ్యంతో రుగులు కాయలను అ డం లేదు మానవుడు పట్టును దాని విలువను గుర్తించి పురుగుల పెంపకం చేసి లాభాలను ఆ స్తున్నాడు అంతేకాకుండా పురుగులను ఆరోగ్యంగా పెంచి నాణ్యమైన పట్టుకాయల ఉ త్తిలో అధిక లాభాలను కూడా పొందవచ్చని గ్రహించి ఆధునిక పద్ధతులను ఆ లస్తున్నాడు

పట్టుపురుగుల పరిపక్వత

ఐదవ దశలో పురుగులు పూర్తిగా పెరిగిన తర్వాత ఆహారం తినడం ఆపి పట్టుగూళ్లను అల్లి రూపవిక్రియతో ప్యూపాగా మారటానికి సిద్ధమవుతాయి ఉష్ణప్రదేశాలలో 5వ దశలో ఆకుమేత 5 7 రోజులు (మల్టీవోల్టీన్ బైవోల్టీన్ రకం) సమశీతోష్ణ ప్రాంతాలలో 7 9 రోజులు పడతాయి పురుగులు ఆకును తినటం ఆపిన తరవాత జీర్ణనాళం పూర్తిగా ఖాళీ అయి డింభకం పారదర్శకంగా (Translucent) పసుపురంగుకు మారుతుంది ఈ దశలో పురుగులు పరిపక్వం చెందినవని గుర్తించాలి (పటం 9 1) పురుగుం పొడవు కొద్దిగా తగ్గి 4 5 ఖండితాల మధ్య అణిగిఎల్లు స్పష్టంగా కనిపిస్తుంది ఈ దశలో పురుగులను అల్లిక పరికరంపై వేయటం లేదా మౌంటిగ్ చేయటం మంచిది ఈ పురుగులు ఆకలివి కోల్పోయి పట్టుగూళ్ళు అల్లుటకు ఎ మైన ఆధారం కోసం వెతుకుతూ తట్ట అంచుల వెంబడి పాకుతాయి ఈ సమయంలో పురుగులను ఏరి అల్లిక పరికరాలపై వేయాలి దీనినే మౌంటింగ్ అంటారు పెంపకంలో పురుగులన్నీ ఒకేసారి పరిపక్వం చెందవని గుర్తుంచుకోవాలి అధికశాతం పురుగులు పరిపక్వం చెందే సమయానికి కొన్ని పురుగులు (ముందుగా పరిపక్వం చెందినవి) అధికంగా పరిపక్వం చెందుతాయి ఈ పురుగులను ఏరే సమయానికి వీటిలోని పట్టు కొంత వృధా అవుతుంది ఈ రకమైన పురుగుల వల్ల ద్వంద్వ గూళ్లు క్రమరహిత ఆకారంకల గూళ్లు అధిక ఫ్లాజ్ (Floss) గూళ్లు ఏర్పడతాయి పరిపక్వం చెందని పురుగులను మౌంటింగ్ చేసినప్పుడు అవి అంచులవెంబడి పాకి ఒక్కోసారి కింద పడతాయి అంతేకాకుండా ఈ రకమైన పురుగులు నాణ్యతలేని పిన్నగూళ్లను అల్లుతాయి కాబట్టి పండిన పురుగులను మాత్రమే ఏరి అల్లిక పరికరంపై ఉంచాలి ఇక పురుగులు పరిపక్వదశకు చేరటానికి ముందుగా తగినన్ని అల్లిక పరికరాలను సేకరించి తయారుగా ఉంచాలి

పటం 9 1 పండిన పురుగులు

పట్టుగ్రంధులు (Silk glands)

పట్టుపురుగులో ఒక జత పట్టుగ్రంధులు ఉంటాయి ఇవి బహిస్త్వచంనుంచి ఏర్పడినవి ఈ నిర్మాణాలు ఓష్ఠగ్రంధుల (Labial glands) మార్పు చెందిన రూపాలు ఇవి నాళాకారంగా సూత్రాకారంగా శాఖలను కల్గిన కేంద్రక నిర్మాణాలతో ఉంటాయి ఇవి మధ్యాహారనాళానికి ఉదర పార్శ్వతలంలో ఉంటాయి పూర్వభాగంలో ఈ గ్రంధుల నాళాలు కలిసి స్పిన్నరేట్ (Spinneret) లోనికి తెరచుకొంటాయి (పటం 9 2) పట్టుగ్రంధిని మూడు ముఖ్య భాగాలుగా విభజించవచ్చు అవి పూర్వ మధ్య అంత్య భాగాలు పూర్వభాగం ఋజునాళం (Straight tube) వలె పూర్వాంతం నాళంలోనికి, పరాంతంలో మధ్య భాగంలోనికి తెరుచుకొంటుంది పట్టుగ్రంధిలో అన్నిటికంటే మధ్యభగం పెద్దది దీనిలో మూడు విభిన్న భాగాలు ఉంటాయి అవి పూర్వ, మధ్య, పరాంతం ఈ భాగాల విధులు భిన్నంగా ఉంటాయి మధ్యబాగం ప్రారంభంలో ఇరుకుగా ఉండి ఒకేసారిగా వెడల్పుగా ఏర్పడి ఉంటుంది ఈ భాగం చాలా పెద్దది ఇది చివరలో తిరిగి కోనుగా ఉంటుంది గ్రంధిలోని పరాంతం వంకి మెలికలు తిరిగి చర్మీయ అంతరాంగ కండరాలు (Dermo visceral muscles) వాయునాళాల (Tracheae) మధ్యలో ఉంటుంది రెండు పట్టుగ్రంథుల పూర్వభాగాలు కలిసే ప్రాంతంలో ఒక జత ఫిలిప్పి లేదా లొనెట్ గ్రంథులు (Filippis or Lyonnet glands) ఉంటాయి వీటి విధులు తెలియవు

పట్టుగ్రంథి కుడ్యంలో మూడు పొరలు ఉంటాయి అవి

1 ట్యునికా ప్రొప్రియ (Tunica propria) గ్రంథి కణాలతో ఉంటుంది

2 ట్యునికా ఇన్టిమా (Tunica intima) గ్రంథి కుహరాన్ని ఆవరిస్తుంది ఇది మందమైన అవభాసిని స్వాతంగా ఉంటుంది

పట్టుపురుగు నాలుగు ఐదవ డింభకదశలో పట్టుగ్రంథిలో ఫైబ్రాయిన్ (Fibroin) సిరిసిన్ (Sericin) అనే ప్రోటీన్లు స్రవిస్తాయి పట్టుగ్రంథి పరాంతభాగం ఫైబ్రోయిన్‌ను స్రవిస్తుంది గ్రంథి మధ్య బాగం ఫైబ్రోయిన్ నిలవకు పరిపక్వానికి ఉపయోగపడుతుంది ఈ భాగం ఫైబ్రోయిన్ మట్టూ సిరిసిన్‌ను ఏర్పరుస్తుంది సిరిసిన్‌లో మూడు భాగాలు ఉన్నాయి గ్రంధి మధ్యభాగం పరాంతం సిరిసిన్ I ను మధ్యభాగం సిరిసిన్ II ను పూర్వాంతం సిరిసిన్ III ను ఏర్పరుస్తాయి సిరిసిన్ III పొర బాహ్యపొర పట్టుగ్రంధి పూర్వాంతం దేనిని కూడా స్రవించదు ఇది కేవలం నిల్వపట్టును వెలుపలికి ప్రవహింపచేస్తుంది

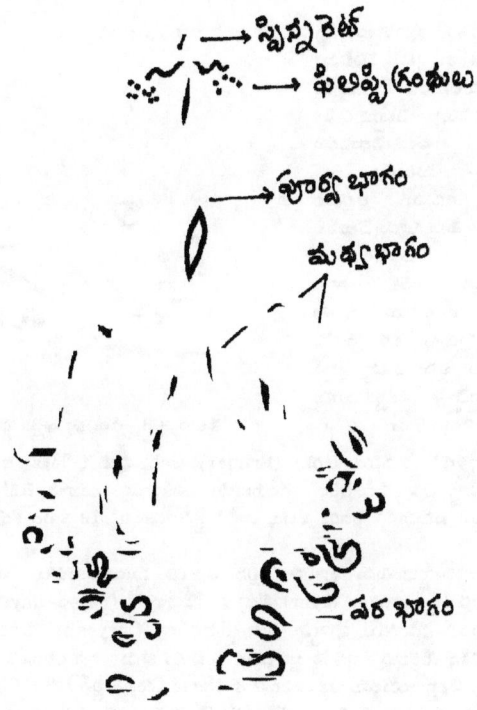

పటం 9 2 పట్టుగ్రంధులు

పట్టుకాయను అల్లే విధానం

పరిపక్వం చెందిన పట్టుపురుగులను అల్లిక పరికరంపై వేసినపుడు పట్టుగ్రంధులనుంచి పట్టును స్రవించి గూడును అల్లుతుంది దీనినే అల్లే విధానం అంటారు

పరిపక్వమైన పురుగులను అల్లిక పరికరంపై వేసిన తర్వాత చివరి మలాన్ని ఘన ద్రవ రూపంలో విసర్జిస్తాయి ఈ మలం ఆకుపచ్చగా ఉంటుంది వర్షాకాలంలో అధిక తేమ వల్ల మలంతో పాటు నీరును కూడా విసర్జిస్తాయి ఈ విసర్జన తర్వాత అల్లటం ప్రారంభమవుతుంది అల్లిక దశలో డింభకం మొట్టమొదటగా పట్టుగ్రంధులనుంచి పట్టును చిన్న బిందువుగా స్పిన్నరేట్ ద్వారా విడుదల చేస్తుంది దీనిని అల్లిక పరికరనికి అతికిస్తుంది ఇది విడుదల కాగానే గాలికి గట్టిపడి 1 5 2 8 డినియర్ కల (Denier – 9000 మీ పొడవున్న దారం బరువు) మంచి తంతువుగా మారుతుంది పట్టుపురుగు డింభకం అల్లిక పరికరానికి అతికించిన మొట్టమొదటి పట్టు బిందువును ఆధారం చేసుకొని గూడును అల్లుతుంది అంటే ఇది పట్టుపురుగుకు లంగరులాగా ఉపయోగపడుతుంది

తర్వాత డింభకం పూర్వాంతాన్ని అదే పనిగా అటు ఇటు కదిలిస్తూ పట్టు గ్రంధులనుంచి పట్టును వెలుపలికి స్రవిస్తూ పట్టుదారాన్ని ఏర్పరుస్తుంది ఈ వెలువడిన దారంలో ~ మరియు ∞ ఆకారంలో గూడును అల్లటం ప్రారంభిస్తుంది పట్టుగూడు వెలుపలి పొరల అల్లిక ~ ఆకారంలోనూ లోపలి పొరల అల్లిక ∞ ఆకారంలోనూ ఉంటాయి ఈ విధంగా పట్టుపురుగు ఒక పొరపై ఇంకొక పొరను తన చుట్టు తానే అల్లుతూ దట్టమైన పట్టుకాయను ఏర్పరుస్తుంది (పటం 9 3)

పటం 9 3 డింభకం అల్లిక దశ

పట్టుగూళ్లలో ప్రాథమిక పొరను (Primary web) ఫ్లాజ్ (Floss) అంటారు ఇది తెంపులు లేకున్నా చిక్కుపడి రీలింగ్ చేయటానికి పనికిరాదు యూని బైవోల్టిన్ రకాలలో ఫ్లాజ్ పట్టుకాయ బరువులో రెండు శాతం, మల్టీవోల్టిన్ రకంలో 10 శాతం కంటే ఎక్కువగా ఉంటుంది

డింభకం పట్టుకాయను పూర్తిగా అల్లిన తర్వాత ముడుచుకుపోయి తనకు తానుగా గోస్సామర్ పొర (Gossamer layer) లేదా పాలేడ్ పొరలో (Palade layer) చుట్టుకొని పట్టుగూడు నుంచి విడిపోయి ప్యూపా లేదా క్రిసాలిస్‌గా (Chrysalis) మారుతుంది ఈ చివరిపొర డింభకం శరీరపొర ఇది పట్టుకాయలోని భాగం కాదు ఇది రీలింగ్‌కు పనికిరాదు

డింభకం పట్టుకాయలను అల్లటానికి 2 3 రోజులు (మల్టీవోల్టిన్) 3 4 రోజులు (యుని బైవోల్టిన్) సమయం పడుతుంది అల్లిక దశలలో పురుగులను కదల్చకూడదు దీనివల్ల అల్లికచర్య ఆగిపోవడం దారం తెగడం జరుగుతుంది ఈ దశలో గాలి వెలుతురు ప్రభావం అధికంగా ఉంటుంది వీటివల్లనే తేమ తగ్గి పట్టుగూడు తొందరగా ఆరటానికి అవకాశం ఉంటుంది

మౌంటింగ్

పరిపక్వం చెందిన డింభకాలను ఏరి అల్లిక పరికరంపై వేయటాన్ని మౌంటింగ్ అంటారు పరిపక్వ పురుగులను ఏరటం అధిక శ్రమతో కూడినపని దీనికి మెలకువ కావాలి పండిన పురుగులను కూలీలు చేతితో ఏరి అల్లిక పరకరంపై వేస్తారు అల్లిక పరికరాలలో వివిధ రకాలు ఉన్నాయి వీటిలో చంద్రికలు అధిక ప్రాచుర్యం పొందాయి అల్లిక పరికరంపై పురుగులను వేసేటపుడు ఎక్కువ దట్టంగా వేయటం వల్ల ద్వంద్వ గూళ్లు ఏర్పడతాయి కాబట్టి ఒక మోతాదులో వేయాలి ఈ రకం మౌంటింగ్ వల్ల వ్యాధిసోకిన సరిగా పెరగని వాటిని తొలగించటానికి వీలవుతుంది

మౌంటింగ్‌లో సరియైన పద్ధతులను అవలంబించి కూలీల వ్యయాన్ని తగ్గించా ఇందులో వివిధ పద్ధతులు ఉన్నాయి అవి-

1 చేతితో ఏరటం పండిన పురుగులను చేతులతో ఏరి మౌంటింగ్ చేయాలి ఈ పద్ధతి ఆరోగ్యమైన పురుగులు ఏరటానికి వీలవుతుంది దీనిలో ఎక్కువ కూలీలు అవసరం

2 వల పద్ధతి డింభకాలు పండిన తర్వాత వాటిపై మల్బరీ ఆకును తిరిగి దీనిపై వలను కప్పాలి పరిపక్వం చెందని పురుగులు ఆకులు తినగా, పండినవి వలపైకి పాకుతాయి ఈ దశలో వలతోసహా పురుగులను పైకెత్తి ఏరి మౌంటింగ్ చేయాలి వలపైకి ఎక్కువ సంఖ్య పురుగులు ప్రాకితే వలను తీసి అల్లికపరికరంపై వేయాలి

3 కొమ్మ పద్ధతి ఇందులో వలకు బదులుగా చిన్న మల్బరీ కొమ్మలను పెంపక పడకపై వేయాలి కొమ్మపైకి ప్రాకిన పరిపక్వ పురుగులను మౌంటింగ్ చేయాలి

4 స్వేచ్ఛా పద్ధతి ఈ పద్ధతిలో మొట్టమొదటగా పరిపక్వం చెందిన కొన్ని డింభకాలను చేతులలో ఏరి మౌంటింగ్ చేయాలి ఇకపై 40 50 శాతం పురుగులు పక్వం చెందిన తర్వాత వాటిపై మల్బరీ ఆకులను వేసి తిరిగే అల్లిక పరికరాలను లేదా వేలాడే అల్లిక పరికరాలను తట్టలపై పెంపకపడకకు చాలా దగ్గరగా ఉంచాలి పండిన పురుగులు అల్లిక పరికరంపైకి పాకిన తర్వాత వీటిని వ్రేలాడదీయాలి ఈ రకంగా రెండు మూడు సార్లు మౌంటింగ్ చేయాలి ఇందులో కూలీల ఖర్చు చాలా తక్కువ

మౌంటింగ్‌పై వాతావరణ పరిస్థితుల ప్రభావం

అల్లిక దశలో పట్టుపురుగులకు జాగ్రత్తగా సరియైన వాతావరణ పరిస్థితులను కల్పించాలి ఈ దశ చాలా సున్నితమైనది అల్లిక దశలో వాతావరణ పరిస్థితుల ప్రభావం అధికంగా ఉంటుంది వీటిపై పట్టుగూళ్ళ రీలబిలిటి (Reelability – పట్టుకాయ దారం తీయడం),పట్టుదారం నాణ్యత ఆధారపడి ఉంటాయి

1 ఉష్ణోగ్రత పురుగుల ఆరోగ్యానికి మంచి గూళ్ల ఉత్పత్తికి 22 23°C ఉష్ణోగ్రత ఉండాలి ఉ గ్రత పెరిగితే నాణ్యత చెడిపోతుంది అంతేకాకుండా అల్లిక వేగం పెరిగి క్రమరహిత గూళ్ల ఏ డతాయి ఈ గూళ్ళు చాలా దట్టంగా ఉంట యి దారం మందం పెరుగుతుంది ఉ గత తగ్గినపుడు అల్లిక నెమ్మదిగా సాగుతుంది దీనివల్ల కాయల రంగు తగ్గి పాలిపోయి అల్లి సరిగా లేనివి ఉత్పత్తి అవుతాయి తక్కువ ఉష్ణోగ్రతలో పురుగులు చాలా నెమ్మదిగా అల్లిక దశకు చేరతాయి అల్లిక సమయంలో ఉష్ణోగ్రతలో అధికంగా హెచ్చు తగ్గుల వల్ల పట్టుగూళ్ళను సరిగా రీలింగు చేయటానికి వీలుకాదు దీని వల్ల వృధాపట్టు అధికమౌతుంది

2 తేమ పురుగుల సరియైన ఆరోగ్యానికి మంచి రీలబిలిటికి, నాణ్యత కల పట్టుదారం కోసం అల్లికదశలో తేమ తక్కువ ఉండాలి ఈ దశలో తేమ 60 70 శాతం ఉండాలి తేమ శాతం పెరిగినపుడు కాయల పరిమాణం తగ్గుతుంది

తేమ ఉష్ణోగ్రతలు సక్రమంగా అధిక హెచ్చుతగ్గులు లేకుండా చూడాలి తేమను తగ్గించటానికి ఉష్ణోగ్రతను పెంచటం మంచిది అయితే 28°C కు ఎక్కువగా ఉష్ణోగ్రతను పెంచరాదు ఈ స్థితిలో ఉష్ణోగ్రతను పెంచటం ఆపి వెలుతురును తేమను తగ్గించాలి గదిలో తేమ ఉష్ణోగ్రత ఎక్కువగా ఉన్నపుడు కూడా వెలుతురును ఎక్కువ చేయాలి

3 వెలుతురు అల్లిక దశలో సరియైన వెలుతురు వల్లనే పురుగు స్రవించిన పట్టులోని తేమ తొందరగా ఇగిరిపోతుంది వెలుతురు బాగా తగ్గినపుడు పురుగుల ఆరోగ్యం నష్టమై గూళ్ళు తేమగా తడిగా ఉంటాయి అయితే ప్రత్యక్ష వెలుతురు మంచిదికాదు

స్థలావకాశం లేదా ఎడదూరం

సరియైన ఎడదూరం వలన ద్వంద్వ గూళ్ల ఉత్పత్తి తగ్గుతుంది చంద్రికలపై మౌంటింగ్ చేసేట డు ప్రతి 10 × 10 సెం మీ స్థలంలో 50 పురుగులుండాలి అంటే ప్రతి

పురుగుకు పురుగుకు దాదాపుగా రెండు చదరపు సెం మీ స్థలదూరం ఉంటుంది ఒక్కొక్క చంద్రికపై (1 8 × 1 2 మీ కొలత) 1100 డింభకాలను మౌంటింగ్ చేయాలి (పటం 9 4)

A B

పటం : 9 4 మౌంటింగ్‌లో స్థలదూరం

A తక్కువ స్థలదూరం B మంచి స్థలదూరం

తిరిగే అల్లిక పరికరంలో కల చిన్న చిన్న గదులు మొత్తం 1560 ఉంటాయి వీటిని అన్నిటిని కలిపి ఒక ఫ్రేముగా ఏర్పరచటం వల్ల ఒక్కొక్క దానిలో 1560 పురుగులను వేయటానికి వీలవుతుంది ఒక్కొక్క మౌంటేజ్‌లో ఒక్కొక్క వరుసలో 12 గదులు ఉంటాయి వరుసలు మొత్తం 13 కాబట్టి మొత్తం 1560 చిన్నగదులేర్పడతాయి అందువల్ల చంద్రికలోకన్నా ఈ పరికరంలో ఎక్కువ (50 శాతం) పురుగులను మౌంటంగ్ చేయటానికి వీలుంటుంది

పట్టుగూళ్ల అల్లికలో ఆచరించవలసిన ముఖ్యాంశాలు

1 సరియైన చంద్రికలను వినియోగించాలి దీని వల్ల పట్టుగూడు పరిమాణం ఆకారం ఒకే రకంగా ఉంటుంది
2 ఈ దశలో పొడి వాతావరణం మంచి ఫలితాలను ఇస్తుంది కాబట్ట చంద్రికలను సరియైన గాలి వెలుతురు వచ్చేటట్లు (వరండాలో) ఉంచాలి
3 తేమ 60 70%, ఉష్ణోగ్రత 22 23°C ఉండాలి అధిక ఉష్ణోగ్రత పట్టుదారం నాణ్యతను పాడుచేస్తుంది అంతేకాకుండా అల్లిక చర్యలో ఎక్కువ పట్టు వృధా అవుతుంది ఎక్కువ తేమ వల్ల దారం రంగు మారట నికి అవకాశం ఉంది
4 అల్లేదశ పురుగులను కదిలిస్తే (Disturb) అవి స్థానభ్రంశం చెంది ఫ్లాజ్ శాతం అధికమయ్యే అవకాశం ఎక్కువగా ఉంది
5 అల్లిక పరికరంపై పురుగులు ఎక్కువగా ఉండటం వల్ల ద్వంద్వ గూళ్లు ఏర్పడటం ఇ గూళ్లపై మలమూత్రం మరకలు ఏర్పడటం జరుగుతుంది అందువల్ల సరి స్థలదూరం ఉండాలి దీనికోసం రెండు లేయింగ్స్‌కు ఒక చంద్రికను వాడాలి
6 చంద్రికలపైకి చీమలు రాకుండా చంద్రిక కాళ్లకు గ్రీజు లేదా కిరోసిన్‌లో ముంచిన పీలికచుట్టాలి పిచ్చుకలు బల్లులు, తొండలు పురుగుల వద్దకు రాకుండా జాగ్రత్త
7 చంద్రికలను ఒకదానికొకటి ఎదురెదురుగా ఏటవాలుగా నిలబెట్టాలి (మలమూత్రాలు గూళ్లపై పడే అవకాశం లేదు

వివిధ రకాల అల్లిక పరికరాలు •

వీటిలో వివిధ రకాల పరికరాలు, వివిధ ఆకారాలలో ఉంటాయి వీటి తయారీలోనూ ఉపయోగించిన సామాగ్రిలోనూ కూడా తేడాలు ఎక్కువగా ఉన్నాయి

1 వెదురు మౌంటేజ్ లేదా చంద్రిక

ఇది మన దేశంలో అధిక ప్రాచుర్యం పొందిన 1 8 × 1 2 పి కొలతకల వెదురు చాపతో చేసిన అల్లిక పరికరం దీనిపై వెదురు రిబ్బను చుట్టగా కుట్టి ఉంటుంది దీని వివరాలు రెండవ అధ్యాయంలో వివరించడమైనది

అనుకూలనాలు

తేలికగా ఉంటుంది చవకగా లభిస్తాయి శుభ్రం చేయటం సులభం నిలవచేయటం రవాణా చేయటం సులభం

ప్రతికూలనాలు

మౌంటింగ్‌కు ఎక్కువ కూలీలు అవసరం ద్వంద్వ గూళ్ల ఏర్పడటానికి అవకాశం ఉంది చంద్రిక చాపకు $\frac{1}{2}$ అంగుళం రంధ్రాలు ఉండాలి దీనివల్ల మలం, మూత్రం అంటన పలుచని గూళ్ల ఏర్పడవు

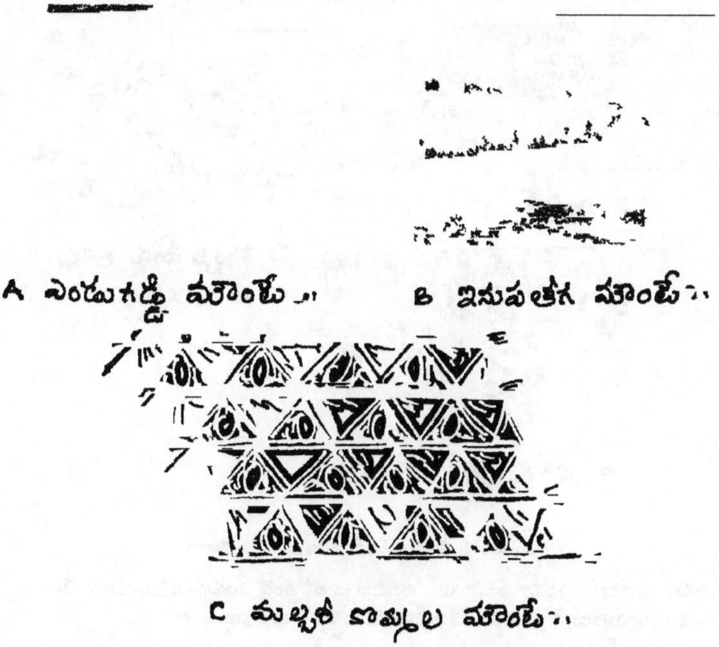

A ఎండుగడ్డి మౌంటేజ్
B ఇనుపతీగ మౌంటేజ్
C మల్బరీ కొమ్మల మౌంటేజ్

పటం 9 5 జిగ్ - జాగ్ మౌంటేజ్‌లోని రకాలు

2 జిగ్ – జాగ్ మౌంటేజ్

ఈ ఫ్రేములను ప్లాస్టిక్ లేదా తీగ లేదా ఎండుగడ్డి కొమ్మలతో చేస్తారు (పటం 9 5) దీనిలో 6 సెం మీ కొలతల 40 చిన్న మూలలు తయారవుతాయి ఒక్కొక్క సెట్టులో 250 300 పురుగులను మౌంటింగ్ చేయటానికి వీలవుతుంది మనదేశంలో ఎండిన గడ్డి కొమ్మల మౌంటేజ్ అస్సాంలోనూ మల్బరీ కొమ్మల మౌంటేజ్ జమ్ము, కాశ్మీర్ లలోనూ వాడతారు

ఈ మౌంటేజ్ లను పెంపక పడకపై దగ్గరగా ఉంచాలి పక్వం చెందిన పురుగులు పైకిపాకి అల్లిక ప్రారంభిస్తాయి వీటివల్ల కూలీల ఖర్చు చాలా తగ్గుతుంది

అనుకూలనాలు తక్కువ ఖర్చు ఎక్కువకాలం (ఇనుపతీగ) మన్నిక ప్లాస్టిక్ మౌంటేజ్ లను చుట్టచుట్టి నిలవ చేయవచ్చు రవాణా చాలా తేలిక కూలీల ఖర్చు తగ్గుతుంది

3 సెంటిపెడ్ (Centipede) లేదా బాటిల్‌బ్రష్ రకం

వీటిని ప్లాస్టిక్ లేదా ఎండుగడ్డిలో తయారు చేస్తారు వీటిలో పురుగులను నేరుగా మౌంటిగ్ చేయటానికి వీలుంది ఈ మౌంటేజ్‌ను పెంచే బెడ్‌పై తగిలేటట్లు చూరునుంచి వేలాడదీయాలి (పటం 9 6) ఇందులో 350 400 పురుగులను /మీ^{2} స్థలంలో మౌటింగ్ చేయాలి

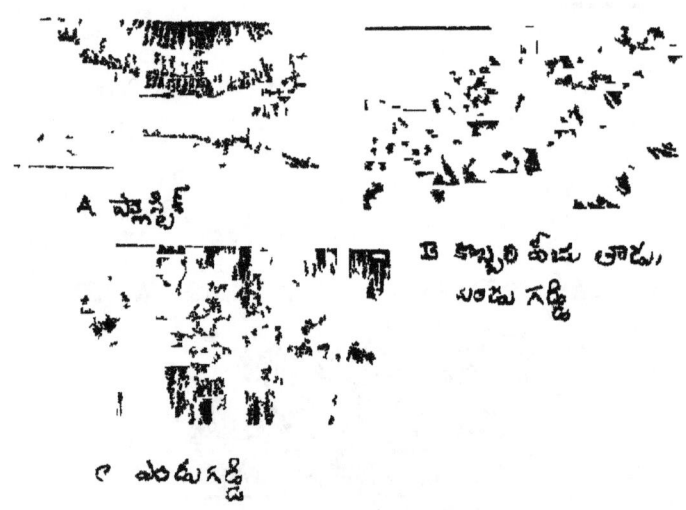

పటం 9 6 సెంటిపెడ్ మౌంటేజ్‌లోని రకాలు

అనుకూలనాలు చవకగా లభిస్తాయి అందుబాటులో ఉండే ఎండుగడ్డితో తయారు చేయించవచ్చు పురుగులు వాటంతట అవే అల్లిక పరికరంపైకి పాకుతాయి

4 తిరిగే మౌంటేజ్

దీనిని కా బోర్డు ముక్కలతో తయారు చేస్తారు ఒక్కొక్క ఫ్రేములో 13 వరుసలు ఉంటాయి ఒక్కొక్క వరుస తిరిగి 12 భాగాలుగా విభజింపబడుతుంది దీనివల్ల మొత్తం 156 చిన్న గదులు ఏర్పడతాయి ఒక్కొక్క సెట్టులో పది ఫ్రేములుంటాయి (పటం 9 7) ఈ సెట్టుకు ఉన్న చట్రానికి దారం లేదా తీగను కట్టి పెంపక పడక్పై వేలాడతీయాలి

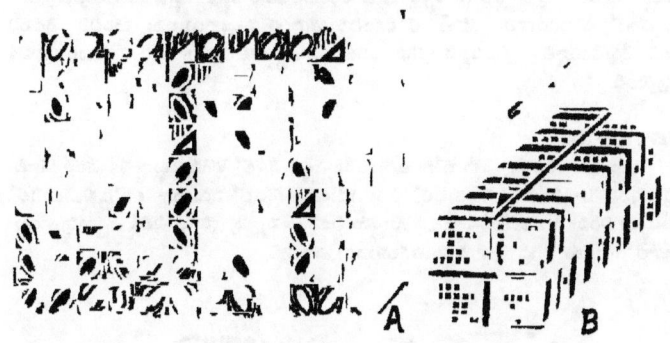

పటం 9 7

A. తిరిగే మౌంటేజ్ ఫ్రేము B తిరిగే అల్లిక పరికరాల సెట్టు

అనుకూలనాలు పురుగులు నేరుగా మౌంటేజ్ పైకి పాకుతాయి ఇందులో చెడిన గూళ్లు చాలా తక్కువగా ఏర్పడతాయి గూళ్ళకు మంచి రీలబిలిటీ లక్షణం ఉంటుంది మంచి గూళ్లశాతం 80 కంటే ఎక్కువ ఉంటుంది అధిక స్థాయిలో పట్టు ఉత్పత్తి చేసే పెంపక క్షేత్రాలకు ఈ రకం మౌంటేజ్ లు చాలా మంచి ఫలితాలను ఇస్తాయి దీనిలో కూలీల వినియోగం తగ్గుతుంది పంట తీయడం సులభం

పట్టుగూళ్ళు కోగుచేయడం లేదా

అల్లిక పరికరంనుంచి పట్టుగూళ్లను తీయటాన్ని పట్టుగూళ్ల సేకరణ అంటారు డింభకం పట్టుగూడు అల్లిన తర్వాత రూపవిక్రియ చెంది 2 3 రోజులకు డింభకం ప్యూపాగా మారుతుంది క్రొత్తగా ఏర్పడిన ప్యూపా చర్మం అవభాసిని నిర్మితమై మృదువుగా పాలిన పసుపు రంగులో ఉంటుంది దీనిని కదిలించినట్లైతే పగలటానికి లేదా చితకటానికి అవకాశం ఉంది ప్యూపా చర్మంపైన అవభాసిని 3 4 రోజుల తర్వాత ఆక్సీకరణం చెంది దృఢంగా మారుతుంది ప్యూపా లేత రంగు నుంచి ముదురు రంగుకు మారుతుంది ప్యూపా చర్మం దృఢంగా మారిన తర్వాత సేకరించడం మంచిది దీనికోసం చలికాలంలో 7 8 రోజులకు , ఎండాకాలంలో వానాకాలంలో మామూలు రోజుల్లో 6 7 రోజులకు పట్టుకాయల సేకరణ చేయడానికి అనువుగా ఉంటుంది అంతేకాకుండా కొన్ని పట్టుకాయలను కోసి ప్యూపా లక్షణాలను గమనించి ఆ తర్వాత సేకరించటం అన్ని విధాలుగా శ్రేయస్కరం సేకరణ సమయంలో ప్యూపాకు నష్టం

రాకుండా జాగ్రత్తగా గూళ్లను తీయాలి సేకరించే సమయం వరకు పట్టుకాయలకు జంతువుల నుంచి (ఎలుకలు చీమలు పక్షులు మొదలైనవి) రక్షణ కల్పించాలి పట్టుకాయలను చేతులలో పొగుచేయడం మంచిది తిరిగే మౌంటేజ్‌లో చిన్న క్రముక్కతో గూళ్లను తీయాలి వీటిని సేకరించిన తర్వాత కాయలపైకల ఫ్లాజ్‌ను తొలగించాలి ఎందుకంటే ఫ్లాజ్ తేమను పీల్చుకొని కాయల నాణ్యతకు హాని కలుగచేస్తుంది అంతేకాకుండా కాయలు ఒకదానికొకటి అంటుకొంటాయి ఫ్లాజ్ కల గూళ్ళ నాణ్యత నిర్ణయించటం కష్టం ఫ్లాజ్‌ను చేతులతో లేదా యంత్రంతో తొలగించాలి ఫ్లాజ్ తొలగించిన తర్వాత పట్టుకాయలను మంచివి చెడినవి గుర్తించి వేరుచేయాలి దీనివల్లనే తగిన విధంగా నాణ్యత ఆధారంగా ధర నిర్ణయించటానికి వీలవుతుంది

రవాణా, అమ్మకం

పట్టు గూ రవాణా చేసే రోజు ఉదయమే చల్లని వేళలో తగిన పట్టణానికి చేరవేయాలి శుభ్రం చేసిన గూ మ గోనె సంచులలో లేదా వెదురు బుట్టలలో వరుసగా ఒక్కొక్క దానిలో 10 కిలోలు నింపా సంచిలో ఎక్కువ గూళ్లను నింపుట వల్ల ప్యూపాలు చితికి నష్టమవుతాయి రవాణాలో గూళ్లకు ఎండ లేదా వర్షం తగలకుండా చూడాలి

పటం 9 8 రవాణాకు సిద్ధమైన పట్టుగూళ్ళు

పట్టుకాయలను మార్కెట్‌కు చేర్చిన తర్వాత గూళ్ళను కుప్పగా పోసి నాణ్యత పరీక్ష నమూనాలను ఇవ్వాలి (పటం 9 8) దర నిరయం తరవాత సరిగా తూకం వేయించి డబ్బు

తీసుకోవాలి పట్టుగూళ్ళ మార్కెట్‌లో సరియైన ధర నిర్ణయించి దూరప్రాంతాలకు రవాణాచేసి అధిక లాభాలను పొందాలి

ప్రశ్నలు

I ఈ కింది అంశాలకు లఘుటీక రాయండి

1 పరిపక్వ డింభకం లక్షణాలను తెలపండి
2 మౌంటింగ్ అంటే ఏమిటి ?
3 పట్టు గ్రంధుల పూర్వభాగాలలో కల గ్రంధుల పేర్లు రాయండి
4 సిరిసిన్‌లో ఉండే భాగాలు ఏమిటి ?
5 పట్టులో ఉండే ప్రోటీన్లు ఏవి ?
6 అల్లిక విధానం అంటే ఏమిటి ?
7 ఫ్లాజ్ అంటే ఏమిటి ?
8 గాస్సామర్ పొర అంటే ఏమిటి ?
9 మౌంటింగ్ పద్ధతులను తెలపండి
10 మౌంటింగ్‌లో స్థలదూరం వల్ల లాభం ఏమిటి ?
11 మీకు తెల్సిన వివిధ రకాల అల్లిక పరికరాలను వివరించండి
12 పట్టుకాయల పంట నూర్పిడి అంటే ఏమిటి ?

II ఈ కింది వాటికి వ్యాసాలు రాయండి

1 పట్టుపురుగు డింభకం పరిపక్వత గురించి రాయండి
2 పట్టుగ్రంధుల గురించి వివరించండి
3 డింభకం కాయలను అల్లే విధానం తెలపండి
4 మౌంటింగ్ పద్ధతులను వివరించండి
5 మౌంటింగ్‌పై వాతావరణ పరిస్థితుల ప్రభావం ఏమిటి ?
6 పట్టుగూళ్ళ అల్లికలో ఆచరించవలసిన అంశాలను తెలపండి
7 వివిధ రకాల అల్లిక పరికరాలను అనుకూలనాలను వివరించండి
8 ఈ క్రింది వాటిని సంక్షిప్తంగా వివరించండి

a) పట్టుకాయల పంట మార్పిడి b) స్థలావకాశం c) రవాణా

10.

పెంపక గృహంలో రికార్డు పుస్తకాలు – పట్టుగూళ్ల వాణిజ్యం

ఈ పరిశ్రమలో ప్రతి అంశాన్ని అమలుపరచటానికి ముందు దానికి తగిన ప్లాను అవసరం దీనివల్ల మంచి ఉత్పత్తులు సాధించటానికి అవకాశం ఉంటుంది ఈ పరిశ్రమలో ఉండే వివిధ అంశాలకు సంబంధించిన ఉత్పత్తులు వాటి వాణిజ్య వివరాలు తెలుసుకోవాలి ఈ పరిజ్ఞానం కొత్తగా పట్టుపరిశ్రమను ప్రారంభించేవారికి తప్పనిసరి దీనివల్ల రైతుకు ప్రతీ అంశంపై అవగాహన ఉంటుంది తద్వారా సజావుగా తన విధులను నిర్వహించటానికి వీలుంది ప్రతీ అంశానికి సంబంధించిన వివరాలను ప్రత్యేక పుస్తకాలలో రాయడం వల్ల సందర్భాను సారంగా వాటిని తిరిగి గమనించటం వల్ల మంచి ఉత్పత్తులకు వీలుంటుంది పట్టుపురుగుల పెంపకంలో ఆచరించవలసిన రికార్డు పుస్తకాలను ఈ కింద వివరించడమైంది

రికార్డు పుస్తకాలు :

వీటి వల్ల రైతుకు ధనంపైనా కూలీల గురించి యాజమాన్య పద్ధతులపైనా అవగాహన కల్గి

1 దినచర్య పుస్తకం (Diary)

ఇందులో రైతు ఏరోజుకారోజు చేసిన పనిని వాడిన పనిముట్లను కూలీల వివరాలను డబ్బు లావాదేవీలను గురించి రాయాలి వాతావరణ పరిస్థితులు గురించి, భవిష్యత్తు ప్రణాళికకు సంబంధించిన వివరాలను పొందుపర్చాలి

2 నగదు పుస్తకం (Cash register)

ఇందులో నగదు రాబడి ఖర్చుల వివరాలుండాలి

3 గుడ్ల లేదా లేయింగ్స్ కొనుగోలు పుస్తకం (E

దీనిలో ఒక సంవత్సరం కాలంలో ప్రతి పెంపకంలో కొన్న లేయింగ్స్ వివరాలుండాలి అంతేకాక గుడ్ల రకం తరం వోల్టినిజమ్ సంకర రకం మొదలైన అంశాలుండాలి మన ప్రాంతంలో ఉండే గ్రెయినేజ్ ల వివరాలుండాలి

4 మేతను గురించిన పుస్తకం (Feed register)

ఇందులో పురుగులకు సంబంధించిన మేత వివరాలుండాలి పురుగుల ఆకుమేత మొదటి ఇన్‌స్టార్‌నుంచి చివరి ఇన్‌స్టార్ వరకు పెరుగుతుంది పురుగుల జీర్ణక్రియ ఆధారంగా ఆకుమేత పరిమాణాన్ని పెంచాలి ఈ పుస్తకంలో ప్రతీ రోజు పురుగులకు వేసిన ఆకుల పరిమాణం ఉండాలి దీని వల్ల లేయింగ్స్‌కు వాడిన ఆకు పరిమాణం తెలుస్తుంది

5 పట్టుగూళ్లఉత్పత్తిపుస్తకం

ఇందులో ప్రతీ పంటలో కాలంలో ఉత్పత్తి చేసిన కాయల వివరాలు రాయాలి వీటిని అమ్మడం ద్వారా వచ్చిన డబ్బు వివరాలు అంటే గూళ్ల ధర రాయాలి పెంపకంలో

పురుగులకు సోకిన వ్యాధుల వివరాలు జరిగిన నష్టం కూడా పుస్తకంలో రాసుకోవాలి పట్టుకాయలను అమ్మిన మార్కెట్ వివరాలు రాయాలి

6 కూలీల వివరాల పుస్తకం (Wage register)

ఇందులో స్థిర తాత్కాలిక దినసరి కూలీల వివరాలు వారి వేతనాలు పొందుపర్చాలి పెంపకంలో వివిధ దశలలో వినియోగించిన కూలీల వివరాలు కూడా రాయాలి

7 సాధారణ పుస్తకం (General register)

ఇందులో భూమి రెవెన్యూ, నీటిపన్ను భూమిపన్ను తోట ొ రోగకారక క్రిమి నిర్మూలన ద్రవాల వివరాలుండాలి

8 ఆస్తుల పుస్తకం

ఇది స్థిరచరాస్తులకు సంబంధించిన పుస్తకం ఇందులో ఆస్తుల వివరాలు వాటి విలువలుండాలి వ్యవసాయ ఆస్తులలో భూమి క్షేత్రం నీటిపారుదల గేదెలు పనిముట్లు, నీటిపంపు బ్యాంకులోని డబ్బు వివరాలు ఉంటాయి

పట్టుగూళ్ళ ఉత్పత్తి – వాణిజ్యం

పట్టు పురుగుల పెంపకం, లేయింగ్స్ సంఖ్య ఆకు ఉత్పత్తిపై ఆధారపడి ఉంటాయి పట్టు పరిశ్రమలో పూర్తిస్థాయి ఉత్పత్తి, వాణిజ్యం మూడవ సంవత్సరం నుంచి కనిపిస్తుంది మొదటి సంవత్సరంలో రెండు పంటలను తీయటానికి వీలవుతుంది సాగునీటి మల్బరీలో 325 లేయింగ్స్‌ను బ్రష్ చేయవచ్చు మల్బరీ నాటిన రెండవ సంవత్సరంలో ఆకు ఉత్పత్తి 14,000 కిలోలు ఉంటుంది దీనివల్ల సంవత్సరంలో మొత్తం 1,625 లేయింగ్స్‌ను (ఐదు పంటలు) బ్రష్ చేయటానికి వీలుంది ఇక రెండవ సంవత్సరంనుంచి ప్రతీ ఎకరాకు రూ॥ 25,660 50 చొప్పున ఐదు పంటలపై ఆదాయం ఉంటుంది

పట్టిక 10 1 ఒక ఎకరంలో సాగునీటి మల్బరితో 325 లేయింగ్స్‌ను పెంచటానికి కావల్సిన పరికరాలపై పెట్టుబడి వివరాల అంచనా

క్రమ సంఖ్య	పరికరాలు	కావల్సిన సంఖ్య	ధర ఒక్కింటికి	మొత్తం ధర	వినియోగం సం రాలు	ప్రతి సం రం తగ్గుదల ధర
1	పెంపక స్టాండు	4	500/	2,000/	10	200/
2	పెంపక తట్టలు	30	80/	2 400/	10	240/
3	గుంబ్రటి వెదురు తట్టలు	100	25/	2,500/	3	840/
4	ఆకు కత్తిరించే పీట	2	150/	300/	10	30/
5	ఆకు కత్తిరించే కత్తులు	2	40/	80/	3	27/
6	ఆకు మేత స్టాండు	4	75/	300/	10	30/

7	ఆకు నిలవ తొట్టె	1	300/	300/	10	30/
8	స్ప్రేయరు	1	750/	750/	10	75/
9	హైగ్రోమీటరు	1	250/	250/	10	25/
10	స్పాంజ్ ముక్కలు	1 కిలో	150/	150/	4	38/
11	చంద్రికలు	60	50/	3000/	3	1000/
12	శుభ్రం చేసే వలలు	300	5/	1500/	3	500/
	మొత్తం			13 530/		3 035/
13	పెంపక గృహం । 1053 చదరపు అడుగుల విస్తీర్ణం । కట్టడం ఖర్చు రూ 125/ ప్రతీ చ అ			1 31 625/	50	2 633/

పట్టిక 10 2 గృహంలో 325 లేయింగ్స్ పెంపకానికి ఖర్చుల వివరాల అంచనా (ఐదు పంటలు)

క్రమ సంఖ్య	వివరాలు	మొత్తం ధర రూ పై
1	లేయింగ్ ధర రూ 250/ కి 100 లేయింగ్ మొత్తం 1625 లేయింగ్స్ ధర	4 062 = 50
2	కూలీల ఖర్చులు తొలిదశ 14 రోజులు 3 మనుషులు/రోజు = 42 రోజులు చివరిదశ 14 రోజులు 5 మనుషులు/రోజు = 70 రోజులు అల్లిక పట్టుగూళ్ల సేకరణ – 16 రోజులు -------- 128 రోజులు -------- కూలీల వేతనం రూ 20/ = 128 × 20 =	2 560 = 00
3	ఇతర ఖర్చులు - పారఫిన్ కాగితం ఫార్మాలిన్ కాగితాలు రవాణా మొ॥	1 000 = 00
4	అసంచిత ఖర్చులు - పెంపక పరికరాలు తోట పనిముట్లు	4 316 = 00
5	పెంపక గ్హాం విలువ	2 633 = 00

6	ఆకు ఉత్పత్తి (ప్రతీ సంవత్సరం 14,000 కిలోలు) @ 0 78 పై ప్రతి కిలోకు	10,956 = 00
		25 527 = 50

ప్రతీ కిలో పట్టుగూళ్ల ఉత్పత్తి ధర రూ 44 = 88 పై

పట్టిక 10 3 సంవత్సరానికి ఒక మల్బరీ తోట నుంచి లాభాల వివరాలు

క్రమ సంఖ్య	వివరాలు	లాభాలు రూ పై
1	ఉత్పత్తి అయిన మొత్తం పట్టు గూళ్లు 568 75 కిలోలు కిలో ఒక్కంటికి ధర @ రూ 90/ (@ ప్రతీ 100 లేయింగ్స్‌కు 35 కిలోల గూళ్ల ఉత్పత్తి అవుతాయి కాబట్టి 325 చొప్పున గూళ్లు ఉత్పత్తి అవుతాయి)	
	వీటి అమ్మకం వల్ల రాబడి	51,187 = 50
2	ప్రతీ సంవత్సరం ఒక ఎకరా మల్బరీ ఖర్చులు (–)	25 527 = 50
	లాభం	25,660 = 00

గమనిక పైన తెల్పిన వివరాలు సమయానుకూలంగా పట్టు గూళ్ల మార్కెట్ గ్రెయినేజ్‌లు మొ॥ వాటి ఆధారంగా మారుతూంటుంది

పట్టిక 10 4 ఒక ఎకరం సాగునీటి మల్బరీ వాణిజ్య వివరాలు

(మల్బరీ నాటిన ఆరు నెలలనుంచి ఒక సం॥ వరకు)

క్రమ సంఖ్య	పనుల వివరాలు	కావలసినవి	ధర రూ పై	మొత్తం పైకం రూ పై
1	తవ్వటం కలుపు తీయటం కాలవలు గట్లు చేయటం (3 సార్లు)	120 పని దినాలు	@ 20/	2,400 = 00
2	నీటి పారుదల సం॥ రానికి 25 సార్లు	80 పని దినాలు	@ 20/	1,600 = 00
3	ఎరువులు @ 50 కిలోలు N 25 కిలోలు P 25 కిలోలు K		@ 3380/ టన్నుకు	473 = 00

	NPK 17 17 17 @ 140 కిలోలు యూరియా @ 53 కిలోలు	140 కిలో 53 కిలో	టన్నుకు @ 3060/ టన్నుకు	162 = 00
4	ఎరువులు వేయటం	5 పని దినాలు	@ 20/	100 = 00
5	ఆకుకోత 4800 కిలో/ఎకరాకు i 1600 కిలో - @ 50 కిలో/ ఒక్క పనిదినం	32 పని దినాలు	@ 20/	640 = 00
	ii 3200 కిలో - @ 125 కిలో/ ఒక్క పనిదినం	26 పని దినాలు	@ 20/	520 = 00
6	అసంచిత ఖర్చులు – మల్బరీ తోటపై			283 = 00
7	ఇతర ఖర్చులు			200 = 00
				6 378 = 00

రూ 1 33/కిలో ఆకు ఉత్పత్తికి ఖర్చు అవుతుంది

పట్టిక : 10 5 ఒక ఎకరం సాగునీటి మల్బరీ వాణిజ్య వివరాలు
(మల్బరీ నాటిన రెండవ సంవత్సరం నుండి ఆపైన)

క్రమ సంఖ్య	పనుల వివరాలు	కావల్సినవి	ధర రూ పై	మొత్తం పైకం రూ పై
1	తవ్వటం కలుపు తీయటం కాలువ గట్లు చేయటం (సం॥ రానికి/5 సార్లు)	20 పని దినాలు	@ 20/	4 000 = 00
2	నీటి పారుదల (సం॥ రానికి/25 సార్లు)	80 పని దినాలు	@ 20/	1,600 = 00
3	పెంట ఎరువు (8 టన్నులు/ ఎకరానికి)	8 టన్నులు	@ 100/	800 = 00
4	పెంటను చల్లటం	8 పని దినాలు	@ 20/	160 = 00
5	ఎరువులు 120 కిలోల N 50 కిలోల P			

	NPK 17 17 17 2 సార్లు / ఎకరానికి	280 కిలో ।।	@ 3380/ టన్నుకు	940=00
	యూరియా 3 సార్లు/ఎకరానికి	159 కిలో ।।	@ 3060/ టన్నుకు	487=00
6	ఎరువు వేయటం	12 పని దినాలు	@ 20/	240=00
7	ఆకు కోత 14 000 కిలో @ 125 కిలో/ఒక్క పని దినం	112 పని దినాలు	@ 20/	2 240=00
8	మల్బరీ తోటపై అసంచిత ఖర్చులు			283=00
9	ఇతర ఖర్చులు			200=00
				10,950=00

రూ 0 78 పై/కిలో ఆకు ఉత్పత్తికి ఖర్చు అవుతుంది

మెరుగైన పెంపక పద్ధతులు – వాణిజ్యం

పట్టు పురుగుల పెంపకంలో ఆధునిక లేదా మెరుగైన పెంపక పద్ధతులను ఆచరించి అధిక ఉత్పత్తిని సాధించాలి ఇందులో 50 శాతం అధిక ఉత్పత్తులు పొందటానికి అవకాశం ఉంది ఈ క్రొత్త పెంపక పద్ధతులను మల్బరీ నాటటం నుంచి ప్రారంభించాలి మల్బరీలో సంకర రకాలు M_5 లేదా S_{36} లాంటి మొక్కలు మంచి నాణ్యత ఎక్కువ పరిమాణం ఉండే ఆకులను ఉత్పత్తి చేస్తాయి అంతేకాకుండా మెరుగైన సాగునీరు అంతరకృషి పద్ధతులతో ఉత్పత్తిని ఇంకా పెంచాలి

మంచి నాణ్యతగల పట్టుగూ ఉత్పత్తికి నాణ్యమైన ఆరోగ్యమైన గుడ్లను/లేయింగ్స్‌ను ఎంపిక చేయాలి ఇందుకోసం మ వోల్టిన్ బైవోల్టి సంకర రకం గుడ్లను పెంపకానికి ఎంపిక చేయాలి పురుగుల పెంపకాన్ని రియైన పద్ధతిలో కొనసాగించాలి దీని వల్లనే ఎకరాకు పట్టుగూళ్ల ఉత్పత్తి సంఖ్య గణనీయంగా పెరుగుతుంది సాధారణ పెంపకంలో ఈ రకం ఉత్పత్తి ఉండదు మెరుగైన పెంపక పద్ధతులలో పెంపక గృహం ఎంపిక సరియైన వాతావరణ పరిస్థితులు ఆకు రకం నాణ్యత ఆకు నిలవ పద్ధతులు ఉంటాయి పురుగుల పెంపకాన్ని అనుసరించి సరియైన స్థలావకాశం ఏర్పరచాలి పురుగుల వయస్సు ఆధారంగా ఆకును ఎంపిక చేసి సరియైన పరిమాణంలో కత్తిరించి మేతవేయాలి ఇక విర్మోచనం, ఆకుమేత బెడ్ శుభ్రత మౌంటింగ్ పట్టుగూళ్ల సేకరణలో జాగ్రత్తలు అవసరం పురుగుల పెంపకంలో సమయాను కూలంగా రోగకారక క్రిమి నిర్మూలన చేసి వ్యాధులు రాకుండా చర్యలు తీసుకోవాలి అంతేకాకుండా పెంపకం మొత్తం ఆరోగ్యమైన వాతావరణంలో కొనసాగాలి పెంపకంలో చాకీ పురుగులను చివరి దశ పురుగులను వేరువేరుగా పెంచాలి చాకీ పురుగులను కోఆపరేటివ్ పెంపకం చేయాలి దీనివల్లనే పనిముట్ల ఖర్చులు చాలా తగ్గుతాయి అంతేకాకుండా వాతావరణ పరిస్థితులను సరిగా సమకూర్చటానికి వీలుంటుంది అల్లిక దశలోను, మౌంటింగ్‌లోనూ సరియైన వాతావరణ పరిస్థితులను నెలకొల్పి మంచి అల్లిక పరికరాలను ఉపయోగించి

నాణ్యమైన పట్టుగూళ్ల ఉత్పత్తిని పొందాలి ఈ విధంగా మెరుగైన పెంపక పద్ధతులను ఆచరించి సాంప్రదాయేతర పద్ధతుల కంటే ఎక్కువ ఉత్పత్తులను పొందాలి

పట్టుగూడు నిష్పత్తి (Cocoon ratio)

మొత్తం పట్టుగూడు బరువుకు, ఖాళీ పట్టుగూడు బరువుకు మధ్య ఉండే నిష్పత్తిని 'పట్టుగూడు నిష్పత్తి' అంటారు ఇది పెంపక పద్ధతి ఆకు నాణ్యతపై ఆధారపడి ఉంటుంది దీనిలో పట్టుగూళ్ల నాణ్యతను అంచనా వేయవచ్చు పట్టుగూడునిష్పత్తి కాయలో కల ముడిపట్టు నాణ్యతను తెలియజేస్తుంది దీనివల్ల * రెండిట్టా (Renditta) ను అంచనా వేసి ధర నిర్ణయించటానికి వీలవుతుంది మల్టీవోల్టిన్ కొత్త రకాలలో 16 19 శాతం పట్టు నిష్పత్తి ఉంటుంది

1 పట్టుగూడు నిష్పత్తిని లెక్కించటం

దీనిని లెక్కించే సూత్రం

$$\text{పట్టు నిష్పత్తి} = \frac{\text{ఖాళీ పట్టుగూడు బరువు}}{\text{పట్టుగూడు బరువు}} \times 100$$

పట్టుగూడు బరువు = ఖాళీ పట్టుగూడు బరువు + ప్యూపా బరువు

2 మాదిరి సమస్య

పట్టుగూళ్ల మార్కెట్‌లో రైతు తెచ్చిన పట్టుకాయల నుంచి పట్టు నిష్పత్తి లెక్కించటానికి 200 గ్రా గూళ్ల నమూనాను తీసారు అందులో మొత్తం గూళ్లు 55 ఉన్నాయి పట్టుకాయలను కత్తిరించి ఖాళీ పట్టుగూడు బరువును తూకం వేయగా 42 గ్రా ఉంది

సాధన :

మొత్తం 55 పట్టుగూళ్ల బరువు = 200 గ్రా

ఒక్కొక్క పట్టుగూడు బరువు $= \frac{200}{55} = 3\ 63$ గ్రా

మొత్తం 55 ఖాళీ పట్టుగూళ్ల బరువు = 42 గ్రా

ఒక్కొక్క ఖాళీ పట్టుగూడు బరువు $= \frac{42}{55} = 0\ 7$ గ్రా

పట్టు నిష్పత్తిని కనుగొనటానికి సూత్రంలో విలువలను ప్రతిక్షేపించగా

$$= \frac{0\ 7}{3\ 63} \times 100 = 19\ 4 \text{ శాతం}$$

రైతు తెచ్చిన పట్టుగూళ్ల పట్టు నిష్పత్తి = 19 4 శాతం

* ముడిపట్టు ఉత్పత్తి ధరను లెక్కించడంలో ఒక యూనిట్ పట్టును ఉత్పత్తిచేయటా కావల్సిన పట్టుకాయలను రెండిట్టా అంటారు

3 అభ్యాసం ఈ కింది విలువలతో పట్టు నిష్పత్తి కనుగొనండి

క్రమ సంఖ్య	పట్టుగూళ్ల సంఖ్య / బరువు	ఖాళీ పట్టుగూడు బరువు	ప్యూపా బరువు	పట్టు నిష్పత్తి
1	75/262 5 గ్రా	-	217 5 గ్రా	
2	25/100 గ్రా	-	87 5 గ్రా	
3	80/360 గ్రా	80 గ్రా		
4	50/140 గ్రా	20 గ్రా		
5	150/615 గ్రా	-	450 గ్రా	

ప్రశ్నలు

I ఈ కింది అంశాలపై లఘుటీక రాయండి

1 మీకు తెల్సిన రికార్డు పుస్తకాలను తెలపండి
2 లేయింగ్స్ కొనుగోలు పుస్తకం ఉపయోగమేమిటి ?
3 పట్టు నిష్పత్తి అంటే ఏమిటి ?
4 పట్టు నిష్పత్తిని కనుగొనటానికి సూత్రం ఏమిటి ?
5 పట్టుగూడు బరువు 3 5 గ్రా , ప్యూపా బరువు 0 7 గ్రా అయితే పట్టు నిష్పత్తి కనుగొనండి

II ఈ కింది వాటికి వ్యాసాలు రాయండి

1 పెంపక గృహం రికార్డు పుస్తకాల గురించి వివరించండి
2 పట్టుపరిశ్రమలో మెరుగైన పద్ధతుల గురించి చర్చించండి
3 సాగునీటి మల్బరీలో పట్టుకాయల ఉత్పత్తి ధరను అంచనా వేయండి
4 సాగునీటి మల్బరీల్లో ఆకు ఉత్పత్తిని ధరను అంచనా వేయండి

B. పట్టుపురుగుల వ్యాధులు, చీడలు - పట్టు రీలింగ్

(SILKWORM DISEASES, PESTS & SILK REELING)

1.

పట్టుపురుగుల వ్యాధులు

(Silkworm Diseases)

పట్టుపురుగులను సుమారు 4000 సంవత్సరాల నుంచి మానవుడు పెంచుతున్నాడు పట్టు పరిశ్రమ మంచి ఆదాయాన్ని ఇచ్చే వ్యవసాయం అయినప్పటికీ పట్టుపురుగుల పెంపకం మల్బరీ వ్యవసాయంలో మెలకువలు సరైన సాంకేతిక సలహాలు పాటించవలసిన అవసరం ఎంతైనా ఉంది సహజ పరిస్థితులలో పట్టుపురుగులకు పరాన్నజీవుల వల్ల వ్యాధులు తెగుళ్ల (చీడలు) వ్యాపిస్తున్నాయి ప్రస్తుత పరిస్థితులలో పట్టు పరిశ్రమలో రైతులకు వచ్చే ఆదాయం ముఖ్యంగా పట్టు పురుగులను పీడించే వ్యాధులను అదుపు చేయటం మీద ఆధారపడి ఉంది వ్యాధుల వ్యాప్తిని అదుపులో ఉంచడం నివారణా చర్యలను పాటించటం పురుగుల పెంపకంలో అతి ముఖ్యమైన విషయాలు ప్రస్తుతం రైతులు విత్తనపు గూళ్లను (Seed cocoons), రీలింగుకు అవసరమైన గూళ్లను ఉత్పత్తిచేసే పట్టుపురుగులను పెంపకం చేస్తున్నారు ఈ రెండు రకాల పురుగులను ఆశించే వ్యాధులు ఒకే రకమైనవి కాబట్టి వీటిపై రైతులకు తప్పనిసరిగా అవగాహన ఉండాలి

పట్టుపురుగులను ఆశించే వా ధులు వైరస్ బాక్టీరియా శిలీంధ్రాలు ప్రోటోజువా మొదలైన సూక్ష్మక్రిముల ద్వారా సం। స్తాయి వ్యాధుల నియంత్రణ నివారణకు ముందు జాగ్రత్త పద్దతులు ఉన్నప్పటికీ, వీట ల్ల వ్యాధులనుంచి రక్షణ చాలావరకు ప్రాథమిక వ్యాధి వ్యాప్తి నివారణ (Primary infection elimination) పురుగు పురుగుకు మధ్య వ్యాధి వ్యాప్తి నిరోధక చర్యలపై (Cross infection prevention) ఆధారపడి ఉంది పెంపకంలో వాతావరణ పరిస్థితులు సరిగా లేకపోవటం నాణ్యతలేని ఆకుమేత మొదలైన అననుకూల పరిస్థితులవల్ల పురుగులకు వ్యాధులు సంక్రమిస్తాయి దీనివల్ల రైతులకు నష్టం వాటిల్లుతోంది పట్టు పరిశ్రమలో ప్రస్తుతం వ్యాధినిరోధకశక్తికల పట్టుపురుగుల జాతి లేదని చెప్పవచ్చు పురుగులలో వ్యాధినిరోధకశక్తిని కచ్చితంగా నిర్ణయించలేము అయితే పట్టు పరిశ్రమను చేపట్టిన ప్రతీ రైతు అధిక ఉత్పత్తులను ఆశిస్తాడు కాబట్టి వ్యాధులు వ్యాపించిన తర్వాత నివారణోపాయాలను గురించి ఆలోచించడంకంటే ముందుగానే వ్యాధులు రాకుండా సరైన పద్ధతి పాటించి పంటను కాపాడుకోవటం మంచిది కాబట్టి పురుగులకు సోకే వ్యాధులు వాటి లక్షణాలు ఉపయోగించవలసిన మందులు ముందు జాగ్రత్తలను గురించి ఈ అధ్యాయంలో వివరించడమైనది

I నల్లమచ్చల వ్యాధి లేదా పెబ్రిన్ (Pebrine)

ఈ వ్యాధి వల్ల డింభకంమీద మిరియం గింజలవలె నల్లని మచ్చల లక్షణాన్ని గుర్తించి డి-క్వాడ్రిఫాజిస్ (1980) (De–Quadrefages) పెబ్రిన్ అనే పేరు పెట్టాడు ఈ వ్యాధిని గురించి పూర్తిగా అధ్యయనం చేసిన శాస్త్రవేత్త పాశ్చర్ (1870) ఈ వ్యాధి గుడ్డు ద్వారా వ్యాప్తి గుర్తించారు

వ్యాధి కారకం

ఈ వ్యాధి ప్రొటోజువాకు చెందిన పరాన్నజీవి- "నాసిమా బాంబిసిస్" (*Nosema bombysis* (Nagalı)) అనే సూక్ష్మజీవి వల్ల వస్తుంది ఈ సూక్ష్మజీవి మల్బరీ ఆకుల పట్టుపురుగు గుడ్ల ద్వారా సంక్రమిస్తుంది అంతేకాకుండ వ్యాధిసోకి చనిపోయిన డింభకాలు పురుగుల మలం మాత్‌లు వ్యాధిసోకిన గుడ్ల పెంకులు డింభకాలు ప్యూపాల కుబుసం వ కూడా వ్యాప్తి చెందుతుంది పెంపక గృహంలో వ్యాధి సంక్రమణానికి ముఖ్య కారణాలు-వ్యా సోకిన డింభకాల మలం వ్యాధి సంక్రమించిన తట్టలు కాగితాలు దుమ్ము వ్యాధిసోకిన మల్బ ఆకులు

వ్యాధి లక్షణాలు

పట్టుపురుగు వివిధ దశలలో ఈ లక్షణాలు వేరువేరుగా కన్పిస్తాయి

1 గుడ్డు

వ్యాధి సోకిన మాత్ పెట్టిన గుడ్లు తక్కువగా క్రమరహితంగా పాదగబడతాయి గు సంఖ్య బాగా తగ్గుతుంది (పటం 11A) గుడ్లు కాగితానికి అంటుకోవు గుడ్లు అంటుకోవడాని అవసరమైన జిగురు పదార్థం మాత్‌నుంచి తక్కువగా స్రవించబడుతుంది గుడ్లు పెట్టడం క్ర పద్ధతిలో ఒకదాని పక్కన ఒకటి ఒకే వరుసలో కాకుండా గుంపులుగా గోపురంవ విడుదలవుతాయి వ్యాధిసోకిన గుడ్లు ఫలదీకరణం చెందవు అధిక శాతం గుడ్లు పాలినరంగుల తక్కువ పరిమాణంలో తక్కువ బరువులో ఉంటాయి ఒక్కొక్కసారి గుడ్లు పొదగవు ఒకవేళ పొదిగినా డింభకం చనిపోతుంది లేదా శరీర పెరుగుదల క్రమంగా ఉండదు

2 డింభకం

వ్యాధి సోకిన పురుగులు ఆకలిని కోల్పోయి వాటి పెరుగుదల అభివృద్ధి తగ్గుతుంది దీనివల్ల పురుగుల పరిమాణంలో వ్యత్యాసం ఏర్పడి క్రమరహిత నిర్మోచనం జరుగుతుం (పటం 11B) పెంపక బెడ్‌లో వివిధ పరిమాణాలలో ఉండే డింభకాలు ఉంటాయి చివరి

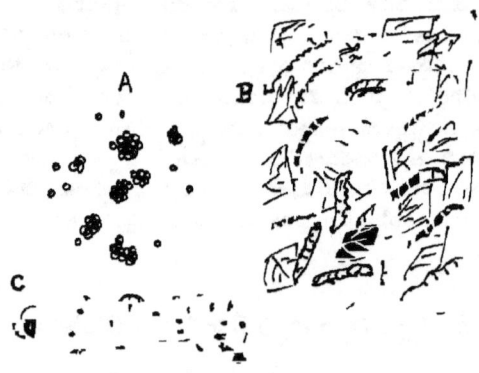

పటం 11 గుడ్డు, డింభకంలో పెబ్రిన్ లక్షణాలు

A. వ్యాధిసోకిన గుడ్లు **B** క్రమరహిత పరిమాణంలో డింభకాలు **C** శరీరంపై నల్లమచ్చలు

దశ పురుగుల కంటే ఈ వ్యాధి తొలిదశ పురుగులలో తీవ్రంగా ఉంటుంది వ్యాధి ముదిరి పురుగులు సోమరిగా ఉండి కదలవు చర్మంపై గోధుమరంగు మచ్చలు ఏర్పడతాయి (పటం 11 C) జీర్ణ వ్యవస్థలో పేగులు మందమై పట్టు గ్రంధులలో తెల్లని మచ్చలు కనిపిస్తాయి డింభకం తల కిందికి వాలి శరీరంపై స్పష్టమైన ముడతలు ఏర్పడతాయి ఈ దశలో పురుగు రబ్బరు వలె ఉంటుంది కాని కుళ్ళదు తొలిదశలో వ్యాధి తీవ్రత ఎక్కువైనట్లైతే పురుగులు చనిపోతాయి గుడ్లనుంచి సంక్రమించిన వ్యాధివల్ల పురుగులు రెండవ లేదా మూడవ నిర్మోచనానికి ముందే చనిపోతాయి రెండవ దశలో మల్బరీ ఆకుల ద్వారా వ్యాధి సోకినపుడు నాలుగు లేదా ఐదవ దశలో పురుగులు చనిపోతాయి మూడవ దశలో వ్యాధి సంక్రమించినపుడు వ్యాధి లక్షణాలు ఐదవ దశలో లేదా అల్లిక దశలో కనిపిస్తాయి ఇవి కాయలను అల్లకుండా చనిపోతాయి ఐదవ దశలో సంక్రమించిన వ్యాధివల్ల పురుగులు పట్టుకాయలను అల్లి ప్యూపాగా మారతాయి దీనినుంచి వెలువడిన మాత్ పెబ్రిన్ వ్యాధిసోకిన గుడ్లు పెడుతుంది

3 ప్యూపా

వ్యాధి సోకిన ప్యూపాలు వదులుగా ఉబ్బి ఉంటాయి ఇవి పాలిన రంగుతో మృదువైన ఉదరంతో కనిపిస్తాయి రెక్కలు ఏర్పడే భాగంలో నల్లని మచ్చలుంటాయి అధిక వ్యాధి సోకిన ప్యూపాలు రూప విక్రియ చెందవు అంతేకాకుండ ఇవి గుడ్ల ఉత్పత్తికి పనికిరావు

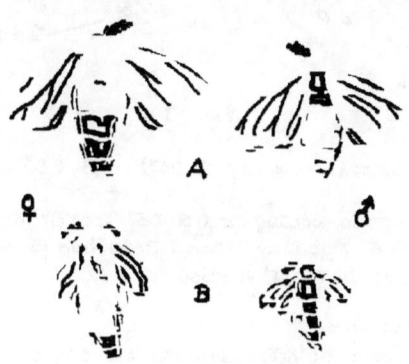

పటం 12 పెబ్రిన్ సోకిన మాత్

A. ఆరోగ్యమైనవి **B** పెబ్రిన్ వ్యాధి సోకినవి

4 మాత్

మాత్ లు క్రమరహితంగా చాలా ఆలస్యంగా వెలువడతాయి వీటి రెక్కలు అసంపూర్తిగా ఏర్పడి విరూపకమైన ఆకారంతో ఉంటాయి శరీరంనుంచి రెక్కల నుంచి పొలుసులు రాలుతుంటాయి స్పర్శశృంగాలు స్పర్శను కోల్పోతాయి రెక్కలు పూర్తిగా విచ్చుకోవు ఉదరం ఉబ్బి స్వేచ్ఛగా కదలదు మాత్ లు సంపర్కంలో సరిగా పాల్గొనవు అప్పుడప్పుడు

రెక్కలపైనా ఉదరంపైనా నల్లని మచ్చలు కనిపిస్తాయి వ్యాధిసోకిన మాత్ లో అనుబంధ గ్రంధులకు వ్యాధిసోకినపుడు గుడ్లు వదులుగా పెట్టటంవల్ల గుడ్లు కాగితానికి అంటుకోవు

పెబ్రిన్ స్పోరు నిర్మాణం

పరిణతి చెందిన స్పోరు అండాకారంలో అధిక వక్రీభవన గుణకంతో ఉంటుంది ఇది 3 4 3 8 మైక్రాన్ల పొడవు 2 0 2 3 మైక్రాన్ల వెడల్పు ఉంటుంది దీనికి దృఢమైన కుడ్యం ఉంటుంది సిద్ధబీజంలో ఒక జత కేంద్రకాలు ఉంటాయి ధ్రువ సూక్ష్మతంతువు (Polar filament) చుట్ట చుట్టుకొని స్ప్రింగులా ధ్రువ గుళిక (Polar capsule) లో ఉంటుంది ఇది సిద్ధబీజంకంటే 30 రెట్లు ఎక్కువ పొడవు ఉంటుంది ధ్రువ గుళిక పరాంతంలో చిన్న రంధ్రం ద్వారా తెరుచుకొంటుంది (పటం 1 3)

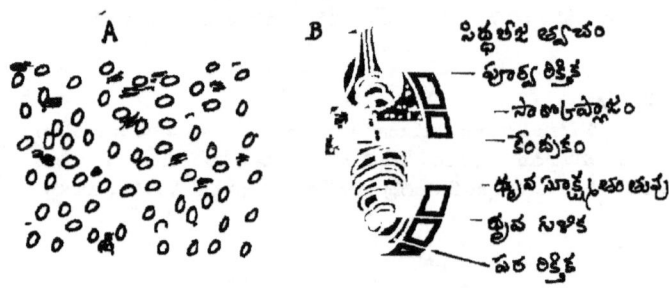

పటం 1 3

A. పెబ్రిన్ ఎద్ద బీజాలు (సంయుక్త సూక్ష్మదర్శినిలో) **B** పెబ్రిన్ ఎద్ద బీజం నిర్మాణం

ఈ సిద్ధ బీజాలను సంయుక్త సూక్ష్మదర్శినిలో సులభంగా 600 రెట్లు అధికీకరణ (Magnification) తో గుర్తించవచ్చు పరిణతి చెందిన బీజం ప్రకాశిస్తూ సూక్ష్మదర్శినిలో వెలుతురు తగ్గించినపుడు నీలి రంగుతో కనిపిస్తుంది

వ్యాధి నివారణ, నియంత్రణ

దీని నిర్మూలనకు ఆరోగ్యమైన మాత్ లను గుడ్ల ఉత్పత్తికి వాడాలి పెంపకంలో ఎల్లప్పుడు ఆరోగ్యమైన పరిస్థితులను నెలకొల్పాలి పెంపక పరికరాలను గదిని శుభ్రంగా రోగకారక క్రిమి నిర్మూలన చేయాలి ఈ వ్యాధి కేవలం 50 స్పోరుల ద్వారా వ్యాప్తి చెందుతుంది క్రమవ తిలో బెడ్ శుభ్రత చేయాలి గుడ్లను పొదిగించటానికి ముందుగా 2 శాతం ఫార్మలిన్ లో 0 నిమిషాలు ముంచి ఉపరితల రోగకారక క్రిమి నిర్మూలన చేయాలి పెంపకం మధ్యలో డింభకాలను పెబ్రిన్ కోసం పరీక్ష చేయాలి వ్యాధిసోకిన డింభకాలు మలం మల్బరీ చీడలు వ్యాధికి ముఖ్య కారకాలు కాబట్టి వీటిని తొందరగా నాశనం చేయాలి ఈ వ్యాధి నియంత్రించుటకు ఫ్యుమాజిల్లిన్ (Fumagillin) బినోమిల్ (Benomyl) బెంగార్డ్ (Bengard) బవాస్టిన్ (Bavastin) లను వాడాలి

II నచ్చువ్యాధి లేదా ఫ్లాచరీ (Flacherie)

బ్యాక్టీరియమ్‌లవల్ల పట్టుపురుగుల సంభవించే వ్యాధులను ఎ। చ్చు లేదా ఫ్లాచరీ అంటారు ఈ బ్యాక్టీరియమ్ వల్ల పురుగు శరీరం మొత్తం శిధిలమ తుంది ఈ వ్యాధి ఎక్కువ వేడి ఎక్కువ తేమ ఉండే కాలాల్లో సంక్రమిస్తుంది అం కాకుండ పెంపకంలో సరియైన రోగకారక క్రిమి నిర్మూలన లోపించటం మలం పేరుకోవటం తడి లేదా పండిన ఆకులను మేత వేయటం అధిక మేత, తక్కువ స్థలావకాశం మొదలైనవి కూడా వ్యాధి సోకటానికి తోడ్పడతాయి ఈ బ్యాక్టీరియమ్‌ల వల్ల కలిగే వ్యాధులను మూడు రకాలుగా విభజించారు

a) సెప్టిసీమియా వ్యాధి :

ఇందులో బ్యాక్టీరియమ్‌లు డింభకాలు ప్యూపాలు మాత్‌ల రక్తంలో అధికంగా వృద్ధి చెంది వ్యాధిని కలిగిస్తాయి ఈ వ్యాధివల్ల డింభకం చనిపోతుంది ప్యూపాలకు, మాత్‌లకు వ్యాధి సోకినపుడు ట ్రడి గుడ్ల ఉత్పత్తికి నష్టం కలుగుతుంది

వ్యాధి కారకం

స్ట్రెప్టొకొక్కై, స్టైఫైలోకొక్కై (Streptococci, Staphylococci) బాక్టీరియా , పురుగుల కున్న గాయాల ద్వారా శరీరంలోనికి (హిమోలింఫ్) ప్రవేశించటంవల్ల ఈ వ్యాధి సంభవిస్తుంది మల్బరీ ఆకులద్వారా ఈ వ్యాధి అతి తక్కువగా సోకుతుంది ఇందులో ఉరమునకు వచ్చే వ్యాధి నలుపు రంగులో ఉంటుంది ఇది బాసిల్లస్ ప్రజాతివల్ల ఎర్రనచ్చు వ్యాధి సెర్రాటియా మార్సిసెన్స్ వల్ల వస్తుంది

ప టం : 1 4 సెప్టిసీమియా వ్యాధిసోకిన డింభకాలు

వ్యాధి లక్షణాలు

పురుగులలో కదలికలు చాలా తగ్గుతాయి ఆకలి తగ్గటం శరీరం నిటారుగా మారటం ఉరం ఉబ్బి, ఉదర ఖండితాలు కుచించుకుపోవటం వాంతులు పూసలవంటి మలం నిర్జీవమైన కాళ్ళు మొదలైన లక్షణాలు కనిపిస్తాయి శరీరం మృదువుగా మారి రంగును కోల్పోతుంది (పటం 14) శరీరం చిట్లుటవలన దుర్గంధమైన ద్రవం వెలువడుతుంది నల్లనచ్చు వ్యాధిలో ఉరం

నుంచి నలుపు రంగు ప్రారంభమై శరీరమంతా వ్యాపించి కుళ్ళుతుంది ఎర్రసచ్చు వ్యాధిలో శరీరం మొత్తం మృదువుగా మారి కొంచెం ఎరుపు రంగుకు మారుతుంది ఈ వ్యాధి చాలా వేగంగా వ్యాపిస్తుంది వ్యాధి సంక్రమించిన 10 గంటలలో పురుగులు చనిపోతాయి అధిక ఉష్ణోగ్రతలో అయితే పురుగులు 5 6 గంటలలో చనిపోతాయి

నివారణ – నియంత్రణ

పెంపకంలో అధిక తేమ ఉష్ణోగ్రతలను క్రమపర్చాలి పురుగులకు గాయాలు కాకుండా జాగ్రత్తగా పెంపకం చేయాలి పెంపకంలో ఆరోగ్యమైన పరిస్థితులను నెలకొల్పి మల్బరీ నుంచి బాక్టీరియమ్ పురుగులకు చేరకుండా నిరోధించాలి పడకలో మిగిలిన ఆకులను తొలగించాలి తక్కువ స్థలావకాశంలో కిక్కిరిసిన పురుగులు ఉండటంవల్ల గాయాలకు అవకాశం ఉంటుంది కాబట్టి జాగ్రత్త వహించాలి

b) జీర్ణావయవాల వ్యాధి

దీనిని పారదర్శకమైన తలవ్యాధి (Transparent head disease) అంటారు ఈ వ్యాధిలో బాక్టీరియమ్‌లు జీర్ణనాళంలో వృద్ధి చెందటంవల్ల తల ఉబ్బి పారదర్శకంగా మారుతుంది

వ్యాధి కారకం

ఈ వ్యాధి వివిధ రకాలైన బాక్టీరియమ్‌లవల్ల వస్తుంది వీటిలో స్ట్రెప్టోకోకస్ ప్రజాతి (Streptococcus sp) చిన్న బాసిలస్ పెద్ద బాసిలస్‌లు జీర్ణనాళంలో కన్పిస్తాయి పట్టు పురుగుల పోషణ లోపంవల్లనూ అననుకూల వాతావరణ పరిస్థితులలోనూ జీర్ణనాళం విధులు అదుపు తప్పుతాయి ఈ సమయంలో మల్బరీ ఆకుల ద్వారా ప్రవేశించిన బాక్టీరియమ్‌లు విభజన చెంది అధిక సంఖ్యలో వృద్ధి చెందుతాయి ఇవి జీర్ణనాళం కణజాలాన్ని నష్టపరుస్తాయి

వ్యాధి లక్షణాలు

ఆకలి తగ్గటం కదలికలు బాగా తగ్గి పురుగులు సోమరిగా మారటం పారదర్శకమైన తల తగ్గిన శరీర పరిమాణం తగ్గిన పెరుగుదల మొదలైన లక్షణాలు వ్యాధిసోకిన పురుగులలో కన్పిస్తాయి కొన్నిసార్లు నోటినుంచి, పాయువునుంచి ద్రవం వెలువడుతుంది వ్యాధి సోకిన పురుగులు మల్బరీ ఆకుల కింద దాక్కుంటాయి చివరి దశలో వ్యాధి సోకినపుడు పురుగులు అల్లికదశలో కొనసాగుతాయి క ని అల్లకుండానే చనిపోతాయి

నివారణ – నియంత్రణ

పురుగులకు మంచి పోషక పదార్థాలుకల ఆకులను మేతగా ఇవ్వాలి పెంపకంలో సరియైన వాతావరణ పరిస్థితులు ఆరోగ్యకరమైన పరిస్థితులు వ్యాధిని అరికట్టటానికి తోడ్పడతాయి పురుగులకు ఆహారంతోపాటు క్లోరంఫెనికాల్‌ను (Chloramphenicol) ఇచ్చి వ్యాధిని అరికట్టవచ్చు

c) సొట్టావ్యాధి .

దీనినే బాక్టీరియల్ టాక్సికోసిస్ (Bacterial toxicosis) అని కూడా అంటారు పట్టుపురుగులు కొన్ని బాసిల్లస్‌లు ఉత్పత్తిచేసిన విషపదార్థాలను తాకడంవల్ల వ్యాధి వస్తుంది

వ్యాధి కారకం

ఈ వ్యాధి బాసిల్లస్ తూరింజియెన్సిస్ వల్ల వస్తుంది ఈ బాక్టీరియ ၊ మూడు రూపాల్లో ఉంటుంది అవి శాకీయ కణకోశం సిద్ధబీజం ఇందులో సిద్ధబీజం డెల్టా ఎండోటాక్సిన్ (Delta endotoxın) ను విడుదల చేస్తుంది నోటిద్వారా వ్యాధి సంక్రమిస్తుంది పట్టుపురుగు శరీరంలోనికి ప్రవేశించిన విష స్ఫటికలు (Toxıc crystals) క్షార లక్షణాలుకల జీర్ణ రసాలలో కరిగి పేగు కుడ్యం ద్వారా శరీరంలోనికి శోషణం చెందుతాయి శరీరంలో కలిసిన ఈ విషం నాడీవ్యవస్థపై ప్రభావాన్ని చూపించి,కండరాల సంకోచాన్ని కలిగించి పక్షవాతానికి దారితీస్తుంది

వ్యాధి లక్షణాలు

పురుగులు అకస్మాత్తుగా ఆకలిని కోల్పోతాయి పురుగులు విలవిలలాడుతు (Convul sıons), తలపైకెత్తి మెలికలు తిరుగుతు వణుకుతు (Tremors), పక్షవాతంతో వ్యాకులంతో (Dıstress) అకస్మాత్తుగా చనిపోతాయి చనిపోయిన డింభకం పొడవై గట్టిగా మారి తల కొక్కెం ఆకారంలో మారుతుంది శరీరం నెమ్మదిగా గోధుమ రంగుకు నలుపు గోధుమ నుంచి నలుపు రంగుకు మారుతుంది కుళ్లిన ద్రవం ముదురు గోధుమరంగులో దుర్గంధాన్ని వెదజల్లుతుంది

నివారణ – నియంత్రణ

పెంపకంలో రోగకారక క్రిమి నిర్మూలన ప్రక్రియలను సకాలంలో అమలుచేసి బాక్టీరియమ్‌లు గదిలోనికి ప్రవేశించకుండా జాగ్రత్తలు చేపట్టాలి

పైన తెల్పిన బాక్టీరియమ్ వ్యాధులలో ఫ్లాచరీలో వ్యాధిసోకిన పురుగులను ఏరి తొందరగా కాల్చివేయాలి

III వైరస్ వ్యాధులు (Vıral dıseases)

పట్టుపరిశ్రమలో వైరస్‌లు ద్వారా వచ్చే వ్యాధులవల్ల 70 శాతం నష్టం సంభవిస్తూంటుంది ఇందులో న్యూక్లియర్ పాలిహెడ్రాసిస్ జీవ పదార్ధ పాలిహెడ్రాసిస్‌లు (Nuclear Poly hedrosıs and Cytoplasmıc Polyhedrosıs) ఉంటాయి వీటిని సంయుక్త సూక్ష్మదర్శినిలో చూడటానికి అవకాశం ఉంది

a న్యూక్లియర్ పాలిహెడ్రాసిస్ వ్యాధి .

ఈ వ్యాధి ఉష్ణమండల ప్రాంతాలలో సంవత్సరం పొడవునా కన్పిస్తుంది ఇది పట్టుపురుగులకు ఎక్కువ హాని కలుగ చేస్తుంది ఈ వ్యాధికి 'గ్రాసరీ కామెర్లు పాలుకారు వ్యాధి కొవ్వు తిరోగామితత్వం వ్రేలాడే వ్యాధి (Grasserıe, Jaundıce Mılky dısease Fatty degeneratıon and Hangıng dısease) అనే పేర్లు ఉన్నాయి

వ్యాధి కారకం

ఈ వ్యాధి 'బోంబిలినా బాంబిసిస్' అనే వైరస్ వల్ల వస్తుంది వ్యాధిలో పట్టుపురుగు వాయునాళ ఉపకలా కణాలు, క్రొవ్వు కణజాల కణాల, చర్మీయ కణాల, రక్తకణాల కేంద్రకం లోనికి చేరిన వైరస్ విభజన చెంది పాలిహెడ్రాలను (Polyhedra) ఏర్పరుస్తుంది అప్పుడప్పుడు పట్టుగ్రంధి మధ్యలోని పరభాగంలోని కేంద్రకాలకు కూడా

వ్యాధి సోకుతుంది ఈ వైరస్ రేణువులు కడ్డీ ఆకారంలో 330 × 80 nm పరిమాణంలో ఉంటాయి పాలిహెడ్రా పరిమాణం 3-6 మైక్రాన్లుంటుంది (పటం 1 5 A)

వ్యాధి మల్బరీ ఆకుల ద్వారానూ అప్పుడప్పుడు గాయాల ద్వారాను సంక్రమిస్తుంది ఉష్ణం చలి రసాయనాలవల్లన వాతావరణ పరిస్థితులలో అధిక మార్పులు లేదా హెచ్చు తగ్గులు క్రమరహిత రోగకారక క్రిమి నిర్మూలన లేత ఆకులను మేత వేయటం తక్కువ స్థలావకాశం పురుగులను ఉపవాసం ఉంచటం, పెంపక బెడ్‌లో అధిక తేమ మొదలైన కారణాలవల్ల వ్యాధి సంక్రమించి వ్యాపి చెందుతుంది

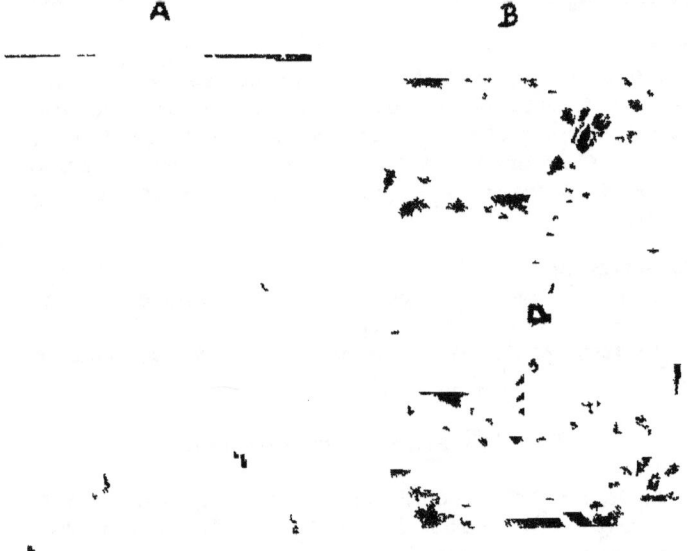

పటం 1 5

A న్యూక్లియర్ పాలిహెడ్రాలు B తలకిందులుగా వేలాడుతున్న గ్రాసరీ వ్యాధిసోకిన డింభకం

వ్యాధి లక్షణాలు

వ్యాధి మొదటి రోజులలో పురుగులు కొంచెం సోమరిగా ఉంటాయి ఇతర లక్షణాలు అన్నీ మామూలుగా ఉంటాయి చర్మం నూనెవలె కన్పించి మెరుస్తుంది వ్యాధి ముదిరిన కొద్దీ చర్మం పలుచగా బలహీనంగా మారుతుంది ఆ తర్వాత ఖండిత మధ్యభాగం బాగా ఉబ్బి శరీరం పాలవంటి తెలుపుగా మారుతుంది సున్నితమైన శరీరం పగిలి విడుదలైన ద్రవంలోని అసంఖ్యాకమైన పాలిహెడ్రాలు ద్వితీయ సంక్రమణకు ఆధారమవుతాయి ఈ వ్యాధిసోకిన డింభకాలు అవిశ్రాంతంగా దిక్కుతోచని దిశలో తట్టల అంచుల వెంబడి పాకుతుంటాయి ఈ

డింభకాలు తట్టనుంచి కిందపడి మరణిస్తాయి తొలిదశ పురుగులు వ్యాధి సోకిన 4 5 రోజులలో చివరి దశ పురుగులు 5 7 రోజులలో మరణిస్తాయి పురుగుల ఉదర ఉపాంగాలు పట్టుత్వాన్ని కోల్పోతాయి కేవలం పాయుఉపాంగాలతో పురుగు తలకిందులుగా వేలాడుతుంది (పటం 15 B) తొలిదశలో వ్యాధివల్ల డింభకం మరణిస్తుంది చివరిదశలో వ్యాధివల్ల పట్టుకాయను అల్లి మరణించటంవల్ల చవిపోయిన పట్టుకాయలు ఏర్పడతాయి

నివారణ – నియంత్రణ

పెంపక గదిని చక్కగా రోగకారక క్రిమి నిర్మూలన చేయాలి పట్టుపురుగు గుడ్లను ఉపరితల రోగకారక క్రిమి నిర్మూలన చేయాలి పెంపకం ఆరోగ్యమైన వాతావరణ పరిస్థితులలో కొనసాగించాలి వ్యాధిసోకిన మరణించిన డింభకాలను పెంపక బెడ్‌నుంచి జాగ్రత్తగా శరీరం చిట్లకుండా తొలగించి సున్నంతట్టలో వేయాలి లేదా తగులబెట్టాలి పురుగులకు మంచి నాణ్యతకల ఆకుమేత వేయాలి పురుగుల ఇన్‌స్టార్‌లను అనుసరించి సరియైన ఉష్ణోగ్రత తేమను అందించాలి అంతేకాకుండ సరియైన స్థలావకాశం కలిఎంచి తగిన పరిమాణంలో ఆకు మేత వేయాలి బెడ్‌లో తేమ పెరగకుండా శుభ్రత చేయాలి వ్యాధి వ్యాప్తి నిరోధించుటకు రేషమ్‌కీట్ ఔషధ్ (Reshamkeet Oushadh) ను వాడాలి దీనిని ప్రతి నిర్మోచనం తర్వాత చల్లాలి

b జీవపదార్థ పాలిహైడ్రాసిస్ లేదా గంటు పురుగులు

ఈ వైరస్ ఎండాకాలంలో వస్తుంది

వ్యాధి కారకం

ఈ వ్యాధి స్మిథియా వైరస్ (Smithia Virus) వల్ల వస్తుంది ఇది గుండ్రంగా 60–70 nm పరిమాణంలో ఉంటుంది ఈ వైరస్ పురుగుల మధ్యాహార నాళం స్తూపాకార కణాల జీవపదార్థంలో పాలిహెడ్రాలను ఏర్పరుస్తుంది స్తూపాకార కణాలకు వ్యాధి సోకిన తర్వాత వైరస్ ఇతర కణాలు అంటే గాబ్లెట్ పునరుత్పత్తి కణాలకు వ్యాపిస్తుంది మధ్యాహార నాళానికి వ్యాధి పరాంతంనుంచి పూర్వాంతానికి వ్యాపిస్తుంది పాలిహెడ్రాల 1 10 మైక్రానుల పరిమాణంలో ఉంటాయి ఇవి చతుర్భుజ లేదా షడ్భుజాకారంలో ఉంటాయి

వ్యాధి మల్బరీ ఆకుల ద్వారా సంక్రమిస్తుంది అంతేకాకుండా నాణ్యతలేని ఆకులను మేత వేయటం ఉష్ణోగ్రత తేమలో అధిక హెచ్చు తగ్గులు వేడి చల్లదనం రసాయన చికిత్సలు కూడా వ్యాధికి కారణాలు వ్యాధిసోకిన పురుగులు మలంద్వారా పాలిహెడ్రాలను విసర్జించటం వల్ల అవి వ్యాధి వ్యాప్తికి మూలాధారాలుగా మారతాయి

వ్యాధి లక్షణాలు

వ్యాధి సోకిన డింభకాలలో పెరుగుదల మందగించి శరీరం పొట్టిగా మారుతుంది పురుగులు చాలా తక్కువ మేతను తింటాయి పురుగులు పాలిన తెలుపు రంగులో కనిపిస్తాయి పురుగులు నిర్మోచన దశకు చాలా నెమ్మదిగా చేరతాయి చివరిదశ పురుగులకు వ్యాధి సోకినపుడు ఉరము పారదర్శకంగా మారి శరీరం క్షయం చెందుతుంది వ్యాధి ముదిరిన కొద్దీ తెలుపు మచ్చ ముందుకు పాకి డింభకం పాలవలె తెల్లగా మారుతుంది (పటం 16) ఈ దశలో పురుగులు విసర్జించిన తెల్లని మృదువైన మలంలో అనేక పాలిహెడ్రాలుంటాయి అప్పుడప్పుడ పురీషనాళ బహిస్సారం వల్ల పాయు భాగం అంతా మలినం అంటుకొంటుంది

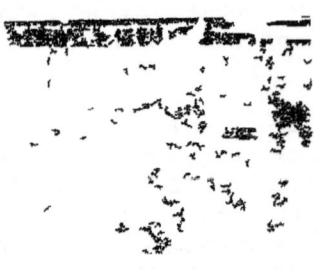

A తొలిదశ పురుగులు B చివరి దశ పురుగులు

పటం 16 జీవపదార్థ పాలిహెడ్రాసిస్ వ్యాధి సోకిన డింభకాలు

నివారణ – నియంత్రణ

ఈ వైరస్ పెంపక గృహంలో ఒక సంవత్సరం వరకు జీవిస్తుంది వీటిపై ఫార్మాలిన్ ప్రభావం ఉండదు కాబట్టి గదిని పరికరాలను పరిసరాలను 2 శాతం ఫార్మాలిన్‌తో కలిపిన 0 5 శాతం తాజా సున్నంతో రోగకారక క్రిమి నిర్మూలన చేయాలి వ్యాధిసోకిన డింభకాలను మలాన్ని శుభ్రం చేయగా తొలగించిన చెత్తను బెడ్‌లో మిగిలిన ఆకులను తగులబెట్టాలి లేదా ఎరువుల గుంటలో వేయాలి పురుగుల పెంపకాన్ని ఆరోగ్యమైన సరియైన వాతావరణ పరిస్థితులలో కొనసాగించాలి సీడలో, పాస్ఫరస్ కొరతలో ఎక్కువ ఆమ్లంగల నేలలో క్షారనేలలో పెరిగిన మల్బరీ ఆకులలో నాణ్యత ఉండదు వీటిని మేతగా వేయటంవల్ల ఈ వ్యాధి సంక్రమిస్తుంది వ్యాధిని అరికట్టటానికి ఒక శాతం కాల్షియం హైడ్రాక్సైడును పిచికారి చేయాలి

IV సున్నపు బూజుకట్టు వ్యాధి లేదా మస్కార్డిన్ (Muscardine)

శిలీంధ్రాలవల్ల కలిగే వ్యాధులను మైకోసిస్ (Mycosis) అంటారు ఇందులో మస్కార్డిన్ ఆస్పర్జిల్లోసిస్ (Muscardine and Aspergillosis) అన్న రెండు ముఖ్యమైన వ్యాధులు ఉన్నాయి మస్కార్డిన్‌లో సిద్ధబీజాల రంగుననుసరించి పట్టుపురుగు శరీరరంగు మారుతుంది ఈ రంగుననుసరించి వాటికి పేరుంటుంది ఇందులో తెల్లని మస్కార్డిన్ ఆకుపచ్చ మస్కార్డిన్ పసుపు మస్కార్డిన్ నలుపు మస్కార్డిన్ ఎరుపు మస్కార్డిన్ అన్నవి ఉంటాయి సాధారణంగా తెలుపు ఆకుపచ్చ మస్కార్డిన్ వ్యాధులు కన్పిస్తాయి ఈ వ్యాధిని కాల్సినో వ్యాధి లని కూడా పిలుస్తారు

తెలుపు మస్కార్డిన్ వ్యాధి

ఈ వ్యాధి వర్షాకాలంలోనూ చలికాలంలోనూ తక్కువ ఉష్ణోగ్రత అధిక తేమ ఉన్న రోజులలోనూ వస్తుంది

వ్యాధి కారకం

ఈ వ్యాధి 'బెవీరియా బాస్సియానా' (***Beuveria bassiana***) అనే శిలీంధ్రం వల్ల సంక్రమిస్తుంది ఈ వ్యాధి శరీరానికి శిలీంధ్రాలు అంటుకోవడం వల్ల వస్తుంది అంతే కాకుండా మమ్మిఫైడ్ డింబకాలు (Mummified larvae), వ్యాధిసోకన కాగితం తట్టలు మొదలైనవి కూడా వా ధికి కారకాలు ఈ వ్యాధి గాలి ద్వారా కూడా వ్యాప్తి చెందుతుంది ఈ శిలీంధ్రం కొనిడియ ులు గుండ్రంగా తెలుపు రంగులో ఉంటాయి

A

పటం 17

A. తెలుపు మస్కార్డిన్ సోకిన డింభకాలు **B** తెలుపు మస్కార్డిన్ సోకినపురుగులు (మమ్మి

పట్టుపురుగు చర్మానికి అంటుకొన్న కొనీడియమ్ నుంచి ఏర్పడిన బీజనాళం చ చొచ్చుకొని లోపలకు ప్రయాణిస్తుంది లోనికి ప్రవేశించిన నాళం మైసీలియంగా అ చెంది శరీరద్రవంతో సంబంధ మేర్పరచుకొని స్థూపాకార సిద్ధబీజాల్ని ఏర్పరుస్తుంది శరీరమంతా వి ాయి శిలీంధ్రం పురుగు శరీరకుహరంలో ఉన్నపుడే బాగా అ

చెందుతుంది డింభకం రక్తనాళాలు పాడైపోయి రక్తం ఆమ్లత్వాన్ని కోల్పోయి తటస్థీకరణం చెందుతుంది వ్యాధి ముదిరిన దశలో ప్రసరణ వేగం తగ్గి రక్తం చిక్కబడుతుంది చివరగా రక్తప్రసరణ ఆగి డింభకం మరణిస్తుంది రక్తంలో మొలకెత్తిన కొనీడియమ్‌లు శరీరంలోని వివిధ కణజాలాలలోనికి (ఉదా ꠰ కొవ్వు కణాలు కండరాలు నాడీ వ్యవస్థ పట్టు గ్రంధులు మాల్ఫీజియన్ నాళాలు మొదలైనవి) చొచ్చుకొని పోతాయి డింభకం మరణించిన తర్వాత వ్యాధి వివిధ కణజాలాల్లో వేగంగా ప్రబలుతుంది శరీరంలో మైసీలియమ్‌లు బాగా విస్తరించి ఏర్పరచిన కొనీడియమ్‌లవల్ల శరీరమంతా తెలుపు మచ్చలు కన్పిస్తాయి (పటం 1 7 A) శరీరంపైన కల ఈ కొనీడియాలు ద్వితీయ వ్యాధి సం౹ మణకు తోడ్పడతాయి వ్యాధి వ్యాప్తికి మరణించిన డింభకమే కారణం నిర్మోచన దశలో వ్యా త్వరగా వ్యాప్తి చెందుతుంది

మరణించిన డింభకం శరీరంపై ప్రత్యేకమైన ల్లని స్ఫటికాలు ఏర్పడతాయి ఇవి మెగ్నీషియమ్ అమ్మోనియంల ద్వంద్వ ఆగ్జలేట్లు (Double oxalate of magnesium and ammonium) ఈ వ్యాధిలో ఒక సిద్ధబీజం నుంచి మరొకటి ఏర్పడటానికి చల్లని వాతావరణంలో 10 రోజులు వేడి పరిస్థితులలో 4 రోజులు పడతాయి పట్టుపురుగు గుడ్ల ఉపరితలంపై అంటుకున్న సిద్ధబీజాల ద్వారా గుడ్డు నుంచి వెలువడే డింభకానికి వ్యాధి సంక్రమిస్తుంది

వ్యాధి లక్షణాలు

తొలిదశలో లక్షణాలు స్పష్టంగా కన్పించవు వ్యాధి ముదిరిన కొద్దీ లక్షణాలు బాగా కనిపిస్తాయి పురుగులు ఆకలిని కోల్పోతాయి చురుకుదనం ఉండదు వా ధి ముదిరిన కొద్దీ శరీరంపై నూనెవంటి పదార్థం ఏ ।డుతుంది శరీరం కుంచుపడి స్థితిస్థాపక ల ణం కోల్పోయి వాంతులు విరోచన లక్షణాలు క ాయి ఇకపై డింభకం కదలకుండా స్థి ంగా ఉండి వ్యాధి సంక్రమించిన 3 5 రోజులలో మ ణిస్తుంది మరణించిన డింభకం మొదట మృదువుగా ఉండి 6 8 గంటలలో చక్కగా దృఢంగా మారుతుంది ఈ దశలో శరీరం పింక్ రంగులో కనిపిస్తుంది ఇందుకు కారణం అందులో *'సెరాటియ మార్సెసెన్స్'* ***(Serratia marcescens)*** అన్న ద్వితీయ బాక్టీరియమ్ విభజన చెంది ఈ రంగును ఏర్పరుస్తుంది ఒకటి రెండు రోజుల తర్వాత డింభకం ఖండితాల మధ్యనుంచి తెలుపు మైసీలియమ్‌లు వెలువడి శరీరమంతా విస్తరిస్తాయి దీనివల్ల లెక్కలేనన్ని కొనీడియమ్‌లు ఏర్పడి తెల్లని పూతవలె కనిపిస్తాయి శరీరం మొత్తం సుద్దముక్క లాగా తెల్లగా గట్టిగా ఉంటుంది (పటం 1 7 B) అల్లిక దశలో వ్యాధి సోకినపుడు అల్లటం పూర్తవుతుంది కాని మాత్ వెలువడదు వ్యాధి సోకిన ప్యూపా గట్టిపడి తెల్లని కొనీడియమ్‌ల చేత కప్పబడి శరీర బరువులో 1/3 వంతుకి ఎండిపోతుంది ఈ రకం పట్టుకాయలను ఊపినపుడు ఎండిన కాయల మాదిరిగా గలగల శబ్దం వస్తుంది మాత్‌లలో కూడా ఇవే లక్షణాల కన్పిస్తాయి

నివారణ – నియంత్రణ

పెంపకానికి ముందే 2 శాతం ఫార్మాలిన్ లేదా 5 శాతం బ్లీచింగ్ పౌడర్ ద్రావణంతో గదిని పరికరాలను రోగకారక క్రిమి నిర్మూలన చేయాలి పెంపక సమయంలో తక్కువ ఉష్ణోగ్రత ఎక్కువ తేమ ఉండరాదు పెంచే బెడ్ పలుచగా, పొడిగా ఉండాలి దీనివల్ల కొనీడియమ్‌లు మొలకెత్తవు వ్యాధిని ప్రారంభంలోనే గుర్తించినపుడు పరికరాలను మొత్తం మార్చి శుభ్రమైన వాటిని వేయాలి వ్యాధిసోకిన పురుగులను మమ్మిఫైడ్ డింభకాలను జాగ్రత్తగా ఏరి సున్నం తట్టలో వేయాలి లేదా తగులబెట్టాలి మలాన్ని మిగిలిన ఆకులను జాగ్రత్తగా తొల గించాలి ఇవి కాకుండా వ్యాధిని అరికట్టటానికి ఫార్మాలిన్ చాఫ్‌ను ప్రతీ ఇన్‌స్టార్‌లో చల్లాలి అంతేకాకుండా డైథేన్ M_{45} లేదా కాప్టాన్ రేషమ్‌కీట్ ఔషధ్ మొదలైనవి తగుపాళ్లలో వాడాలి

ప్రశ్నలు

I ఈ కింది అంశాలకు లఘుటీక రాయండి

1 మీకు తెల్సిన పట్టుపురుగుల వ్యాధులు తెలపండి

2 పెబ్రిన్ వ్యాధికి కారక జీవి ఏది ?

3 పెబ్రిన్ సోకిన గుడ్ల లక్షణాలు తెలపండి

4 పెబ్రిన్ సిద్ధబీజాన్ని ఎట్లా గుర్తిస్తారు ?

5 మీకు తెల్సిన నచ్చు వ్యాధి రకాలను రాయండి

6 పాలుకారు వ్యాధి కారక జీవి ఏది ?

7 మస్కార్డిన్ కారక జీవి ఏది ?

8 పాట్బా వ్యాధి కారక జీవి ఏది ?

9 గ్రాసరీ సోకిన డింభక లక్షణాలు తెలుపండి

10 పెబ్రిన్ సిద్ధబీజ నిర్మాణ పటం గీయండి

II ఈ కింది వాటికి వ్యాసాలు రాయండి

1 పెబ్రిన్ వ్యాధి గురించి వివరించండి

2 మస్కార్డిన్ వ్యాధి గురించి విశదీకరించండి

3 జీర్ణావయవ ల వ్యాధిని తెలపండి

4 పాలుకారే వ్యాధిని వివరించండి

5 ఈ కింది వాటిపై సంక్షిప్తంగా రాయండి

a) పెబ్రిన్ సిద్ధబీజ పటం b) పాట్బావ్యాధి c) గ్రాసరీ నియంత్రణ

2.
పట్టుపురుగుల చీడలు

(Silkworm Pests)

పట్టుపురుగులకు వ్యాధులవల్లనేకాక ఇతర పంటలలాగా చీడల నుంచి కూడా అధిక నష్టం వాటిల్లుతోంది డిప్టిరా క్రమానికి చెందిన ఊజీఈగ వల్ల ఎక్కువ నష్టం సంభవిస్తోంది మల్బరీ పట్టుపురుగులను ఆశించే చీడలు అవి కలిగించే నష్టాల గురించి ఈ అధ్యాయంలో వివరించడమైనది ఈ చీడలను రెండు సమూహాలుగా చేశారు అవి (1) ముఖ్యమైనవి (2) స్వల్పమైనవి

I ముఖ్యమైన చీడ – ఊజీఈగ (Uzi fly)

ఇది డిప్టిరా క్రమంలో టాక్నిడే (Tachnidae) కుటుంబానికి చెందిన కీటకం ఇది బాంగ్లాదేశ్ చైనా జపాన్ ద ౹౹ కొరియా థాయిలాండ్ వియత్నామ్‌లలో కన్పిస్తుంది ఈ కీటకంవల్ల 10 30 శాతం న ^ వాటిల్లుతోంది దీని శాస్త్రీయ నామం ట్రైకోలైగ బాంబిసిస్

జీవిత చరిత్ర

దీని జీవిత చరిత్రలో నాలుగు దశలు ఉన్నాయి (పటం 2 1, 2 2) ఈగ పరిమాణం పెద్దదిగా ఉంటుంది శరీరం నలుపు - బూడిదరంగులో ఉంటుంది మగ ఈగ శరీరం పొడవుగాను (12 మి మీ) స్త్రీ ఈగ శరీరం పొట్టిగాను (10 మి మీ) ఉంటుంది తల త్రికోణాకారంలో ఉంటుంది ఈగల పృష్ఠ ఉరంలో నల్లని ఆయత పట్టీలు ఉంటాయి ఉదరం కోసుగా ఉంటుంది ఉదర ఖండితాలలో మొదటిది నల్లగాను, మిగిలినవి బూడిద-పసుపు రంగులోను ఉంటాయి ఈగల్లో కాలాన్ని లింగత్వాన్ని అనుసరించి జీవనవ్యవధి ఆధారపడిఉంటుంది పురుష జీవి 10 18 రోజాు స్త్రీ జీవి 12 21 రోజాలు జీవిస్తాయి ఇవి ఎండాకాలంలో తక్కువ రోజాలు జీవిస్తాయి స్త్రీ,పురుష కీటకాలు వేకువ జామున లేదా రాత్రులలో సంపర్కం జరుపుతాయి సంపర్క సమయం 30 నిమిషాల నుంచి $2\frac{1}{2}$ గంటల పాటు కొనసాగుతుంది సంపర్కం తర్వాత స్త్రీ ఈగ పట్టుపురుగు డింభకంపై కూర్చుని గుడ్లను విడుదల చేస్తుంది ఇవి డింభకం ఖండితాల మధ్యన గుడ్లు పెడుతుంది సాధారణంగా ఈ ఈగలు 3 5 దశల పురుగులపై మాత్రమే గుడ్లు పెడతాయి మొదటి రెండు దశల పురుగులు చాలా చిన్నవిగా ఉండి ఈగ కూర్చోవటానికి అవకాశం లేదు ప్రతి స్త్రీ ఈగ 9 25 రోజాలలో 300 1000 గుడ్లను పెడుతుంది

పటం 2 1 ప్రౌఢ ఊజీ ఈగ పృష్ఠ దృశ్యం

గుడ్లు స్థూలంగా పసుపు తెలుపు రంగులో ఉంటాయి ఇవి 0 45 0 56 మి మీ పొడవు 0 25 0 30 మి మీ వెడల్పులో దీర్ఘవృత్తాకారం (oblong) లో ఉంటాయి ఈ గుడ్లు 2 5 రోజులలో పగిలి, వెలువడిన మేగట్ (Maggot) పట్టుపురుగు శరీరంలోనికి చొచ్చుకొనిపోతుంది మేగట్ ఏర్పరచిన రంధ్రం పురుగు శరీరంపై ఒక నల్లని మచ్చగా కన్పిస్తుంది మాగట్ లోనికి ప్రవేశించిన రంధ్రం ఒక సైఫన్ లా ఏర్పడి దీనినుంచి లోనికి ప్రవేశించిన గాలి మాగట్ కు అందుతుంది మాగట్ పట్టుపురుగు కొవ్వు కణజాలంపై ఆధారపడుతుంది మాగట్ లో మూడు ఇన్ స్టార్ లు ఉంటాయి మొదటి రెండు ఇన్ స్టార్ లు ఆతిథేయి చర్మం దిగువన చివరి ఇన్ స్టార్ శరీరకుహరంలోనికి ప్రవేశిస్తుంది మాగట్ లో పదకొండు శరీర ఖండితాలు ఉంటాయి ఈ మాగట్ ఒక వారం రోజాలు కొవ్వు కణాలను బాగా తిని పెరిగిన తర్వాత డింభకాన్ని ఛేదించుకొని వెలుపలికి వస్తుంది ఈ వ్యాధి చివరి దశ పురుగులకు సోకినపుడు డింభకం పట్టు కాయలను అల్లుతుంది ఈ దశలో మాగట్ పట్టు పురుగు ప్యూపా పట్టుకాయలను ఛేదించుకొని వెలుపలికి వస్తుంది ఈ గూళ్ళు గుడ్ల ఉత్పత్తికి రీలింగ్ కు పనికిరావు వెలుపడిన మాగట్ లు మెత్తటి నేలను ఎన్నుకొని 10 20 గంటలలో ప్యూపాగా మారతాయి పెంపక గదిలో ఉండే మూలలు రంధ్రాలు పగుళ్లు నీళ్ల దిమ్మె కింద పెంచే బెడ్ ల కింద చీకటిలో ప్యూపా వృద్ధి జరుగుతుంది

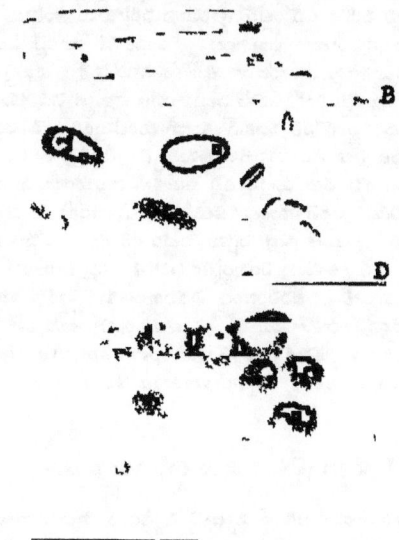

పటం 2 2 ఊజీ ఈగ

A. డింభకం నుంచి మాగట్ వెలువడటం B పట్టుగూడుకు రంధ్రం చేసి వెలువడుతున్న

C మాగట్స్ D ప్యూపాలు E ఊజీ రంధ్రాల పట్టుగూళ్ళు

ప్యూపాలు దీర్ఘవృత్తాకారంలో పూర్వ భాగం అండాకారంగా పరభాగం గుండ్రంగా ఉంటాయి ఇవి లేత ఎరుపు గోధుమరంగునుంచి ముదురు ఎరుపు గోధుమరంగులో ఉంటాయి శరీర ఖండితాలు 11 ఉంటాయి శరీరం 0 9 1 2 సెం మీ పొడవు 0 4 0 6 సెం మీ వెడల్పు ఉంటుంది వీటినుంచి 10 12 రోజులలో ప్రౌఢఈగ వెలువడుతుంది వీటిలో ఆడ ఈగలకంటే మగ ఈగలు తొందరగా వెలువడుతాయి దీని జీవిత చరిత్రకు 17 23 రోజుల వ్యవధి పడుతుంది

చీడ లక్షణాలు, చీడవల్ల కలిగే నష్టాలు

చీడసోకిన ఐదవ దశ పురుగులు అల్లిక దశకు ముందే మరణిస్తాయి ఐదవదశ చివరలో చీడ వ్యాపించినపుడు మాగట్ పట్టుగూళ్లకు రంధ్రంచేసి వెలుపలికి వస్తుంది దీనివల్ల పట్టు కాయలు పనికిరావు ఊజీ ఈగ సోకిన డింభకాలను ప్యూపాలను నల్లని మచ్చల ఆధారంగా గుర్తించాలి ఒక్కొక్కసారి ఈ మచ్చల మధ్య ఊజీ గుడ్ల పెంకులు కనిపిస్తాయి ఊజీ గుడ్లు పెట్టగానే పట్టుపురుగు డింభక చర్మంపై గుండు పిన్ను తలకంటే చిన్నవిగా ఉండే అండాకారంలో క్రీము రంగు గుడ్లు కన్పిస్తాయి

నివారణ – నియంత్రణ

పెంపక గది దాని పరిసరాలలో ఆరోగ్యకరమైన పరిస్థితులు ఉండాలి గదిలో పగుళ్ల రంధ్రాలు మాగట్‌లకు స్థావరాలుగా ఉంటాయి పెంపకానికి ముందే వీటిని మూయాలి ముందుగా అల్లబడిన పట్టుగూళ్ల సాధారణంగా ఊజీ ఈగ సోకినవే కాబట్టి వీటిని సేకరించి స్టైఫిల్ (Stifil) చేయాలి స్టైఫలింగ్ అంటే పట్టుకాయల నాణ్యత చెడిపోకుండా లోపలుండే ప్యూపాను చంపడం దీనివల్ల లోపలి మాగట్ కూడా మరణిస్తుంది పెంపక గది కిటికీలకు ద్వారానికి సన్నటి తీగవల లేదా నైలాన్ వలను అమర్చాలి దీనివల్ల ఈగలు ప్రవేశించకుండా ఉంటాయి పట్టుపురుగులపై చైనా మట్టిని చల్లి ఊజీఈగ వాలకుండా చూడాలి ఇది అల్లిక దశ పురుగులకు మంచిది అంతేకాకుండా ఊజీసైడ్ (Uzicide) ను వాడాలి ఇది ఊజీ గుడ్లను నాశనం చేస్తుంది అయితే ఊజీ గుడ్లను పెట్టిన 48 గం ల లోపు ఊజీసైడ్‌ను చల్లిగే ప్రభావం ఉంటుంది ఊజీ ఈగను నియంత్రించటానికి డైఫ్లూబెంజూరాన్ 2 5 శాతాన్ని (Diflubenzuron) వాడాలి జీవసంబంధ నియంత్రణకు ట్రైకోప్రియ ప్రజాతులు , నిసోలిక్స్ థైమస్ , డిర్హినస్ హిమాలయానస్ , బ్రాకిమీరియా లుగుబ్రిస్ , ఎగ్జోరిస్టోబియ ఫిలిప్పైనెన్సిస్ , స్పాలాంజియ కమరోని , (*Trichopria sp* , *Nesolynx thymus* , *Dirhinus himalayanus* , *Brachymeria lugubris* , *Exoristobia*)

II స్వల్పమైన చీడలు (Minor pests)

మల్బరీ పట్టుపురుగులను ఆశించే స్వల్పమైన చీడలు చాలా ఉన్నాయి ఇవి కొన్ని ప్రాంతాలకు మాత్రమే పరిమితమై ఉంటాయి వీటివల్ల పట్టుపురుగులకు ప్రత్యక్షంగానూ కొన్నిసార్లు పరోక్షంగానూ నష్టం వాటిల్లుతోంది ఇందులో కొలియాప్టెరా (Coleoptera) కీటకాలవల్ల డింభకాలకు నిలవ చేసిన పట్టుకాయలకు అధిక నష్టం కలుగుతోంది

1 పలక పురుగులు లేదా డెర్మిస్టెడ్ బీటిల్ (Dermestid beetle)

ఈ కీటకాలు స్టైఫల్ చేసిన, నిలవ చేసిన గూళ్లకు అధిక నష్టం కలుగ చేస్తాయి పలక పురుగుల డింభకాలు కాయలకు రంధ్రాలు చేసి ప్యూపాలను తింటాయి ఇవి జంతువుల

మొక్కల ఉత్పత్తులను (ఉదా : తోళ్లు, ఎండుచేపలు, కార్పెట్లు మొదలైన వాటిని) నాశనం చేస్తాయి వీటిలో అనేక ప్రజాతులున్నాయి ఇందులో *డెర్మెస్టిడ్ కాడ్‌వెరినస్ (Dermestid cadverinus)* గురించి తెల్పడమైనది

జీవిత చరిత్ర :

ప్రౌఢ పురుగులు పొడవైన అండాకారంలో, ముదురు గోధుమ రంగులో ఉంటాయి (పటం 23) దీని పొడవు ఒక సెం మీ ఉంటుంది స్త్రీ పురుగు గుడ్లను గోడ పగుళ్లల్లో, రంధ్రాలలో పెడుతుంది గుడ్లు పొడవుగా, అండాకారంలో 2 మి మీ పొడవుండి, పాలవలె తెల్లగా ఉంటాయి ఒక్కొక్క కీటకం 50 400 గుడ్లు పెడుతుంది ఢ కీటకం గుడ్లు పెట్టిన తర్వాత ఒక సంవత్సరం వరకు జీవిస్తుంది ఇది జంతు సంబంధ న పదార్థాలపై ఆధారపడి జీవిస్తుంది

గుడ్లు ఏడు రోజులలో పొదగబడతాయి ఏట ంచి కదురు ఆకారంలో ఎరుపు గోధుమ రంగు లార్వాలు లేదా గ్రబ్స్ (Grubs) వెలువడతాయి ఇవి 5 7 సార్లు నిర్మోచనంచెంది 1 2 నెలలలో 1 5 సెం మీ పొడవు పెరుగుతాయి లార్వాల శరీరంపై వేరువేరు పొడవులు కల వెంట్రుకలుంటాయి అది తర్వాత ప్యూపాగా మారుతుంది వీటినుంచి ప్రౌఢ కీటకం వెలువడుతుంది ఈ కీటకం ప్రౌఢ దశను మొత్తం శీతాకాలంలో గడుపుతుంది వీటిలో రూప విక్రియ సమయం స్థిరంగా ఉండదు కాబట్టి శీతాకాలంలో డింభకం దశ, ప్యూపా దశ కనిపిస్తాయి

పటం 23 *డెర్మెస్టిస్ కాడ్వెరినస్* వివిధ దశలు

పట్టు పరిశ్రమకు నష్టం కలుగచేసే ఇతర పలక పురుగుల ప్రజాతులు

1 *డెర్మెస్టిస్ వాల్పినస్*

2 *డెర్మెస్టిస్ వోరాక్స్ (D vorax)*

3 *డెర్మెస్టిస్ ఫ్రిచి (D frishchi)*

4 *డెర్మెస్టిస్ టెస్సెలాటోకొల్లిస్ (D tesselatocollis)*

5 *డెర్మెస్టిస్ కోర్కటస్ (D coarctatus)*

6 ట్రోగోడెర్మా వర్సికాలార్

7 ఆంత్రినస్ వర్బాసీ

8 ఆంధ్రినస్ ఏఎనెల్లే (*A Pipinellae*)

9 అట్టాజినస్ పీసియస్ (***Attagenus piceus***)

10 అట్టాజినస్ జపానియస్ (***A. japonious***)

నివారణ – నియంత్రణ

దీనిని అరికట్టే ముందు జాగ్రత్తగా పెంపక గదులను పట్టుకాయల నిలవ గదులను తరచుగా శుభ్రం చేయాలి పనికిరాని పట్టుకాయలను, చెడిన గుడ్లను ఎక్కువ కాలం నిలవ చేయకూడదు మాత్‌లు వెలువడటానికి ముందు తరవాత గ్రెయినేజ్ గదిని శుభ్రం చేయాలి కీటకాలను నివారించటానికి మిథైల్ బ్రొమైడ్‌ను (Methyl bromide) ను ఒక రోజు లేదా క్లోరోపిక్రిన్‌ను (Chloropicrin) మూడు రోజులపాటు గదిలో పొగబెట్టాలి (Fumigation) పొగబెట్టటానికి ముందుగా గదిలోని అన్ని రంధ్రాలను కాగితాలతో లేదా మట్టిలో లేదా పేడతో మూసి ద్వారాన్ని కూడా పూర్తిగా మూసి వేయాలి పట్టుగూళ్ల నిలవగది పెంపకంగదికి దూరంగా ఉన్నట్లైతే బి హెచ్ సి స్ప్రే చేయాలి ఈ చర్యలలో క్రిమిసంహారక మందులు రసాయనాలు పట్టుపురుగులకు సోకకుండా జాగ్రత్త పడాలి

2 మైట్–పెడిక్యులోయిడిస్ వెంట్రికో ˉ

ఇది పెడిక్యులాయిడడే (Peduculoididae) కుటుంబానికి చెందుతుంది గడ్డి కర్ర వెదురు మొదలైన వాటితో పెంపక గృహాన్ని నిర్మించడంవల్ల గదిలో వీటి సంతతి ఉంటుంది స్త్రీ మైట్ పట్టుపురుగు డింభకాలు ప్యూపాలు ప్రౌఢ కీటకాలపై దాడి చేస్తుంది ఇది ఇతర కీటకాలపైన కూడా దాడిచేసి నష్టం కలుగచేస్తుంది

జీవిత చరిత్ర

స్త్రీ, పురుష కీటకాలు వివిధ ఆకారాల్లో ఉంటాయి స్త్రీ కీటకం లావుగా గుండ్రటి ఉదరంతో కండె ఆకారంలోనూ, పురుష కీటకం అండాకారంలోనూ ఉంటాయి తల త్రికోణాకారంలో ఉంటుంది మొత్తం నాలుగు జతల కాళ్లు ఉంటాయి ఇవి అండశిశూత్పాదకాలు (Ovoviviparous) ఒక్కొక్క స్త్రీ కీటకం 100 150 పిల్ల జీవులను ఉత్పత్తి చేస్తుంది ఇందులో మొదట పురుష కీటకాలు తర్వాత స్త్రీ కీటకాలు ఉత్పత్తి అవుతాయి పురుష కీటకం స్త్రీ కీటకాలతో సంపర్కం జరిపిన తర్వాత ఒక రోజులో మరణిస్తుంది పరిణతి చెందిన స్త్రీ కీటకం లావెక్కుతుంది ఫలదీకరణం చెందిన కీటకం అతిథేయి లభించగానే కొక్కేలు చూషకాలతో పట్టుకొంటుంది ఇవి సంవత్సరానికి 17 తరాలను ఉత్పత్తి చేస్తాయి ప్రతీ తరానికి మధ్య 7 18 రోజుల వ్యవధి ఉంటుంది

మైట్ చీడవల్ల జరిగే నష్టం – చీడ లక్షణాలు

ఇవి డింభకాలు ప్యూపా ప్రౌఢ కీటకాలపై దాడి చేస్తాయి వీటివల్ల లేత పురుగులకు ప్యూపాలకు అధిక నష్టం కలుగుతుంది స్త్రీ కీటకాలు అతిథేయి ఖండితాలపై కూర్చుని ఆహారాన్ని సేకరిస్తాయి వీటి లాలాజంలోకల విష పదార్థాలవల్ల అతిథేయి మరణిస్తుంది

చీడ సోకిన తర్వాత పురుగులు ఆహారాన్ని తినవు చాలా నెమ్మదిగా సోమరిగా మారతాయి శరీరం ఊదా-గోధుమ రంగుకు మారుతుంది ఇవి పసుపు గోధుమ రంగు ద్రవాన్ని వాంతి చేస్తాయి విసర్జన కష్టమవుతుంది మలం పాయువుకు అంటుకొని ఉంటుంది శరీరం గరుకుగా మారి నల్లని మచ్చలు కన్పిస్తాయి చీడలు సోకిన పురుగులు నిర్మోచనం చెందవు ఒకటి రెండు రోజులలో పురుగులు మరణిస్తాయి చీడలు సోకిన ప్యూపాలకు మచ్చలేర్పడి శరీరం నల్లగామారి రూపవిక్రియ చెందవు చీడసోకిన పురుగును నల్లటి పెట్టెలో వేసి బాగా ఊపి చూస్తే చీడ పురుగు కన్పిస్తుంది

నివారణ – నియంత్రణ

చీడను గుర్తించగానే పెంపకం గదిని త లను మార్చాలి పెంపక పరికరాలను రోగకారక క్రిమి నిర్మూలన చేయాలి పెంపకం గదిక ద లో గడ్డి కర్ర మొదలైనవి నిలవ చేయకూడదు పెంపకానికి ముందు గంధకం లేదా అకారిసైడ్ (Acaricide) ద్రావణాన్ని గదిలో పిచికారి చేయాలి

3 చీమలు (Ants)

పెంపక సమయంలో చీమలు పట్టుపురుగు డింభకాలపై దాడిచేసే నష్టం కలిగిస్తాయి వీటిని అరికట్టటానికి పెంపక స్టాండు కాళ్లక్రింద నీళ్ల దిమ్మెలను లేదా బూడిద లేదా కిరోసిన్‌లో ముంచిన గుడ్డనుంచాలి ఈ చర్యలను అల్లికదశలో కూడా ఆచరించి చీమలను అరికట్టాలి

4 నెమః

ఆకురాలు కాలం చివరి రోజుల్లో పెంపక సమయంలో పట్టుపురుగులలో హెక్సామెర్మిస్ మైక్రో ఆంఫిడిస్ ***(Hexamermis microamphidis)*** అనే నెమటోడ్‌లు తొలిదశ పురుగులపై దాడిచేసి లోనికి ప్రవేశిస్తాయి చీడ సోకిన పురుగుల తల పారదర్శకంగా మారి శరీరం పట్టువలె తెల్లగా మారుతుంది

5 తొండలు, బల్లులు (Lizards)

ఇవి పురుగుల పెంపకంలో ముఖ్యంగా తొలిదశ పురుగులను తినడంవలన నష్టం వాటిల్లుతుంది

6. ఎలుకలు, ఉడతలు (Rats, Squirrels)

ఇవి పురుగులలో పట్టు గ్రంధిని తప్ప మిగిలిన భాగాలను తింటాయి ఇవి పట్టు కాయలను కూడా కత్తిరిస్తాయి వీటిని అరికట్టటానికి కిటికీలకు ద్వారాలకు వెంటిలేటర్లకు తీగ వలను బిగించాలి వీటిని పట్టుకోవటానికి బోనులను వాడాలి

7 పక్షులు

వీటిలో పిచ్చుకలు కాకులు పట్టుపురుగులను అల్లిక దశలో ఎత్తుకుపోతాయి అంద అల్లిక పరికరాలను ఇంట్లో వరండాలో పెట్టి ఈ నష్టాన్ని అరికట్టాలి

ప్రశ్నలు

I ఈ కింది అంశాలకు లఘుటీక రాయండి

1 ఊజీ ఈగ శాస్త్రీయ నామం తెలపండి

2 నీకు తెల్సిన స్వల్పమైన చీడలను వివరించండి

3 పలక పురుగు శాస్త్రీయ నామం ఏమిటి ?

4 ఊజీ ఈగను ఎట్లా అరికట్టాలి ?

5 మైట్స్ వల్ల జరిగే నష్టం తెలపండి

II ఈ కింది వాటికి వ్యాసాలు రాయండి

1 "ఊజీ ఈగ పట్టు పరిశ్రమకు అధిక నష్టం కలుగ చేస్తుంది చర్చించండి

2 స్వల్పమైన చీడలను గురించి వివరించండి

3 ఈ కింది వాటిపై సంక్షిప్తంగా రాయండి

a) మైట్స్   b) చీమలు   c) ఊజీవల్ల కలిగే నష్టం

3.

పట్టు రీలింగు పరిశ్రమ

(Silk reeling industry)

పట్టు పరిశ్రమలోని అన్ని అంశాలలో ఇది చిట్టచివరిది అతి ముఖ్యమైనది మల్బరీ సాగును పట్టు పురుగుల పెంపకాన్ని రైతులు నిర్వహిస్తుంటారు కానీ రీలింగు చేయటానికి మంచి సాంకేతిక పరిజ్ఞానం అవసరం పట్టుకాయల ఉత్పత్తి నాణ్యత లేనపుడు ఎంత చక్కగా రీలింగు చేసినా లాభం ఉండదు పట్టుపురుగులు అల్లిన గూళ్లను రీలింగు చేయకుండా అందులోని దారాన్ని ఉపయోగించటానికి ఎంత మాత్రం అవకాశం లేదు కాబట్టి పురుగులు అల్లిన పట్టుకాయలను క్రమపద్ధతి ఉపయోగించి దారాన్ని తెంపులు లేకుండా తీయాలి దీనినే 'రీలింగు అంటారు రీలింగుకు ఉపయోగించే పరికరాలు యంత్రాలు సాంకేతిక పరిజ్ఞానం నిపుణులను అందరిని కలిపి రీలింగ్ పరిశ్రమ అంటారు

రీలింగు పరిశ్రమ ప్రాముఖ్యత

పట్టుపురుగు జీవితచరిత్రలో పట్టుకాయలు మూడవ దశలో కనిపిస్తాయి పట్టుగూడులో ముడిపట్టుదారంలో ఫ్ల్యూస్ ఫ్లాబ్ అనే భాగాలుంటాయి గూడులో ఉండే దారానికి రెండు చివరలుంటాయి పురుగు అల్లిక ప్రారంభించటానికి విడుదల చేసిన పట్టు బిందువు మొదటి చివర రెండవది పట్టుగూడు లోపల చివరిపొర చివరలో ఉంటుంది రీలింగులో ఈ రెండు చివరల మధ్యకల మొత్తం పట్టు తంతువును క్రమపద్ధతిలో తెంపులు లేకుండా జాగ్రత్తగా తీస్తారు

పట్టుపరిశ్రమ మనదేశంలో ఎక్కువగా గ్రామీణ ప్రజలకు మంచి జీవనాధారంగా పరిణమించింది దీనివల్ల ఈ పరిశ్రమలోని వివిధ అంశాలలో అనేక మందికి ఉపాధి అవకాశాలు ఏర్పడ్డాయి మనదేశంలో ఉత్పత్తి అయిన ముడిపట్టులో అధిక శాతం గ్రామీణ పరిశ్రమగా రూపు దిద్దుకున్న దేశవాళి చరఖా నుంచి ఉత్పత్తి అవుతుంది అంటే సాంకేతిక పరిజ్ఞానం అవసరం ఉన్న ఈ రీలింగు ప్రక్రియలో కూడా కేవలం నేర్పరితనంతో చరఖా రీలింగు జరుగుతోంది ఈ రీలింగులో పట్టు గూళ్ల పరిమాణాన్ని అనుసరించి రీలింగు చేయరు అంతేకాకుండా జెట్టిబొట్ బటన్‌లు ఉండవు కాబట్టి దానికి ఉండే దుమ్ము-ధూళి ఎక్కువైన సెరిసిన్ మొదలైనవి శుభ్రం కావు ఈ రీలింగు ద్వారా ఉత్పత్తి చేసిన పట్టుకు నాణ్యత చాలా తక్కువ ఈ రీలింగులోని వివిధ అంశాలు గ్రామీణ ప్రజల జీవన విధానానికి అనుగుణంగా ఉంటాయి అందువల్ల ఈ అంశాలన్నీ వారు సులభంగా ఆచరించటానికి అవకాశం ఉంది ఇందులో ముసలివారు స్త్రీలు యుక్తవయస్కులు బాలురు అందరూ పనిచేసే అవకాశం ఉంది

ఈ రీలింగు వ్యవస్థవల్ల తీసిన ముడిపట్టుకు ప్రపంచంలో మంచి మార్కెట్లు ఉంది మనదేశంలో ఉత్పత్తి అయిన మల్బరీ ముడిపట్టు 1990 91లో 11 487 టన్నులు టస్సార్ 484 టన్నులు ఎరి 624 టన్నులు మూగ 70 టన్నులు ఉంది ప్రపంచంలో పట్టు పరిశ్రమ దేశాలలో మనదేశానికి ఉన్న ప్రాముఖ్యతతో పోల్చినపుడు ఈ ఉత్పత్తి తక్కువ మనదేశ జాతీయ పట్టుపరిశ్రమ పథకం ప్రవేశపెట్టడం జపాన్ కొరియా దేశాలు పట్టు పరి తగ్గించుకోవడంవల్ల ఈ పరిశ్రమకు పెరిగిన ప్రాధాన్యతను మనం మనదేశం వినియో కోవాలి దీనికి అనుగుణంగా నాణ్యతగల పట్టును ఉత్పత్తి చేయాలి దీనివల్ల మన దేశాలకు అవసరమైన ముడిపట్టును వస్త్రాలను ఎగుమతి చేసి మంచి విదేశీ మారక ద్ర

ఆర్జింవచ్చు దీనికోసం నాణ్యమైన పట్టుగూళ్ల ఉత్పత్తి, దారం తీసే పరికరాలు పద్ధతులు సాంకేతిక నైపుణ్యాల అంశాలపై శ్రద్ధ వహించి వీటిని వృద్ధి చేయాలి

ఇక వస్త్రాల విషయంలో మనదేశంలో వివిధ రాష్ట్రాలలో ఉత్పత్తి అయిన పట్టువస్త్రాలలో బనారస్ సూరత్ కర్ణాటక రకాలు టై అండ్ డై పటోలా వస్త్రాలు ఇకట్స్ కాశ్మీర్ వస్త్రాలు బందేజ్ కంచిపురం తంజావూర్ రకాలకు దేశీయంగానూ విదేశీయంగాను మంచి పేరు ప్రఖ్యాతులు ఉన్నాయి మనదేశంలో ప్రతీ శుభకార్యానికి దివ్య దినాలకు పట్టు వస్త్రాలను ధరించే సాంప్రదాయం ఉంది ఈ వస్త్రాలు ఎక్కువగా సమాజంలోని ధనిక వర్గాలకు అందుబాటులో ఉన్నాయి అంటే ఈ పరిశ్రమ వల్ల ధనం ధనిక వర్గాలనుంచి పేద వర్గాలకు చేరుతోంది ఈ ఉత్పత్తులను ఇంకా పెంచడం నాణ్యతకల వస్త్రాలను అధికంగా ఉత్పత్తి చేయడం ద్వారా దీనికి అవసరమైన ముడిపట్టు ఉత్పత్తిని పెంచవలసిన అవసరం కలుగుతుంది అందువల్ల గ్రామీణ ప్రజలకు ఇంకా ఎక్కువ ఉపాధి అవకాశాలు ఏర్పడి తద్వారా ధనార్జనకు వీలుంటుంది

రీలింగు పరిశ్రమకు ఉండే అవకాశం, పరిధి

పట్టుపరిశ్రమలో రీలింగు పరిశ్రమ అభివృద్ధికి అధిక అవకాశాలు ఉన్నాయి భారతదేశం పట్టు ఉత్పత్తి చరఖాలపైన (పురాతన పద్ధతి) కాటేజ్‌బేసిన్ మల్టీఎండ్ (మధ్యరకం) సెమి ఆటోమాటిక్ ఆటోమాటిక్ (అధునాతన పద్ధతి) యంత్రాలపైనా చేస్తున్నారు ఈ పట్టు 2 3వ తరగతికి చెందుతుంది ప్రపంచ పట్టు మార్కెట్‌లో అవసరమైన ఒకటవ తరగతి పట్టు ఉత్పత్తి చాలా తక్కువ అయితే మనదేశంలో నాణ్యతగల పట్టు ఉత్పత్తికి అనేక అవకాశాలు ఉన్నాయని చెప్పవచ్చు అయితే ఇందుకు తగిన విధంగా పట్టుకాయల నాణ్యతను పెంచటం తప్పనిసరి మనదేశంలో ప్రస్తుతం లభ్యమవుతున్న పట్టుగూళ్ల నుంచి దారం తీయడానికి సెమీ ఆటోమాటిక్ ఆటోమాటిక్ యంత్రాలు ఉపయోగపడటం లేదు ఇందుకు కారణం నాణ్యతలేని గూళ్ళు కాబట్టి మొట్టమొదటగా పట్టు ఉత్పత్తి నాణ్యతను నియంత్రించే కారకాలను అంటే ముడి పదార్థం నాణ్యత దారం తీసే పరికరాలు పద్ధతులు నైపుణ్యం నీటినాణ్యత తెలుసుకొని వీటిపై శ్రద్ధవహించి ఈ అంశాలను వృద్ధి చేయాలి ఇక పట్టుగూళ్ల నాణ్యత విషయంలో మనదేశం ఎక్కువగా మల్టీవోల్టీన్ పట్టును ఉత్పత్తి చేస్తున్నది అయితే ఉష్ణమండలాల కోసం ప్రవేశపెట్టిన బైవోల్టీన్ పట్టు పురుగులు సంకరజాతి బైవోల్టీన్ ఉత్పాదనకు తోడ్పడుతున్నాయి ఇవి మంచి నాణ్యతగల పట్టుగూళ్ల దిగుబడినిస్తున్నాయి కాబట్టి వీటి ఉత్పత్తిని పెంచాలి ఇక రీలింగ్‌లో ప్యూపాలను చంపడం మంచివి చెడువి గూళ్లను వేరు చేయడం గూళ్ళను ఉడికించడం నీటినాణ్యత రీలింగ్ వేగం నానబె డం దారం ఆరబెట్టె పద్దతులు పట్టు నాణ్యతను నిర్ణయిస్తాయి కాబట్టి ఈ అంశాలను వృ చేయాలి దీనికి తగిన విధంగా రీలింగ్ పరిశ్రమలో యంత్రాలను ఏర్పరచాలి అంతేకాకుం సాంకేతిక శిక్షణకు తగిన అవకాశాలను గ్రామీణ రీలర్లకు అందుబాటులో ఉంచాలి

మనదేశంలో కేంద్ర పట్టు మండలి ఆధీనంలోని కేంద్ర పట్టు పరిశోధనా శిక్షణా సంస్థ రీలింగ్ విషయాలపై ప్రగతిని సాధించినదని చెప్పాలి ఇందులో పట్టు కండీషనింగ్ పట్టు పరీక్ష చేసే సంస్థలను బెంగుళూరు ధర్మవరం మాల్డా జమ్ము కంచిపురంలో జాతీయ పట్టుపరిశ్రమ పథకం (National Sericulture Project – NSP) కింద కేంద్ర పట్టు మండలి నెలకొల్పింది ఈ సంస్థ ఎంటర్‌ప్రెన్యూర్స్ డెవలప్‌మెంట్ ప్రోగ్రామ్స్ రీలింగ్ డిమాన్‌స్ట్రేషన్ ట్రైనింగ్ కేంద్రాలు వంటివి ఏర్పాటుచేసి CSRTI మేలిరకం చరఖా మొదలగు వాటిని కూడా రీలర్ల అందుబాటులో ఉంచింది

కాబట్టి పైన తెల్పిన వివిధ అంశాలపై అభివృద్ధిని పొందటానికి అవసరమైన పరిజ్ఞానాన్ని పెంపొందించటానికి కేంద్ర పట్టు మండలి సలహా సంప్రదింపులను తీసుకోవాలి దీనివల్ల మనదేశం ఉత్పత్తి సామర్థ్యం నాణ్యత పెంచాలి తద్వారా మేలైన ముడిపట్టును ఉత్పత్తి చేసి దేశీయ అవసరాలను తీర్చడమే కాకుండ విదేశీ మారక ద్రవ్యాన్ని కూడా ఆర్జించవచ్చు

ప్రశ్నలు

I ఈ కింది అంశాలకు లఘుటీక రాయండి

1 NSP అంటే ఏమిటి ?

2 మనదేశంలో ఉత్పత్తి చేసే కొన్ని పట్టు వస్త్రాలను తెలపండి

3 నీకు తెల్సిన రీలింగు యంత్రాలను తెలపండి

4 ముడిపట్టు నాణ్యతను నియంత్రించే కారకాలు ఏవి ?

II ఈ కింది వాటిపై వ్యాసాలు రాయండి

1 పట్టుపరిశ్రమలో రీలింగు ప్రాముఖ్యతను వివరించండి

2 రీలింగు పరిశ్రమలో ఉండే అవకాశాలను పరిధిని గురించి చర్చించండి

4.

పట్టు రీలింగుకు కావలసిన ముడి సరుకులు

(Raw materials for silk reeling)

పట్టు రీలింగుకు కావలసిన ముడి సరుకులు పట్టుకాయలు పట్టుపురుగు పరిణతి చెందిన తర్వాత పట్టు గ్రంధులలోని పట్టును స్రవిస్తూ తనచుట్టు తాను ప్యూపా దశలో రక్షణ కోసం ఒక గట్టికవచాన్ని అల్లుతుంది దీనినే పట్టుకాయ' అంటారు రీలింగు ప్రక్రియ ముడిపట్టు నాణ్యత మొత్తం ఈ పట్టుకాయలపై ఆధారపడి ఉంటుంది పురుగుల పెంపకంలో చేసిన పొరపాట్లు రీలింగుకు నష్టాన్ని కలుగ చేస్తాయి అంటే పరిశ్రమలో ప్రతీ అంశం స్వతంత్రంగా కొనసాగినా ఒకటి ఇంకొక దానిపై ఆధారపడి ఉంటుంది కాబట్టి పెంపకం జాగ్రత్తగా చేసినపుడు నాణ్యతగల పట్టుగూళ్ల ఉత్పత్తికి వీలవుతుంది నాణ్యత అంటే కాయల పరిమాణం పెద్దగా ఉండాలని కాదు వాటి ఆకారం పరిమాణం ఒకేరకంగా మంచి పట్టుతో తక్కువ ఫ్లాజ్ శాతంతో దృఢంగా అల్లబడి ఉండాలి రీలింగుకు ఎంపిక చేసిన పట్టుగూళ్ళు అన్నీ ఒకే రకానికి చెందినవై ఉండాలి

ఏది ఏమైన పట్టుపురుగుల పెంపకంలో మెలకువలను పాటించి మంచి నాణ్యతగల గూళ్ళను ఉత్పత్తి చేయటానికి ఈ కింది అంశాలను పాటించాలి

1 పెంపకంలోనూ అల్లిక దశలోనూ సరియైన వాతావరణ పరిస్థితులను నెలకొల్పాలి

2 మౌంటిగ్‌లో సరియైన స్థలదూరం పాటించాలి

3 మౌంటిగ్ తర్వాత తగిన జాగ్రత్తలు తీసుకోవాలి

4 సరియైన సమయంలో పట్టుకాయల సేకరణ చేయాలి

పట్టుగూళ్ల భౌతిక, వాణిజ్య లక్షణాలు

పట్టుకాయలకు భౌతికమైన కొన్ని వాణిజ్యపరమైన లక్షణాలు ఉన్నాయి ఇవి రీలింగ్‌ను ప్రభావితం చేస్తాయి అంతేకాకుండ ముడిపట్టు నాణ్యతను తెలుపుతాయి పట్టుగూడులో ఉండే భాగాలు (1) ఫ్లాజ్ (Floss) (2) దృఢమైన పట్టుగూడు పొర (Compact shell) (3) పాలేడ్‌పొర (Palade layer) (4) ప్యూపా ఇందులో ఫ్లాజ్ పాలేడ్‌పొరలను వ్యర్థా పట్టు అంటారు దీనిని ఫ్రిసన్స్ (Frisons) అంటారు పట్టుగూడు పొరలో పొడవైన పట్టు దారం (Bave) ఉంటుంది పట్టుగూడులో ఈ కింద తెల్పిన పదార్థాలుంటాయి

ఫైబ్రోయిన్ (Fibroin)	-	72 81 శాతం
సిరిసిన్ (Sericin)	-	19 28 శాతం
కొవ్వు, మైనం	-	0 5-1 శాతం
రంగునిచ్చు పదార్థం బూడిద	-	1- 1 4 శాతం

పట్టుకాయలో ఉండే పట్టుదారం రెండు దారాల కలయిక పురుగులోని రెండు పట్టు గ్రంధులనుంచి వెలువడిన స్వతంత్ర ఫైబ్రోయిన్‌లను 'బ్రిన్స్' (Brins) అంటారు ఇవి వెలువడే సమయంలో పట్టుగ్రంధిలోని సిరిసిన్ వీటిని కప్పి వేస్తుంది ఈ విధంగా కప్పటంవల్ల ఏర్పడిన దారాన్ని 'బేవ్' (Bave) అంటారు పట్టుకాయలోని మొత్తం బరువులో 76 శాతం ఫైబ్రోయిన్, 22 శాతం సిరిసిన్ మిగిలినవి మైనం-క్రొవ్వు పదార్థాలు ఈ విధంగా ఏర్పడిన పట్టుకాయల వివిధ లక్షణాలు ఈ కింద వివరించడమైనది

1 రంగు (Colour)

ఇది తెగ (Race) కు సంబంధించినది పట్టుదారం పైకల సిరిసిన్‌లోని వర్ణక పదార్థాలపై పట్టుకాయ రంగు ఆధారపడి ఉంటుంది ఈలక్షణం డిగమ్మింగ్ (Degumming) చర్యలో సిరిసిన్‌తోపాటు తొలగించబడుతుంది దీనిని పట్టుకాయల నాణ్యతను పరీక్షించటానికి పరిగణించరాదు అయితే నిల్వగూళ్లను స్టైఫిల్ (Stifil) చేసిన కాయలను కొనేటపుడు ఈ లక్షణాన్ని గమనించాలి పట్టుకాయల తేట రంగునుబట్టి అవి బాగా స్టైఫిల్ చేసినవనీ కొంతకాలమే నిలవచేసినవనీ గ్రహించాలి పాలిసరంగు గూళ్లు చాలాకాలం క్రితం నిలవచేసినవనీ స్టైఫిల్ కూడా సరిగా కాలేదనీ గుర్తించాలి

సాధారణంగా పట్టుకాయలు వివిధ రంగుల్లో కనిపిస్తాయి అవి తెలుపు బూడిద తెలుపు వెండి తెలుపు పసుపు కానరీ పసుపు (Canary yellow) గంధకం పసుపు ఓల్డ్‌గోల్డ్ (Old Gold), పాలిన పసుపు ఆకుపచ్చ పసుపు బంగారు పసుపు వర్ణక పదార్థం దారం పొడవునా ఒకే రకంగా ఉండదు కొన్ని రకాలలో మొదటి 200 300 మీ లలో రంగు ఉండదు రంగు కాయలను రీలింగ్ చేసేటపుడు వీటి తెగ యొక్క ముఖ్యమైన రంగును తెలుసుకోవడంవల్ల ముడి పట్టు రంగును తెల్సుకోవచ్చు

2 ఆకారం (Shape)

ఇది కూడా తెగ లక్షణమే కాని కొన్నిసార్లు అల్లిక పరికరాలపైనా అల్లిక దశలో యాజమాన్యపద్ధతులపైనా కాయ ఆకారం ఆధారపడుతుంది పట్టుకాయలు గుండ్రంగా గుడ్డువలె అండాకారంలోనూ కదురు ఆకారంలోనూ ఉంటాయి పట్టుకాయల ఆకారం ఆధారంగా వివిధ రకాలుగా వేరు పరచటానికి వీలవుతుంది అంతేకాకుండా రీలబిలిటిని (Reelability) లెక్కించటానికి వీలున్నది వీటిలో గుండ్రటి అండాకార ఒక మోతాదులో మొనతేలిన గూళ్ళలో బాగా రీలింగ్ చేయటానికి వీలవుతుంది కాయల మధ్యలో లోతైన గాడి ఉన్నవి ఎక్కువ మొనదేలినవి రీలింగ్ చేయటానికి పనికిరావు వీటిలో దారం ఎక్కువ సార్లు తెగడం వల్ల పట్టు వృధా అవుతుంది మొనదేలిన గూళ్లలో చాలా తక్కువ దారం ఉంటుంది

3 గూళ్ళు

నాణ్యతను లెక్కించటానికి గూళ్ల పరిమాణం తోడ్పడుతుంది గూళ్ల పరిమాణం వల్ల పట్టుదారం పరిమాణం పట్టుశాతం దారం లక్షణాలను తెలుసుకోవచ్చు గూళ్ల పరిమాణాన్ని కొలతతో నిర్ణయిస్తారు ఇందులో ఒక లీటరు గూళ్ల కొలత తీసి వాటి సంఖ్యను లెక్కిం' నాణ్యతను నిర్ణయిస్తారు సాధారణంగా యునీవోల్టిన్/బైవోల్టిన్ తెగలలో లీటరుకు 110 న 150 గూళ్లుంటాయి మల్టీవోల్టిన్ లో ఇంతకంటే ఎక్కువ గూళ్లుంటాయి

4 దృఢత్వం

పట్టుకాయను రెండు వేళ్ల మధ్య నొక్కినపుడు సొట్టపోకూడదు అది గట్టిగా దృఢంగా, కొద్ది స్థితిస్థాపకంగా ఉండాలి ఈదృఢత్వం పట్టుగూడు అల్లికను కాయ గట్టిత

తెలియచేస్తుంది గూళ్లను ఉడికించినపుడు గాలి, నీటి ప్రవేశ్యశీలత (Permeability) కాయ దృఢత్వంపై ఆధారపడి ఉంటాయి పట్టుకాయలో మధ్యపొరలో దృఢత్వం మొదటి చివరి పొరలకంటే ఎక్కువగా ఉంటుంది

5 రేణువులు లేదా ముడతలు

ఫ్లాజ్ తొలగించిన పట్టుకాయ ఉపరితలం రేణువులలాగా ముడతల లాగా ఉండాలి ఈ ముడతల లక్షణం రేణువుల సాంద్రతను తెల్పుతుంది ఈ రేణువులు బయటిపొరలో లోపలి పొరకంటే ముతకగా (Coarse) ఉంటాయి ఈ లక్షణం తెగలను అనుసరించి మారుతుంది రేణువులు ముతకగా ఉన్న కాయల రీలింగ్ సరిగా ఉండదు వీటి బేవ్ మందంగా ఉంటుంది కాబట్టి మంచి రేణువులున్న గూళ్లను రీలింగ్‌కు ఎంపిక చేయాలి

6 పట్టుకాయల బరువు

ఇది అతి ముఖ్యమైన వాణిజ్య లక్షణం ఈ లక్షణం ఆధారంగా పట్టుకాయల ధర నిర్ణయమవుతుంది కాయ బరువు అందులోనుంచి రీలింగ్ చేయటానికి వీలైన పట్టును సూచిస్తుంది ముడిపట్టు ఉత్పత్తి ధరను లెక్కించటంలో ఒక యూనిట్ పట్టును ఉత్పత్తి చేయటానికి కావల్సిన పట్టుకాయలను 'రెండిట్టా (Renditta) అంటారు పట్టుగూళ్ల బరువు, కాయ ఏర్పడిన నాటినుంచి మాత్ వెలువడే సమయానికి నెమ్మదిగా తగ్గుతుంది కాయల బరువు స్థిరంగా ఉండదు ఈ బరువు నష్టం 15 శాతం వరకు ఉంటుంది ఈ నష్టం ప్యూపాలోని తేమ ఇగిరి పోవటంవల్లనూ రూపవిక్రియలో కొవ్వు వినియోగం వల్లనూ సంభవిస్తుంది కాబట్టి సరియైన సమయంలో కాయలను పోగు చేయాలి ఒక లీటరు కాయలు 150 200 గ్రా బరువు ఉంటాయి

7 ఖాళీ పట్టుగూడు బరువు

ఇది పట్టుగూడు బరువుకంటే ముఖ్యమైనది కాయలోని ముడిపట్టుకు మూలం ఈ లక్షణమే ! కాబట్టి దీని బరువు ఎక్కువైనట్లైతే ముడిపట్టు ఉత్పత్తి పెరుగుతుంది ఈ లక్షణం వివిధ తెగలలో భిన్నంగా ఉంటుంది ఒక తెగలో వివిధ రకాల బరువుకు కారణం-పెంపకం ప తులు ఇంకా మౌంటింగ్ మనదేశంలో మల్టీవోల్టిన్ సంకర రకాలు 150 మి గ్రా, మ వోల్టిన్ శుద్ధ రకాలు ఇంకా తక్కువ బరువు ఉంటాయి యునివోల్టిన్ రీలింగ్ గూళ్ళలో ఖా పట్టుగూడు బరువు 200 300 మి గ్రా కొత్తగా ఉత్పత్తి చేసిన మల్టీవోల్టిన్ రకంలో 180 250 మి గ్రా , సంకర రకాలలో 200 300 మి గ్రా ఉంటుంది

8 పట్టు నిష్పత్తి :

ఇది ఖాళీ పట్టుగూడు బరువుకు మొత్తం పట్టుకాయ బరువుకు మధ్య నిష్పత్తిని తెలియజేస్తుంది దీనిని శాతంలో లెక్కిస్తారు

$$\text{పట్టు నిష్పత్తి} = \frac{\text{ఖాళీ పట్టుగూడు బరువు}}{\text{పట్టుగూడు బరువు}} \times 100$$

ఈ విలువ పట్టుకాయలోని రీలింగ్ చేయటానికి వీలయిన ముడిపట్టు పరిమాణాన్ని తెలియజేస్తుంది దీనివల్లన రెండిట్టాను అంచనా వేయటానికీ కాయల ధర నిర్ణయించటానికీ వీలవుతుంది ఈవిలువ గూళ్ల రకాన్ని బట్టీ పెంపకం మౌంటిక్ పద్ధతుల్లో తీసుకున్న జాగ్రత్తలను బట్టీ మారుతుంది ఒకే రకమైన గూళ్ల వయస్సును బట్టి కూడా విలువ మారుతుంది

మనదేశంలో మల్టీవోల్టిన్ సంకర రకాలలో 12-15 శాతం కొత్త సంకర రకాలలో 16 19 శాతం మల్టీవోల్టిన్ శుద్ధ రకాలలో 10 12 శాతం పట్టు నిష్పత్తి ఉంటుంది

9 దారం పొడవు

ఇది కూడా పట్టు నిష్పత్తిలా ముఖ్యమైన అంశం ఇది పనిభారాన్ని (Work load) ఉత్పత్తి రేటును పట్టుదారం ఏకరీతిలో ఉందో లేదో (Evenness) నిర్ణయిస్తుంది మనదేశం మల్టీవోల్టిన్ శుద్ధరకాలలో 300 400 మీ , సంకర రకాలలో 400 500 మీ కొత్త సంకర రకాలో 6 800 మీ , కాశ్మీర్ యునివోల్టిన్ సంకర రకాలలో 800 1200 మీ పొడవు దారం ఉంటుంది ఈ పొడవును ఎప్రువెట్టితో కొలవాలి ఒక ఎప్రువెట్ట చుట్టుకొలత = 9/8 మీ లేదా 1 125 మీ అంటే ఈ పరికరంపై 400 చుట్టుకొలతలలో 450 మీ దారం ఉంటుంది

10 గూళ్ళ నుంచి తీయగల దారం బరువు

పట్టుకాయలోని మొత్తం దారాన్ని రీలింగ్ చేయటం వీలుకాదు పట్టుకాయలోని మొదటి పొర ఫ్లాస్ ముతకగా,ఎక్కువ తెంపులతో ఉండి రీలింగ్‌కు పనికిరాదు అదే మాదిరిగా లోపలి పెలేడ్ పొర కూడా రీలింగ్ చేయరాదు ఇది చాలా పలుచటి దారం అంతేకాకుండా, రీలింగ్ చర్యలో నష్టమైన దారం మొత్తం కలిపితే ముడిపట్టు ఖాళీ పట్టుగూడు బరువుకు చాలా తక్కువ ఉంటుంది ఒక్కొక్క గూడును రీలింగ్‌చేసి 80 90 శాతం దారాన్ని తీయవచ్చు కాని వాణిజ్య ఉత్పత్తిలో ఇంత దారం తీయటానికి వీలుకాదు

11 దారం డీనియర్ (Filament denier)

ఈ డీనియర్ పట్టుకాయ ప్రారంభంలో ఎక్కువగా ఉండి పోనుపోను తగ్గుతుంది అంటే ఫ్లాస్ పొరలో మందం ఎక్కువ మధ్యపొర లోపలిపొరల్లో డీనియర్ తగ్గుతుంది పెలేడ్ పొర చాలా పలుచగా తక్కువ డీనియర్‌తో ఉంటుంది మల్బరీ పట్టుకాయలలో ఉండే ఈ స్వల్పమైన తేడాలు వాణ్యాలపైనా ముడి పట్టు పరిమాణంపైనా ప్రభావాన్ని కల్గించవు వాణిజ్య పట్టు ఉత్పత్తికి 13/5 20/22 డీనియర్లు ఉండాలి దీనిని లెక్కించ టానికి సూత్రం -

$$\text{డీనియర్} = \frac{\text{రీలింగ్ చేసిన దారం బరువు (గ్రా)}}{\text{దారం పొడవు (మీటర్లు)}} \times 9000$$

12 రీలబిలిటి (Reelability)

రీలింగ్‌కు అనువైన గూళ్ళలో తక్కువ ఖర్చులో పట్టుకాయ దారం తీయడాన్ని రీలబిలిటి అంటారు ఈ అంశం సరిగా లేనపుడు రీలింగ్ ఎక్కువసార్లు ఆగడం జరిగి వృధా పట్టుశాతం పెరుగుతుంది కాబట్టి మంచి గూళ్లకు మంచి రీలబిలిటి ఉంటుంది ఈ లక్షణ పురుగుల పెంపకంలో అల్లికదశలో తీసుకున్న జాగ్రత్తలు స్టైఫిలింగ్ నిలవ పద్ధతులు సాంకే మెలకువలు రీలింగ్ యంత్రాలు రీలరు పరిజ్ఞానం అనే అంశాలవల్ల ప్రభావితం అవుతుం దీనిని లెక్కకట్టటానికి సూత్రం —

$$\text{రీలబిలిటి నిష్పత్తి} = \frac{\text{రీలింగ్ చేసిన పట్టుకాయల సంఖ్య}}{\text{రీలింగ్‌లో అందించిన దారాల సంఖ్య}} \times 100$$

13

ఇది రీలింగ్‌కు ఉపయోగించిన పట్టుగూళ్ల పరిమాణానికి, ముడిపట్టు పరిమాణానికి మధ్య సంబంధాన్ని తెలుపుతుంది ఈ అంశానికి, పట్టు గూళ్ల ధరకు, ముడిపట్టు ఉత్పత్తి ధరకు సంబంధం ఉంటుంది ఈ విలువ యునివోల్టిన్‌లో 80 85 శాతం, మల్టివోల్టిన్ హైబ్రిడ్ రకాలలో 55 60 శాతం, మల్టివోల్టిన్ శుద్ధ తెగలలో 40 45 శాతం ఉంటుంది

$$\text{ముడి పట్టు శాతం} = \frac{\text{రీలింగ్ చేసిన దారం బరువు}}{\text{పట్టుగూళ్ల బరువు}} \times 100$$

రీలింగుకు పట్టుకాయలను ఎంపిక చేయటం

రీలింగుకు పట్టుకాయలను జాగ్రత్తగా ఎంపిక చేయాలి ఈ ప్రక్రియ చాలా కష్టంతో కూడినది కాబట్టి ఏ మాత్రం అజా జరిగినా అధిక నష్టం వాటిల్లుతుంది అయితే బహిరంగ మార్కెట్‌లో ఈ ఎంపిక చాలా కాబట్టి పట్టుగూళ్ల నాణ్యతను బహిరంగ మార్కెట్‌లో అశాస్త్రీయ పద్ధతులద్వారా (Emp rical methods) నిర్ణయిస్తారు వర్తకంలో అనుభవం వల్లనూ పట్టు రీలింగ్ పరిశ్రమలో అనుభవం వల్లనూ ఈ ఎంపిక వీలవుతుంది ఇందులో మూడు పద్ధతులు ఉన్నాయి అవి ప్రాథమిక విచారణ, దృశ్య పరీక్షలు టాక్టైల్ మరియు న్యూమరికల్ tests) పరీక్షలు

1 ప్రాథమిక విచారణ

మంచి పట్టుగూళ్ల ఉత్పత్తికి నాణ్యమైన వ్యాధిరహిత గుడ్లు లేదా లేయింగ్ కావాలి పంట ఉత్పత్తులు పెంపక పద్ధతులపైనా ఉపయోగించిన పరికరాలు, అల్లికలో జాగ్రత్తలు మొదలైన వాటిపైనా మౌంటింగ్‌లో జాగ్రత్తలు పట్టుకాయలు సేకరించే దినంపైనా ఆధారపడి ఉంటాయి పూర్తిగా ఏర్పడని పట్టుకాయలు రీలింగుకు పనికిరావు కాబట్టి ఈ అంశాలను జాగ్రత్తగా ఆచరించి, పెంపకం చేసి, మంచి నాణ్యతగల గూళ్లను పొందాలి పట్టుగూళ్లను కొనేముందు రీలరు ఈ అంశాలపై విచారణ జరిపిన తర్వాతనే మిగిలిన నాణ్యతా అంశాలను లెక్కించాలి

2 దృశ్య పరీక్షలు

పట్టుగూళ్ల రాసుల్లో చనిపోయిన గూళ్లను (Melted cocoons) గమనించాలి దీనికోసం అరచేతిని పట్టుగూళ్ల కుప్పలోనికి దూర్చాలి తర్వాత కుళ్ళిన వాసనతో ఉన్న చనిపోయిన గూళ్లను గుర్తించాలి ఈ రకం గూళ్ల రీలింగుకు పనికిరావు అంతేకాకుండా వీటిని నిలవ చేయలేము తాజాగా ఉ జీవమున్న కాయలను పెద్ద కుప్పగా పోసి, గాలి ఆడకుండా చేసినపుడు చనిపోయిన గూ ఏర్పడతాయి

వివిధ నమూనాలను కరించి గూళ్ల పరిమాణాన్ని ఆకారాన్ని పరీక్షించాలి ఈ అంశాలు కూడా పట్టు ఉత్పత్తి ధరను ఎక్కువ చేస్తాయి కాబట్టి ఒకేరకమైన పరిమాణం ఆకారం ఉండటం మంచిది పట్టుపురుగుల మూత్రం మరకలు ఉన్న గూళ్లకు చాలా తక్కువ రీలబిలిటి ఉంటుంది కాబట్టి వీటివలన ముడిపట్టుకు చాలా తక్కువ ధర నిర్ణయమవుతుంది వర్షాకాలంలో ఈ గూళ్ల శాతం పెరుగుతుంది అందువల్ల ఈ కాలంలో పట్టుకాయలను కొనే సమయంలో జాగ్రత్తగా ఎంపిక చేయాలి

పట్టుగూళ్లకు ఫ్లాస్ ఎక్కువ ఉండరాదు ఇది కాయల బరువు పెంచుతుంది కానీ రీలింగుకు పనికిరాదు పట్టుకాయం రెండు చివరలు గుండ్రంగా, దృఢంగా ఉండాలి మొనదేలిన గూళ్లను గుర్తించటం చాలా సులభం వీటి రంగు లేతగా ఉంటుంది గూళ్ళపై ఫ్లాస్ తొలగించిన తర్వాత గూడు మంచి రేణువులతో, ముడతలతో ఉండాలి ఇవి మంచి గూళ్ళు

3 టాక్టైల్ మరియు న్యూమరికల్ పరీక్షలు

పట్టుగూళ్ల కుప్పలో అరచేతివి దూర్చితే తేమగా, చల్లగా అనిపిస్తే అందులో అపరిపక్వ పట్టుగూళ్లు (Immature Cocoons) ఉన్నాయని గుర్తించాలి ఈ గూళ్లను ఊపినపుడు మెత్తని 'దబదబ మనే శబ్దం వస్తుంది పరిపక్వ గూళ్లతో గలగల శబ్దం వినిపిస్తుంది శబ్దం ఏదీ రాకపోతే చనిపోయిన గూడు అని అర్థం పట్టుకాయను అరచేతితో నెమ్మదిగా నొక్కితే గట్టిగా, దృఢంగా ఉండాలి

ఒక కిలోగ్రాము గూళ్లను లెక్కించి సరాసరిగా ఒక్కొక్క గూడు బరువును లెక్కకట్టాలి మల్టీవోల్టీన్ తెగలో ఐదవ రోజు కాయల సేకరణ చేసిన గూళ్లు కిలోకు 1000 1500 వరకు, యుని మరియు బైవోల్టీన్ లలో 600 800 వరకు ఉంటాయి

ఇక తరవాత కుప్పలో రీలింగుకు పనికిరాని ద్వంద్వ గూళ్లను గుర్తించిన తర్వాత చివరి ఎంపిక చెయ్యాలి మార్కెట్ ధరను అనుసరించి పట్టుకాయల ధర నిర్ణయించాలి

పట్టు గూళ్ల నుంచి సేకరించిన నమూనాలను బరువుచూసి వాణిజ్య లక్షణాల పరీక్షకు వేరుగా ఉంచాలి వీటిలో రీలింగుకు పనికిరాని గూళ్లను రీలింగు గూళ్లను వేరువేరుగా ఉంచాలి పనికిరాని గూళ్లను పరీక్షించి వీటి శాతాలను వేరువేరుగా లెక్కకట్టాలి మంచిగూళ్ళలో 1/3 వంతు గూళ్లను టెస్ట్‌రీలింగుకు వాడాలి మిగిలిన వాటికి పట్టుగూళ్ల లక్షణాల కోసం పరీక్షలు చేయాలి ఈ లక్షణాలను ఈ అధ్యాయ ప్రారంభంలో వివరించడమైనది ఇక చెడు గూళ్లల్లో వివిధ రకాలు ఉంటాయి

వివిధ రకాల చెడిన పట్టుగూళ్ళు

ఇవి రీలింగుకు పనికిరావు సాధారణంగా రీలరు మంచి గూళ్లను రీలింగుకు పనికి వచ్చేవాటిని చెడు గూళ్లు లేని పట్టుకాయలను ఎంపిక చేస్తారు. కాబట్టి ఈ గూళ్లను పురుగుల పెంపకదారులే ఏరివేసి అమ్మకం చేయాలి దీనివల్ల ధరకూడా బాగా ఉంటుంది పురుగుల పెంపకం జాగ్రత్తగా చేసినా సాధారణంగా 10 15 శాతం చెడిన గూళ్లుంటాయి ఇందులో మొత్తం 16 రకాల గూళ్లు ఉంటాయి ఇన్ని రకాలు ఒకే కుప్పలో లేదా వివిధ కుప్పలలో కన్పించవచ్చు

1 అపరిపక్వపట్టుగూళ్లు

అల్లిక పూర్తి కాకముందే అంటే సరియైన సమయంలో కాకుండా ముందుగా పట్టుకాయలను సేకరించటంవల్ల ఈ రకం గూళ్లు ఏర్పడతాయి

2 నల్లని మరకల గూళ్లు (Black stained cocoons)

పట్టుగూళ్ల వెలుపల నల్లని మచ్చలుంటాయి ఈ కాయలను నెమ్మదిగా వత్తినపు/ కుళ్ళిన ప్యూపా నుంచి చెడు వాసన వెలువడుతుంది వీటిని తొందరగా వేరు చేయాలి వల్ల మంచి గూళ్ళకు మరకలవుతాయి

3

పట్టుకాయలపై చిలుము రంగు మరకలుంటాయి దీనికి కారణం అల్లిన పం పరిపక్వ పురుగుల నుంచి వెలువడిన జీర్ణరసం పడటం ఈ జీర్ణరసం పట్టుకాయలపై రంగు మరకలను ఏర్పరుస్తుంది

4 మ్యూట్స్ (Mutes)

పట్టుకాయలో ప్యూపా మరణించి గూడు లోపలిపొరకు అంటుకొంటుంది ఈ రకం కాయలను 'మ్యూట్స్ అంటారు ఈ కాయలను ఊపినపుడు శబ్దం రాదు ఈ ప్యూపా కుళ్లటంవల్ల కాయకు రంగు మరకలు ఏర్పడతాయి పట్టుకాయల సేకరణ, తొందరగా చేయడంవల్ల ప్యూపా చనిపోయి ఈ రకం గూళ్లు ఏర్పడతాయి

5 మచ్చల గూళ్లు (Spotted cocoons)

ఇవి ఆరోగ్యమైన గూళ్లే కానీ వీటిపై మచ్చలుంటాయి సరిగా గాలి వెలుతురు లేని గదిలో గూళ్లను నిల్వచేయడంవల్లన్న గోధుమ నలుపు లేదా పసుపు మచ్చలు ఏర్పడతాయి దీనికి కారణం 'ఆకుపచ్చ మౌల్డ్ (Green mould) అనే ఒక శిలీంధ్రం

6 పలుచని చివరలున్న గూళ్లు

వీటిలో ఒకటి లేదా రెండు చివరలు పలుచగా ఉంటాయి ఇది తెగ లక్షణం అల్లిక దశలో చంద్రికను నిట్టనిలువుగా ఉంచినపుడు, పెంపకంలో తక్కువ ఉష్ణోగ్రత ఎక్కువ తేమవల్ల, అల్లిక దశలో తక్కువ ఉష్ణోగ్రత, తేమవల్ల ఈ గూళ్లు ఏర్పడతాయి రీలింగు చేసేటపుడు ఇవి నీటిని అధికంగా పీల్చుకోవడంవల్ల దారం తీయటానికి పనికిరావు

7 తక్కువ పరిమాణంకల గూళ్లు

ఇవి మామూలు పరిమాణానికి చాలా తక్కువగా ఉంటాయి వీటిలో పలుచని గూడు ఉంటుంది వీటిని వేరుచేసి రీలింగు చేయాలి

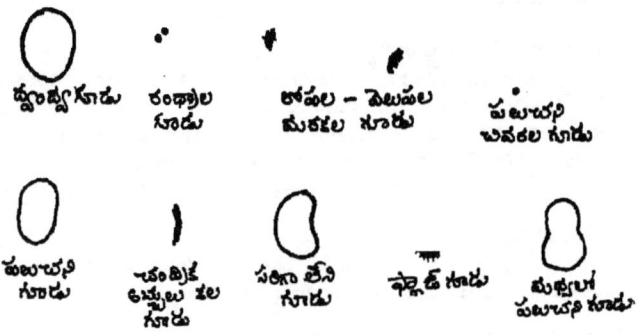

పటం 4 1 చెడిన పట్టుగూళ్ల రకాలు

8 సరిగా ఏర్పడని గూళ్లు

కొన్ని రకాల పురుగులలో ఇవి తప్పని సరిగా ఏర్పడతాయి ఇవి క్రమరహితంగా, ఒక చివర లావుగా ఇంకొకవైపు సన్నగా ఉంటాయి పురుగుల అనారోగ్యం లేదా అనుకూలమైన

అల్లిక పరికరాలు లేకపోవడం వల్ల ఈ గూళ్లు ఏర్పడతాయి వీటిని యంత్రాలతో రీలింగ్ చేయటానికి వీలుకాదు

9 కాల్సిఫైడ్ గూళ్లు

ఇందులో మరణించిన క్రిసాలిడ్లు (Chrysalıds) ఉంటాయి బొట్రిటిస్ బస్సియాన *(Botrytis bassiana)* అనే శిలీంధ్రం పురుగును చంపివేసి ఈ రకం గూళ్ల ఏర్పడటానికి కారణమవుతుంది

10 సరిగా అల్లని లేదా పలుచని గూళ్లు (Fragile cocoons)

ఈ రకం గూళ్ల అల్లిక చాలా వదులుగా ఉంటుంది వీటిలో పట్టు చాలా తక్కువగా ఉంటుంది రీలింగ్‌లో ఇవి నీటిని వేగంగా పీల్చుకొని రీలింగ్ చేయటానికి పనికిరావు ఈ రకానికి చెందిన కొన్ని గూళ్లు ప్యూపా కన్పించేంత పలుచగా ఉంటాయి దీనికి పెంపకం లోపమే కారణం

11 పొగపట్టిన గూళ్లు

శిలీంధ్రాలను అరికట్టటానికి మౌంటింగ్ గదిలో ఫార్మాలిన్ పొగబెట్టడం జరుగుతుంది ఈ ఫార్మాలి పొగలు సిరిసిన్‌ను కరగకుండా చేస్తాయి కాబట్టి ఉడకపెట్టటానికి రీలింగ్‌కు పనికిరావు ఇదే మాదిరిగా పొగబెట్టటానికి గంధకాన్ని కాల్చినపుడు కూడా పొగలు పట్టుగూడును నాశనం చేస్తాయి దీనివల్ల రీలింగులో నీటిని అధికంగా పీల్చుకొని పనికిరావు

12 మౌల్డ్ (Mould)

ఆవిరిలో స్టైఫల్ చేసిన పట్టుగూళ్లను గాలి సరిగ లేని గదిలో నిలవచేయడం వ శిలీంధ్రాలు దాడి చేస్తాయి ఫలితంగా మౌల్డ్ ఏర్పడుతుంది పాడి పట్టుగూళ్లను కూడా విధంగా నిలవ చేయడంవల్ల ఇదే రకం నష్టం వాటిల్లుతుంది వీటిని సరిగా రీలింగ్ చేయడాని వీలుకాదు

13 ద్వంద్వ గూళ్లు (Double cocoons)

ఇది తెగ లక్షణం ఇవి చాలా పెద్దవిగా ముతకగా క్రమరహితంగా అనాకారంగా ఉంటాయి ఇవి రెండు లేదా అప్పుడప్పుడు ఎక్కువ పురుగులచే అల్లబడిన గూళ్లు ఇవి ఆరోగ్యమైన గూళ్లే కాని రెండు పురుగులు అల్లిన దారాలు ఒక దానిలో ఇంకొకటి మెలికపడి రీలింగ్ చేయటానికి వీలుకాదు అల్లిక పరికరంలో స్థల దూరం తక్కువ అవడం వాతావరణ పరిస్థితులు పెరగుటం ఈ రకం గూళ్లు ఏర్పడటానికి కారణాలు

14 రంధ్ర

పెంపకంలో ఐదవ దశ పురుగులపై ఊజీ ఈగ దాడి చేసి గుడ్లు పెట్టడంవల్ల పట్టుగ ఏర్పడిన తర్వాత ఊజీ లార్వాలు కాయలకు రంధ్రాలు చేసి వెలుపలికి రావడం వల్లన ఈ పట్టుకాయలు ఏర్పడతాయి

15 ఫ్లాస్ పట్టుగూళ్లు (Floss cocoons)

వీటిలో ఫ్లాస్ అధికంగా ఉంటుంది ఇది తెగ లక్షణం అల్లిక దశలో అధిక ; తక్కువ తేమకల సమయంలో ఈ రకం గూళ్లు ఏర్పడతాయి

16 రెండు పొరల గూళ్లు

వీటిలో రెండు లేదా మూడు పొరలుంటాయి ఈ లోపం బయటికి కన్పించదు ఇది వెగ లక్షణం అంతేకాకుండా అకస్మాత్తుగా తేమ ఉష్ణోగ్రతల్లో మార్పు ప్రత్యక్ష సూర్యరశ్మి వెలుతురు వేగమైన గాలి ఇందుకు కారణాలు

నమూనాలను సేకరించి వివిధ పరీక్షలను జరిపిన తర్వాత ఎంపిక చేసిన పట్టుగూళ్ల కుప్పలోని ముడిపట్టు నాణ్యత పరిమాణాన్ని అంచనా వేయటానికి వీలుకలుగుతుంది

మంచి గూళ్లు వివిధ రకాల చెడు గూళ్ల శాతాలను లెక్కకట్టాలి వీటిని సంఖ్య బరువు రెండింటి ఆధారంగా లెక్కకట్టాలి దీనికి ఈ క్రింది సూత్రం ఉపయోగపడుతుంది

1 $$\text{చెడు గూళ్ల శాతం} = \frac{\text{చెడిన గూళ్ల బరువు}}{\text{మొత్తం గూళ్ల బరువు}} \times 100$$

లేదా

$$= \frac{\text{చెడిన గూళ్ల సంఖ్య}}{\text{మంచి గూళ్ల సంఖ్య}} \times 100$$

2 $$\text{మంచి గూళ్ల శాతం} = \frac{\text{మంచి గూళ్ల బరువు}}{\text{మొత్తం గూళ్ల బరువు}} \times 100$$

లేదా

$$= \frac{\text{మంచి గూళ్ల సంఖ్య}}{\text{మొత్తం గూళ్ల సంఖ్య}} \times 100$$

1 మాదిరి సమస్య ఈ క్రింద ఇచ్చిన విలువలతో మంచివి, చెడినవి గూళ్ల శాతాన్ని బరువు సంఖ్య ఆధారంగా కనుక్కోండి

	సంఖ్య	ఎరువు గ్రా
మరణించిన గూళ్లు	119	140
ద్వంద్వ గూళ్లు	22	95
రంధ్రాల గూళ్లు	16	18
సరిగా ఏర్పడని గూళ్లు	20	35
మరకల గూళ్లు	131	190
పలుచని గూళ్లు	28	50
మంచి గూళ్లు	1112	1870
మొత్తం	1448	2398

సాధన మొత్తం మంచి గూళ్ల సంఖ్య = 1112

మొత్తం మంచి గూళ్ల బరువు = 1870 గ్రా

మొత్తం చెడిన గూళ్ల సంఖ్య = 336 గ్రా

మొత్తం చెడిన గూళ్ల బరువు = 528 గ్రా

మొత్తం గూళ్ల సంఖ్య = 1448 గ్రా

మొత్తం గూళ్ల బరువు = 2398 గ్రా

సంఖ్య ఆధారంగా మొత్తం చెడిన గూళ్ల శాతం = $\frac{336}{1448} \times 100 = 23\ 2\%$

బరువు ఆధారంగా మొత్తం చెడిన గూళ్ల శాతం = $\frac{528}{2398} \times 100 = 22\%$

సంఖ్య ఆధారంగా మొత్తం మంచి గూళ్ల శాతం = $\frac{1112}{1448} \times 100 = 76\ 7\%$

బరువు ఆధారంగా మొత్తం మంచి గూళ్ల శాతం = $\frac{1870}{2398} \times 100 = 77\ 9\%$

2 మాదిరి సమస్య : పరీక్షకు తీసుకున్న పట్టుగూడు బరువు 1 8 గ్రా ప్యూపా బరువు 1 5 గ్రా అయితే పట్టు నిష్పత్తిని కనుక్కోండి

సాధన పట్టుకాయ బరువు = 1 8 గ్రా

ప్యూపా బరువు = 1 5 గ్రా

ఖాళీ పట్టుగూడు బరువు = పట్టుకాయ బరువు - ప్యూపా బరువు

= 1 8 − 1 5

= 0 3 గ్రా = $\frac{0\ 3}{1\ 8} \times 100 = 16\ 6$ శాతం

3 మాదిరి సమస్య పరీక్షకు తీసుకున్న పట్టుకాయను రీలింగు చేయగా 510 ఎప్రువెట్టి చుట్టు కొలతల దారం వచ్చింది దీని బరువు 0 25 గ్రా అయినట్లైతే దారం పొడవును డీనియర్‌ను కనుక్కోండి

సాధన : దారం పొడవు కనుక్కోవటం

ఎప్రువెట్టి చుట్టు కొలతలు = 510

ఒక చుట్టు కొలత = 1 125 మీ అయితే

510 చుట్టు $\frac{510 \times 1\ 125}{1} = 573\ 7$ మీ

దారం పొడవు = 573 7 మీటర్లు

డీనియర్‌ను కనుక్కోవటం :

రీలింగు చేసిన దారం బరువు = 0 25 గ్రా

రీలింగు చేసిన దారం పొడవు = 573 7 గ్రా

$= \frac{0\ 25}{573\ 7} \times 9000 = 3\ 9$

దారం డీనియర్ = 3 9

పట్టుగూళ్ల ధర నిర్ణయించటం

సేకరించిన నమూనాలలో భౌతికమైన వాణిజ్య పరమైన లక్షణాలను పరీక్షించిన తర్వాత పట్టుగూళ్ల ధర నిర్ణయించాలి

1 బైవోల్టీన్ గూళ్ల ధర నిర్ణయించటం

a ప్రామాణిక పట్టుగూళ్లు = కిలో ఒక్కింటికి రూ 650/-

b ప్రామాణిక ధర = కిలో ఒక్కింటికి రూ 100/

(దీనిని సమయానుకూలంగా ప్రభుత్వం నిర్ణయిస్తుంది)

c రైతు తెచ్చిన పట్టుగూళ్లు = కిలో ఒక్కింటికి 560

$$\text{ధర} = \frac{\text{ప్రామాణిక ధర} \times \text{ప్రామాణిక గూళ్ల సంఖ్య కిలో ఒక్కింటికి}}{\text{రైతు తెచ్చిన గూళ్ల సంఖ్య కిలో ఒక్కింటికి}}$$

$$= \frac{100 \times 650}{560} = \frac{65000}{560} = 116\ 07$$

కిలో ధర రూ 116 07 పైసలు

2 మల్టీవోల్టీన్ గూళ్ల ధర నిర్ణయించటం

a ప్రామాణిక పట్టుగూళ్లు = 1000 కిలో ఒక్కింటికి

b ప్రామాణిక ధర = కిలో ఒక్కింటికి రూ 70/

(దీనిని సమయానుకూలంగా ప్రభుత్వం నిర్ణయిస్తుంది)

c రైతు తెచ్చిన గూళ్లు = 850 కిలో ఒక్కింటికి

$$\text{ధర} = \frac{70 \times 1000}{850} = \frac{7000}{850} = 82\ 35$$

కిలో ధర రూ 82 35 పైసలు

పట్టుగూళ్ల రవాణా

పట్టుగూళ్ల నాణ్యత చెడిపోకుండా జాగ్రత్తగా రవాణా చేయాలి రవాణాలో పట్టు కాయలకు వత్తిడి తగలకూడదు వీటిని రంధ్రాలుకల డబ్బాలు లేదా వెదురు బుట్టలు లేదా వదులైన గోనెసంచులలో పదికిలోల చొప్పున వదులుగా నింపాలి వీటిని కుదించటం లేదా గట్టిగా కుట్టటంవల్ల శ్వాసక్రియ చర్యలవల్లనూ శరీర ధర్మక్రియవల్లనూ బాగా వేడెక్కి ప్యూపాలు మరణించి గూళ్లు మొత్తం చెడిపోతాయి

పట్టుగూళ్లను లేత ఎండలో అంటే ఉదయమే లేదా సాయంకాలం రవాణా చేయటం మంచిది ఎక్కువ దూరం రవాణా చేసేటపుడు గమ్యస్థానాన్ని తొందరగా చేరటానికి తగిన చర్యలు తీసుకోవాలి గమ్యస్థానం చేరిన తర్వాత పట్టుకాయలను తీసి శుభ్రమైన నిలవగదిలో పలుచగా ఒకే వరుసలో పోయాలి గదిలోనికి తగిన వెలుతురు గాలి వీచేలాగా వీలుకల్పించాలి

www.ingramcontent.com/pod-product-compliance
Lightning Source LLC
LaVergne TN
LVHW020116220825
819277LV00036B/448